ग्रेचेन रुबिन ही एक हाडाची मार्गदर्शिका आहे. ती प्रामाणिक अंतर्दृष्टी असलेली, सखोल अभ्यास करणारी आहे.

स्वतःच्या प्रोजेक्टचा आढावा घेताना, रुबिनने तिच्या आयुष्यातील काही विनोदी तर काही हृदयस्पर्शी किस्से मोठ्या खुबीने या पुस्तकात गुंफले आहेत. तिची खेळकर आणि क्षणात आपलेसे करणारी शैली वाचकाला खिळवून ठेवते. या सगळ्यांमुळे वाचकाला स्वतःचा हॅपिनेस प्रोजेक्ट सुरू करण्यास तर ती उद्युक्त करतेच शिवाय तिच्याबरोबर गप्पा मारण्याच्या मोहातही पाडते.

– **टिफनी ली यंगरेन,** सॅन डिअॅगो युनियन ट्रिब्यून

एक अंतर्मुख करणारे आणि त्याचबरोबर हसू फुलवणारे लेखन. रुबिन आयुष्यातील क्षण मनमोकळेपणाने आणि प्रामाणिकपणे मांडते आणि त्याच जोडीला सतत विनोदाचा शिडकावा करत राहते.

– **टेरी हाँग,** ख्रिश्चन सायन्स मॉनिटर

सर्वसाधारणपणे सेल्फ-हेल्प प्रकारच्या पुस्तकांची आवड नसणाऱ्या लोकांसाठीही रुबिनचे हे पुस्तक म्हणजे एक ताजातवाना करणारा अनुभव आहे.

सखोल चिंतन करत, नेमके लिहिणारी रुबिन स्वतःच्या आनंदाचा मार्ग ठरवताना आखीव, पद्धतशीर मार्ग चोखाळते.

– **किम क्रो,** प्लेन डीलर (क्लिव्हलँड)

व्यवहार्य तरीही उपदेशात्मक न वाटणारे - एक दुर्मिळ सेल्फ-हेल्प विषयावरील पुस्तकाचे बाड - जे वाचायला कोणालाही कमीपणा वाटणार नाही.

– **डेली बिस्ट**

स्वतःचे म्हणणे सिद्ध करण्याकरता कोणत्याही गोंडस क्लृप्त्या किंवा ओढूनताणून दिलेल्या कलाटण्या टाळून केलेले लेखन...

रुबिनच्या पद्धती सांसर्गिक आहेत. ती तिच्या प्रामाणिक व रोखठोक शैलीने वाचकांचे मन जिंकून घेते.

– हॅना सॅम्पसन, मायामी हेराल्ड

आनंदाचा संसर्ग लगेच होतो म्हणतात आणि तीच गत या पुस्तकाची आहे. ग्रेचेन रुबिनचा आनंद शोधणारा हा वर्षभराचा प्रोजेक्ट वाचताच तुम्हाला तुमचा स्वतःचा हॅपिनेस प्रोजेक्ट सुरू करावासा वाटेल आणि यात तुमच्या मित्रमंडळींना आणि आप्तेष्टांनादेखील सहभागी करून घ्यावेसे वाटेल. हे एक असे दुर्मिळ पुस्तक आहे, जे तुमच्या चेहऱ्यावर हसू आणेल आणि त्याच वेळेस तुम्हाला विचार करण्यास प्रवृत्त करेल.

– डॅनियल एच पिंक
'होल न्यू माइंड'चा लेखक

आनंदाच्या शास्त्रविषयक आश्चर्यकारक बाबी आणि स्वानुभवांवर आधारित असंख्य लहान-मोठ्या उदाहरणांनी ठासून भरलेले हे पुस्तक नुसते वाचूनच माझ्या आनंदात भर पडली आहे.

– एमी स्क्रिबनर, बुकपेज

पहिल्या पाच पानांतच या पुस्तकाने मला आनंदी केले आणि मी जसजसा अधिक वाचत गेलो, तसतसा मी अधिकाधिक आनंदी होत गेलो. यातल्या अनेक सत्यांमुळे माझे आयुष्य सर्वांगाने बदलले आहे; प्रेमापासून-पैशांपर्यंत, कामापासून-करमणुकीपर्यंत, लिखाणापासून ते अगदी डाएट कोकपर्यंत!

– ए. जे. जेकब्ज, 'द इयर ऑफ लिव्हिंग बिब्लिकली'चा लेखक

ग्रेचेन रुबिनचे विनोदी आणि अंतर्मुख करणारे अनुभव जसे प्रेरणादायी आहेत, तसेच ते स्वतःला माफ करवणारेही आहेत. सेल्फ-हेल्प या वर्गात मोडण्याकरता आवश्यक असलेल्या अनेक सूज्ञ सूचना, ठोस सल्ले, नेमके संशोधन (जोडीला याच विषयावरील इतर पुस्तकांतील संदर्भ) यांची या पुस्तकामध्ये तिने पखरण केली आहे.

– 'चेंज युवर लाइफ'ची लेखिका

रुबिनने सेल्फ-हेल्प या संकल्पनेला आव्हान देत 'अनुभव' आणि कथा या वाङ्मय प्रकारांचा अचूक मेळ साधला आहे. तसेच तिचे लेखन वैयक्तिक आणि वैश्विकतेची सांगड घालते. रुबिनचा हा प्रोजेक्ट वाचकाची उत्कंठा वाढवतो आणि ही उत्कंठाच वाचकाला आनंदी करण्यास पुरेशी आहे.

– पब्लिशर्स वीकली (स्टार्ड रिव्ह्यू)

'द हॅपिनेस प्रोजेक्ट' हे एक अप्रतिम पुस्तक आहे. प्रत्येकजण आत्ताच्या क्षणापासून छोट्या छोट्या कृतींद्वारे कसा काय आनंदी होऊ शकतो हे ग्रेचेन रुबिन दाखवते. तिच्या अनेक सहजसाध्य उपायांपैकी आंतरिक आनंद आणि बाह्य शिस्त यांच्या परस्परसंबंधांचा तिने लावलेला शोध हे एक उत्तम योगदान आहे.

– ज्यूली मॉर्गनस्टर्न, 'शेड युवर स्टफ'

दलाई लामांच्या 'द आर्ट ऑफ हॅपिनेस' आणि एलिझाबेथ गिल्बर्टच्या 'इट, प्रे, लव्ह' या पुस्तकांचा मध्यबिंदू असणाऱ्या या पुस्तकात लेखिकेने मानसशास्त्रज्ञांपासून शास्त्रज्ञ, कथाकार, कवी ते तत्त्वज्ञांपर्यंत सर्वांचे विचार सहजपणे गुंफले आहेत; त्यामुळे स्वतःच्या आनंदाचा शोध घेणाऱ्या वाचकाला ग्रेचेन रुबिनचे हे पुस्तक पुनःपुन्हा वाचायला प्रवृत्त करते.

– सॉनिया लायूबॉमस्की,
'द हाउस ऑफ हॅपिनेस'ची लेखिका

आयुष्याचा समतोल साधण्याच्या शोधात असलेल्या प्रत्येकाला हे पुस्तक एक उत्कृष्ट मार्गदर्शक आहे. उपयुक्त सूचना आणि उत्साहवर्धक शब्दांमधून ग्रेचेन रुबिनने आनंद मिळवण्याचा अचूक मार्ग दाखवला आहे.

– जेनेफर विडो, फ्रेश फ्रिक्शन

एकाच वेळेस विचार करण्यास प्रवृत्त करणारे आणि हसायला लावणारे एक दुर्मिळ पुस्तक.

– डॅनियल एच. पिंक, ड्राइव्हचे लेखक

परिवर्तनाची बारा महिने...

– दैनिक लोकमत १५-९-२०१९

'The Happiness Project' या इंग्रजी पुस्तकाचा अनुवाद

आनंदतरंग

ग्रेचेन रुबिन

अनुवाद
अश्विनी तापीकर-कंठी

मी वर्षभर सकाळी सकाळी गाणे म्हणायचे ठरवले, किंवा माझी कपाटे आवरली, आव्हाने स्वीकारली, ॲरिस्टोटल वाचला आणि एकूणच मजा केली......कशाकरता?

मेहता पब्लिशिंग हाऊस

Please contact us at **Mehta Publishing House,** Pune.

✆ +91 020-24476924 / 24460313 / Mob. No. 9545000513

Email : production@mehtapublishinghouse.com

Website : www.mehtapublishinghouse.com

- *या पुस्तकातील लेखकाची मते, घटना, वर्णने ही त्या लेखकाची असून त्याच्याशी प्रकाशक सहमत असतीलच असे नाही.*

Translated into Marathi Language by Ashwini Tapikar-Kanthi

आनंदतरंग / मार्गदर्शनपर

अनुवाद : अश्विनी तापीकर-कंठी

Email : author@mehtapublishinghouse.com

प्रकाशक : सुनील अनिल मेहता, मेहता पब्लिशिंग हाउस,
१९४१, सदाशिव पेठ, माडीवाले कॉलनी, पुणे ४११०३०.

मुद्रक : पार्कसन्स ग्राफिक्स

मुखपृष्ठ : चंद्रमोहन कुलकर्णी

प्रथमावृत्ती : फेब्रुवारी, २०१९

किंमत : ₹ ३५०

P Book ISBN 9789353171919
E Book ISBN 9789353171926
E Books available on : amazonkindle Apple Books Google Play Books

माझ्या कुटुंबाकरिता

सॅम्युअल जॉन्सन : एका स्पॅनिश म्हणीनुसार, "तुम्हाला जर इंडीज् लोकांची संपत्ती घरी आणायची असेल, तर तुम्ही ती वाहून आणली पाहिजे."

– **जेम्स बॉजवेल,** द लाइफ ऑफ सॅम्युअल जॉन्सन

स्वतः आनंदी राहाण्याकरता प्रयत्न करणे या कर्तव्याइतके इतर कोणतेही कर्तव्य इतक्या प्रमाणात कमी लेखले गेले नसेल.

– **रॉबर्ट लुईस स्टीव्हनसन**

लेखिकेचे मनोगत

'हॅपिनेस प्रोजेक्ट' ही तुमचे आयुष्य बदलण्याची एक पद्धत आहे. पहिला आहे पूर्वतयारीचा टप्पा. यामध्ये तुम्हाला कशापासून आनंद होतो, समाधान मिळते, तुम्हाला कोणत्या गोष्टी कराव्याशा वाटतात ते आणि कोणत्या गोष्टीमुळे तुम्हाला राग येतो, अपराधी वाटते, कंटाळा येतो, दुःख होते हे तुम्ही शोधून काढता. दुसरा टप्पा आहे संकल्प करण्याचा. इथे तुम्ही तुमचा आनंद वाढवण्याकरता काही ठोस गोष्टी करायचे ठरवता आणि मग सगळ्यात इंटरेस्टिंग टप्पा सुरू होतो, तो म्हणजे हे सगळे संकल्प पाळण्याचा.

या पुस्तकात मी माझ्या हॅपिनेस प्रोजेक्टची गोष्ट सांगितलेली आहे - मी काय काय करून पहिले, मी माझ्या अनुभवांतून काय काय शिकले वगैरे. तुमचा हॅपिनेस प्रोजेक्ट माझ्या प्रोजेक्टपेक्षा वेगळा असेल; परंतु कोणाला हॅपिनेस प्रोजेक्टमधून फायदाच होणार नाही, असे होणार नाही. तुम्हाला तुमच्या हॅपिनेस प्रोजेक्टला मदत व्हावी म्हणून मी माझ्या ब्लॉगवर नियमितपणे पोस्ट्स लिहीत असते. तसेच मी 'द हॅपिनेस प्रोजेक्ट टूलबॉक्स' नावाची वेबसाइट तयार केली आहे, जी तुम्हाला तुमचा हॅपिनेस प्रोजेक्ट तयार करायला आणि त्याची प्रगती मोजण्याकरता मदत करेल.

तुम्हाला सर्वात जास्त प्रेरणा तुमच्या हातात असलेल्या या पुस्तकातून मिळेल, अशी मी आशा करते. अर्थातच, ही माझ्या हॅपिनेस प्रोजेक्टची गोष्ट असल्यामुळे त्यात माझी परिस्थिती, माझी जीवनमूल्ये आणि माझ्या आवडीनिवडी डोकावतात. कोणी असेही विचारेल की, जर प्रत्येकाचा हॅपिनेस प्रोजेक्ट वेगळा असणार आहे तर मग आम्ही तुझ्या प्रोजेक्टबद्दल का वाचावे?

'आनंद' या विषयाचा अभ्यास करत असताना मला एक आश्चर्याची गोष्ट समजली, ती म्हणजे मी नेहमी वैश्विक तत्त्वे किंवा अद्ययावत संशोधनांमधून जे शिकले त्याहून जास्त मी लोकांच्या वैयक्तिक अनुभवांवरून शिकले आहे. इतर कोणत्याही तात्त्विक चर्चेपेक्षा एखाद्या व्यक्तीला एखाद्या गोष्टीचा काय फायदा झाला या माहितीचा मला जास्त उपयोग झाला; अगदी आम्हा दोघांत कोणतेही साधर्म्य नसले तरी! उदा. माझ्या बाबतीत बोलायचे झाले तर, मला असे अजिबात वाटले नव्हते

की, मला एक डिक्शनरी लिहिणारी व्यक्ती, (जिला 'टुरेट सिंड्रोम' हा मेंदूचा आजार झाला आहे.) वीस वर्षांची टी.बी. झालेली संत, एक दांभिक रशियन कादंबरीकार आणि अमेरिकेच्या राष्ट्रस्थापनेत मोलाचा वाटा असलेला आद्यगुरू हे सगळे माझे मार्गदर्शक असतील; पण तसे घडले खरे!

माझा हॅपिनेस प्रोजेक्ट वाचून तुम्हाला तुमचा प्रोजेक्ट सुरू करावासा वाटेल, अशी मला आशा आहे. तुम्ही जेव्हा कधी हे वाचाल आणि जिथे कुठे असाल, तो क्षण तुमचा हॅपिनेस प्रोजेक्ट सुरू करण्याची योग्य वेळ असेल.

अनुवादिकेचे दोन शब्द

एक दिवस असेच ग्रेचेन रुबिनचे 'द हॅपिनेस प्रोजेक्ट' नावाचे पुस्तक हाताला लागले. हे पुस्तक वाचल्यापासून मी या पुस्तकाच्या प्रेमातच पडले होते. तेव्हापासून कधी एकदा मी या पुस्तकाचा अनुवाद करते असे मला झाले होते.

प्रत्येकाला आपले आयुष्य आनंदी व्हावे असे वाटत असते आणि ते तसे करण्यासाठी प्रत्येकजण सतत वेगवेगळे मार्ग शोधत असतो. माणसाला प्रत्येक क्षेत्रात, प्रत्येक क्षणी अधिक आनंद हवा असतो. ग्रेचेनचे आयुष्य लौकिकार्थाने अगदी परिपूर्ण होते – ती आनंदीदेखील होती; पण तरीसुद्धा तिला आपण अजून आनंदी होऊ शकतो असे वाटत होते. म्हणून मग तिने आयुष्याच्या विविध अंगांचा विचार करून (तब्येत, नातेसंबंध, छंद, वैवाहिक नाते, पालकत्व, करिअर वगैरे) अधिक आनंद मिळवण्याचा एक प्रोजेक्ट हाती घेतला. हा प्रोजेक्ट सुरू करण्यापूर्वी तिने अनेक साहित्यिक, मानसशास्त्रीय, तात्त्विक आणि आध्यात्मिक पुस्तकांचे वाचन केले, वेगवेगळ्या संस्कृतींची ओळख करून घेतली आणि अनेक तज्ज्ञांशी चर्चा केली. मग या सगळ्यातून जे सार हाती लागले, ते स्वतःच्या वृत्तीशी ताडून पाहत, योग्य वाटतील असे उपाय करून पाहिले. तिच्या मनात ज्या शंका आल्या, जे संभ्रम निर्माण झाले, जे गैरसमज होते, त्या सगळ्यांचा तिने पद्धतशीरपणे अभ्यास केला आणि त्यावर स्वतःची उत्तरे शोधून काढली.

बरेचदा 'सेल्फ-हेल्प' या प्रकारातल्या पुस्तकाचे लेखक हे त्या-त्या विषयातले तज्ज्ञ असतात; परंतु या प्रोजेक्टची सुरुवात केली तेव्हा ग्रेचेन रुबिन या विषयाची तज्ज्ञ नव्हती. तिने आपले घर आणि लेखन सांभाळत, रोजच्या चाकोरीमधून जाताना स्वतःच्या आनंदाचा शोध घेतला. तिचे आयुष्य न्यू यॉर्कसारख्या ठिकाणी गेले असले तरी तिला पडलेले प्रश्न, तिच्या अडचणी, स्वभावातले कंगोरे, तिचे अनुभव हे सगळे तुम्हा-आम्हा सर्वांचे आहेत आणि त्यामुळे हे पुस्तक मला अधिक जवळचे वाटले. वाचायला सुरुवात केल्यापासून पहिल्या काही पानांतच असे वाटू लागते की, अरे हे तर माझेच आयुष्य आहे, हे मलाच पडलेले प्रश्न आहेत.

ती सगळ्यात महत्त्वाची गोष्ट सांगते की, 'माझा जो हॅपिनेस प्रोजेक्ट असेल,

तो तुमचा हॅपिनेस प्रोजेक्ट नसेल. कारण तुमचा स्वभाव वेगळा, तुमची जीवनशैली वेगळी; तुमची आवडनिवड वेगळी!' ती वाचकाला स्वतःला ओळखायचे कसे ते दाखवून देते आणि म्हणते, 'तुमचा आनंद कशात आहे ते ओळखा.' तसेच 'मला काय आवडायला हवे?' यापेक्षा 'मला काय आवडते?' हे शोधून काढा.

ग्रेचेन वकील होती, याचा तिच्या मूळ पुस्तकाच्या भाषेवर खूप प्रभाव आहे. तसेच, वकील जसे विविध अंगांनी पुरावे गोळा करतात, त्या प्रकारच्या कार्यपद्धतीची छाप संपूर्ण पुस्तकभर जाणवते. कित्येकदा हे पुस्तक म्हणजे तिचे मुक्त चिंतन आहे असे जाणवते. आपली जवळची मैत्रीण आपल्याशी मनमोकळेपणाने गप्पा मारते आहे, तिच्या अनुभवांतून आलेल्या टिप्स आणि ट्रिक्स आपल्याला सांगते आहे, असे वाटत राहते. तिची खुसखुशीत आणि प्रामाणिक शैली आपली उत्सुकता वाढवत नेते आणि आपल्याला पुस्तक खाली ठेववतच नाही. स्वतःच्या चुका कबूल करताना, स्वतःची फजिती कशी झाली हे सांगताना आणि एखादी गोष्ट साध्य झाल्यावर आनंद व्यक्त करताना त्या भावना ती मोकळेपणाने मांडते. कधीकधी प्रयोग फसल्याचे, तर कधी तिचा स्वभावच तिच्या आनंदाआड आल्याचे ती प्रांजळपणे कबूल करते. हे पुस्तक वाचता वाचता मी स्वतःची यादी कधी बनवायला घेतली ते मला कळलेसुद्धा नाही.

मेहता पब्लिशिंग हाऊसनी या पुस्तकाचे प्रकाशन करण्याचे मान्य केले याबद्दल मी त्यांची शतशः ऋणी आहे. अनुवाद करत असताना, वेळोवेळी अमेरिकेतून ई-मेल आणि फोनद्वारे संवाद साधताना मला मेहता पब्लिशिंग हाऊसचा खूप चांगला अनुभव आला. माझ्या प्रत्येक ई-मेलला सविस्तर आणि तत्काळ उत्तर येत असे आणि याबद्दल मला त्यांचे विशेष आभार मानावेसे वाटतात.

मी अनुवाद केलेले अमेरिकन लेखिकेचे हे पहिलेच पुस्तक आहे. वेगळ्या देशातील, वेगळ्या संस्कृतीतील पुस्तकाचा अनुवाद करणे हे तसे अवघडच काम असते. त्यातही कठीण गोष्ट होती ती सांस्कृतिक संदर्भ लक्षात घेत, अमेरिकन बोलीभाषा, म्हणी आणि वाक्प्रचारांचा नेमका अनुवाद करणे. या कामी मला माझ्या मुलीची, मैथिलीची खूपच मदत झाली आणि मुख्य म्हणजे मला या पुस्तकाच्या अनुवादाच्या कामी माझे पती नीरज यांची मोलाची मदत झाली. मी लिहिलेली प्रत्येक ओळ तपासून, प्रसंगी एकेका शब्दाच्या छटेकरता विस्तृत चर्चा करून आणि पुस्तकाच्या एडिटिंग, प्रूफिंगचे काम करून त्यांनी सिंहाचा वाटा उचलला.

या पुस्तकाने तुमचे आयुष्यही अधिक आनंदी व्हावे, अशी सदिच्छा मी व्यक्त करते.

– अश्विनी तापीकर-कंठी
कुपरटीनो, कॅलिफोर्निया

पहिले पाऊल

स्वतःमध्ये काही बदल करायला हवेत असे मला बरेचदा वाटत असे.

मला केसांच्या बटांशी खेळणे सोडून द्यायचेय, घरात शूज घालून वावरणे थांबवायचेय, रोजच्या जेवणात विविधता आणायचीय, मित्रमंडळींचे वाढदिवस लक्षात ठेवायचेत, फोटोशॉप शिकायचेय, माझ्या मुलीची ब्रेकफास्ट करताना टीव्ही पाहण्याची सवय काढून टाकायचीय, शेक्सपिअर वाचायचेय, जास्तीतजास्त वेळ आनंदात आणि हसण्यात घालवायचाय, अधिक समजूतदार व्हायचेय, वारंवार म्युझियम्स बघायला जायचेय, झालेच तर ड्रायव्हिंगची भीती कमी करायचीय. एक ना दोन!

एप्रिल महिन्यातल्या अशाच एका सकाळी मला अचानक, मी माझे आयुष्य वाया घालवतेय असे वाटू लागले. मी बसमधून चालले होते. खिडक्यांच्या काचांवरून ओघळणारे पावसाचे थेंब पाहून मला वाटले की, या थेंबांसारखाच माझ्याही हातातून वेळ निसटून जात आहे. 'मला हवंय तरी काय आयुष्याकडून?' मी स्वतःलाच प्रश्न विचारला. माझे उत्तर होते... मला आनंदी व्हायचेय. काय केले असता मी आनंदी होणार आहे किंवा आहे त्यापेक्षा अधिक आनंदी होणार आहे याचा मात्र मी कधी विचारच केला नव्हता.

ज्याने आनंद होईल अशा कितीतरी गोष्टी माझ्याकडे आधीपासूनच होत्या. माझे लग्न उंच, देखण्या, सावळ्या जेमीबरोबर झालेले होते. आम्हाला दोन छान मुली होत्या. सात वर्षांची एलिझाबेथ आणि एक वर्षाची इलिनॉर. मी लेखिका होते, त्याआधी मी एक वकील होते; माझ्या आवडत्या न्यू यॉर्क शहरात राहत होते. माझे माझ्या आई-वडिलांबरोबर, बहिणीबरोबर, सासू-सासऱ्यांबरोबर चांगले संबंध होते. मला भरपूर मित्र-मैत्रिणी होते, मी निरोगी होते, मला केसांना कलप लावायला लागत नव्हता. असे सगळे असूनही का कोण जाणे, माझे येणाऱ्या-जाणाऱ्या प्रत्येकाबरोबर वारंवार खटके उडत असत. ऑफिसमधल्या एखाद्या क्षुल्लक गोष्टीत झिडकारल्यासारखे वाटत असे. मी जुन्या मित्र-मंडळींपासून लांब राहू लागले होते; चिडखोर झाले होते. मधला काही काळ मी दुःखी, अपराधी, निरुत्साही आणि

असुरक्षिततेच्या भावनेत काढला होता.

बसच्या धूसर काचांमधून बाहेर पाहताना रस्त्याच्या दुसऱ्या बाजूला मला दोन व्यक्ती दिसल्या. माझ्याच वयाची एक स्त्री एका हाताने छत्री सांभाळत सांभाळत, सेलफोन पाहत होती आणि जोडीला बाबागाडी ढकलण्याची कसरतही करत होती. त्या बाबागाडीत पिवळ्या रेनकोटमध्ये गुंडाळलेले बाळ होते. ते पाहून मला वाटले, 'अरे, ही तर मीच आहे की! माझ्याकडेही बाबागाडी आहे, सेलफोन आहे. गजराचे घड्याळ आहे. घर आहे. आत्ता या क्षणी मीसुद्धा एका पार्कला ये-जा करणाऱ्या बसमध्ये बसले आहे. असेच तर आहे माझे आयुष्य.' मी स्वत:कडे या दृष्टिकोनातून कधी पाहिलेच नव्हते.

खरे तर मी निराश नव्हते किंवा मला 'मिडलाइफ क्रायसिस'देखील जाणवत नव्हता; परंतु आयुष्याच्या मध्यावर मी अस्वस्थ होते, त्रस्त होते. मला सतत काहीतरी अपुरे असल्याची भावना किंवा कशातच काही अर्थ नाही ही जाणीव अस्वस्थ करत होती. रोजचे वर्तमानपत्र हातात घेताना, ई-मेल्स वाचताना 'मी अशी कशी असू शकते?' हा प्रश्न मला भेडसावू लागला होता. मी आणि माझ्या मैत्रिणी 'सुंदर माझं घर' या कल्पनेबद्दल बरेचदा गमतीने बोलत असू. डेव्हिड बायरनच्या 'वन्स इन अ लाइफ टाइम' या गाण्यात म्हणल्याप्रमाणे आम्हालाही 'हे माझं सुंदर घर नाही' असे वारंवार वाटत असे.

अधूनमधून जरी मला असमाधानी वाटत असले किंवा कुठेतरी काहीतरी चुकतेय असे जाणवत असले, तरी मी बऱ्याच बाबतींत नशीबवान आहे हेही मला माहीत होते. जेव्हा मी सवयीने मध्यरात्री पाणी प्यायला उठत असे, तेव्हा पांघरुणात गुरफटून झोपलेल्या माझ्या नवऱ्याला किंवा टेडी बेअर कुशीत घेऊन निर्धास्तपणे झोपलेल्या माझ्या मुलींना पाहून मला जाणवत असे की, मला जे जे काही हवे होते ते सगळे माझ्यापाशी आहे; पण मला त्याची किंमत जाणवत नव्हती. रोजच्या कटकटी-कुरबुरींमुळे मी वैतागले होते. स्वत:च्या स्वभावाशी झगडून कंटाळले होते. आणि म्हणूनच मी किती सुखात आहे हेच मला बऱ्याचदा जाणवत नव्हते. आता यापुढे मात्र मला हे आयुष्य असेच चालू राहील हे गृहीत धरून चालणार नव्हते. कोलेट नावाच्या लेखकाचे एक वाक्य खूप दिवस माझ्या मनात घोळत होते – 'किती सुंदर आयुष्य माझ्या वाट्याला आले होते, फक्त मला ते लवकर उमगायला हवे होते.' आयुष्याच्या शेवटी मागे वळून पाहताना किंवा एखाद्या मोठ्या आपत्तीनंतर असे वाटायला नको की, 'अरे! किती सुखी होते मी. का नाही मी हे आधीच ओळखलं?'

आता मला विचार करणे भाग होते. माझ्या रोजच्या दिवसाबद्दल कृतज्ञ राहण्याची सवय मी स्वत:ला कशी काय लावून घेऊ? आहे त्याहून अधिक चांगली

बायको, चांगली आई, चांगली लेखिका, चांगली मैत्रीण कशी बनू? रोजच्या कटकटी बाजूला ठेवून एक आदर्श, अर्थपूर्ण आयुष्य जगण्याची पद्धत कशी अंगी बाणवू? साधी टूथपेस्ट आणायलासुद्धा मी विसरते, मग हे इतके सगळे बदल मी माझ्यात घडवून आणणे मला अशक्यप्रायच वाटू लागले.

बस सावकाश चालली होती; पण माझे विचार वेगाने धावत होते. मला याचा निकाल लावायलाच हवा, असे मी स्वत:ला बजावले. जेव्हा कधी मला रिकामा वेळ मिळेल, तेव्हा मी एक 'हॅपिनेस प्रोजेक्ट' हाती घ्यायचे ठरवले; पण मला रिकामा वेळच मिळत नव्हता. आयुष्य नेहमीसारखेच चाकोरीतून पुढे सरकत होते आणि आयुष्यात महत्त्वाचे काय आहे याचा मला विसर पडत चालला होता. मला जर हॅपिनेस प्रोजेक्ट हाती घ्यायचा असेल, तर मला त्याकरता वेळ काढायलाच हवा होता. आनंद मिळवण्याकरता मी असेही एक चित्र रंगवून पाहिले की, मी महिनाभर एखाद्या चित्रासारख्या सुंदर बेटावर जाऊन राहिले आहे. रोज समुद्र किनाऱ्यावर जाऊन शंख-शिंपले गोळा करते आहे, ॲरिस्टॉटल वाचते आहे, एखाद्या उंची डायरीत लिखाण करत बसले आहे. नाही नाही! हे असले काही घडणार नव्हते हे आधी मला मान्य करायला हवे. मला आनंदी होण्याचे मार्ग इथेच, माझ्या रोजच्या आयुष्यातच शोधायला हवे होते. त्याकरता मला सर्वात आधी माझा दृष्टिकोन बदलायला हवा होता.

माझ्या मनात विचारांची गर्दी झाली होती. त्या गर्दीने भरलेल्या बसमध्ये मी दोन गोष्टींची मनाशी खूणगाठ बांधली. एक म्हणजे मी जितकी आनंदी असायला पाहिजे होते तितकी नाही आणि दुसरी, जोवर मी त्यात काही बदल करत नाही, तोवर माझे आयुष्य बदलणार नाही. त्या क्षणी मी ठरवून टाकले की, मी पुढचे एक वर्ष अधिक आनंदी होण्याकरता वाहून घेणार आहे.

एका मंगळवारी सकाळी माझा निश्चय झाला होता आणि बुधवारी दुपारपर्यंत माझ्या टेबलावर लायब्ररीतल्या अनेक पुस्तकांचा गठ्ठा जमा झाला. मला ती पुस्तके ठेवायला जागाच राहिली नाही. माझे छोटेसे ऑफिस केनडींवर चरित्र लिहिण्याकरता आणलेल्या संदर्भ-ग्रंथांनी आधीच भरून गेले होते. त्यात भर म्हणून की काय, पण माझ्या मुलींच्या शिक्षकांनी पाठवलेल्या सुट्ट्यांच्या, ट्रीपच्या, पालक सभेच्या वगैरे असंख्य नोटिसांनी माझ्या टेबलावर गर्दी केली होती.

मी अशी एकदम माझ्या हॅपिनेस प्रोजेक्टला सुरुवात करू शकत नव्हते. मला माझे आनंददायी वर्ष सुरू करण्यापूर्वी बरेच काही शिकावे लागणार होते. अनेक दिवसांच्या वाचनानंतर, हा प्रोजेक्ट कसा करावा याबद्दल मी मनातल्या मनात अनेक कल्पना पडताळून पहिल्या आणि एक दिवस माझ्या बहिणीला, एलिझाबेथला फोन

केला. पहिली १०-१५ मिनिटे सगळे काही ऐकून घेतल्यावर माझी बहीण म्हणाली, “किती विक्षिप्त आहेस तू! म्हणजे चांगल्या अर्थानी हं!”

हे अजून वर.

मी म्हणाले, “प्रत्येकजण आपापल्या परीने थोडाफार विक्षिप्तच असतो आणि त्यामुळे प्रत्येकाचा हॅपिनेस प्रोजेक्ट वेगवेगळा असतो.”

“असेलही! पण तू किती विचित्र कल्पना मांडते आहेस हे तुझ्या लक्षात आलेलं दिसत नाही.” ती म्हणाली. “त्यात काय विचित्र आहे?” मला समजेना. “आनंदाचा असा शास्त्रशुद्ध पद्धतीने अभ्यास करणं हा तुझा विचार म्हणजे...”

मला तिचे बोलणे समजले नाही. मी म्हणाले, “म्हणजे तुला असं म्हणायचंय का की, अशी उद्दिष्टं ठरवणं आणि त्यांना साध्य करण्यासाठी एखादा प्लॅन करणं... हे सगळं चुकीचं आहे?”

“हो ना!” ती उत्तरली. “आनंद असा ठरवून मिळवता येतो का? काहीतरीच आपलं!”

“असू देत. तुला नाही समजणार.” मी म्हणाले.

“ठीक आहे. मला एवढंच म्हणायचंय की, तू ज्या पद्धतीने हा प्रोजेक्ट करते आहेस, त्यातून तुझा स्वभाव दिसून येतो.”

बरोबरच होते म्हणा. लोक इतरांना तेच शिकवतात जे त्यांना स्वत:ला शिकायची गरज असते. मी स्वत:च स्वत:ची शिक्षिका बनून माझ्यातले दोष आणि उणिवा दूर करण्याचे उपाय शोधत होते.

आता माझ्या स्वत:बद्दलच्या अपेक्षा वाढल्या होत्या. मी आनंदी होण्याबद्दल बोलत असले, तरी माझे सध्याचे वागणे त्याच्या बरोब्बर विरुद्ध होते. मला स्वत:ला बदलायचे होते; पण तत्पूर्वी मला मी जशी आहे तशी स्वीकारायचे होते. त्याकरता स्वत:कडे अधिक गांभीर्याने पाहायला हवे होते. मला माझा वेळ विचारपूर्वक घालवायचा होता आणि त्याच वेळी भटकंती करत, उडत-बागडत, आनंदात, मनात येईल तेव्हा वाचन करण्यात घालवायचा होता. मला स्वत:बद्दल विचार करायचा होता, जेणेकरून प्रसंगी मी स्वत:ला विसरून जाऊ शकेन. मला माझ्या मनातली भविष्यकाळाची चिंता विसरायची होती; पण माझा उत्साह, माझी महत्त्वाकांक्षा कायम ठेवायची होती. एलिझाबेथच्या निरीक्षणांनी मी माझ्या उद्दिष्टांबाबत विचारात पडले. मी आध्यात्मिक प्रगतीचा आणि अलौकिक तत्त्वांचा शोध घेते होते का ? की मी या प्रोजेक्टद्वारे माझी व्यावसायिक कौशल्ये रोजच्या जगण्याला लावून पाहणार होते? मला दोन्ही करायचे होते. मला स्वत:ला परिपूर्ण करायचे होते आणि माझा स्वभाव पाहता हे करताना मी त्यात माझ्या सगळ्या व्यावसायिक कौशल्यांचा वापर करणार होते. मग त्यात नियोजन आले, आढावा घेणे आले, याद्या करणे

आले; नवीन संकल्पना आल्या आणि मुख्य म्हणजे नोट्स काढणे तर आलेच आले.

अनेक विचारवंतांनी यापूर्वी 'आनंद' या संकल्पनेचा शोध घेतला आहे; त्यामुळे जेव्हा मी माझे संशोधन सुरू केले तेव्हा मी प्लेटो, बोएथियस, मुटेनी, बर्ट्रांड रसेल, थोरो, शोपेनुअर यांच्या साहित्याचा अभ्यास केला. जगातल्या सगळ्या धर्मांनीदेखील आनंदाचे स्वरूप उलगडून दाखवले आहे. म्हणून मी सर्व ओळखीच्या आणि अनोळखी धर्मांतील रीतीरिवाज समजावून घेतले. मानसशास्त्रामध्ये गेली काही दशके 'सकारात्मक मानसशास्त्र' (पॉझिटिव्ह सायकॉलॉजी) उदयास येत आहे. हे समजून घेण्याकरता मी मार्टिन सेलीग्मन, डॅनियल कानेमन, डॅनियल गिल्बर्ट इत्यादी अभ्यासकांची मते समजून घेतली. सध्याच्या संस्कृतीमध्ये, समाजामध्ये 'आनंद' या विषयावर बोलू शकणाऱ्या, ओपरा विन्फ्रेपासून ते ज्युली मॉर्गिस्टन ते डेव्हिड ॲलन यांसारख्या तज्ज्ञांशी मी चर्चा केली. काही काही दाखले मला माझ्या आवडत्या कादंबरीकारांमुळे मिळाले. उदाहरणार्थ लिओ टॉलस्टॉय, व्हर्जिनिया वूल्फ, मेरिलिन रॉबिन्सन. आणि खरे तर मायकेल फ्रायनची 'अ लँडिंग ऑन द सन', ॲन पॅचेटची 'कांटो', इयान मॅकइवानची 'सॅटर्डे' यांसारख्या कादंबऱ्या म्हणजे जणू आनंदाच्या संकल्पनेचा नेमका ठाव घेणारी भाष्ये आहेत, असे मला जाणवले.

कधी मी क्षणात तत्त्वज्ञान आणि चरित्रे वाचत असे, तर दुसऱ्या क्षणी 'सायकॉलॉजी टुडे'चा अंक चाळत असे. माल्कम ग्लाडवेलचे 'ब्लिंक', ॲडम स्मिथचे 'द थिअरी ऑफ मॉरल सेंटीमेंटस', एलिझाबेथ वॉर्न अर्निमचे 'एलिझाबेथ अँड हर जर्मन गार्डन', दलाई लामांचे 'द आर्ट ऑफ हॅपिनेस' आणि फ्लायलेडी मार्ला सिलीचे 'सिंक रिफ्लेक्शन्स' ही पुस्तके तर माझ्या उशाशी वस्तीला असत.

एकदा मैत्रिणींबरोबर जेवायला गेले असताना मला जी फॉर्चुन कुकी मिळाली त्यात संदेश होता– 'तुमच्या आजूबाजूला तुमचा आनंद शोधा.' या सर्व वाचनावरून माझ्या लक्षात आले की, पुढचे काहीही करण्यापूर्वी माझ्याकडे दोन महत्त्वाच्या प्रश्नांची उत्तरे तयार पाहिजेत.

पहिले म्हणजे, 'स्वतःला मी अधिक आनंदी बनवू शकेन' यावर माझा विश्वास आहे का? कारण मी एके ठिकाणी असे वाचले होते की, माणसाच्या आनंदी राहण्याच्या नैसर्गिक वृत्तीत फारसा बदल संभवत नाही. तर माझे उत्तर होते, 'होय, हे शक्य आहे.'

हल्लीच्या संशोधनानुसार माणसाचा आनंदी राहण्याचा स्वभाव ५० टक्के आनुवंशिक असतो, १०-२० टक्के परिस्थितीवर (वय, लिंग, धर्म, विवाहित / अविवाहित, उत्पन्न, तब्येत, नोकरी/ व्यवसाय इत्यादी) अवलंबून असतो आणि

उरलेला आनंद ती व्यक्ती कशी वागते किंवा कशा प्रकारे विचार करते यावर अवलंबून असतो. दुसऱ्या शब्दांत सांगायचे झाले, तर आनंदी राहण्याची वृत्ती माणूस जन्मत:च घेऊन आलेला असला, तरी आनंदाच्या शिखरावर राहायचे की नाही हे तो त्याच्या वागण्यानुसार, कृतीनुसार ठरवू शकतो.

या निष्कर्षामुळे माझ्या विचारांवर शिक्कामोर्तब झाले. माझ्या लक्षात यायला लागले की, का काही लोक जन्मत:च उत्साही, आनंदी असतात तर का काही लोक नेहमीच दु:खीकष्टी असतात. त्याच जोडीला हेदेखील कळले की, आयुष्य कसे जगायचे हे ठरवण्यावरसुद्धा माणसाचा आनंद अवलंबून असतो.

दुसरा प्रश्न होता, 'आनंद म्हणजे काय?' कायद्याचा अभ्यास करत असताना 'कॉन्ट्रॅक्ट' या एका शब्दाचा अर्थ समजून घेण्यात आम्ही अख्खी एक टर्म खर्ची घातली होती. 'आनंद' या विषयावर संशोधन करत असताना तेव्हाची ती शिकण्याची पद्धत कामी आली. स्कॉलरशिपमध्ये शब्दांचा अचूक अर्थ सांगता येणे महत्त्वाचे असते. एका पॉझिटिव्ह सायकॉलॉजीच्या संशोधनात 'आनंद' या शब्दाचे १५ वेगवेगळे अर्थ सांगितले आहेत. मी सर्वमान्य अर्थ वापरायचे ठरवले. माझ्या प्रोजेक्टचा विचार करता, काही शब्दांचा अर्थ (उदा. पॉझिटिव्ह इफेक्ट, सब्जेक्टिव्ह वेल-बीइंग) आणि त्यांच्यातले बारकावे समजवून घेणे किंवा अशाच अनेक इतर शब्दार्थांच्या खोलात शिरणे मला गरजेचे वाटले नाही. शिवाय काही गोष्टींचे अर्थ असे शब्दात पकडता येत नसतात. सुप्रीम कोर्टाचे न्यायाधीश पॉटर स्टुअर्ट एकदा म्हणाले होते की 'ऑब्सेनिटी (बीभत्स) या शब्दाचा अर्थ जेव्हा मी प्रत्यक्षात तसे काहीतरी पाहीन, तेव्हा मला आपोआप समजेल.' लुईस आर्मस्ट्राँगच्या मते एखाद्याला जाझ म्हणजे काय हेच जर माहीत नसेल, तर त्याला जाझ कसे काय समजणार?

आणि ए. इ. हाउसमनने लिहून ठेवले होते की, जसे टेरिअरला (उंदीर खाणारी कुत्र्यांची एक जात) उंदीर म्हणजे काय हे सांगता येणार नाही, तसेच त्याला स्वत:ला कविता म्हणजे काय याची व्याख्या करता येणार नाही; पण तो एखादी गोष्ट त्याच्या लक्षणांवरून ओळखू शकतो.

ॲरिस्टॉटलच्या मते आनंदी वृत्ती म्हणजे चांगली गोष्ट, महत्त्वपूर्ण गोष्ट. लोक सत्ता मिळवणे, संपत्ती वाढवणे, वजन घटवणे इत्यादी गोष्टींची स्वप्ने बघतात कारण अशा गोष्टी केल्याने आनंद मिळेल असे त्यांना वाटत असते; पण प्रत्यक्षात 'आनंद मिळवणे' हेच त्यांचे उद्दिष्ट असते. ब्लेझ पास्कलच्या मते 'आनंद सगळ्यांनाच हवा असतो, त्याला कोणीही अपवाद नाही. कोणत्याही मार्गाने गेलात, तरी शेवटी तुम्ही याच उद्दिष्टापर्यंत येऊन पोहोचता.' एका संशोधनात जगातल्या वेगवेगळ्या लोकांना असे विचारण्यात आले की, 'तुम्हाला तुमच्या आयुष्यात काय हवे आहे? आणि तुमच्या मुलांकरता काय हवे आहे?' सर्वांनी एकमुखाने उत्तर दिले– 'आनंद!'

आनंद म्हणजे काय याची प्रत्येकाची व्याख्या वेगवेगळी असली, तरी प्रत्येकाला अधिकाधिक आनंद हवा असतो. मला मी कधी आनंदी असते ते पूर्णपणे माहीत आहे आणि सध्यातरी ते उत्तर मला पुरेसे होते.

आनंदाची व्याख्या करताना मी अशा निष्कर्षाला आले की, 'आनंदी असणे' याची विरुद्ध भावना म्हणजे 'आनंदी नसणे.' मात्र, 'निराश असणे' ही निश्चितच नव्हे. 'नैराश्य' ही अशी भावना आहे ज्यावर डॉक्टरी उपायांची त्वरित गरज असते. पण 'नैराश्य' हा आनंदी असणे अथवा नसणे यापेक्षा सर्वतोपरी वेगळा मुद्दा आहे.

'नैराश्याची कारणे आणि उपचार' ही माझ्या प्रोजेक्टपलीकडची गोष्ट होती. मी निराश नसले, तरी तो विषय सोडूनदेखील बरेच काही करण्यासारखे आहे. मी निराश नाही म्हणून मी आनंद मिळवायचा नाही असे थोडेच आहे? आनंदी असणे म्हणजे काय याचा अर्थ उमगल्यावर आणि मला माझा आनंद अजून वाढवता येईल हे लक्षात आल्यावर आता माझ्या पुढ्यात असा प्रश्न होता की, हा आनंद वाढवायचा कसा?

आनंदी राहण्याचे एखादे अनोखी रहस्य मी शोधून काढणार होते का? बहुधा नाही. लोक 'आनंद' या विषयावर वर्षानुवर्षे संशोधन करत आहेत. त्याबद्दलची कित्येक मूलभूत तत्त्वे विचारवंतांनी आधीच मांडून ठेवली आहेत. थोडक्यात, जे काही महत्त्वाचे आहे ते सगळे आधीच सांगून झाले आहे. (हे वाक्यदेखील आल्फ्रेड व्हाइटहेड यांनी आधीच सांगितले आहे.) केमिस्ट्रीची जशी सगळी मूलभूत तत्त्वे सांगून झाली आहेत, त्याचप्रमाणे आनंदाचीदेखील सगळी मूलभूत तत्त्वे सांगून झाली आहेत.

मी जरी आनंदाची व्याख्या नव्याने तयार करणार नसले, तरी मला आत्तापर्यंत तयार केलेल्या व्याख्या समजून घेणे आवश्यक होते. हे म्हणजे डाएटसारखे आहे. सगळे नियम तर माहिती असतात. जसे की– चौरस आहार घ्या, एका वेळी कमी खा, नियमित व्यायाम करा... वगैरे; पण हे सगळे नियम अमलात आणणे हेच खरे आव्हान असते. मला आनंदी होण्याच्या कल्पना अमलात आणण्याकरता एखादी पद्धत शोधून काढायची होती.

'आत्मबोध' या विषयाचे आद्य प्रणेते बेंजामिन फ्रँकलिन यांनी त्यांच्या आत्मचरित्रात, माणसांनी अंगी बाणवावे असे १३ गुण सांगितले होते. – स्वयंशिस्त, निग्रह, मौन, नीटनेटकेपणा, नियमांचे पालन, काटकसर, उद्योगशीलता, प्रामाणिकपणा, न्याय्य वर्तणूक, स्वच्छता, विवेक, शांत स्वभाव, ब्रह्मचर्य आणि नम्रता. मग त्यांनी आठवड्याचा एक तक्ता तयार केला आणि त्याच्यामार्फत हे १३ गुण त्यांच्या रोजच्या वागण्यामधून कृतीत उतरले की नाहीत हे ते तपासून पाहू लागले.

हल्लीच्या संशोधन पद्धतीत ही त्यांची तक्ता वापरण्याची पद्धत फार महत्त्वाची मानली जाते. हल्ली लोक उद्दिष्ट ठरवतात, त्याकरता कराव्या लागणाऱ्या लहान-मोठ्या कृती ठरवतात आणि प्रत्येक कृतीतून कितपत प्रगती केली आहे, काय प्रगती केली आहे, प्रगती केली नसेल तर त्याची कारणे काय आहेत किंवा त्याला कोणते पर्याय उपलब्ध आहेत, ते मोजता कसे येईल... अशी शास्त्रशुद्ध पद्धत वापरतात.

मेंदूवरील नव्या संशोधनात असे दिसून आले आहे की, मत बनवणे, हेतू ठरवणे, सुप्त जाणिवांचा शोध घेणे ही महत्त्वाची कामे सुप्त मेंदू करत करतो. ही कामे सुरळीतपणे पार पाडण्याकरता सुप्त मेंदूला आवश्यक ती माहिती सहज उपलब्ध असण्याची गरज असते. 'नुकतीच मिळालेली अथवा वापरलेली माहिती मेंदूच्या पृष्ठभागावर सहजगत्या येते' या क्षमतेचा उपयोग करून घेऊन मी माझी ध्येये मनात सातत्याने घोळवायचे ठरवले; जेणेकरून माझ्या सर्व कल्पना माझ्या मनात सतत रुंजी घालत राहिल्या असत्या.

विज्ञानातले नवीन शोध आणि बेंजामिन फ्रँकलिनची पद्धत या दोन गोष्टींनी प्रेरित होऊन मी माझाही एक तक्ता तयार केला. माझी तत्त्वे आणि त्यापुढे '✓' आणि '✕'च्या खुणा असे आखून मी त्या तक्त्यावर रोज नोंदी करायचे ठरवले.

हा तक्ता तयार केला खरा; पण त्यात कोणती तत्त्वे असावीत हे ठरवण्यात माझा बराच वेळ गेला. फ्रँकलिनच्या १३ गुणांचा आणि मला माझ्यात ज्या प्रकारचे बदल करायचे होते त्यांचा मेळ बसत नव्हता. उदाहरणार्थ 'स्वच्छता' या विषयाबद्दल मी फारशी आग्रही नव्हते. (हं, मला माझे दात इतरांपेक्षा चांगल्या पद्धतीने फ्लॉस करता येतात म्हणा!) अधिक आनंदी होण्याकरता मी काय करावे बरे?

सर्वांत प्रथम मला माझ्या आयुष्यात कोणकोणते बदल करायचे आहेत ते ठरवायला हवे होते. नंतर मग त्या त्या गोष्टीत आनंद कसा वाढवायचा याचे उपाय शोधायला हवे होते. ते उपाय नेमके आणि ठोस असायला हवे होते आणि त्यांची प्रगती मोजता यायला हवी होती.

सिनिकापासून मार्टिन सेलीग्मनपर्यंत प्रत्येकाने मान्य केले आहे की, मैत्री ही आनंदाची गुरुकिल्ली आहे. मला माझी मैत्री अधिक दृढ करायची होती हेही खरे. मेख अशी होती की, प्रत्यक्षात काय आणि कसे केल्याने मला हवा असलेला बदल घडून येणार आहे हे शोधून काढणे गरजेचे होते.

मला माझी उद्दिष्टे नेमक्या भाषेत मांडायला हवी होती, जेणेकरून मी माझ्यात काय बदल करतेय याचा मला अंदाज बांधता आला असता.

जसजसे मी एकेक उद्दिष्ट ठरवत गेले, तसतसे मला जाणवू लागले की, माझा प्रोजेक्ट इतरांपेक्षा वेगळा असणार आहे. फ्रँकलिनकरता जशा निग्रह, मौन या गोष्टी

महत्त्वाच्या होत्या, तसेच काहींना व्यायाम करणे महत्त्वाचे वाटू शकते, तर काहींना सिगारेट सोडणे महत्त्वाचे वाटेल किंवा कोणाला पोहायला शिकावेसे वाटेल, तर कोणाला समाजसेवा करावीशी वाटेल. मला अशा प्रकारचे ठराव करायची गरज नव्हती. माझ्या स्वत:च्या यादीत अशा गोष्टी होत्या, ज्या इतरांच्या यादीत कदाचित नसतील, तसेच इतरांची जी उद्दिष्टे असतील ती माझ्या यादीत नसतील.

माझ्या मैत्रिणीने मला विचारले, "तू सुरुवातीला एखाद्या सायकॉलॉजिस्टची थेरपी सुरू करणार आहेस का?" मी आश्चर्यचकित होत म्हणाले, "नाही! तुला का असं वाटलं?" त्यावर ती मैत्रीण म्हणाली, "तुला निश्चित त्याची गरज पडेल. तुला तुझ्या वागण्याचं मूळ जाणून घ्यायचं असेल, तर तुला सायकॉलॉजिस्टची थेरपी घ्यायला हवी. तू जशी आहेस तशी का आहेस किंवा तुला तुझं आयुष्य वेगळ्या पद्धतीने का जगायचं आहे? यांसारख्या प्रश्नांची उत्तरं तुला मिळायला नको आहेत का?"

तिच्या या बोलण्यावर मी काही काळ विचार केला आणि या निष्कर्षाला येऊन पोहोचले की, मला तशी काही गरज नाही. मी स्वत:ला उथळ समजत होते का? कित्येकांना सायकॉलॉजिस्टकडे जाऊन फायदा झाल्याचे माझ्या ऐकिवात होते; पण मला काय हवे आहे ते मला स्पष्टपणे माहीत होते, फक्त ते कशा मार्गाने मिळवायचे आहे ते ठरवणे बाकी होते.

मला दर महिन्याला एका संकल्पावर लक्ष केंद्रित करायचे होते. माझ्या तक्त्यानुसार वर्षामधले बारा महिने या हिशेबाने १२ महत्त्वाचे प्रश्न मी सोडवायला घेणार होते.

संशोधनाअंती मला कळून चुकले होते की, वेगवेगळ्या प्रकारची नाती हा आनंद मिळवण्याचा महत्त्वाचा मार्ग असतो. म्हणून मी लग्न, पालकत्व आणि मित्र-मैत्रिणी असे तीन महत्त्वाचे मुद्दे लिहून काढले. तसेच माझा आयुष्याकडे पाहण्याचा दृष्टिकोन कसा आहे यावरदेखील आनंद मिळणे अवलंबून असते हेही मला समजून चुकले होते. म्हणून मी अक्षय आणि वृत्ती या दोन मुद्द्यांची माझ्या यादीत भर घातली. माझ्याकरता काम ही अत्यंत महत्त्वाची गोष्ट होती आणि त्या जोडीला आरामदेखील तितकाच महत्त्वाचा होता; म्हणून मी काम, मनोरंजन आणि आवड हे मुद्दे यादीत घातले. अजून काय हवे होते बरे मला? हा प्रोजेक्ट यशस्वी होण्याकरता उत्साही असणे ही महत्त्वाची बाब होती, तसेच पैसा ही गोष्टदेखील मला विसरून चालणार नव्हते. संशोधन करताकरता माझ्या लक्षात आलेली अजून एक गोष्ट म्हणजे क्षणस्थ वृत्ती... तर अशा तऱ्हेने माझे सर्व मुद्दे ठरवून झाले. दर महिन्याला त्यात एक एक मुद्द्याची भर घालत शेवटच्या महिन्यात, डिसेंबरमध्ये मी माझे सगळे ठरवलेले मुद्दे एकत्रितपणे काटेकोर पाळणार होते.

कोणता मुद्दा आधी घ्यावा? आनंदाच्या दृष्टीने सगळ्यात महत्त्वाचा मुद्दा कोणता हे मला माहीत नव्हते; पण मी 'उत्साह' या मुद्द्याला सर्वप्रथम हात घालायचे ठरवले. एकदा का उत्साह आला की, बाकीचे मुद्दे प्रत्यक्षात आणणे सोपे जाणार होते.

जानेवारी महिन्यात मी माझा प्रोजेक्ट सुरू करणार होते. त्याआधी मी त्या वर्षाचे माझे १२ संकल्प माझ्या तक्त्यात लिहून तयार ठेवले. पहिल्या महिन्यात मी फक्त जानेवारीतले संकल्प विचारात घेणार होते, फेब्रुवारी महिन्यात मी त्यात नवीन संकल्पांची भर घालणार होते. असे करत करत डिसेंबर महिन्यात मी सगळ्या संकल्पांमध्ये काय प्रगती केली आहे याचा आढावा घेणार होते.

माझे एकेक संकल्प मी ठरवत असतानाच त्या सर्व संकल्पांना बांधून ठेवणारी काही मार्गदर्शक तत्त्वे मला सुचत गेली. या तत्त्वांचा फापटपसारा दूर करण्यात आणि त्यामध्ये नेमकेपणा आणण्यात माझा बराच वेळ गेला. अखेर हो-नाही करताकरता मी माझी १२ मार्गदर्शक तत्त्वे ठरवून टाकली.

१. स्वत:च्या वृत्तीप्रमाणे वागा.
२. अट्टाहास करू नका.
३. जशी भावना हवी, तशी कृती करा.
४. आत्ता, लगेच करा.
५. नम्र आणि निष्पक्षपाती राहा.
६. काम करण्यातला आनंद घ्या.
७. खर्च करा.
८. समस्या ओळखा.
९. खेळकर राहा.
१०. जे करायलाच हवे आहे, ते काम करून टाका.
११. आडाखे बांधू नका.
१२. शेवटी प्रेम महत्त्वाचे.

ही बारा तत्त्वे मला माझे संकल्प प्रत्यक्षात आणण्याकरता मार्गदर्शक ठरणार होती.

जाताजाता मी आणखी एक गमतीशीर यादी बनवली – 'माझे अनुभवाचे बोल'. हे अनुभव मी मोठी किंमत मोजून शिकले होते. उदाहरणार्थ, डोकेदुखी दूर करायची गोळी कोपऱ्यावरच्या दुकानामध्येही मिळते आणि त्याने डोकेदुखी व्यवस्थित बरी

होते. यावर इतके दिवस माझा विश्वास का नव्हता हे सांगता येणे कठीण आहे; पण डोकेदुखी थांबते हे मात्र खरे!

तर, हे आहेत माझे 'अनुभवाचे बोल':

- तुम्हाला वाटतात तितक्या तुमच्या चुका समोरच्या व्यक्तीच्या लक्षात येत नाहीत.
- मदत मागण्यात काहीही गैर नाही.
- बरेचसे निर्णय घेण्याकरता फारसे खोलात जायची गरज नसते.
- चांगले वागा; समाधानी राहा.
- प्रत्येकाशी चांगले वागणे गरजेचे असते.
- स्वेटर हाताशी ठेवा.
- रोज थोडे थोडे काम करत राहिल्याने तुम्ही बरेच काही साध्य करू शकता.
- साधा रोजचा साबण आणि पाणी वापरून बरेचसे डाग काढता येतात.
- दोन-चारदा कॉम्प्यूटर रीसेट केल्यावर तो बरेचदा नीट चालू होतो.
- तुमची एखादी गोष्ट मिळत नसेल, तर पसारा आवरायला घ्या.
- कोणते काम करायचे हे तुम्ही निवडू शकता; पण कोणते काम तुम्हाला करायला आवडते ते तुम्ही निवडू शकत नाही.
- ज्या कृतीमधून तुम्हाला बऱ्याचदा आनंद मिळतो, ती कृती तुम्हाला दर वेळेसच आनंद देईल असे नाही.
- क्वचित प्रसंगी केलेल्या कामापेक्षा तुम्ही रोज काय काम करता ते महत्त्वाचे आहे.
- तुम्हाला प्रत्येक गोष्ट यायलाच पाहिजे असे नाही.
- तुमचे उद्दिष्ट गाठण्यात फारशा अडचणी येत नसतील, तर तुमचे उद्दिष्ट छोटे आहे असे समजा.
- कोपऱ्यावरच्या दुकानात मिळणाऱ्या औषधांचाही उत्तम परिणाम होतो.
- प्रत्येक वेळी आहे त्याहून चांगले करण्याचा अट्टाहास करू नका.
- इतरांना जे आवडते, ते तुम्हाला आवडेलच असे नाही. तसेच तुम्हाला जे आवडते, ते इतरांना आवडेलच असेही नाही.
- लोकांना खरे तर, त्यांनी सुचवल्यापेक्षा काहीतरी वेगळी भेटवस्तू स्वीकारायला आवडते.
- मुलांच्यामागे लागून, त्यांना वेगवेगळ्या क्लासेसना घालून तुम्ही त्यांचा पिंड बदलू शकत नाही.
- पेराल तसे उगवेल.

मला ही १२ तत्त्वे आणि माझे अनुभवाचे बोल लिहून काढताना खूप मजा आली.

पण माझे १२ संकल्पच माझ्या हॅपिनेस प्रोजेक्टचे केंद्रबिंदू होते, त्यांच्याद्वारे माझ्या आयुष्यात कोणते बदल करायचे आहेत ते मी लिहून काढले होते. मात्र, जेव्हा मी त्या संकल्पांचा पुनर्विचार विचार करू लागले तेव्हा मला त्यांचा आवाका छोटा वाटू लागला. आता जानेवारीचेच बघा ना! लवकर झोपणे किंवा रेंगाळणारी कामे पूर्ण करणे यात नाट्यपूर्ण किंवा आव्हानात्मक असे काहीच नव्हते.

इतरांचे हॅपिनेस प्रोजेक्ट वाचून मी हरखून जात होते. लोक परदेशात राहायला जात होते; नवी जागा, नवी माणसे, नवी आव्हाने, अनोळखी वातावरण... मला त्यांचे मार्ग आकर्षक वाटू लागले. त्यांची रोजच्या कटकटींपासून सुटका होणार याचेही मला अप्रूप वाटू लागले.

पण माझा प्रोजेक्ट तसा नव्हता. मला अशी धाडसी कामे झेपत नाहीत आणि असे 'पूर्णत: वेगळे' काही करायची माझी इच्छा नव्हती. ते एकाअर्थी बरेच झाले म्हणा, कारण मी तसले काही करायचे ठरवले असते तर मी ते पूर्ण केले नसते, हे मला माहीत होते. मला माझा संसार होता, जबाबदाऱ्या होत्या; ज्या टाळून मी एक आठवडादेखील जाऊ शकत नव्हते, वर्ष तर दूरच राहिले.

आणि मुख्य म्हणजे, मला माझे सध्याचे आयुष्य नाकारायचे नव्हते. मला माझे आयुष्य बदलायचे नव्हते तर मला माझ्या आयुष्यात बदल करायचे होते. माझ्या घरात, माझ्या स्वयंपाकघरात मला जास्त आनंद शोधायचा होता. मला माहीत होते की, एखाद्या दूर गावी जाऊन, अनोळख्या ठिकाणी राहून, मला आनंद मिळणार नव्हता. माझा आनंद आत्तादेखील इथेच होता, माझ्यापाशी. त्या 'द ब्ल्यू बर्ड'च्या गोष्टीप्रमाणे. त्यात दोन मुले ब्ल्यू बर्ड शोधण्यात सारे जग पालथे घालतात आणि घरी येऊन पाहतात तर काय, तो ब्ल्यू बर्ड त्यांच्या घरातच असतो.

बऱ्याच लोकांनी माझ्या या प्रोजेक्टबद्दल शंका उपस्थित केल्या, अगदी माझ्या नवऱ्यासह.

"मला हे काही लक्षात येत नाही बुवा!" जेमी व्यायाम करता करता उद्गारला. "तू आनंदी आहेस की. आहेस की नाही? तू जर अजिबातच आनंदी नसशील, तर वेगळी गोष्ट आहे; पण तसे नाही." आणि क्षणभर थबकून त्याने पुन्हा विचारले, "तू आहेस ना आनंदी? काय गं?"

"मी आनंदी आहे." मी त्याला दिलासा दिला; पण लगेचच माझ्या आत्तापर्यंतच्या वाचनातून मिळालेले ज्ञान वापरण्याची संधी न दवडता मी त्याला सांगू लागले, "बहुधा सगळेच आनंदी असतात. २००६ च्या सर्वेक्षणातून ८४ टक्के अमेरिकन लोक स्वत:ला 'खूप आनंदी' अशाच वर्गात टाकतात. ४५ देशांत केलेल्या

संशोधनात असे दिसून आले आहे की, १ ते १० च्या आनंदाच्या स्केलवर स्वत:ला ७ वर ठेवतात आणि १ ते १०० च्या स्केलवर ७५ ला. मलाही अशाच एका सर्वेक्षणात १ ते ५ च्या स्केलवर ३.९२ गुण मिळाले आहेत.''

''मग जर तू खरंच आनंदी आहेस, तर हा हॅपिनेस प्रोजेक्ट तू का करते आहेस?''

''मी आनंदी आहे; पण जितकी असायला हवी तितकी नाही. मला चांगलं आयुष्य मिळालंय, ते मला भरभरून जगायचंय, त्याचा मनसोक्त आनंद घ्यायचा आहे.'' मला समजावणे कठीण जात होते. ''मी सतत तक्रारी करते, पटकन चिडते. खरे तर मिळालेल्या आयुष्याबद्दल मी अधिक कृतज्ञ असायला हवं आहे. मला वाटतं की, मी जर अजून आनंदी झाले, तर मी अजून चांगलं वागेन.''

माझ्या संकल्पांच्या तक्त्याकडे बोट दाखवत जेमी म्हणाला, ''हे सगळं करण्याने तुझ्यात काही फरक पडणार आहे असं तुला खरंच वाटतंय का?''

''मी ते शोधून काढीन.''

''हं, बघू या.'' तो सुस्कारा सोडत म्हणाला.

त्यानंतर एका पार्टीत मला माझ्या प्रोजेक्टबद्दल अजून शंकित चेहऱ्यांना सामोरे जावे लागले. एका परिचिताने उघडपणे त्याच्या मनातली शंका बोलून दाखवली. इतर वेळेस जे एक जुजबी संभाषण झाले असते, त्याचे रूपांतर एका प्रदीर्घ चर्चेत होऊ लागले.

''तर तुला अधिक आनंदी व्हायचा मार्ग शोधायचा आहे, बरोबर? आणि सध्यातरी तू निराशेच्या गर्तेत गेलेली नाहीस, बरोबर?'' त्याने विचारले.

एक ग्लास वाइन आणि थोडेसे खायला घेत आणि चेहऱ्यावर सुज्ञतेचा भाव आणत मी उत्तरले, ''बरोबर!''

''राग मानू नकोस; पण त्याचा काय उपयोग? एक सामान्य माणूस अधिक आनंदी कसा होतो ते बघण्यात काही मजा आहे असं मला वाटत नाही.''

त्याला काय उत्तर द्यावे ते मला कळेना. कोणत्याही वाक्याची सुरुवात 'राग मानू नकोस' अशी करायची नसते हे मी माझ्या अनुभवातून शिकले होते; पण ते मी त्याला सांगू शकणार होते का?

''आणि तसंही तू काही सामान्य व्यक्ती नाहीस.'' आपलेच बोलणे पुढे दामटत तो म्हणाला. ''तू उच्चशिक्षित आहेस, पूर्ण वेळ लेखन करणारी लेखिका आहेस, उच्चभ्रू वस्तीत राहतेस, तुझ्या नवऱ्याला उत्तम नोकरी आहे. सामान्य लोकांना सांगण्यासारखं आहेच काय तुझ्याकडे?''

''मीसुद्धा सामान्यच आहे.'' मी पुटपुटले. त्याच्याकडे दुर्लक्ष करत तो म्हणाला. ''इतरांना उपयोगी पडेल असा एखादा विचार तुझ्याकडे असेल असं मला वाटत नाही.''

मी म्हणाले, "लोक एकमेकांपासून खूप काही शिकतात या गोष्टीवर माझा आता विश्वास बसत चाललाय."

"मला वाटतं, तुझा विश्वास किती फोल आहे हे तुला लवकरच कळेल."

"मी प्रयत्न तर करीन." असे बोलून मी इतर लोकांकडे वळले.

माझ्या उत्साहावर पाणी ओतणाऱ्या त्या परिचिताने माझ्या मनातल्या शंकेला हात घातला नसला, तरी स्वत:च्या आनंदाकरता आटापिटा करणे हे आत्मकेंद्रितपणाचे लक्षण आहे की काय?असे मला वाटू लागले. यावर मी खूप विचार केला. शेवटी आद्य तत्त्ववेत्ते आणि सध्याचे संशोधक सांगतात त्याप्रमाणे स्वत:ला आनंदी ठेवण्याचा प्रयत्न करणे यात काहीच चूक नाही या निष्कर्षाप्रत मी येऊन पोहोचले.

ॲरिस्टॉटलच्या मते– 'आनंद हा जीवनाचा अर्थ आहे, जीवनाचे ध्येय आहे, मानवाच्या अस्तित्वाचे प्रमुख उद्दिष्ट आहे आणि इतिश्रीदेखील आहे.' इपिक्युरिअसच्या मते– 'आनंद देणाऱ्या गोष्टींचा आपण उपभोग घेतला पाहिजे कारण अशा गोष्टी आहेत तरच आयुष्याला अर्थ आहे. आणि जर त्या नसतील, तर त्या मिळवण्याकरता आपण सर्वतोपरीने प्रयत्न केले पाहिजेत.'

नव्या संशोधनानुसार आनंदी लोक इतरांपेक्षा जास्त मदत करणारे, परोपकारी, कामसू, लाघवी, सर्जनशील, निरोगी आणि धडाडीचे असतात. आनंदी लोक चांगले मित्र बनू शकतात, उत्तम सहकारी बनू शकतात आणि उत्तम नागरिकदेखील बनू शकतात. मला असेच तर बनायचे होते.

मी आनंदी असेन तेव्हा मला चांगले वागणे सोपे जाणार होते, हे मला माहीत होते. मी मुळातच सहनशील होते, क्षमाशील होते, खेळकर होते, उत्साही होते, उदार होते. हा हॅपिनेस प्रोजेक्ट राबवून फक्त मीच आनंदी होणार नव्हते, तर माझ्या घरातल्या इतर लोकांचादेखील आनंद वाढीस लागणार होता.

माझ्या आधी लक्षात आले नसले, तरी प्रोजेक्टला सुरुवात करण्यापूर्वी मी माझी मानसिक तयारी करू लागले. मी माझ्या आयुष्यात नशीबवान होते; पण परिस्थिती कधीही बदलू शकते. एखाद्या दुर्दैवी रात्री माझा फोन वाजणार होता आणि भविष्यात असा एखादा फोन येणार आहे याची मला पूर्ण कल्पना होती.

या हॅपिनेस प्रोजेक्टमधून स्वत:ला शिस्त लावून, वाईट प्रसंगाला तोंड देण्याची मानसिक तयारी करून संकटाला सामोरे कसे जायचे हेही मी शिकणार होते.

सध्या सगळे सुरळीत चालू असताना फोटोंचे वर्गीकरण करण्याची, व्यायाम सुरू करण्याची आणि इतरांच्या मागे भुणभुण करणे थांबवण्याची वेळ आली होती.

मला माझे आयुष्य बदलवून टाकण्याकरता एखाद्या संकटाची वाट पाहण्याची गरज नव्हती.

१

जानेवारी

पूर्वतयारी

चैतन्य

- लवकर उठे; लवकर निजे
- नियमित व्यायाम करा
- आवरा-आवरी
- रेंगाळणारी कामे उरका
- अधिक उत्साहाने कामे करा

४४ टक्के अमेरिकन लोकांप्रमाणे मीसुद्धा दर वर्षाच्या सुरुवातीला वेगवेगळे संकल्प करत असे. चौरस आहार घेईन, नियमित व्यायाम करीन, ई-मेल्सला वेळच्या वेळी उत्तरे लिहीन, इ. इ. अर्थातच असे संकल्प फार काळ टिकत नसत; परंतु या वर्षी मी माझ्या हॅपिनेस प्रोजेक्टकरता काही संकल्प करणार होते आणि ते माझ्याकडून अगदी काटेकोरपणे पाळले जावेत, अशी माझी मनापासून इच्छा होती. नव्या वर्षाला आणि माझ्या हॅपिनेस प्रोजेक्टला सुरुवात करण्यापूर्वी मी माझी शारीरिक ताकद आणि मानसिक उत्साह वाढवण्याचे ठरवले. माझे सगळे संकल्प पार पाडण्याकरता हा उत्साहच मला तारून नेईल याची मला खात्री होती.

आनंदी राहण्याने उत्साह वाढतो, हे अनेक संशोधनांअंती सिद्ध झाले आहे. मनात उत्साह असला की, चार-चौघांत मिसळावेसे वाटते, व्यायाम करावासा वाटतो आणि या

सगळ्यामुळे आपला आनंददेखील वाढतो. उत्साही जगण्याने आत्मविश्वासदेखील वाढतो हे आता सिद्ध झाले आहे. मात्र, उत्साह नसेल तर सोपीसोपी कामेदेखील अवघड वाटू लागतात. इतर वेळेला जी कामे करायला मजा वाटली असती, उदाहरणार्थ- सणासुदीला घर सजवणे, ते कामदेखील उत्साह नसेल तर जिकिरीचे वाटायला लागते. नवे सॉफ्टवेअर शिकण्यासारखी कामे तर अधिकच डोईजड होतात.

मला माहीत आहे की, मी जेव्हा उत्साही असते तेव्हा मला माझ्या आवडत्या गोष्टी करायला सोपे जाते. अशा वेळी मी माझ्या आई-वडिलांना माझ्या मुलींचा डॉक्टरांचा रिपोर्ट कळवायला ई-मेल करते, शाळेत जाताना शेवटच्या क्षणी मुलीच्या हातून दुधाचा ग्लास सांडला तरी मी एकदम चिडत नाही, माझा कॉम्प्यूटर नीट चालत नसेल तर तसे का होत आहे हे मी शांत डोक्याने शोधून काढते, मी डिश-वॉशर लावायचा कंटाळा करत नाही.

मी माझी शारीरिक ताकद आणि मानसिक उत्साह वाढवायचे ठरवले.

शारीरिक उत्साह येण्यासाठी मला पुरेशी झोप आणि नियमित व्यायाम यांची गरज होती. मला माहीत होते की, उत्तम तब्येतीकरता या दोन्ही गोष्टी आवश्यक असतात; पण याच साध्या साध्या सवयी माझा आनंद वाढवायलासुद्धा कारणीभूत ठरतील या सत्याने मी आश्चर्यचकित झाले. मानसिक उत्साह येण्याकरता मला माझे घर आणि ऑफिस बरेच आवरायला हवे होते. आवरलेले नीटनेटके वातावरण मला मन:शांती देणार होते. शिवाय मला बऱ्याच गोष्टींची घडी बसवायची होती. 'टू डू' लिस्टमधली अनेक कामे पार पाडायची होती.

माझा शारीरिक आणि मानसिक असा दोन्ही प्रकारचा आनंद वाढेल अशा आणखी एका गोष्टीची मी माझ्या संकल्पांच्या यादीत भर घातली. संशोधनातून असे आढळून आले आहे की, आपण उत्साही आहोतच असे समजून कामाला सुरुवात केली तर काम करायला आपोआप उत्साह येतो. काय माहीत असे होत असेल का? पण प्रयत्न करायला काय हरकत होती?

लवकर उठे; लवकर निजे

सर्वांत प्रथम - शारीरिक ताकद.

माझ्या एका मैत्रिणीला खळबळजनक विधाने करायची खोडच आहे. एका पार्टीत तिने मला सांगितले, 'झोप ही सेक्सची नवी व्याख्या आहे.' त्या पार्टीत प्रत्येकजण 'स्वत:ची झोप' या विषयावर नको तितक्या खोलात जाऊन चर्चा करत होता आणि आजूबाजूचे सर्वजण माना डोलवत होते.

बहुतांश लोकांना रोजची ७-८ तासांची आवश्यक अशी झोप मिळत नाही.

कामाचा ताण आणि अपुरी झोप या दोन गोष्टींचा एकत्रित परिणाम म्हणून कित्येकांचा रोजचा मूड बिघडलेला असतो, हे एका अभ्यासाद्वारे आढळून आले आहे. तसेच रोज फक्त एक तास जास्त झोप मिळाली, तर त्यातून मिळणारा आनंद हा एका गलेलठ्ठ पगारवाढ मिळाल्याच्या आनंदासारखा असतो, हेही आता सिद्ध झाले आहे. सरासरी पाहता, लोक कामाच्या दिवशी ६ ते ८ तास झोपतात आणि सुट्टीच्या दिवशी ७ ते ९ तास झोपतात. हे प्रमाण सन १९०० च्या तुलनेत २० टक्क्यांनी कमी आहे. माणसाला अपुऱ्या झोपेची सवय होत असली, तरी या अपुऱ्या झोपेमुळे माणसाची स्मरणशक्ती कमी होते, प्रतिकारशक्ती खालावते, पचनशक्ती मंदावते आणि काही सिद्धान्तांनुसार वजनही वाढते.

माझा एक नवा– खरे तर इतका काही उल्लेखनीय नाही– संकल्प म्हणजे, अधिक झोप मिळण्याकरता ठरावीक वेळेला दिवे मालवणे. मी बरेचदा वाचन करायला, ई-मेल वाचायला, टीव्ही पाहायला, बिले भरायला आणि असेच काहीबाही करायला रात्री जागते.

मला आठवते, अलीकडेच काही दिवसांपूर्वी, हॅपिनेस प्रोजेक्टला सुरुवात होऊन काही दिवसच झाले असतील नसतील, तेव्हा एका रात्री, मी माझ्या मुलींचे पांघरूण नीट करायला त्यांच्या खोलीत गेले आणि मला तिथेच झोप लागली. टीव्हीवर सिनेमा पाहू या का असे विचारायला जेमी आला असताना, मी त्याला खरे तर 'येते' अशी खूण केली होती. शिवाय साडेनऊ म्हणजे इतका काही उशीरही झाला नव्हता. मला सिनेमा पाहायला आवडतो आणि जेमीबरोबर वेळ घालवायची माझी इच्छादेखील होती. तसेच सिनेमा पाहायला सुरुवात केल्यावर मी उत्साहात तो संपेपर्यंत पाहिलाही असता. मात्र, इतके सगळे असूनही मला त्या दिवशी खूप थकल्याने झोप लागली होती.

दर वेळी जागे राहण्यापेक्षा झोप लागायला जास्त कष्ट का पडतात? शरीराला आलेली सुस्ती हे कारण असावे. तसेच झोपण्यापूर्वी लेन्सेस काढणे, दात घासणे, चेहरा धुणे ही सगळी कामे करायची असतात; पण आता संकल्प केला असल्याने मी निग्रहाने वेळीच झोपायला गेले. मी व्यवस्थितपणे आठ तासांची झोप मिळवली आणि पहाटे साडेपाचला, म्हणजे रोजच्यापेक्षा एक तास लवकर उठले. यामुळे मला पुरेशी झोपही मिळाली आणि बाकी सगळेजण उठायच्या आत मला शांतपणे माझी बरीच कामे उरकता आली.

मला बऱ्याच गोष्टी माहीत असतात; त्यामुळे जेव्हा माझी बहीण मला फोनवर तिच्या निद्रानाशाबद्दल विचारायला आली तेव्हा मला बरे वाटले. एलिझाबेथ, माझी बहीण, खरे तर माझ्याहून ५ वर्षांनी ती लहान आहे, तरीही मीच तिला बरेचदा सल्ला मागत असते.

"मला अजिबात झोप लागत नाही." तिने सांगितले. "मी कॉफी पिणं तर कधीच सोडून दिलं आहे. आता अजून मी काय करू?" ती म्हणाली.

"बरंच काही!" इतक्या दिवसांच्या अभ्यासातून मला जे जे समजले होते, ते सगळे आठवत मी म्हणाले, "झोपायच्या थोडा वेळ आधी, मेंदूला जास्त विचार करावा लागेल अशा गोष्टी करू नकोस. बेडरूम थोडीफार गार असू दे, हलकासा व्यायाम कर. अजून एक महत्त्वाची गोष्ट लक्षात घे. आजूबाजूच्या उजेडामुळे आपल्या शरीराच्या आतलं जैविक घड्याळ गोंधळात पडतं म्हणून झोपायच्या थोडा वेळ आधी घरातले दिवे मंद कर. झोपायच्या वेळी बेडरूममध्ये गुडुप अंधार कर, अगदी हॉटेलच्या रूममध्ये असतो तसा."

"याने काही फरक पडेल असं वाटतं तुला?" तिने शंका व्यक्त केली. "सगळे शोध तर हेच सांगताहेत." मी उत्तरले. मी हे सगळे करून पाहिले होते; पण यातली एक गोष्ट म्हणजे बेडरूममध्ये पूर्ण अंधार करणे– का कुणास ठाऊक खूप अवघड होऊन बसले होते.

एके रात्री मी आमच्या बेडरूममधल्या काही इलेक्ट्रॉनिक वस्तूंच्या जागा बदलत असताना जेमीने विचारले, "हे तू काय करते आहेस?" "या सगळ्या गोष्टींमधून बाहेर पडणारा उजेड अडवते आहे." मी उत्तरले. "मी असं वाचलं आहे की, घड्याळातल्या रेडियमचा उजेडसुद्धा झोपेची सायकल बिघडवायला पुरेसा असतो आणि इथे तर सगळाच सावळा गोंधळ आहे. आपले सेलफोन्स, कॉम्प्यूटर, केबल बॉक्स – सगळ्या गोष्टी रात्रभर चमकत असतात."

"हं!" तो इतकेच बोलला आणि त्याने आमच्या बेडशेजारील टेबलावरच्या काही गोष्टी अशा हलवून दिल्या की, गजराच्या घड्याळाचा उजेड अडवला गेला.

हे सगळे बदल केल्यामुळे आता खरे तर सहज झोप यायला हवी होती; पण माझी झोप बरेचदा वेगळ्याच कारणाने उडते. मी रात्री मध्येच, कशी काय माहीत नाही, पण बरोबर ३:१८ ला उठते आणि मग मला झोप लागत नाही. अशा रात्रींकरता मी वेगवेगळे उपाय शोधले आहेत. अशा वेळी मी दीर्घ श्वसन करते. जर कामे आठवू लागली, तर मी ती सगळी कामे लिहून काढते. हातापायांना कमी रक्तपुरवठा होत असेल तर त्यानेसुद्धा झोप येत नाही हे आता सिद्ध झाले आहे. माझ्या पावलांना थंडी वाजते म्हणून मी लोकरीचे मोजे घालून झोपते. भले ते थोडेसे विचित्र दिसत असेल पण त्याने झोप तर लागते.

झोप येण्याकरता मी शोधून काढलेल्या माझ्या आवडत्या दोन युक्त्या आहेत. पहिली आहे – झोपण्याच्या वेळेआधी झोपण्यापूर्वीची सगळी कामे करून टाकायची. बरेचदा मी कॉंटॅक्ट लेन्सेस काढायचा कंटाळा आला म्हणून कितीतरी वेळ जागी राहिली आहे. दुसरी युक्ती म्हणजे, रात्री-अपरात्री जाग आल्यावर स्वत:लाच सांगायचे

की, दोन मिनिटांतच उठायची वेळ होणार आहे आणि सकाळच्या कामांची धावपळ सुरू होणार आहे. हा विचारच एवढा थकवणारा असतो की, त्या कल्पनेनेच मला आपोआप झोप लागते.

इतके करूनही झोप आली नाही तर मग मी झोपेची गोळी घेत असे.

पुरेशी झोप मिळायला लागल्यावर आठवडाभरातच मला फरक जाणवू लागला. माझ्या अंगात अधिक ताकद आली, उत्साह आला; मी सकाळी मुलींबरोबर उत्साहाने वेळ घालवू लागले. मला त्रासल्यासारखे वाटणे कमी झाले. दुपारच्या झोपेची गरज कमी झाली. पूर्वी सकाळी वेळेवर उठणे अंगावर यायचे, ते बंद झाले. सकाळी गजराच्या आवाजाने उठण्यापेक्षा असे नैसर्गिकरीत्या आपले आपण उठणे हे कितीतरी सुखावह होते.

लवकर झोपण्याचे एवढे सगळे फायदे असूनसुद्धा, मला झोप आल्याआल्या बेडवर अंग झोकून देणे जमत नसे. जेव्हा दिवसभराच्या कामाची धावपळ संपली आहे, जेमी घरात आहे; मुली झोपल्या आहेत आणि माझ्या हाताशी थोडा मोकळा वेळ आहे, असे दिवसाचे शेवटचे काही तास मला खूप हवेहवेसे वाटत. फक्त माझ्या नव्या संकल्पाकडे बघून मी रात्री जागी राहत नव्हते.

नियमित व्यायाम करा

व्यायामाचे अगणित फायदे आहेत याचे पुरेसे पुरावे आता उपलब्ध आहेत. जे लोक नियमितपणे व्यायाम करतात, ते निरोगी असतात, ते सारासार आणि सुस्पष्ट विचार करू शकतात; त्यांना शांत झोप लागते आणि स्मृतिभ्रंशासारख्या आजारांपासून ते स्वत:ला दूर ठेवू शकतात. नियमित व्यायाम केल्याने अंगातली ताकद वाढते. काहीजणांना व्यायाम केल्याने थकायला होईल अशी भीती वाटते; पण खरे तर व्यायामाने शरीरातली एनर्जी वाढायला मदत होते. विशेषकरून बैठे काम करणाऱ्या लोकांना हे लागू होते. असे बैठे काम करणारे लोक समाजात खूप आहेत. नुकत्याच केलेल्या पाहणीत असे आढळून आले आहे की, २५ टक्के अमेरिकन लोक अजिबात व्यायाम करत नाहीत. आठवड्यातून तीन दिवस, दर वेळेस फक्त २० मिनिटे सलग सहा आठवडे व्यायाम केला असता सतत थकल्यासारखे वाटणाऱ्या लोकांच्या अंगातली ताकद वाढलेली दिसून आली आहे.

हे सगळे माहीत असूनही कित्येकांना व्यायामाला सुरुवात करणे फार जड जाते. खूप वर्षांपूर्वी मी स्वत:ला नियमितपणे व्यायाम करण्याची सवय लावली होती. खरे तर हे तितके सोपे नव्हते. माझी मजेची व्याख्या म्हणजे अंथरुणात लोळत पुस्तक वाचत बसणे आणि तेही काहीतरी खातखात.

त्याचे असे झाले– हायस्कूलमध्ये शिकत असताना एकदा मला असे वाटले

की, माझ्या खोलीतला फुलाफुलांचा वॉलपेपर नववीमधल्या मुलीच्या खोलीला साजेसा नाही आहे, मग मी माझे सगळे म्हणणे एका कागदावर लिहून काढले आणि माझ्या वडिलांकडे गेले. माझ्या वडिलांनी ते वाचले आणि ते म्हणाले, "ठीक आहे. आपण तुला पाहिजे तशी तुझी खोली सजवू; पण त्या बदल्यात तुला एक गोष्ट आठवड्यातून चार वेळा प्रत्येक वेळेस २० मिनिटांकरता करावी लागेल."

"काय करावं लागेल मला?" मी साशंकतेने विचारले.

"हो की नाही ते आधी सांग. फक्त २० मिनिटे. काय असणार असूनअसून?"

"बरं, मला मान्य आहे." मी म्हटले. "पण काय करायचं आहे?"

वडील उत्तरले, "रोज पळायला जायचं."

माझे वडील नियमितपणे पळायला जात असत. त्यांनी मला किती अंतर गेले पाहिजे, किती वेगाने पळायला पाहिजे असे काहीही सांगितले नाही. मी संपूर्ण २० मिनिटे पळते आहे की नाही याकडेदेखील त्यांनी लक्ष दिले नाही. त्यांची अपेक्षा इतकीच होती की, मी बूट घालावेत आणि घराबाहेर पडावे. माझ्या वडिलांबरोबर झालेल्या या करारामुळे मला नियमितपणाची सवय लागली आणि अशा प्रकारे माझी पळायला जाण्याची सुरुवात झाली. तेव्हा मला जाणवले की, माझी व्यायाम करायला हरकत नव्हती, मला फक्त कोणताही खेळ खेळायला आवडत नसे.

मला व्यायामाला उद्युक्त करण्याचा माझ्या वडिलांचा प्रयत्न कदाचित फसला असता. अशी बाह्य आमिषांची प्रलोभने दाखवून कामे करवून घेतली, तर लोक त्या बक्षिसाकरता किंवा शिक्षा टाळण्याकरता ती कामे करतात; पण कोणाला एखादे काम करण्याची आवड असेल, तर लोक स्वत:करता, स्वत:च्या समाधानाकरता ते काम करतात.

वेगवेगळ्या पाहणींमधून असे दिसून आले आहे की, जेव्हा लोकांना एखादी कृती केल्याबद्दल बक्षीस दिले जाते, तेव्हा त्यांना ती कृती करण्यात आनंद मिळत नाही, कारण त्यांच्याकरता ते एक 'काम' असते. म्हणूनच पालकांना सांगितले जाते की, मुलांना वाचन केल्याबद्दल बक्षीस देऊ नका, नाहीतर मुले असे समजतील की, त्यांना बक्षीस मिळवण्याकरता वाचायचे आहे, आनंद मिळवण्याकरता नाही. मला बाह्य आमिष दाखवून माझ्या वडिलांनी माझी स्वत:हून व्यायाम करण्याची ऊर्मी नाहीशी होण्याचा धोका पत्करला खरा, मात्र त्याचा उपयोग झाला आणि माझ्यात व्यायामाची ऊर्मी जागी झाली.

तेव्हापासून मी नियमित व्यायाम करते आहे. मी व्यायामाचा अतिरेक कधीच केला नाही; पण मी व्यायामाकरता आठवड्यातून बऱ्याचदा घराबाहेर पडत असे. मी बऱ्याच दिवसांपासून स्नायूंची ताकद वाढवणारा वेट-ट्रेनिंगचा व्यायामप्रकार सुरू करण्याच्या विचारात होते. वेट-ट्रेनिंगच्या व्यायामामुळे स्नायू लवचीक होतात, हाडे

बळकट होतात आणि माझ्या दृष्टीने सर्वांत महत्त्वाचे म्हणजे शरीर सुडौल होते. नियमितपणे वेट-ट्रेनिंगचा व्यायाम करणारे लोक वय वाढल्यावरही अंगापिंडाने मजबूत राहतात आणि जाड होत नाहीत. थोड्या-फार नाखुशीने का होईना पण मीदेखील हा वेट-ट्रेनिंगचा व्यायाम बऱ्याचदा करून पाहिला. मात्र, दर वेळेस मी तो नेटाने केलाच असे नाही. आता माझ्या नियमित व्यायाम करण्याच्या संकल्पानुसार मी पुन्हा एकदा या प्रकाराला सुरुवात करणार होते.

बुद्ध लोकांमध्ये एक म्हण आहे, 'जेव्हा विद्यार्थी तयार असतो तेव्हा शिक्षक आपोआप प्रकट होतो.' माझ्या मते, हे निर्विवाद सत्य आहे. नियमित व्यायाम करायचे ठरवल्यानंतर थोड्याच दिवसांनी माझी एक मैत्रीण भेटली. तिने आमच्याच घराजवळच्या जिममध्ये वेट-ट्रेनिंगला जायला सुरुवात केली होती.

''मला ट्रेनरबरोबर व्यायाम करण्याची कल्पना फारशी पसंत नाही.'' मी हरकत घेत म्हणाले, ''मला लाजल्यासारखे वाटते. शिवाय ट्रेनरबरोबर शिकणे महागडेदेखील असणार. त्यापेक्षा मी माझ्या पद्धतीने व्यायाम करणे पसंत करेन.''

''एकदा प्रयत्न तर करून बघ.'' माझी मैत्रीण आग्रह करत म्हणाली. ''मला खात्री आहे, तुला ते निश्चित आवडेल. व्यायाम करण्याचा हा एकदम सोपा मार्ग आहे. या व्यायामाला फक्त वीस मिनिटं लागतात. शिवाय...'' नाटकी पद्धतीने मध्येच थांबत ती म्हणाली, ''तुला घामदेखील येणार नाही; त्यामुळे नंतर अंघोळही करायची गरज नाही.''

हा माझ्याकरता कळीचा मुद्दा होता. का कुणास ठाऊक; पण मला व्यायामानंतर अंघोळ करायला आवडत नाही. ''पण...'' मी साशंकतेने विचारलं, ''जर घाम येत नसेल, तर फक्त वीस मिनिटांत चांगला व्यायाम कसा काय होऊ शकतो?''

''तुम्हाला जितकं वजन उचलणं शक्य असतं, तितकंच वजन तुम्ही उचलायचं असतं आणि तुम्ही पुन:पुन्हा तोचतोच व्यायाम करत नाही. एक सेट केला की झालं. माझ्यावर विश्वास ठेव, याने फायदा होतो. मला तरी हा व्यायाम खूप आवडला आहे.''

डॅनियल गिल्बर्ट यांच्या 'स्टंबलिंग ऑन हॅपिनेस' या पुस्तकात त्यांनी सांगितले आहे की, 'एखादी गोष्ट आपल्याला उपयुक्त आहे की नाही हे ठरवण्याचा उत्तम मार्ग म्हणजे अनुभवी लोकांना विचारा. जर काही लोकांना त्या गोष्टीमधून आनंद मिळाला असेल, तर आपल्यालाही तो आनंद मिळणार आहे असे खुशाल समजावे' या सल्ल्यानुसार माझ्या मैत्रिणीने सुचवलेला क्लास मला आवडणार होता. जोडीला मला माझेच एक मार्गदर्शक तत्त्व आठवले– 'बरेचसे निर्णय घेण्याकरता फारसा विचार करण्याची गरज नसते.'

मी दुसऱ्याच दिवशी जिमला गेले. तिथून परत येईपर्यंत माझे मतपरिवर्तन

झालेले होते. माझी ट्रेनर चांगली तर होतीच, शिवाय तिथले वातावरणही इतर जिमपेक्षा चांगले होते. मोठमोठे आरसे नाहीत, संगीत नाही, गर्दी नाही आणि मशीन वापरायला वाट पाहायला लागणे नाही. तिथून बाहेर पडताना मी पुढच्या २४ क्लासेसचे पैसे एकदम भरून टाकले आणि घसघशीत सवलत पदरात पाडून घेतली. पुढच्या महिन्यातच मी माझ्या नवऱ्याला आणि सासूलाही या जिमला येण्याकरता तयार केले.

एकच तोटा होता की, हा क्लास थोडा महाग होता. "२० मिनिटांकरता आपण फारच पैसे मोजतो आहोत, नाही?" मी जेमीला विचारले.

"तू जितके पैसे भरते आहेस त्यात अजून काही मिळायला हवं आहे का?" तो म्हणाला. "आपण कमी वेळात चांगला व्यायाम होईल याकरता तर जास्त पैसे मोजतो आहोत." हेही खरे होते म्हणा.

या वेट-ट्रेनिंगच्या क्लासच्या जोडीला मला चालायलादेखील जायचे होते. चालण्याच्या व्यायामात त्याच त्याच हालचाली पुन:पुन्हा होत असल्याने शरीर शांत होते आणि मनावरचा ताण कमी होतो, हे अभ्यासात दिसून आले आहे. अगदी दहा मिनिटे चालूनसुद्धा शरीरात लगेच ऊर्जा निर्माण होते आणि मन ताजेतवाने होते. चालण्याचा व्यायाम खरे तर मनावरची मरगळ झटकून टाकण्याचा एक उत्तम उपाय आहे. उत्तम आरोग्य हवे असेल, तर रोज कमीतकमी दहा हजार पावले चालायला हवीत असे माझ्या वाचण्यात बरेचदा येत असे. रोज इतके चालण्याने वजनदेखील आटोक्यात राहते.

न्यू यॉर्कमध्ये राहत असल्याने माझे रोज मैलभरतरी चालणे होत असेल, असे मला वाटायचे. खरे असेल का हे? मी घराजवळच्याच एका दुकानातून पेडोमीटर विकत घेतला. आठवडाभर पेडोमीटर वापरल्यावर माझ्या लक्षात आले की, माझे रोजचे चालणे – एलिझाबेथला शाळेत सोडणे, जिमला जाणे वगैरेमध्ये दहा हजार पावले सहज होत होती; पण जेव्हा मी घराबाहेर पडत नसे, तेव्हा जेमतेम तीन हजार पावले होत असत.

रोजच्या सवयींचा आढावा घेणे ही माझ्याकरता एक आवडीची गोष्ट होती. पेडोमीटर वापरण्याने मी जास्त वेळा चालायला गेले. माझ्या स्वभावात एक खोड आहे, ती म्हणजे मला माझे सतत कौतुक केलेले हवे असते. मला सतत एक गोल्ड स्टार मिळवायची इच्छा असते. हायस्कूलमध्ये असताना एके दिवशी मी पार्टीहून उशिरा घरी आले आणि दुसऱ्या दिवशी सकाळी आईला आश्चर्यचकित करण्यासाठी रात्रीच सगळे स्वयंपाकघर नीट चकचकीत आवरून ठेवले. दुसऱ्या दिवशी ते पाहून आई म्हणाली, "रात्रीत गुपचूप काम करून जाणारी सुंदर परी कुठे आहे बरं?" आईला खूप आनंद झाला होता. आज वीस वर्षांनंतरही मला तो गोल्ड

स्टार आठवतो, ते कौतुक आठवते. आयुष्यात मला अजून असे अनेक गोल्ड स्टार मिळवायचे आहेत.

कधीकधी अशी खोड परिस्थितीमुळे फायदेशीर ठरते. पेडोमीटरने माझ्या चालण्याचे कौतुक केल्याने मी अधिक जोमाने चालण्याचा व्यायाम करू लागले. एके दिवशी मला सब-वेने माझ्या दाताच्या डॉक्टरकडे जायचे होते. दाराबाहेर पडताच माझ्या लक्षात आले की, डॉक्टरकडे सब-वेने जायला आणि चालत जायला सारखाच वेळ लागणार आहे. चालत गेले तर निदान पेडोमीटरवर आकडेतरी वाढतील. शिवाय मला 'हॉथ्रॉन इफेक्ट'चा फायदा झाला असता. हॉथ्रॉन इफेक्ट म्हणजे जर लोकांना त्यांच्याकडे कुणीतरी अधिक लक्ष देत असल्याचे जाणवले, तर त्यांची कार्यक्षमता वाढते. इथे तर मीच माझ्यावर प्रयोग करत होते.

चालण्याचा अजून एक फायदा असतो. चालण्यामुळे मला विचार करायला मदत झाली. निएट्झ्झच्या मते चालताना अनेक चांगले विचार सुचतात. या विधानाला शास्त्रानेदेखील पुष्टी दिली आहे, ज्यानुसार चालण्यामुळे मेंदूतल्या काही ग्रंथी कार्यरत होतात आणि माणूस सुस्पष्ट विचार करू लागतो, त्याचा उत्साह वाढतो. उजेडापासून दूर राहणाऱ्या लोकांना लवकर थकवा येतो, याउलट फक्त पाच मिनिटे सूर्यप्रकाश मिळाला तर मेंदूमध्ये सेरेटोनिन आणि डोपामाइन नावाची मूड चांगला करणारी केमिकल्स तयार होतात. मी कित्येकदा हातातली कामे अर्धवट टाकून चक्कर मारायला बाहेर पडते आणि तेव्हा मला हमखास काहीतरी छान विचार सुचतात, जे मला 'काम एके काम' करून कधीच सुचले नसते.

आवरा-आवरी

घरातला पसारा हे माझ्या अनुत्साहाचे नेहमीचे कारण आहे. घरात पाऊल टाकताक्षणी मला जाणवते की, मला कपडे हँगरला लावायला हवेत, खेळणी आवरून ठेवायला हवीत इ. इ. मात्र या लढ्यात मी एकटीच नव्हते. सगळ्यांचेच त्यांच्या घरातल्या वस्तूंचा पसारा आवरणे हाताबाहेर गेलेले असते; पण त्या टाकवत नाहीत म्हणून गेल्या दशकात स्टोरेज युनिट्सची संख्या दुप्पट झाली आहे. एका अभ्यासात असे आढळून आले आहे की, घरातल्या वस्तू कमी केल्या तर घरातले ४० टक्के काम कमी होऊन जाईल.

माझ्या हॅपिनेस प्रोजेक्टमधील पहिला महिना पसारा आवरण्याला देणे हे सुरुवातीला संकुचित मनोवृत्तीचे लक्षण वाटले होते. जणू मोज्यांचा कप्पा आवरणे हे माझ्या आयुष्यातले सर्वांत महत्त्वाचे काम आहे; पण मला घरात सर्वत्र टापटीप आणि नीटनेटकेपणा हवा होता, ज्याचा अर्थ होता घरात कोट कपाटात जागच्या जागी लावले जाणे, पेपर टॉवेलचे जास्तीचे रोल हाताशी असणे इ.इ.

या जोडीला प्रत्यक्षात समोर न दिसणारी पण मनात घोळत असलेली कित्येक कामे माझा मानसिक गोंधळ वाढवत होती. मला मानसिकरीत्या थकवणाऱ्या या ओझ्याखाली मी दबले होते. कित्येक दुर्लक्षिलेल्या कामांचा विचार मनात येताच मला अपराधी वाटत असे. हा सगळा वैचारिक गोंधळ मला दूर करायला हवा होता.

आधी मी प्रत्यक्षात समोर दिसणारा पसारा आवरायचे ठरवले आणि एका गोष्टीचे आश्चर्य वाटले, ते म्हणजे आत्तापर्यंत कोणत्याही मानसशास्त्रज्ञाने किंवा समाजशास्त्रज्ञाने या अशा पसाऱ्याविषयी त्यांच्या हॅपिनेस प्रोजेक्टमध्ये कोणताही उल्लेख केलेला नव्हता. आनंद वाढवणाऱ्या गोष्टींची यादी होती, ज्या गोष्टी प्रत्यक्ष अथवा अप्रत्यक्षपणे आनंद वाढवतात त्या मुद्द्यांची चर्चा होती; पण पसारा हा विषय त्या यादीत कुठेही चर्चिला गेला नव्हता. तत्त्ववेत्त्यांचेदेखील इकडे दुर्लक्ष झाले होते. सॅम्युएल जॉन्सन, ज्यांचे प्रत्येक बाबतीत काहीतरी मत असते, त्यांच्या मतानुसार इतर कुठल्याही खर्चापेक्षा कौटुंबिक समाधानाकरता केलेला खर्च हा पैशाचा सर्वांत चांगला विनियोग आहे.

मात्र याच्या बरोबर उलट चित्र मला सध्याच्या सामाजिक चर्चेत दिसत होते, जिथे पसारा आवरण्यावर, घर नीटनेटके ठेवण्यावर अनेक चर्चा होताना दिसत होत्या. हॅपिनेसचा अभ्यास करणारे तज्ज्ञ काहीही म्हणोत; पण सर्वसामान्य लोक मात्र घर आवरलेले ठेवले की, आनंद वाढतो या मताचे असतात आणि म्हणूनच हे लोक कौटुंबिक समाधान वाढवणाऱ्या गोष्टींवर सढळपणे खर्च करताना दिसतात, या विषयावरची मासिके, पुस्तके विकत घेतात, ब्लॉग्स वाचतात, घरात अनेक सोई करून घेतात, फेंगशुईचा वापर करतात; त्यामुळे माझ्यासारखे लोक 'मन प्रसन्न ठेवण्याकरता आजूबाजूचे वातावरण कारणीभूत असते' या गोष्टीवर विश्वास ठेवतात.

मला कायकाय आवरायचे आहे याचा अंदाज घेण्याकरता मी आमच्या घरात एक चक्कर मारली आणि माझ्याही नकळत मी किती पसारा गोळा केला आहे हे पाहून मी थक्क झाले. आमचे घर हवेशीर, प्रशस्त होते; पण या पसाऱ्यामुळे त्याची एकदम रया गेली होती.

उदाहरणार्थ, मी जेव्हा आमची बेडरूम पहिली, तेव्हा मी एकदम हिरमुसले. फिकट हिरव्या रंगाच्या भिंती आणि गुलाबांच्या फुलापानांची नक्षी असलेल्या चादरी व पडदे अशा रंगसंगतीमुळे खोली अत्यंत शांत आणि आल्हाददायक वाटत असे; पण कॉफी टेबलावर आणि जमिनीवर कोपऱ्यात कागदाचे ढीग अस्ताव्यस्तपणे पसरले होते. जिकडेतिकडे पुस्तकांचे छोटे-मोठे गठ्ठे पडलेले होते. सीडीज, डीव्हीडीज, चार्जर्स, वेगवेगळ्या वायरी, नाणी, व्हिजिटिंग कार्डस, मॅन्युअल्स अशा असंख्य वस्तू वाट्टेल तशा विखुरलेल्या होत्या. आवरायच्या वस्तू, ज्यांना स्वत:ची ठरावीक जागा नाही अशा वस्तू आणि थातूरमातूर वस्तू या प्रत्येकाची जागा

ठरवायला हवी होती. काही गोष्टी टाकूनतरी द्यायला हव्या होत्या किंवा वाटूनतरी टाकायला हव्या होत्या.

कामाचा आवाका लक्षात येताच मला माझे दहावे तत्त्व आठवले– 'जे करायलाच हवे ते काम करून टाका.' माझ्या आईने अनेक प्रकारे मला आत्तापर्यंत जे शिकवले होते, त्या सगळ्याचे सार म्हणजे हा दहावा नियम होता. खरे म्हणजे मी मोठे काम पाहताच घाबरून जाते आणि मग ते काम सोपे करण्याकरता गरजेपुरतेच काम करण्याकडे माझा कल राहतो.

आम्ही नुकतेच घर बदलले होते. त्या वेळी आधीपासूनच मी संभाव्य कामाच्या विचारांनी अस्वस्थ झाले होते. कोणातर्फे सामान हलवावे? त्याकरता लागणारी खोकी कुठून आणायची? नव्या अपार्टमेंटची लिफ्ट छोटी आहे, त्यात आपले फर्निचर कसे मावणार? असा विचार करूनकरून मी हतबल झाले होते. माझ्या आईचा आश्वासक आणि व्यवहारी सल्ला तयार होताच – 'जे करायलाच हवे ते काम करून टाका.' मी तिचे आधाराचे बोल ऐकायला जेव्हा तिला फोन केला तेव्हा मला दिलासा देत ती म्हणाली, "सुरू कर. तुला वाटते तितके ते अवघड नसेल. यादी कर, रोज थोडेथोडे काम कर आणि शांत राहा." माझी वकिलीची परीक्षा, लोकांना थँक्स कार्ड पाठवणे, मुलींचा जन्म, प्रोफेशनल लोकांकडून कारपेटची स्वच्छता करवून घेणे, विन्स्टन चर्चिल यांच्या मी लिहीत असलेल्या पुस्तकाच्या असंख्य तळटीपा तपासणे... अशा अनेक प्रसंगी आईने मला हेच शिकवले होते की, रोज थोडेथोडे काम केल्यास कोणतेही काम वाटते तितके अवघड नसते.

माझ्या लक्षात आले की, माझ्या घरात अनेक प्रकारचा पसारा होता. पहिला प्रकार होता, लहानपणापासून जपलेल्या जुन्या-पुराण्या वस्तू. अनेक वर्षांपूर्वी मी 'बिझनेस ॲण्ड रेग्युलेशन ऑफ टेलीव्हिजन' या विषयावर एक लेक्चर दिले होते. त्याच्या तयारीकरता गोळा केलेले संदर्भ आता जपून ठेवण्याची गरज नव्हती याची मी मनातल्या मनात नोंद घेतली.

दुसरा प्रकार होता स्वतःच्या समाधानाकरता साठवलेल्या वस्तू, कधीतरी उपयोगी पडतील म्हणून जपलेल्या गोष्टी. आता काचेचे तेवीस फ्लॉवरपॉटस् मी का बरे जपत होते?

अजून एक प्रकारचा पसारा असतो, स्वस्तात मिळाले म्हणून घेतलेल्या गोष्टींचा. जो मी अनेक लोकांच्या घरात बघितलेला आहे; पण मी स्वतः मात्र कधी गोळा केला नाही. अशा वस्तूंमुळे घरात अनावश्यक गर्दी होते. मात्र, माझ्याकडे अनेक गिफ्ट्स आणि कोणीतरी दिलेल्या वस्तू असल्याने बऱ्याच निरुपयोगी गोष्टींची गर्दी झाली होती. हल्लीच माझी सासू मला म्हणाली की, त्यांना एक टेबललँप नको आहे, तो आम्हाला हवा का? 'हो, चालेल की' मी लगेच म्हणाले.

तो दिवा छानच होता; पण मग काही दिवसांनी मला तो न घेतलेला बरा असे वाटू लागले. त्याची लँपशेड बरोबर नव्हती, त्याचा रंग बरोबर नव्हता आणि आमच्याकडे टेबललँप ठेवायला जागाही नव्हती. मी सासूला ई-मेल पाठवली– 'आम्हाला खरे तर त्या टेबललँपची गरज नाही; पण थँक्यू!' अजून एक फुकट मिळणारी गोष्ट गोळा करण्यापासून मी थोडक्यात बचावले होते.

काहीकाही गोष्टी मी उगीच साठवून ठेवल्या होत्या. त्यात काही असे कपडे होते, जे मी आधी कधीतरी वापरले होते; पण आता ते वापरण्यासाठी योग्य राहिले नव्हते. उदा. दहा वर्षापूर्वी आणलेला हिरवा फ्लॅनेलचा टॉप, आठ वर्षांपूर्वीची भोके पडलेली आणि उसवलेली अंडरवेअर. हा असला पसारा पाहून माझी आई संतापत असे. 'तू का वापरतेस असे कपडे?' असे म्हणे. ती नेहमीच नीटनेटकी राहत असे, मला मात्र अघळपघळ योगा पँट आणि ढगळा टी-शर्ट घालण्यात काय चूक आहे हे कधी कळले नाही.

'कधीतरी वापरेन' म्हणून गोळा केलेल्या असंख्य वस्तूंचा तर मला वीट आला होता. ग्ल्यू गन... जी मला कधीही वापरता आली नाही, लग्नात मिळालेला महागडा (आणि म्हणूनच कधीही वापरला न गेलेला) चांदीचा डिनर सेट, माझे अति-उंच टाचांचे बूट आणि असे बरेच काही. याचीच दुसरी बाजू म्हणजे कधी काळी उपयोगी असलेल्या पण आता निरुपयोगी झालेल्या वस्तू. माझ्या ड्रॉवरमध्ये मी पूर्वी वापरलेले प्लॅस्टिकचे फोटो ठेवायचे बॉक्सेस होते. आता मी फोटोंकरता फ्रेम्स वापरायला सुरुवात केली असली, तरी हे जुने फोटो बॉक्स टाकले नव्हते.

चुकून खरेदी केलेल्या वस्तूंचा तर मला खूपच पश्चात्ताप झालेला आहे. या गोष्टींची खरेदी चुकीची होती असे मान्य करण्यापेक्षा त्या वस्तू न वापरता त्यांचे आयुष्य संपेपर्यंत मी त्या वस्तू जपून ठेवत होते. दोन वर्षांपूर्वी घेतलेली कॅनव्हासची बॅग मी फक्त एकदा वापरली होती. तीच गोष्ट एका पांढऱ्या बेंगरूळ पँटची.

सगळ्या गोष्टींचा अंदाज घेऊन झाल्यावर मी घरातल्या सगळ्यात मोठ्या दुर्लक्षित भागाकडे माझा मोर्चा वळवला. 'माझे कपाट!' मी कपड्यांच्या घड्या घालण्यात आळस केलेला दिसत होता. शर्ट्स आणि स्वेटर्सच्या कोसळणाऱ्या ढिगांनी मोठ्ठा पसारा झाला होता. कपडे लावायच्या बारवर इतर अनेक वस्तू अडकवलेल्या होत्या; ज्यामुळे मला एखादी ठरावीक गोष्ट मिळवताना नाकी नऊ यायचे. कप्प्यामधून मोजे, टी-शर्ट असे काही बाहेर लोंबत असत की, ड्रॉवर पूर्णपणे लागू शकत नसे. मी पसारा आवरायला माझ्या कपाटापासून सुरुवात केली. त्या दिवशी मला शांतपणे आणि नीट लक्ष देऊन काम करायला मिळावे म्हणून जेमी मुलींना घेऊन दिवसभर त्याच्या आई-वडिलांकडे गेला. त्यांनी दरवाजाबाहेर पाऊल टाकताच मी माझ्या कामाला सुरुवात केली.

मी कपाटात लावायचे जास्तीचे बार, चार कपडे एकत्र लावायची सोय असलेले हँगर, पलंगाखाली मावणारे स्टोरेज बॉक्स या सगळ्याबद्दल खूप वाचले होते; पण माझ्याकरता पसारा कमी करण्याचा एकमेव मार्ग होता आणि तो म्हणजे मोठमोठ्या प्लॅस्टिकच्या पिशव्या. मी एक पिशवी टाकून द्यायच्या गोष्टींकरता केली आणि दुसरी देऊन टाकायच्या गोष्टींकरता; आणि कामाला सुरुवात केली.

सगळ्यात आधी मी 'आता यापुढे कोणीच वापरू शकत नाही' अशा गोष्टींपासून सुरुवात केली. अघळपघळ योगा पँटला रामराम ठोकला. त्यानंतर 'आता यापुढे मी वापरू नयेत' अशा गोष्टी काढून टाकायला सुरुवात केली. कसाबसा कमरेपर्यंत पोहोचणारा करडा स्वेटर मी टाकून दिला. आता पुढची निवड मात्र अवघड होती. मला तपकिरी रंगाची पँट आवडायची; पण त्याबरोबर कोणते बूट घालावेत हे मला कळत नव्हते. एक ड्रेस तर असा होता की, तो कधी घालावा असा प्रश्न पडे. मी प्रत्येक गोष्ट कशी वापरता येईल यावर पूर्ण विचार केला आणि जर त्याला उत्तर सापडले नाही तर ती गोष्ट सरळ टाकून दिली. मला माझीच विचार करण्यातली विसंगती लक्षात येऊ लागली. जेव्हा मी स्वत:ला म्हणे, 'मी हा ड्रेस घातला पाहिजे', याचा अर्थ मी आधी कधी हा ड्रेस घातला नाही आणि जेव्हा मी म्हणे की, 'मी हा ड्रेस घातला आहे', म्हणजे गेल्या पाच वर्षांत मी तो फक्त दोन वेळा घातला आहे. 'मी हा ड्रेस घालू शकते' याचा अर्थ मी आधी कधी हा ड्रेस घातला नाही आणि बहुधा यापुढेही कधीही तो घालण्याची सुतराम शक्यता नाही.

सगळे कपाट आवरून झाल्यावर मी परत एकदा त्यावर नजर टाकली. काम संपले तेव्हा माझ्याकडे चार मोठ्या पिशव्या भरून सामान गोळा झाले होते आणि कपाट बरेचसे रिकामे दिसू लागले होते. मला इतके काम करूनही थकल्यासारखे न वाटता उत्साही वाटत होते. आता मला परत कधीही पसाऱ्याला तोंड द्यावे लागणार नव्हते. तसेच एखादा विशिष्ट पांढऱ्या बटनांचा शर्ट शोधताना हवालदिल व्हावे लागणार नव्हते.

आवराआवरीचा परिणाम पाहताच मला अधिक काम करायचा हुरूप आला. मी अधिकाधिक क्लृप्त्या शोधू लागले. हे जास्तीचे तीस हँगर मी का जपून ठेवलेत? मी बरेचसे हँगर टाकून दिले आणि माझ्याकडे अजून रिकामी जागा तयार झाली. का कोण जाणे पण मी शॉपिंगच्या असंख्य रिकाम्या पिशव्या कितीतरी वर्षे जपून ठेवल्या होत्या, त्या टाकून दिल्या. आधी मी फक्त हँगरवरचे कपडे आवरणार होते; पण उत्साहाच्या भरात मी टी-शर्ट आणि मोज्यांचे कप्पेदेखील आवरून टाकले. काय टाकू आणि काय नको असे निवडत न बसता मी अख्खा ड्रॉवर उपडा केला आणि फक्त घालता येऊ शकणारे कपडेच पुन्हा ड्रॉवरमध्ये ठेवू लागले.

रिकाम्या झालेल्या कपाटाकडे मी विजयी मुद्रेने पाहतच राहिले. कितीतरी जागा

रिकामी झाली होती. माझी अपराधीपणाची भावना पळून गेली. दुसऱ्या दिवशी मी अजून एक गोष्ट करायची ठरवले.

टी.व्ही.वर स्पोर्टसच्या बातम्या बघणाऱ्या जेमीला उत्साही स्वरात मी म्हणाले, "आज रात्री आपण एक मज्जा करणार आहोत."

"काय?" त्याने लगेच साशंक होत विचारले आणि हातातला रिमोट अधिकच घट्ट पकडला.

"आपण तुझे ड्रॉवर्स आवरणार आहोत."

"ओह, ठीक आहे." त्याने संमती दर्शवली.

मला त्याच्या वागण्याचे आश्चर्य वाटण्याचे काही कारण नव्हते. जेमीला शिस्त आवडते. त्याने शांतपणे टीव्ही बंद केला.

"पण आपण थोडेफारच टाकून देणार आहोत." त्याने मला आधीच बजावले, "मी बहुतेक सगळ्या गोष्टी नियमितपणे वापरतो."

"हो हो, निश्चितच!" मी गोड बोलत म्हणाले.

ते नंतर ठरवता येईल असा मी मनोमन विचार केला.

त्याची कपाट आवरायची पद्धत खूप मजेशीर होती. तो पलंगावर बसला आणि मी कपाटातून दोन-दोन हँगर बाहेर काढत राहिले. तो शांतपणे अंगठा उंचावत किंवा जमिनीकडे दाखवत निर्णय देत राहिला. फक्त एकदाच तो म्हणाला, "ही पँट मी यापूर्वी कधीही पाहिली नाही." सरतेशेवटी एक भली मोठी पिशवी भरून सामान गोळा झाले.

लवकरच मला भरपूर रिकामी जागा असलेल्या कपाटाची सवय होऊ लागली आणि मनात विचार आला की, इतके कमी कपडे असूनही मला ते भरपूर आहेत असे का वाटते? आता हे सगळे कपडे मी खरोखर वापरणार आहे म्हणून की काय?

कमी पर्याय उपलब्ध असणे मला आनंदी ठेवत होते. अनेक पर्याय असणे हे जरी सगळ्यांना आवडत असले, तरी प्रत्यक्षात ते तुमचा उत्साह कमी करते. अनेक पर्याय उपलब्ध असल्याने समाधानी होण्यापेक्षा गोंधळायला होते. एका अभ्यासात असे दिसून आले की, दुकानात तुमच्या पुढ्यात जामचे दोन डझन प्रकार असतील किंवा निवृत्तीनंतरच्या गुंतवणुकीच्या भरपूर योजना उपलब्ध असतील तर लोक त्याचा नीट अभ्यास करून निर्णय करण्यापेक्षा विचार न करता एखादा पर्याय उचलतात किंवा काहीही निर्णय न घेताच निघून जातात.

मलादेखील पाच काळ्या पँटमधून, नीट न बसणाऱ्या किंवा जुनाट फॅशनमुळे न वापरल्या जाणाऱ्या; परिणामी, अपराधी वाटायला लावणाऱ्या पँटपेक्षा, दोन काळ्या पँटमधून निवड करणे जास्त आनंददायी वाटते.

हे इतके क्षुल्लक काम करून मला इतकी स्फूर्ती मिळणार आहे हे कोणाला

माहीत होते? आता मला घरात पसारा आवरण्याचे जणू वेडच लागले होते. एका मैत्रिणीच्या डोहाळे-जेवणाच्या वेळी, मी माझ्या मैत्रिणींना पसारा आवरण्याबाबत त्यांना अजून काही युक्त्या माहीत आहेत का असे विचारले. "घरात एखाद्या ठरावीक ठिकाणीच जास्त पसारा होत असतो. तिकडे लक्ष दे." एक मैत्रीण उद्‌गारली. "उदा. डायनिंग टेबल, किचनमधला ओटा. अशा ठिकाणी घरातले सगळेजण अनेक गोष्टी आणून टाकत असतात."

"बरोबर!" मी म्हणाले. "आमच्या बेडरूममध्ये एक खुर्ची आहे, ज्यावर जास्तीतजास्त वस्तू टाकल्या जातात. आम्ही त्या खुर्चीवर कधीच बसत नाही; पण आम्ही त्यावर कपडे टाकतो, मासिके ठेवतो."

"जिथे आधीच पसारा झालेला असतो, तिथेच अजून पसारा केला जातो. तुम्ही तो भाग नीट आवरून ठेवलात तर तिकडे पसारा केला जाणार नाही आणि अजून एक!" ती मैत्रीण म्हणाली. "जेव्हा तुम्ही कोणत्याही प्रकारची इलेक्ट्रॉनिक वस्तू आणता, तेव्हा त्यासंबंधित वायरी, मॅन्युअल इ. गोष्टी चिठ्ठी लावून एका पिशवीमध्ये ठेवा. म्हणजे मग वायरींचा गुंता सोडवत बसायला नको आणि जर आपण ती वस्तू पुढेमागे टाकून दिली, तर त्यासंबंधित या सगळ्या वस्तूदेखील एकदम टाकून देता येतात."

"तू अशी कल्पना कर की, तू घर बदलते आहेस" दुसरी मैत्रीण म्हणाली. "मी असे करून बघितले आहे. संपूर्ण घरभर फिरायचे आणि स्वत:ला विचारत राहायचे की, जर मी हे घर बदलत असेन तर नव्या घरामध्ये मी ही वस्तू घेऊन जाईन की इथेच सोडून जाईन?"

"मी कोणतीही वस्तू फक्त भावनिक कारणाकरता जपून ठेवत नाही." अजून एक मैत्रीण म्हणाली. "मी ती वस्तू सध्या वापरत असेन तरच ठेवते."

या सगळ्या सूचना उपयुक्त होत्या; पण शेवटची सूचना माझ्याकरता अवघड होती. माझ्याकडे 'जस्टिस नेव्हर रेस्टस' असे लिहिलेला एक तोकडा टी-शर्ट होता, जो मी न्यायाधीश सँड्रा डे ओ'कॉनर यांच्याकडे काम करत असताना त्यांच्याबरोबर एरोबिक्स क्लासला जाताना वापरत असे. तो मी कधीच टाकून देऊ शकणार नव्हते किंवा माझ्या मुलीच्या, एलिझाबेथच्या जन्माच्या वेळी तिला हॉस्पिटलमधून घरी आणले, तेव्हाचा तिचा बाहुलीच्या आकाराचा ड्रेस मी कधीच टाकून देणार नव्हते. (या गोष्टी फार जागादेखील अडवत नव्हत्या. माझ्या एका मैत्रिणीने तर कॉलेजमध्ये असताना वापरलेल्या टेनिसच्या बारा रॅकेट जपून ठेवल्या आहेत.)

एकदा माझी कॉलेजमधली एक मैत्रीण न्यू यॉर्कला आली असताना, कॉफी घेता घेता आम्ही पसारा आवरणे, घरातले सामान कमी करणे या विषयांवर भरभरून बोलत होतो. मी विचारले, "औषधांचा कप्पा आवरलेला असणे यातले समाधान

आयुष्यातल्या इतर कोणत्याही समाधानाची बरोबरी करेल का? अजिबात नाही!''

"हो, खरे आहे.'' तिनेदेखील तितक्याच उत्साहाने मान डोलवली. तिने अजून एक नामी उपाय सुचवला,

"तुला माहीत आहे? मी घरात एक कप्पा पूर्णपणे रिकामा ठेवते.''

"म्हणजे?''

"मी माझ्या घरातला एका कप्पा रिकामा ठेवते. पूर्ण रिकामा! बाकी सगळे कप्पे भले ठासून भरलेले असतील; पण माझ्या घरात एका कप्पा पूर्ण रिकामा असतो.''

मला ही अभिनव कल्पना आवडली. एक कप्पा रिकामा? तिला तीन मुले होती. रिकामा कप्पा म्हणजे अजून एक शक्यता, वाढत्या गरजांकरता जागा, एका किमती जागेचा वापर - फक्त एका अभिजात सौंदर्याकरता. मलापण असे करावेसे वाटले. मी घरी गेले आणि सरळ आमच्या हॉलमधल्या कपाटाचा एक कप्पा रिकामा करून टाकला. तो खूप मोठा कप्पा नव्हता; पण तो 'रिकामा' कप्पा होता. अफलातून!

मी घरभर फिरले. प्रत्येक छोटी मोठी गोष्ट नजरेखालून घातली. मला मुलींच्या छोट्याछोट्या खेळण्यांचा वीट आला होता. चमकते बॉल्स, छोटेछोटे टॉर्च, प्लॅस्टिकचे लहानलहान प्राणी... असल्या वस्तू घरभर विखुरलेल्या होत्या. या गोष्टी छान असल्या आणि मुलींना त्या टाकून द्यायच्या नसल्या, तरी माझ्यापुढे प्रश्न होता की, हे सगळे कसे आणि कोठे सांभाळून ठेवू?

माझे आठवे तत्त्व आहे 'समस्या ओळखा.' माझ्या लक्षात आले की, समस्येचे स्वरूप काय आहे, ती समस्या कशी सोडवता येईल असा विचार मी कधी केला नव्हता आणि बरीच वर्षे मी त्या समस्यांबरोबरच जगत होते. असे म्हणतात की, समस्या व्यवस्थित शब्दांत मांडल्यास त्यातच त्याचे उत्तर सापडते.

उदा. मला कोट कधी हँगरवर लावायला आवडत नाही.

समस्या ओळखा : मी माझा कोट हँगरवर का लावत नाही?

उत्तर : मला हँगरबरोबर खेळत बसायला आवडत नाही.

उपाय : कपाटाच्या दरवाजामागे एक हुक लावून घेणे.

मी जेव्हा स्वत:ला विचारले की, 'या सगळ्या छोट्याछोट्या खेळण्यांनी मला काय त्रास होणार आहे?' त्याचे उत्तर होते 'एलिझाबेथ आणि इलिनॉर या दोघींना ती खेळणी जपायची असली, तरी ती ठेवायला आमच्याकडे जागा नाही.' हुर्रे! मला माझ्या प्रश्नाचे ताबडतोब उत्तर मिळाले. दुसऱ्या दिवशी मी दुकानात जाऊन पाच

मोठे काचेचे जार आणले. संपूर्ण घरभर फिरून मी सगळी छोटी खेळणी गोळा केली आणि या जारमध्ये ठेवून दिली. सगळे जार भरून गेले आणि पसारा चुटकीसरशी गायब झाला. ते जार शेल्फवर ठेवताच मला समजले की, ते माझ्या अपेक्षेपेक्षा जास्त छान, रंगीबेरंगी आणि आकर्षक दिसत होते. माझे उत्तर नुसते उपयुक्तच नव्हते तर दिसायलाही छान होते.

या सगळ्या आवराआवरीतून एक अनपेक्षित सुखद धक्का बसला - घरात चार-चार थर्मामीटर असण्याचा उलगडा झाला. मला थर्मामीटर कधीच वेळेवर सापडत नसे आणि मग मी दर वेळी नवीन विकत आणत असे. माझ्या या पसारा आवरण्यातून चार थर्मामीटर सापडले (प्रत्यक्षात मी मुलींच्या गळ्याला हात लावून ताप पाहते.) या सगळ्यातून एक अनुभव पदरी पडला आणि तो म्हणजे काही सापडत नसेल, तर पसारा आवरा. मला हे लक्षात आले की, घरात कित्येक गोष्टी हाताशी लागतील अशा ठिकाणी ठेवणे सोपे असले, तरी जेव्हा त्या गोष्टी योग्य त्या ठरावीक जागी ठेवल्या जातात तेव्हा समाधान वाटते. एखादी वस्तू जागच्या जागी ठेवण्याने आयुष्यात अजून एक आनंद मिळतो. शूपॉलिशच्या डबीसाठी विशिष्ट ठिकाण ठरवल्याने मला अचूक नेम लागल्यासारखा आनंद झाला.

घराचा नीटनेटकेपणा कायम राखण्याच्या हेतूने मी रोजच्या वापराकरता काही नियम ठरवले. माझ्या चौथ्या तत्त्वाप्रमाणे (आत्ता, लगेच करा) मी 'एक मिनिटाचा नियम' अमलात आणायला सुरुवात केली. त्या नियमानुसार, ज्या कामाला एका मिनिटापेक्षा कमी वेळ लागतो, ते काम हातासरशी करून टाकायचे, पुढे ढकलायचे नाही असे मी ठरवले. छत्री जागेवर ठेवणे, कागदपत्रे फाइलला लावणे, वर्तमानपत्रे रद्दीच्या कप्प्यात ठेवणे, काम होताच कपाटाचा दरवाजा लगेच बंद करणे – या सगळ्या कामांना फक्त काही सेकंद लागतात; परंतु त्याचा एकत्रित परिणाम खूपच समाधानकारक असतो.

या एका मिनिटाच्या नियमाबरोबर मी संध्याकाळी घर आवरण्याचा एक नवा नियम सुरू केला. झोपायला जाण्यापूर्वी दहा मिनिटे घरातल्या छोट्याछोट्या गोष्टी आवरून टाकायच्या. अशा नीटनेटकेपणामुळे आमची सकाळ शांत आणि प्रसन्न सुरू होऊ लागली आणि रात्री मला लवकर झोप लागू लागली. वस्तू जागच्या जागी ठेवणे समाधानकारक असते आणि त्यामुळे होणाऱ्या हालचालीने थकल्याची जाणीव होते. मी झोपण्यापूर्वी पांघरुणात गुरफटून तासभर वाचन करत असले, तरी त्या सुखासीन भावनेपेक्षा असे थकून झोपणे ही भावना जास्त समाधानाची होती.

जसजसा कपाटातला आणि दरवाजामागचा पसारा नाहीसा होऊ लागला, तसतसा मी नजरेत खुपणारा पसारा आवरायला घेतला. उदा. आम्ही अनेक मासिकांची वर्गणी भरली होती; पण ती आलेली मासिके आम्ही कधीच नीट ठेवत

नसू. मी एक कप्पा रिकामा करून त्यात ही सगळी मासिके गठ्ठा करून ठेवून दिली. म्हणजे मग जिमला जाण्यापूर्वी त्या कप्प्यातून हवे असलेले मासिक घेतले की, काम झाले. मी घरातल्या बोर्डवर अनेक आमंत्रणे, शाळेच्या नोटिसा, बारीक-सारीक नोटस लावून ठेवत असे. आता मी सरळ 'आगामी कार्यक्रम' नावाची एक फाइल केली आणि बोर्डवरच्या सगळ्या गोष्टी त्या फाइलमध्ये लावून टाकल्या. मी इतकी नीटनेटकी, टापटिपीची कधीच नव्हते; पण आता आमच्या घरातला बराचसा पसारा आवरला गेला होता.

यापूर्वी मी पसारा आवरायला घाबरत होते, कारण मला हे काम खूप मोठे वाटत असे आणि तसे ते मोठे होतेदेखील; पण आज जेव्हा मी रिकामी जागा पाहते, नीटनेटकेपणा पाहते तेव्हा माझ्या अंगात एक उत्साहाची लाट सळसळते. बदललेले घर पाहून माझे मलाच चकित व्हायला होते आणि मी जेमीच्या वाक्याची वाट पाहते 'बापरे! एकदम चकाचक दिसते आहे सगळे घर. किती कष्ट केलेस तू! जिथेतिथे सुरेख दिसायला लागले आहे.' पण जेमी हे कधीच बोलला नाही. मला माझा गोल्ड स्टार न मिळाल्याने मी हिरमुसले. मात्र, त्याने जवळजवळ अडीचशे किलो सामान न बोलता भंगारात नेऊन टाकले, हेही तितकेच खरे. आता त्याने माझे मला हवे तसे कौतुक केले नाही, तरी मला फरक पडणार नव्हता. मी माझ्या या पसारा आवरण्याच्या उपक्रमामुळे भरपूर उत्साही झाले होते.

रेंगाळणारी कामे उरका

कामे रेंगाळली की, माझा उत्साह संपून जातो आणि मला अपराधी वाटू लागते. मी एखाद्या लग्न समारंभाकरता प्रेझेंट आणू शकले नाही, तर 'अरे, मी अशी कशी मैत्रीण आहे?' असे मला वाटे. तसेच मी कधी स्किन कॅन्सर झालाय की नाही हे तपासणी करून घ्यायला गेले नाही, तर मी फारच बेजाबदार आहे असे मला वाटत असे (माझी त्वचा खूप नाजूक आहे आणि त्यावर लाल रंगाची लव आहे). माझ्या लहानग्या इलिनॉरला बूट आणायला उशीर झाला की, मला मी किती वाईट आई आहे असे वाटू लागे. एकदा तर माझ्या पुढ्यात मधमाश्यांच्या पोळ्याच्या आकाराचा एक लॅपटॉप आहे आणि साचून राहिलेल्या कामांच्या चिठ्ठ्या मधमाश्यांसारख्या माझ्याभोवती 'आधी मी!', 'आधी मी!' असे म्हणत घोंगावत आहेत आणि मी त्यांना उडवून लावतेय असे चित्र माझ्या डोळ्यांसमोर आले. आता खरोखरच यातून सुटका करून घेण्याची वेळ आली होती.

मग मी शांतपणे बसून भलीमोठी पाच पानी कामांची यादी लिहून काढली. यादी बनवणे मोठे मजेचे काम होते. मला मात्र आता ही वेळोवेळी दूर लोटलेली– काहीकाही तर वर्षानुवर्षे पुढे ढकललेली– कामे संपवायला घ्यायला हवी होती. मला

बरे वाटावे म्हणून मी त्यात पाच मिनिटांत उरकली जाणारी कामेदेखील लिहून ठेवली.

पुढचे अनेक आठवडे मी इमानेइतबारे त्या यादीतली कामे कमी करायला घेतली. प्रथम माझी स्किन कॅन्सरची तपासणी उरकली. घराच्या खिडक्या स्वच्छ करून घेतल्या. माझ्या कॉम्प्यूटरकरता एक बॅक-अप सिस्टीम विकत घेतली, माझे केबलचे बिल अव्वाच्या सव्वा का येते ते शोधून काढले तसेच माझ्या शूजना टाचा बसवून घेतल्या.

काही अवघड कामे उरकताना ती अधिकच मोठी होऊन मला सतावू लागली. कामे एकातून एक लांबत जाऊ लागली आणि त्यांना असंख्य फाटे फुटू लागले. अठरा महिन्यांपासून रेंगाळणारे माझे दाताच्या स्वच्छतेचे काम करायला डेंटिस्टकडे गेले तर काय समजले? माझ्या एका दाताला फिलिंगच्या खाली कीड लागली आहे. काय करणार? मला पुढच्या आठवड्यात परत डेंटिस्टकडे जावे लागले. एक काम मी बरेच महिने पुढे ढकलत होते. आमच्या बिल्डिंगच्या सुपरवायझरला मी बेडरूममधला दिवा दुरुस्त करायला बोलावले तर तो म्हणाला की, तो हे काम करू शकत नाही. त्याने मला एका इलेक्ट्रिशियनचा नंबर दिला. मी त्या इलेक्ट्रिशियनला बोलावले. त्याने तो भिंतीवरचा दिवा खाली काढला; पण त्याला तो दुरुस्त करता येईना. मग त्याने मला एका रिपेअरिंगच्या दुकानाचा पत्ता दिला. मी तो दिवा घेऊन त्या रिपेअरिंगच्या दुकानामध्ये गेले. आठवडाभराने दिवा परत मिळाला. तो दिवा बसवायला पुन्हा त्या इलेक्ट्रिशियनला बोलवावे लागले. मग तो दिवा पूर्ववत चालू झाला. मी कामे पूर्ण करण्याचा सपाटा लावला होता.

काही रेंगाळणारी कामे कधीच संपणार नाहीत हे मी मान्य करायला हवे. काही कामे मला रोज करावी लागणार होती. सरतेशेवटी मी (बहुतेक?) रोज सनस्क्रीन लावायला सुरुवात केली. (बहुतेक?) रोज दात फ्लॉस करायला सुरुवात केली. (उन्हात फिरल्याने स्किन कॅन्सर होऊ शकतो आणि हिरड्यांची नीट काळजी घेतली नाही तर दात खराब होऊ शकतात हे मला माहीत असले, तरी चेहऱ्यावरच्या सुरकुत्या आणि श्वासाची दुर्गंधी ही माझ्या स्किनची आणि दातांची काळजी घेण्यामागची खरी कारणे होती.)

कधीकधी मात्र काम करायचे ठरवणे हेच मोठे अवघड काम असते. एकदा मी पंचेचाळीस सेकंदात अठ्ठेचाळीस शब्दांची मेल पाठवली, जे काम करायचे गेले पंधरा दिवस माझ्या मनात घोळत होते. नेहमी ही असली फुटकळ कामेच माझा उत्साह कमी करत असत.

स्वत:चा मूड सांभाळणे हा आनंदी होण्याकरता एक महत्त्वाचा घटक आहे. संशोधनातून असे दिसून आले आहे की, रेंगाळलेली छोटी कामे तडीस नेणे हा मूड

चांगला करण्याचा एक सोपा मार्ग आहे. अशी दुर्लक्षित कामे केल्याने माझा जो उत्साह वाढला, तो पाहून मीच आश्चर्यचकित झाले.

अधिक उत्साहाने कामे करा

अधिक उत्साही वाटण्याकरता मी माझ्या बारा तत्त्वांपैकी एका तत्त्वानुसार वागायचे ठरवले– 'जशी भावना हवी तशी कृती करा.' हे तत्त्व मी आनंदाबद्दल केलेल्या संशोधनाचे सार आहे. आपण असे समजतो की, आपले वागणे आपल्या भावनेनुसार असते; पण प्रत्यक्षात आपण जसे वागतो तशी आपली भावना असते. उदा. संशोधनातून असे सिद्ध झाले आहे की, खोट्या हसण्यानेदेखील आनंदी भावना निर्माण होते. शिवाय एका प्रयोगात असे आढळून आले आहे की, बोटॉक्स (चेहऱ्यावरील सुरकुत्या घालवण्याकरता वापरली जाणारी एक उपचारपद्धत) केलेल्या लोकांना कमी राग येतो, कारण ते रागीट चेहरा करूच शकत नाहीत. एक तत्त्वज्ञ आणि मानसशास्त्रज्ञ विल्यम जेम्स असे सांगतो की, 'भावनेतून कृती जन्माला येते असे वाटत असले, तरी भावना आणि कृती एकत्रितपणेच काम करतात.' आपली कृती (जी प्रत्यक्ष इच्छाशक्तीच्या जोरावर चालते) नियंत्रित करून आपण आपल्या भावना (ज्या इच्छाशक्तीच्या जोरावर निर्माण होत नाहीत) नियंत्रित करू शकतो.

ढोंग करणे चुकीचे असले, तरी मला ते खूपच उपयुक्त वाटू लागले. माझ्या अंगातली ताकद संपत चालली आहे हे जेव्हा मला जाणवत असे, तेव्हा मी अधिक उत्साही असण्याचा आव आणू लागले. माझ्या चालण्याचा वेग वाढवू लागले, चालताचालता फोन्स करू लागले, मी माझ्या आवाजात अधिक उत्साह, जिव्हाळा आणू लागले. कधीकधी मला माझ्या मुलींबरोबर वेळ घालवयाच्या कल्पनेनेच थकायला होत असे; परंतु एका कंटाळवाण्या दुपारी, मला फक्त सोफ्यावर पडून राहण्याची भूमिका पार पाडावी लागेल असा एखादा खेळ शोधून काढण्याऐवजी (तशा माझ्याकडे असल्या आयडिया भरपूर असतात म्हणा!), मी मुलींना म्हणाले, 'चला, आपण छोटा तंबू उभारून त्यात खेळू या.' आणि मला वाटले तसेच झाले. मी उसन्या उत्साहाने वागल्यामुळे माझ्यात आपोआप उत्साह संचारला.

जानेवारी संपेपर्यंत माझ्या प्रोजेक्टला उत्तम सुरुवात झाली होती; पण मी आनंदी झाले होते का, हे इतक्यातच सांगणे अवघड होते. एक मात्र खरे की, मला अधिक जागरूक आणि शांत वाटू लागले होते. मला अधूनमधून तणाव जाणवत असला, तरी त्याचे प्रमाण पूर्वीपेक्षा कमी होते.

मला असे जाणवले की, उत्तम वर्तणुकीबद्दल स्वत:लाच शाबासकी दिल्याने मी माझ्या संकल्पांचे कसोशीने पालन करू शकले; मग ती शाबासकी माझ्या तक्त्यावरच्या एखाद्या संकल्पापुढे नुसती 'टिक' करण्याकरता का असेना. थोड्याशा

प्रोत्साहनामुळेही माझ्यात खूप फरक पडे. मात्र, तरीसुद्धा हे संकल्प पाळण्याबद्दल मला स्वत:ला सतत बजावावे लागत होते. महिना अखेरपर्यंत माझा उत्साह हळूहळू घसरणीला लागत होता. कपाटे आवरून मला बराच आनंद झाला असला तरी सतत घर नीट ठेवणे हे महाकठीण काम होते.

कदाचित 'एक मिनिटाचा नियम' आणि 'संध्याकाळी घर आवरण्याचा नियम' पाळल्याने पसारा थोडाथोडा कमी होत नियमितपणे आवरला जाऊ लागला आणि पूर्वीसारखा अस्ताव्यस्त कधीच वाटला नाही.

ही अशी स्वत:ला शिस्त लावल्याने मला खूपच उत्साही आणि समाधानी वाटू लागले होते. ज्या कपाटाकडे बघून अंगावर काटा यायचा, ते कपाट पाहून आता मी आनंदी होत होते. माझ्या टेबलावरचे, कडा पिवळ्या होत चाललेले कागद आता नाहीसे झाले होते. सॅम्युएल जॉन्सनच्या मते छोट्याछोट्या गोष्टींकडे लक्ष दिले असता कमीतकमी कटकटींना सामोरे जाण्याचे आणि जास्तीतजास्त आनंद मिळवण्याचे कौशल्य आपल्याला प्राप्त होते.

२

फेब्रुवारी

प्रेमभावना विसरू नका

लग्न

- कटकट करणे बंद करा
- कौतुकाची अपेक्षा धरू नका
- योग्य प्रकारे वाद घाला
- आपले प्रॉब्लेम्स दुसऱ्यावर ढकलू नका
- प्रेमाचे दाखले द्या

एका संशोधनातून 'आनंद आणि विवाह' या संदर्भात विचार करायला लावणारे एक सत्य पुढे आले आहे की, पहिल्या मुलाच्या जन्मानंतर वैवाहिक समाधान झपाट्याने खाली घसरते. तसेच लहान वयाच्या आणि किशोर वयाच्या मुलांमुळे वैवाहिक नात्यात फूट पडते.

माझ्या आणि जेमीच्या लग्नाला अकरा वर्षे झाली आहेत आणि एलिझाच्या जन्मानंतर निश्चितपणे आमच्यातल्या धुसफुशीचे प्रमाण वाढले आहे. एलिझाच्या जन्माआधी 'हे काम तुझे तू करू शकत नाहीस का?' असे माझ्या तोंडून कधीच बाहेर पडले नव्हते. गेल्या काही वर्षांपासून मात्र माझे तक्रार करणे, अळमटळम करणे, धोशा लावणे वाढले होते. यावर उपाय शोधायला हवा होता.

जेव्हा माझी आणि जेमीची लॉ कॉलेजच्या लायब्ररीत पहिल्यांदा ओळख झाली, तेव्हापासून (त्या वेळी त्याने घातलेले लाल रंगाचे जॅकेट अजूनही माझ्या कपाटात मी जपून ठेवले

आहे.) आम्ही एकमेकांच्या प्रेमात आहोत. अलीकडे मात्र छोट्यामोठ्या कुरबुरींमुळे आणि कटू शब्दांमुळे आमच्यातले रोजचे प्रेमाचे क्षण कमी होत चालले आहे की काय अशी मला काळजी वाटू लागली आहे.

तसे आमचे वैवाहिक नाते काही धोक्यात आले नव्हते. आम्ही आमचे एकमेकांवरचे प्रेम उघडपणे आणि वारंवार व्यक्त करत होतो, एकमेकांच्या इच्छेचा मान राखत होतो, आमच्यातले वाददेखील आम्ही कौशल्याने हाताळत होतो. प्रतिसाद न देणे, संरक्षणात्मक पवित्रा घेणे, टीका करणे आणि अवमान करणे या गोष्टींनी नवरा-बायकोच्या नात्यात वितुष्ट येते. अशा वागण्याला विवाहतज्ज्ञ जॉन गॉटमन 'फोर हॉर्समेन ऑफ अपोक्लीप्स' असे नाव देतो. आम्ही तसे वागत नव्हतो. हं...! आम्ही प्रतिसाद न देणे, संरक्षणात्मक पवित्रा घेणे, टीका करणे हे कधीमधी करत असू; पण आम्ही एकमेकांचा अवमान कधीच केला नाही.

आता मात्र मला माझ्या काही चुकीच्या सवयी बदलायच्या होत्या. आमचे वैवाहिक नातेसंबंध सुधारणे हे निश्चितच माझ्या हॅपिनेस प्रोजेक्टचे महत्त्वाचे उद्दिष्ट होते. आनंदी असण्यामध्ये सुखी वैवाहिक नात्याचा सिंहाचा वाटा आहे. आनंदी लोक चांगला संसार करतात आणि सुखाने एकमेकांबरोबर नांदतात. विवाहामुळे मिळणारा आधार आणि सोबत ही प्रत्येकाचीच गरज असल्याने विवाह करण्याने माणूस आनंदी होत असतो.

इतर सर्व विवाहित लोकांप्रमाणेच माझे लग्न हासुद्धा माझ्या आयुष्यातल्या अनेक महत्त्वाच्या निर्णयांचा पाया होता. कुठे राहायचे, मुलांचा जन्म, माझे मित्रमंडळ, माझे काम, माझा आराम. माझ्या विवाहाच्या निर्णयाने माझ्या आयुष्याचे धागेदोरे विणले जाणार होते. म्हणूनच मी माझ्या हॅपिनेस प्रोजेक्टमध्ये आमच्या विवाहाचा समावेश करायचे ठरवले आणि तेसुद्धा लगेच दुसऱ्याच महिन्यात.

माझे जेमीबरोबरचे नाते हे माझ्या रोजच्या आयुष्यातील महत्त्वाचे अंग असले, तरी दुर्दैवाने हेच नाते मला नीटपणे सांभाळता येत नव्हते. बरेचदा माझे लक्ष फक्त तक्रारी आणि भांडणे करण्याकडे असे आणि प्रसंगी मी अनेकदा जेमीला दोष देत असे. बल्ब उडाला, घरात पसारा झाला, कामावर कटकट झाली... काहीही झाले की, मी जेमीला जबाबदार धरत असे.

जेमी हे एक अजब रसायन आहे. त्याच्या उपरोधिक वागण्याने तो बराचसा अलिप्त वाटतो आणि जे त्याला जवळून ओळखत नाहीत त्यांना तो तुटक वाटतो; पण तो खरे तर मृदू स्वभावाचा आहे (याचे उत्तम उदाहरण म्हणजे त्याला 'ओपन वॉटर' किंवा 'रेझवॉर डॉग्ज'सारखे भडक चित्रपटही आवडतात आणि 'से एनीथिंग' सारखे भावनाप्रधान चित्रपटही आवडतात.) कधीकधी टिपिकल नवरे मंडळींसारखा काम करायला नकार देऊन तो मला चिडायला लावत असतो तर कधीकधी मी न

सांगताही माझा कॉम्प्यूटर 'अपग्रेड' करून देतो. तो बेड आवरतो; पण कपडे धुण्याच्या टबमध्ये टाकत नाही. तो वाढदिवसाला गिफ्ट्स आणायला विसरत असला, तरी अनपेक्षितपणे गिफ्ट देणे ही त्याची खासियत आहे. इतर लोकांसारखाच तोदेखील चांगल्या-वाईट गुणांचे मिश्रण आहे. मात्र, माझी सगळ्यात चुकीची सवय म्हणजे त्याचे फक्त दोष काढणे आणि त्याचे गुण विसरून जाणे.

माझ्या हॅपिनेस प्रोजेक्टमधील एक महत्त्वाची बाब माझ्या लक्षात आली होती आणि ती म्हणजे, मी दुसऱ्या कोणालाही बदलू शकत नाही. जेमीला बदलायला लावून मला आमचे वैवाहिक नाते सुधारण्याचा मोह झाला होता; पण ते साध्य झाले नसते. मी फक्त स्वतःला बदलू शकते. स्वतःच्या मनाला उभारी देण्याकरता मी माझ्या बाराव्या तत्त्वाकडे वळले; 'शेवटी प्रेम महत्त्वाचे!'

माझ्या एका मैत्रिणीमुळे मला हे तत्त्व सुचले. एकदा ती एका कडक शिस्तीच्या बॉसच्या हाताखाली अत्यंत जबाबदारीचे काम हाती घेणार होती, तेव्हा तिने हे वाक्य म्हटले होते. कामावर रुजू होण्यापूर्वी एक अधिकारी तिला म्हणाला होता की, 'प्रामाणिकपणे सांगायचे झाले तर जॉन डो एक उत्कृष्ट अधिकारी आहे; पण त्यांच्या हाताखाली काम करणे खूप अवघड आहे. बघ, आधीच विचार कर.' माझ्या मैत्रिणीला नोकरीची गरज होती. तिने ठरवले 'शेवटी प्रेम महत्त्वाचे' या तत्त्वानुसार वागायचे.

तेव्हापासून तिने जॉनवर टीका करणारे विचार सोडून दिले. त्याच्याबद्दल ती त्याच्या पाठीमागेदेखील कधी उणे-दुणे बोलली नाही. तसेच इतर लोक त्याच्यावर काय टीका करतात तेही ती ऐकण्याच्या फंदात पडली नाही.

"तुझे सहकारी तुला गोडगोड वागणारी समजतात का?'' मी विचारले.

"नाही. त्यांनादेखील माझ्यासारखेच वागायची इच्छा आहे. जॉन त्यांनादेखील वैताग आणतो; पण मी प्रामाणिकपणे सांगते की मला जॉन आवडतो.''

जर माझी मैत्रीण तिच्या बॉसकरता इतके काही करू शकते, तर मग मी जेमीकरता का नाही करू शकणार?

माझ्या मनात जेमीबद्दल खूप प्रेम आहे; पण का कोण जाणे मी अनेक क्षुल्लक बाबी आमच्या प्रेमामध्ये आणत होते. मी स्वतःच स्वतःच्या अपेक्षांना पुरी पडत नव्हते आणि मग माझ्या वाईट वागण्याचा मला पश्चात्ताप झाल्यावर मी अजूनच वाईट वागत होते.

प्रेम ही एक मजेशीर गोष्ट आहे. वेळप्रसंगी मी जेमीकरता माझी किडनीदेखील काढून द्यायला तयार होईन; पण तो जेव्हा मला बाहेरून येतायेता त्याच्याकरता शेव्हिंग क्रीम आणायला सांगतो तेव्हा मी वैतागते. पैसा, नोकरी, सेक्स, संवाद, धर्म, मुले, सासू-सासरे, दुसऱ्याबद्दलचे कौतुक, करमणुकीच्या कल्पना – ही

नवरा-बायकोच्या वादाची प्रमुख कारणे असतात असे सशोधनाअंती आढळून आले आहे. तान्ह्या मुलांना वाढवण्याचा काळदेखील परीक्षेचा असतो. मात्र, अशा बऱ्याच गोष्टी समाविष्ट केल्यानंतरही, माझे प्रॉब्लेम्स वेगळेच होते. मी आमच्या लग्नाबद्दल बराच विचार केला आणि नव्या नव्हाळीच्या दिवसांतले – मुलींच्या जन्माआधी आमचे नाते जसे नाजूक आणि एकमेकांना सांभाळून घेणारे होते – तसे पूर्वीसारखे होण्याकरता काय करता येईल याबद्दल उपाय शोधायला सुरुवात केली.

सर्वांत प्रथम मला घरातल्या कामांविषयीचा माझा दृष्टिकोन बदलायला हवा होता. माझा बराच वेळ इतरांना कामे सांगण्यात आणि त्यांच्याकडून ती कामे करवून घेण्यात जात असे. मी जेमीला सतत कामे सांगत असे आणि शिवाय मी केलेल्या कामांचे कौतुक कर असा लकडापण लावत असे. मला अधिक खेळकर व्हायची गरज होती, मुख्य करून संतापाच्या क्षणी. जी. के. चेस्टरटनचे एक वाक्य मला आठवले 'अवघड वागणे सोपे असते; पण सोपे वागणे अवघड असते.'

अशी म्हण नाही का, मरणे सोपे असते; पण विनोद करणे अवघड असते. मला जेमीला गृहीत धरून वागण्याची सवय बंद करायची होती. 'व्हॅलेंटाइन्स डे'ला फुले देण्यापेक्षा रोजच्या आयुष्यात जाणीवपूर्वक केलेल्या छोट्याछोट्या गोष्टी जास्त महत्त्वाच्या असतात. मला जेमीकरता खास गोष्टी करून, त्याचे कौतुक करून, त्याच्याशी प्रेमाने, आदराने वागून त्याला अनेक छोट्याछोट्या गोष्टींतून आनंदी ठेवायचे होते. नाहीतरी माझे अनुभवाचे बोल हेच सांगत होते की, कधीतरी एखादी गोष्ट करण्यापेक्षा तुम्ही रोज कसे वागता हे जास्त महत्त्वाचे आहे.

मी महिनाभरात कोणते प्रयोग करायचे ठरवले आहेत हे जेमीने मला कधी विचारले नाही आणि मी त्याला कधी आपणहून सांगितले नाही. मला हे व्यवस्थित माहीत होते की, माझे प्रयोग त्याच्यावरच होणार आहेत हे त्याला माहीत होते. ते प्रयोग कोणते आहेत ते आधीच समजल्यावर तो उगीचच स्वत:बद्दल जागरूक झाला असता.

हे सगळे संकल्प माझी परीक्षा पाहणार होते हे मला माहीत होते. माझा प्रत्येक संकल्प मी प्रत्येक दिवशी पाळेन, असा अव्यवहारीपणा मी करणार नव्हते; परंतु मला प्रयत्नांची पराकाष्ठा करायची होती. हॅपिनेस प्रोजेक्टच्या सुरुवातीलाच स्वत:मध्ये ताकद, उत्साह आणि नीटनेटकेपणा आणण्याचे कारण हे होते की, मानसिक आणि शारीरिक तयारी झाल्यामुळे प्रोजेक्टला आनंदाने आणि उत्साहाने हात घालता आला असता हे मला माहीत होते. ऐकायला विचित्र वाटेल पण व्यवस्थित आवरलेले कपाट आणि पुरेशी झोप या छोट्याशा गोष्टींनी मला शांत आणि आनंदी वाटायला सुरुवातही झाली होती. आता आव्हान असे होते की, फेब्रुवारीचे संकल्प तडीस नेताना जानेवारीतले संकल्प विसरून चालणार नव्हते.

कटकट करणे बंद करा

जेमीला सतत कटकट केलेली आवडत नसे. खरे तर मलाही कोणी कटकट केलेली आवडत नाही; पण मी बरेचदा जेमीला कटकट करत असे. नवरा-बायकोचे एकमेकांवर किती प्रेम आहे, आत्मीयता आहे, जिव्हाळा आहे यावरून त्यांचे वैवाहिक नाते समाधानी आहे की नाही हे ठरते; परंतु कटकटींमुळे या नात्यात समाधान राहत नाही असे संशोधनातून दिसून आले आहे. थोडक्यात काय, तर कटकट करून काहीही उपयोग होत नाही.

माझा हा संकल्प तपासून पाहण्याची संधी मला लवकरच व्हॅलेंटाइनची कार्डस् पाठवण्याच्या वेळी मिळाली. माझ्या मुलीचा, एलिझाचा जन्म होऊन पाच मिनिटे झाली नाहीत तोच मला दरवर्षीप्रमाणे नाताळची ग्रीटिंग कार्डस् पाठवण्याची तीव्र इच्छा झाली. आधीच डिसेंबर धामधुमीचा महिना असल्यामुळे मी नाताळची ग्रीटिंग कार्डस् पाठवण्याऐवजी फेब्रुवारीत व्हॅलेंटाइनची कार्डस् पाठवण्याची प्रथा सुरू केली. या निर्णयामागे कोणतीही कल्पकता नव्हती तर तो एक घायकुतीला येऊन घेतलेला निर्णय होता.

एके दिवशी मी आणि जेमी घरी सिनेमा पाहत बसलो होतो. तेव्हा व्हॅलेंटाइनची कार्डस् पाठवण्याच्या हेतूने मी कार्डसचा आणि पाकिटांचा गठ्ठा बाहेर काढला आणि जेमीला उत्साहात विचारले, "तुला कार्डस पाकिटात भरायला आवडेल की पाकिटे चिकटवायला?"

त्याने हताश होऊन म्हटले, "मला नको ना सांगूस!"

मी जेमीला मदत करायला लावावे का? त्याला असे विचारू का की, हे सगळे मी एकटीने करणे तुला बरोबर वाटते का? मला काय बोलावे ते सुचेना. यातली बरीच कामे मी आधीच केली होती – कार्डसची ऑर्डर देणे, कोणता फोटो कार्डवर छापायचा हे ठरवणे (एलिझाबेथ आणि इलिनॉरचा बॅलेच्या ड्रेसमधला एक सुरेख फोटो मी शोधून ठेवला होता.) तुला तर मी कितीतरी सोपे काम सांगतेय, हे सगळे मी बोलून दाखववे का? दुसऱ्या बाजूने विचार करता व्हॅलेंटाइन्स डे ला कार्डस पाठवण्याचा निर्णय माझा होता. मग त्याची मदत मागणे बरोबर होते का? जाऊ दे, काय चूक काय बरोबर ते सोडून देते. त्याला कटकट करण्यापेक्षा मीच भरते कार्डस.

"बरं, ठीक आहे." मी उसासा टाकत म्हणाले. "काही काळजी करू नकोस." जेमीला सोफ्यावर परत आरामात पहुडलेले पाहून मला थोडेसे दुखावल्यासारखे वाटले; पण माझ्या लक्षात आले की, सिनेमा पाहतापाहता कार्डस भरण्याच्या आनंदापेक्षा मी जेमीच्या मागे कटकट केली नाही याचा मला जास्त आनंद झाला आहे.

सिनेमा संपताच कार्डसच्या आणि पाकिटांच्या पसाऱ्यात बसलेल्या माझ्याकडे पाहत जेमी म्हणाला, "माझी व्हॅलेंटाइन होशील का?" जेमीला कार्डस् भरायला मी भाग पाडले नाही याचा मला आनंद झाला.

माझा कटकट करण्याचा स्वभाव सोडून देण्याच्या हेतूने मी माझ्याकरता काही क्लृप्त्या शोधून काढल्या. कोणालाही अधिकारवाणीच्या आवाजात कामे सांगितलेली आवडत नाहीत म्हणून मी न बोलता, जाताजाता कामे सुचवली जातील अशा पद्धती शोधून काढल्या. उदाहरणार्थ, मी जर एखादे पाकीट बाहेरच्या दरवाजाजवळ ठेवले असेल तर त्याचा अर्थ जेमीने ते ऑफिसला जाताजाता पोस्टात टाकायचे आहे. मी एका शब्दात आठवण करून द्यायची सवय स्वत:ला लावली. "हे बघ, आपण बागेत जायच्या आधी तू व्हिडिओ कॅमेऱ्यात काय बिघडले आहे ते शोधून ठेवणार होतास!" असे ओरडून सांगण्यापेक्षा, जेमी जेवण संपवून उठताना मी नुसते 'कॅमेरा' इतकेच म्हणाले. स्वत:ला पाहिजे तेव्हाच कामे व्हायला हवीत असा आग्रह धरायचा नाही, याची मी स्वत:ला वारंवार आठवण करून देऊ लागले. एकदा मला वाटले की, इलिनॉरला छोटी घसरगुंडी खूप आवडते, म्हणून जेमीने ती तळघरातून लगेच काढून द्यावी; पण ही माझी प्रबळ इच्छा मी दाबून धरली. अशी घाई करण्याचे काही कारण नव्हते. 'तुझ्या चांगल्याकरताच सांगतेय' अशा प्रकारचे सल्ले देणे मी बंद केले. 'छत्री घे', 'डेंटिस्टकडे जा', 'ब्रेकफास्ट करत जा' अशा सूचनांचा जेमीवर भडिमार करणे बंद केले. काही लोक याला प्रेम म्हणत असतील; पण माझ्या मते, वयाने मोठ्या व्यक्तीने स्वेटर घालायचा की नाही हे त्याला स्वत:चे स्वत: ठरवू द्यावे.

सर्वांत महत्त्वाची पण नावडती क्लृप्ती म्हणजे स्वत: काम करणे. घरात कायम पुरेसे पैसे असणे ही एकट्या जेमीची जबाबदारी कशी काय असू शकते? एकदा ते काम मी माझ्याकडे घेतले आणि तेव्हापासून घरात दर वेळेस पुरेसे पैसे राहू लागले. त्यामुळेदेखील मी अधिक आनंदी राहू लागले. तसेच जेमी जेव्हा एखादे काम पूर्ण करत असे, तेव्हा मी त्यातल्या चुका काढणे बंद केले. एकदा त्याने एका व्हिडिओ कॅमेऱ्याकरता जास्त पैसे मोजले होते; पण मी काही बोलले नाही. त्याने त्याच्या पद्धतीने निर्णय घेतला हे मी मान्य करून टाकले.

मी जास्तीतजास्त वेळा फक्त बघ्याची भूमिका घेण्याचा आणि जेमीच्या कामाचे कौतुक करण्याचा प्रयत्न केला. नकळत आपण बरेचदा असे समजत असतो की, आपण इतरांपेक्षा जास्त चांगल्या पद्धतीने काम करतो किंवा आपण इतरांपेक्षा जास्त काम करतो. (गॅरिसन किलरच्या 'लेक वॉबगॉन फॉलसी'मध्ये सांगितल्याप्रमाणे आपण सगळेच स्वत:ला इतरांपेक्षा श्रेष्ठ समजत असतो.)

एकदा एका अभ्यास गटातल्या विद्यार्थ्यांना एका प्रयोगात त्यांचा वैयक्तिक हातभार किती असेल याचा अंदाज विचारला असता, त्या सर्वांच्या हातभाराची बेरीज

१३९ टक्के झाली. मी समजू शकते. इतरांनी काय केले आहे यापेक्षा आपण काय केले याबद्दल आपण जास्त जागरूक असतो. माझा खूपसा वेळ बिले भरण्यात जायचा म्हणून मी तक्रार करत असे; पण जेमीचा खूपसा वेळ गाडी तंदुरुस्त ठेवण्यात जायचा याकडे माझे दुर्लक्ष होत असे.

माझ्या एका मैत्रिणीकडे यावर एक अनोखा उपाय होता. ती आणि तिचा नवरा एकमेकांना कामे सांगत नसत. त्यांना चार मुले असली, तरी त्यांच्यात एक अलिखित करार होता की, 'तू मुलांना बर्थडे पार्टीला घेऊन जा' किंवा 'तू टॉयलेट दुरुस्त कर' असे कोणी कोणाला सांगायचे नाही किंवा सुचवायचे नाही; पण ते दोघेही घरात स्वत:हून कामे करत असल्याने त्यांची पद्धत त्या घरात चालत होती. ही कल्पना कितीही प्रेरणादायी असली, तरी मी तसे करण्याचा विचार करू शकत नव्हते. ते फारच आदर्शवादी उदाहरण झाले.

कौतुकाची अपेक्षा धरू नका

कामे करवून घेण्याकरता धोशा लावण्याची माझी सवय अभ्यासताना मला माझ्या स्वभावाचा अजून एक पैलू समजला. जेमीने माझे सतत कौतुक करावे अशी माझी अपेक्षा असे.

व्हॅलेंटाइन डेच्या प्रोजेक्टसारखे काम मी हाती घेतले, तेव्हा मला जाणवले की, मला जेमीकडून फक्त मदतच नको होती तर त्याने 'छान फोटो निवडलेस तू मुलींचे! हे कार्डस् पाठवायचं चांगलं प्रोजेक्ट तू हाती घेतलंस!' असे काहीतरी म्हणायला हवे होते. मला सतत गोल्ड स्टार हवा असायचा.

असे का बरे असावे? का मी असे स्वत:चे लाड करून घेत होते? माझ्या मनात एखादी असुरक्षिततेची भावना होती का? काही का असेना, जेमीकडून सतत कौतुक करून घेण्याची माझी सवय मला काढून टाकायला हवी होती. इतकेच काय पण मी काहीतरी चांगली गोष्ट केली आहे हे जेमीच्या लक्षात यायला हवे असा अट्टाहासदेखील मी सोडून द्यायला हवा होता. मग मी मला स्वत:लाच एक नवा नियम लावून घेतला; 'कौतुक, स्तुती मिळवायच्या नादी लागू नका.'

कौतुक करून घेण्याच्या हव्यासाने माझा स्वभाव किती व्यापला होता हे इतके बारकाईने पाहिल्याशिवाय माझ्या लक्षातच आले नसते. एकदा इलिनॉर रात्रभर झोपली नव्हती; त्यामुळे मीही रात्री बराच वेळ जागी होते. शेवटी सकाळी सहा वाजता जेमीने तिचा ताबा घेतला आणि मी थोडा वेळ झोपायला गेले. साडेसात वाजता जेव्हा मी उठून स्वयंपाकघरात आले, तेव्हा जेमीला पाहून मी 'गुड मॉर्निंग' इतकेच पुटपुटले. त्याने मला सुखाने दीड तास झोपायला दिले होते; त्याबद्दल मी त्याला थँक्ससुद्धा म्हटले नाही. जेमी क्षणभर थांबला आणि त्याने म्हटले, "मला

वाटलं, सकाळच्या त्या दीड तासाकरता तू माझं कौतुक करशील.'' त्याला स्वत:चे कौतुक हवे होते, जे (माझ्या मते) त्याला दुसऱ्याचे करायला जमत नसे.

आमचे वैवाहिक नाते आनंददायी करण्याकरता मला स्वत:मध्ये काय बदल करता येतील यावर मी लक्ष केंद्रित केले होते. बरेच बदल शोधून काढल्याबद्दल मी स्वत:चीच पाठ थोपटत होते. मी मृदू आवाजात 'निश्चितच मला तुझे कौतुक वाटते, तू खूप चांगला आहेस' असे म्हटले का? मी माझी कृतज्ञता कोणत्याही प्रकारे व्यक्त केली का? नाही! उलट मी इलिनॉरबरोबर रात्रभर जागले होते त्याबद्दल त्याने माझे कौतुक केले नाही म्हणून मीच त्याला फटकारले 'मला त्याचे कौतुक आहे; पण जेव्हा मी तुला झोपायला देते, तेव्हा तू माझे कधीच कौतुक करत नाहीस आणि आता तुला माझ्याकडून कौतुक करवून घ्यायचे आहे.' जेमीच्या एका कटाक्षातून मला जाणवले की, मी वेगळ्या प्रकारे प्रतिसाद द्यायला हवा होता. मला माझे नववे तत्त्व आठवले 'खेळकर राहा.'

नंतर मी त्याच्याजवळ जात म्हटले, ''सॉरी, मी खरंच तसं बोलायला नको होतं, मला दीड तासाची झोप मिळवून दिल्याबद्दल मनापासून थँक्स!''

''खरं सांगू?'' तो म्हणाला, ''मला खरंच तुला खूश करायचं होतं आणि तू मला झोपू दिलंस त्याबद्दलही मला तुझं कौतुक वाटतं.''

''ओके!'' मी उत्तरले.

आम्ही एकमेकांना मिठीत घेतले - सहा सेकंदांहून जास्त वेळाकरता (माझ्या आत्तापर्यंतच्या अभ्यासावरून मला असे समजले होते की, ऑक्सिटोसिन आणि सेरोटोसिन नावाची मूड चांगला करणारी केमिकल्स मेंदूत कार्यरत व्हायला कमीतकमी सहा सेकंद लागतात)– आणि आमच्यातले तणावाचे क्षण निवळले.

या प्रसंगातून मला आमच्यातले नाते चांगले करण्याकरता मी कसे वागावे हे लक्षात आले. काही कामे मी खास जेमीकरता किंवा आमच्या घराकरता केली असे आत्मप्रौढीने मी आत्तापर्यंत स्वत:लाच सांगत असे. हे औदार्याचे लक्षण असले, तरी त्याबद्दल जेमीने कौतुक न केल्याने मी रुसत असे. त्याऐवजी मी स्वत:ला सांगायला सुरुवात केली की, 'मी हे काम स्वत:च्या समाधानाकरता करते आहे.' मला व्हॅलेंटाइन डेची कार्डस् पाठवायची होती, स्वयंपाकघरातली कपाटे आवरायची होती. हे वागणे स्वार्थीपणाचे वाटत असले, तरी खरे पाहता कमी स्वार्थीपणाचे होते कारण आता मी जेमीकडून किंवा इतर कोणाकडूनही शाबासकी मिळवण्याचा अट्टाहास करणार नव्हते. मी काय करते याची कोणी दखल घेण्याचीदेखील आता मला गरज वाटत नव्हती.

माझ्या एका मित्राचे आई-वडील समान नागरी हक्काच्या चळवळीत सक्रिय होते. तो मित्र म्हणाला, ''माझे आई-वडील नेहमी सांगतात की, तुम्ही ही चळवळीची

कामं स्वत:करता करायची असतात. तुम्ही इतरांकरता काम केलं की, तुमची अपेक्षा असते– त्यांनी दाखल घ्यावी, कौतुक करावं, कृतज्ञता दाखवावी, तुम्हाला श्रेय द्यावं इ. इ.; पण तुम्ही स्वत:करता काम केलंत तर तुम्हाला इतरांकडून काहीही अपेक्षा असत नाही.'' मला त्याचे म्हणणे पटले.

गोल्ड स्टारचा अट्टाहास सोडून द्यायचे ठरवले, तरी मी कबूल करते की, 'मला गोल्ड स्टार हवे असोत अथवा नसोत; पण जेमीने मला गोल्ड स्टार दिले तर बरं आणि तेही सढळ हाताने.' असा विचार अजूनही माझ्या मनात येतो. कारण खरे तर मनातून मला ते हवे असतात.

योग्य प्रकारे वाद घाला

मला स्वत:चे वागणे बदलायचे होते. माझा 'धोशा लावण्याचा' स्वभाव बदलणे ही त्यातल्या त्यात सर्वात सोपी गोष्ट होती. माझ्यापुढे दुसरा महत्त्वाचा प्रश्न होता की, स्वत:ची वृत्ती खेळकर कशी ठेवायची? नवरा-बायकोच्या भांडणात काही वाद सहजपणे सुटतात, तर काही वाद अजिबात सुटतच नाहीत. कोणता सिनेमा पाहू या किंवा सुट्टीत कुठे जाऊ या यांसारखे प्रश्न सोपे असतात; पण दुर्दैवाने मुलांना कसे वाढवावे किंवा पैसे कसे खर्च करावे अशा प्रश्नांना निश्चित उत्तरे नसतात.

काही बाबींवर एकमत न होणे साहजिक आहे आणि तसेच ते गरजेचेही आहे. जर आमच्यात वाद निर्माण झालाच, तर मला तो खेळकर पद्धतीने हाताळता यायला हवा आणि एकमेकांची मते जुळली नाहीत, तरी हसत-खेळत एकमेकांचा आदर करत, त्यावर उत्तर काढता यायला हवे अशी माझी स्वत:कडून अपेक्षा होती.

मला माझ्या एका जुन्या शत्रूवरही मात करायची होती – माझा एकदम फटकारण्याचा स्वभाव. बरेचदा आमच्या छोट्याशा वादातून माझ्या संतापाचा असा काही स्फोट होई की, सगळ्या घरादाराचा मूड बिघडून जाई. मला नेहमी प्रश्न पडे की, बायबलमध्ये रागाचा समावेश गर्व, लोभ, खादाडी, लालसा, आळस आणि मत्सर या सर्वांबरोबर सात अक्षम्य पापांमध्ये का केला गेला आहे? माझ्या मते त्याहूनही अक्षम्य अशी अनेक पापे आहेत. नंतर माझ्या लक्षात आले की, हे दुर्गुण त्यांच्या गांभीर्यामुळे अक्षम्य ठरत नसून ते इतर पापांना जन्म देतात म्हणून अक्षम्य मानले आहेत. त्यापैकी राग हा माझा कट्टर शत्रू आहे.

तुम्ही कसे भांडता हे वैवाहिक नाते टिकवण्याच्या दृष्टीने महत्त्वाचे असते. गॉटमनच्या 'लव्ह लॅबोरेटरी' सिद्धान्तानुसार नवरा-बायको किती वेळा भांडतात यापेक्षा ते कसे भांडतात ते जास्त महत्त्वाचे आहे. जी जोडपी योग्य प्रकारे भांडतात, ती जुनी भांडणे उकरून न काढता, एका वेळेस एकच वादाचा मुद्दा हाताळतात. अशी जोडपी एकमेकांशी युक्तिवाद करतात, त्यांच्यात भडकाभडकी होत नाही

आणि ते दोघे 'तू कधीच...', 'तू नेहमीच...' अशा शब्दांनी सुरू होणाऱ्या वाक्यांचे बॉम्बगोळे एकमेकांवर फेकत नाहीत. त्यांना तासन्तास भांडत बसण्यापेक्षा वाद कसा थांबवावा हे माहीत असते. ते योग्य शब्द वापरून, योग्य कृती करून, कटुता टाळत नात्यात सुधारणा करण्याचा प्रयत्न करतात. ते आपल्या जोडीदारापुढे असलेली आव्हाने समजून घेतात – घर आणि ऑफिस सांभाळताना बायकोची त्रेधातिरपीट उडत असेल हे नवरा समजून घेतो आणि आपल्याला तसेच स्वत:च्या आईला सांभाळताना आपल्या नवऱ्याचा मधल्यामध्ये कसा डमरू होतो याची बायकोला जाणीव असते.

कसे भांडू नये याचे एक उत्तम उदाहरण सांगते – (मला कबूल करायला जड जात असले तरी) मी कधीमधी घोरते हे खरे आहे. घोरणे किती त्रासदायक असते ते मला माहीत असल्याने माझ्या घोरण्याचा उल्लेख केलेला मला अजिबात आवडत नाही. एकदा जेमीने असाच माझ्या घोरण्यावरून विनोद केला आणि मी खेळीमेळीत घ्यायच्या प्रयत्नात त्यावर हसून प्रतिसाद दिला.

काही दिवसांनी सकाळी साडेसहाच्या सुमारास आम्ही दोघे रेडिओवर आमचा आवडता कार्यक्रम ऐकत होतो. पसारा आवरल्यामुळे आमची बेडरूम किती शांत वाटत होती याचा सुस्तावलेल्या नजरेने मी विचार करत होते तोच जेमी चेष्टेच्या सुरात म्हणाला, "मला सकाळी सकाळी दोन चांगल्या गोष्टी कळल्या. एक म्हणजे तुझं घोरणं -"

मी फणकारले, "सकाळी उठल्याबरोबर मला काय ऐकायला मिळतंय? तर मी घोरते." मी चिडून त्याच्या तोंडावर पांघरूण फेकले आणि तडक बेडवरून उठले. "तुला काही चांगलं बोलता येत नाही का?" असे म्हणत मी तरातरा कपाटापाशी गेले आणि कपाटातून कपडे काढून फेकायला सुरुवात केली. "तुला जर माझं घोरणं थांबवायचं असेल, तर मला झोपेतून जागं करत जा; पण इतर वेळेस ते उगाळत बसू नकोस."

यातून धडा काय मिळाला? तर मी याआधी माझे घोरणे हसण्यावारी नेले असल्याने जेमीला वाटले की, मला या विषयावरून चिडवलेले चालते. मी खरे तर ते खेळीमेळीत घ्यायचे ठरवले होते; पण मी तसे घेऊ शकले नाही. मला थट्टा खेळकरपणे घेता यायला हवी असे मला नेहमीच वाटत असे; पण कधीकधी मला ते जमत नसे. या प्रसंगात, मी जरा शांतपणे घेतले असते तर अचानक भडका उडाला नसता. त्या वाक्याने मी इतकी चिडेन याची जेमीला अजिबात कल्पना नव्हती. या वेळी मी माझा संकल्प राबवू शकले नाही. शिवाय मी माफीही मागितली नाही. मला तो प्रसंग विसरून जायचा होता... पुढच्या वेळी मी निश्चितपणे नीट वागणार होते. (अशी मी मनात आशा बाळगून होते.)

संसारात आनंदाचे अनेक प्रसंग गाठीला असण्यापेक्षा अप्रिय प्रसंग कमी घडणे जास्त महत्त्वाचे असते. अप्रिय प्रसंगच जास्त लक्षात राहतात. चांगल्या प्रसंगापेक्षा, अप्रिय प्रसंगातल्या प्रतिक्रिया अधिक तीव्र, वेगवान आणि दीर्घकाळ लक्षात राहणाऱ्या असतात. खरे तर, जगातल्या बहुतांश भाषांमध्ये सकारात्मक भावना व्यक्त करणाऱ्या शब्दांपेक्षा नकारात्मक भावना व्यक्त करणारे शब्द जास्त आहेत.

एक कटू प्रसंग पुसून टाकण्याकरता पाच चांगल्या कृत्यांची गरज असते. म्हणून वैवाहिक नाते टिकून ठेवण्याकरता अनेक सकारात्मक गोष्टी करून ठेवल्या पाहिजेत. जर नवरा-बायकोचे एकमेकांशी वागणे प्रेमळ, आश्वासक असेल, तर अधूनमधून घडणारे अप्रिय प्रसंग सहज विसरता येतात. आमच्यातला घोरण्याचा प्रसंग विसरून जायला मात्र आम्हा दोघांनाही प्रत्येकी पाचहून जास्त चांगल्या कृत्यांची गरज होती.

अप्रिय प्रसंग नीट हाताळायला शिकल्याने माझ्या आनंदात खूप फरक पडला. तत्पूर्वी मला हे प्रसंग नीट हाताळता न आल्याने माझ्या मनात नेहमी अपराधीपणाची भावना असे.

मार्क ट्वेनने एके ठिकाणी असे निरीक्षण नोंदवले आहे की, अस्वस्थ मन हे तोंडात अडकलेल्या केसासारखे असते. जेव्हा जेमी मला राग येईल असे वागत असे आणि त्यावरून मी त्याला फटकारत असे तेव्हा तसे केल्याबद्दल मला खूप वाईट वाटत असे आणि त्या वाईट वाटण्याचा दोषदेखील मी त्यालाच देत असे. खरे तर माझ्या वाईट वाटण्याचे कारण जेमीचे वागणे नसून, त्याच्या वागण्याला मी जी प्रतिक्रिया देत असे आणि त्यातून माझ्या मनामध्ये जी अपराधीपणाची भावना निर्माण होत असे ते होते; पण आता कटू प्रसंग नीटपणे हाताळता येऊ लागल्याने माझ्यातली अपराधीपणाची भावना नाहीशी झाली आहे आणि माझ्या आनंदामध्येही भर पडते आहे.

एके दिवशी जेव्हा मी भांडणाचे अनेक प्रसंग हाताळण्यात अपयशी ठरले तेव्हा मला ही गोष्ट लक्षात आली. एकदा 'प्रेसिडेंट डे'च्या सुट्टीच्या दिवशी आम्ही सगळे आणि जेमीचे आई-वडील एका छोट्याशा ट्रीपला गेलो होतो. खरे तर माझे सासू-सासरे - ज्युडी आणि बॉब - खूप चांगले आहेत. मिळून मिसळून वागणारे, मदत करणारे, थोडाफार गोंधळ सहन करू शकणारे; परंतु त्यांना शांतपणे, सावकाश प्रवास केलेला आवडतो.

निघण्याच्या गडबडीत मी स्वत:च्या भुकेकडे दुर्लक्ष केले. मात्र, अगदी निघताना मला भूक सहन होईना, म्हणून मी एलिझाच्या 'व्हॅलेंटाइन डे'ला मिळालेल्या एम अँड एमच्या डब्यातल्या गोळ्यांवर डल्ला मारला. एवढ्या सगळ्या गोळ्या खाऊन मला कसेतरी होऊ लागले आणि जोडीला अपराधीपण वाटू लागले आणि माझे

ओरडाआरडा करणे सुरू झाले. चुकीचे वागले की, मला अपराधी वाटत असे आणि मग मी जास्तच चुकीचे वागत असे.

"जेमी, प्लीज ते वाटेतले पेपर्स उचलून ठेव."

"एलिझा, माझ्या अंगावर रेलू नकोस, मला त्रास होतोय!"

"जेमी, तू ती साधी बॅगही घेऊ शकत नाहीस का?"

अगदी हॉटेलमध्ये पोहोचल्यावरदेखील माझा बिघडलेला मूड परत येईना.

जेमीने एकदा विचारलेसुद्धा"तू ठीक आहेस ना?"

"हो, ठीक आहे." मी स्वत:ला सावरत पुटपुटले; पण माझा खराब मूड पुन:पुन्हा डोके वर काढत होता.

त्या रात्री एलिझाबेथ आणि इलिनॉर झोपायला गेल्यावर आम्ही मोठे लोक गप्पा मारायला बसलो. जेवणानंतर आम्ही कॉफी घेतली (इतकी वर्षे या कुटुंबात राहूनही मला ज्युडी-बॉबचे रात्री एक्स्प्रेसो पिणे बुचकळ्यात टाकते.) आम्ही 'न्यू यॉर्क टाइम्स'मध्ये छापून आलेल्या (हेपॅटायटीस-सी आजारावरच्या VX -९५० नावाच्या) नवीन औषधाबद्दल चर्चा करत होतो.

आम्हाला या नव्या औषधाबद्दल बरीच उत्सुकता होती. जेमी बरेचदा स्वत:चा दुखणारा गुडघा, लहानपणी ऑपरेशनचा राहिलेला व्रण, अधूनमधून उपटणारी पाठदुखी यामुळे स्वत:ला 'मोडके खेळणे' म्हणवून घेत असे; पण त्याचा महत्त्वाचा बिघडलेला अवयव म्हणजे लिव्हर होता. जेमीला हेपॅटायटीस-सी झाला होता.

हेपॅटायटीस-सीची गंभीरता आणि प्रसंगी मृत्यूशी गाठ असणारी शक्यता बाजूला ठेवली, तरी त्याची काही चांगली बाजूदेखील होती. या रोगाने आजारी असलेल्या रुग्णाच्या रक्ताशी प्रत्यक्ष संपर्क न आल्यास हा रोग संसर्गजन्य नसतो. जेमीकडे कोणतीही बाह्य स्वरूपाची लक्षणे नव्हती. त्याला हेपॅटायटीस-सी झाला आहे हेही आम्हाला एका रक्त-तपासणीनंतर समजले होते. एक दिवस त्याला सिरॉसिस होणार होता, त्याचे लिव्हर बंद पडणार होते आणि त्याला फार मोठ्या संकटाला तोंड द्यावे लागणार होते; पण सध्या तो एकदम ठणठणीत होता.

जेव्हा तब्येतीच्या तक्रारी उद्‌भवतात, तेव्हा त्या एकापाठोपाठ येतात. जर बऱ्याच लोकांना एखादा आजार झाला, तर औषध कंपन्या त्यावर उपाय शोधतात. अमेरिकेत सुमारे तीस लाख हेपॅटायटीस-सीचे रुग्ण आहेत आणि जगभरात सतरा कोटी रुग्ण; त्यामुळे या आजारावर भरपूर संशोधन चालू आहे. जेमीच्या डॉक्टरांच्या मते पाच ते आठ वर्षांत या आजारावरचे प्रभावी औषध बाजारात येण्याची शक्यता आहे. हेपॅटायटीस-सी हा एक दीर्घकालीन आजार आहे. हेपॅटायटीस-सी झाल्यापासून सिरॉसिस होईपर्यंत वीस ते तीस वर्षे सहज जातात.

तीस वर्षे काळ हा जरी मोठा असला, तरी जेमीला वयाच्या आठव्या वर्षी

हृदयाचे ऑपरेशन करताना जे रक्त दिले गेले होते, त्यातून त्याला हेपॅटायटीस-सी झाला होता. तेव्हा रक्त देण्यापूर्वी त्या रक्तामधील हेपॅटायटीस-सीची तपासणी केली जात नसे. जेमी आता अडतीस वर्षांचा आहे.

गेले वर्षभर जेमी जी उपचारपद्धत घेत होता, ती त्याला लागू पडत नव्हती. दर आठवड्याला घ्यावी लागणारी इंजेक्शन्स, गोळ्या आणि सतत फ्ल्यूसारखी लक्षणे हे तर होतेच. आता नवे औषध बाजारात येईपर्यंत जेमीची तब्येत अधिक ढासळू नये हीच आमची इच्छा होती. सिरॉसिसमुळे लिव्हर बंद पडण्याचा धोका असतोच पण लिव्हरचा कॅन्सरदेखील होऊ शकतो. लिव्हर ट्रान्सप्लांटचा उपाय आहे; पण तेसुद्धा काही कमी कटकटीचे काम नाही आणि त्याकरता लिव्हर मिळणेही दुर्मिळ असते (मला रेस्टॉरंट संदर्भातला एक जुना विनोद आठवला – अन्न बेचव तर आहेच आणि शिवाय पोटभरपण नाही.)

तर या सगळ्या पार्श्वभूमीमुळे आम्ही टाइम्समध्ये छापून आलेल्या नव्या उपचारपद्धतीबद्दल बरेच उत्सुक होतो. माझा सासरा बॉब याला हा लेख खूपच आशादायक वाटला होता; पण त्या दिवशी तो जेव्हाजेव्हा काही उत्साहाने सांगू लागला, तेव्हा मी उलटा युक्तिवाद करत होते.

''या लेखात त्यांनी हे संशोधन फार आश्वासक असल्याचं म्हटलं आहे.'' तो म्हणाला.

''पण जेमीचे दोन्ही डॉक्टर्स तर म्हणत आहेत की, हे औषध बाजारात यायला अजून पाच वर्षे लागतील.'' मी म्हणाले.

''लेखात लिहिलं आहे की, त्यांचे जोरदार प्रयत्न चालू आहेत.'' त्याने सौम्यपणे सांगितले. वाद घालण्याचा त्याचा स्वभावच नव्हता.

''पण औषध बाजारात येण्याची प्रक्रिया खूप वेळखाऊ असते.'' आणि मला तर वाद घातल्याशिवाय चैन पडत नाही.

''हे लोक दिवस-रात्र संशोधन करत आहेत.''

''हो, पण दिल्ली अजून दूर आहे.''

तुम्ही जरा जास्तच आशावादी आहात. असे मी माझ्या सासऱ्याला नेहमीच सांगत असे. तो नेहमी शक्यता पडताळून पाहत, तर्कशुद्ध पद्धतीने निर्णय घेण्यावर भर देत असतो आणि ती पद्धत तो स्वत: काटेकोरपणे पाळत असतो; चांगले वाईट लिहून काढत, अनेक दृष्टिकोनांतून माहिती गोळा करत असतो. या सगळ्या परिस्थितीत त्याने आशावादी दृष्टिकोन ठेवला तर कोठे बिघडले? मी त्याच्याशी वाद कशाला घालायला हवा होता? मला त्याचा दृष्टिकोन पटला नसला, तरी मी डॉक्टर थोडीच होते? काय माहिती होती मला?

माझ्या स्वत:च्या वागण्याबद्दलच्या अपेक्षा उंचावल्या असल्या, तरी त्या

अवास्तव नव्हत्या. या संभाषणातला माझा आक्रमकपणा आणि हुशारीचा आव आणण्याचा अट्टाहास हा काही चिडचिडीतून आलेला नव्हता. खरे तर मला खोटी आशा बाळगायची नसल्याने आला होता. माझा सासरा सकारात्मक विचार करत होता आणि मी तो विषय सोडून दिला असता तर मलादेखील बरे वाटले असते. मला खात्री आहे की, मी माझ्या वागण्याने माझा सासरा आणि जेमी, दोघांनाही नाउमेद करणारे बोलून दुखावले होते आणि भांडखोरपणा करून स्वत:लाही दु:खी केले होते. 'योग्य प्रकारे वाद घालणे' हे तत्त्व फक्त नवऱ्याबरोबर वागतानाच नव्हे तर सर्वांशी वागताना पाळले पाहिजे.

जाताजाता सांगायला हरकत नाही की, मी या प्रसंगातून 'रिकाम्या पोटी एम ॲण्ड एमच्या पाव किलो गोळ्या खाऊ नयेत' हेदेखील शिकले.

आपले प्रॉब्लेम्स दुसऱ्यावर ढकलू नका

आपल्या जोडीदाराबरोबरचे वाद योग्य तऱ्हेने कसे हाताळावेत याचा अभ्यास करण्यासाठी मी वैवाहिक नाते या विषयावरची अनेक पुस्तके लायब्ररीतून आणली.

"कोणी जर हा पुस्तकांचा गठ्ठा पहिला तर त्यांना वाटेल की, सध्या आपलं पटत नाही!" जेमी म्हणाला.

"का बरं?" मी गोंधळले.

"बघ ना, कोणती पुस्तके आणली आहेस तू? 'द सेव्हन प्रिन्सिपल्स फॉर मेकिंग मॅरेज वर्क', 'लव्ह इज नेव्हर इनफ', 'बेबीप्रूफिंग युअर मॅरेज', 'अनकपलिंग', 'वन मॅन, हर्ट'. ही पुस्तकं तू कशाकरता आणली आहेस हे जर मला आधीपासून माहीत नसतं, तर मीपण विचारात पडलो असतो.'

"पण चांगली पुस्तकं आहेत ही. इतके तऱ्हेतऱ्हेचे विषय मांडले आहेत यात."

"असेलही; पण लोक त्यांना स्वत:ला काही प्रॉब्लेम असल्याशिवाय अशा पुस्तकांच्या वाटेला जात नाहीत."

जेमी असेलही बरोबर; पण मी मात्र वैवाहिक नाते या विषयावर अद्ययावत माहिती मिळणार म्हणून खुशीत होते. या पुस्तकांमधून मी खूप काही शिकले. उदाहरणार्थ स्त्री आणि पुरुष यांच्या जवळिकीच्या कल्पना वेगवेगळ्या असतात. स्त्री आणि पुरुष दोघांनाही मन मोकळे करणे, सुख-दु:ख वाटून घेणे तितकेच महत्त्वाचे वाटत असले, तरी स्त्रीची जवळिकीची कल्पना म्हणजे समोरासमोर बसून केलेले संभाषण, तर पुरुषांना काम करताना किंवा व्हिडिओ गेम्स खेळताना स्त्री नुसती शेजारी बसली, तरी त्यात जवळीक वाटते.

त्यामुळे जेव्हा जेमीने मला विचारले, "टीव्ही पाहू या का?" तेव्हा त्याचा खरा

अर्थ असा होता की, आपण एकमेकांबरोबर आनंदाने वेळ घालवू या का. आता मला हे समजू लागले होते की, त्याच्या बोलण्याचा अर्थ एका खोलीत नुसते टीव्ही बघत बसणे असा नव्हता.

"मस्त आहे कल्पना!" मी उत्तरले. आणि तसेच झाले. बेडवर लोळत टीव्हीवरचा तद्दन मारधाडीचा शो पाहणे ही जरी रोमँटिक कल्पना नसली, तरी उबदार पांघरुणात शिरून आम्ही उशीवर डोके टेकवताच आम्हाला एकदम रोमँटिक वाटू लागले.

पुरुषांच्या जवळिकीच्या अपेक्षा बहुधा फारशा नसतात आणि त्यामुळेच स्त्री आणि पुरुष दोघांनाही पुरुषांपेक्षा स्त्रीबरोबरचे नाते जास्त जवळचे आणि आनंददायी वाटत असते. पुरुषांपेक्षा स्त्रियांना इतरांबद्दल जास्त सहानुभूती वाटते (मात्र स्त्री आणि पुरुष दोघांनाही प्राण्यांबद्दल एकसारखीच सहानुभूती वाटत असते.) अजून एका गोष्टीने माझे लक्ष वेधून घेतले. ते म्हणजे स्त्री आणि पुरुष, दोघांच्या लेखी 'एकाकी असणे' याचा अर्थ स्त्री बरोबर नसणे असा असतो. पुरुषांच्या बरोबर घालवलेला वेळ याकरता गृहीत धरला जात नाही.

या विषयाच्या अभ्यासाने माझा जेमीकडे पाहण्याचा दृष्टिकोन बदलला. आमचे एकमेकांवर प्रेम आहे, हे मला माहीत आहे. मी त्याच्यावर पूर्णपणे विश्वास टाकू शकते, विसंबून राहू शकते; पण त्याला माझ्याशी तासन्‌तास मनमोकळ्या गप्पा मारायला आवडत नाही या गोष्टीने मी हताश होते. प्रामुख्याने त्याने माझ्या कामात रस दाखवावा असे मला वाटे. माझी बहीण एलिझाबेथ आणि तिची सहलेखिका सारा या दोघी टीव्हीचे कार्यक्रम लिहितात. दोघी रोजच्या रोज त्यांच्या लेखनाविषयी, त्यातल्या कल्पनांविषयी खूप वेळ एकमेकींशी चर्चा करतात; मला खरोखरच याचा हेवा वाटतो. माझ्या लेखनाच्या संदर्भात चर्चेकरता असा कोणी जोडीदार नसल्याने जेमीने ती जागा भरून काढावी असे मला वाटत असे.

तसेच, मला माझ्या असुरक्षिततेमुळे वाटणाऱ्या शंका जेमीने सोडवाव्यात असे वाटे. मी हळूच चर्चेला सुरुवात करत असे. 'मला वाटतंय की, मी माझ्या क्षमतेपेक्षा कमी काम करत आहे' किंवा 'मी लोक जोडण्यात कमी पडते का?' किंवा 'मला चांगलं लिहिता आलं नाही तर...?' जेमीला अशा प्रकारच्या संभाषणात रस नसायचा आणि त्याचा मला राग यायचा. माझ्या मनातल्या चिंता आणि स्वत:विषयी शंका घेण्याच्या समस्या याचे निराकरण करायला जेमीने मला मदत करावी असे मला वाटे.

'स्त्री आणि पुरुष, दोघेही त्यांच्या मनातलं कोणीतरी समजावून घ्यावं याकरता स्त्रीकडेच धाव घेतात' हे समजल्यावर मला जेमीच्या वागण्याचा अर्थ उलगडला. जेमीला माझ्या आयुष्यात रस नव्हता किंवा माझ्याबद्दल प्रेम नव्हते असे नसून तो

जेमीचा स्वभाव नव्हता. 'मी ब्लॉग सुरू करावा का?', 'माझ्या पुस्तकाची रचना कशी असावी?' या विषयांवर जेमी माझ्याशी प्रदीर्घ चर्चा करणार नव्हता. तो मला प्रोत्साहन देण्याकरता तासन्‌तास खर्च करणार नव्हता. तो मला लिखाणात कधीही मदत करणार नव्हता आणि त्याच्याकडून तशी अपेक्षा करणे हे वास्तवाला धरून नव्हते. मला जर तशा प्रकारची मदत लागणार असेल, तर मला दुसरी काहीतरी सोय करायला हवी होती. मला आलेले वास्तवाचे भान त्याचे वागणे बदलू शकणार नव्हते; पण निदान त्यामुळे माझी चिडचिड तरी कमी झाली.

माझ्या असेही लक्षात आले की, मी जितकी जास्त अस्वस्थ असे, तितका जेमी माझ्याशी बोलण्यास कमी उत्सुक असे.

"ऐक ना!" एके रात्री मी त्याला म्हणाले, "मला खूप अस्वस्थ वाटतंय. तू काहीतरी उपाय काढ ना. मी बघितलंय की, मला जितकं अस्वस्थ वाटतं तितकं तू माझ्याशी कमी बोलतोस."

"तू दुःखी असलेलं मला बघवत नाही." तो उत्तरला.

आणि मला साक्षात्कार झाला. जेमी माझे बोलणे मनापासून ऐकत नसे, प्रदीर्घ चर्चा करायला नाखूश असे, ज्या विषयाने मला त्रास होईल तो विषयच काढत नसे; या त्याच्या वागण्यातल्या विसंगती नव्हत्या. त्यामागे कारण होते... तो मला दुःखी पाहून स्वतः अधिक दुःखी होत असे. याचा अर्थ असा नाही की, मी माझ्या सगळ्या अपेक्षा सोडून दिल्या आहेत. अजूनही बरेचदा मला एक मनापासून ऐकून घेणारा श्रोता हवा असतो. त्याला जरी तसा श्रोता व्हायचे नसले तरी आता निदान मला त्याचा दृष्टिकोन समजला होता.

माझ्या आनंदी असण्याचा जेमीवर आणि इतरांवर काय परिणाम झाला असेल याचा मी आमच्या संभाषणानंतर विचार करू लागले. मी एक म्हण ऐकली होती की, घरची लक्ष्मी आनंदी तर घरदार आनंदी! वेगळ्या शब्दांत सांगायचे झाले, तर आई आनंदी नसेल तर कोणीच आनंदी नसते. सुरुवातीला मला एकदम मस्त वाटले. अरे वा! म्हणजे आता सगळे मला खूश ठेवणार तर... पण ही म्हण खरी असेल तर माझ्यावरसुद्धा खूप मोठी जबाबदारी असणार होती.

मी विचार केला, हे माझे हॅपिनेस प्रोजेक्ट म्हणजे माझा स्वार्थीपणा तर नाही? कारण स्वतःच्या आनंदावर लक्ष केंद्रित करणे म्हणजे स्वतःमध्येच रममाण होणे; पण हेही खरे आहे की, मी स्वतः आनंदी असेन तर मी इतरांनाही आनंदी ठेवू शकते. मी जेमीला न फटकारण्याचा, त्याच्या विनोदांना प्रतिसाद देण्याचा प्रयत्न करत होते. त्याचा परिणाम माझ्या अपेक्षेपेक्षा अधिक चांगला झाला. मी स्वतः आनंदी झाल्याने इतरांना आनंदी करण्याकरता मी अधिक चांगले प्रयत्न करू लागले.

सर्वसाधारणपणे आनंदी लोक जास्त क्षमाशील, उदार आणि परोपकारी असतात.

त्यांचे स्वत:वर जास्त नियंत्रण असते आणि ते निराशेच्या क्षणीदेखील आनंदी नसणाऱ्या लोकांपेक्षा जास्त सहनशील असतात. जे लोक आनंदी नसतात, ते अलिप्त, सतत स्वत:चा बचाव करणारे, द्वेष करणारे आणि आत्ममग्न असतात. ऑस्कर वाईल्डच्या मते, 'जेव्हा एखादा माणूस चांगला वागतो, तेव्हा तो आनंदी असतोच असे नाही; पण एखादा माणूस जर आनंदी असेल तर तो नेहमीच चांगला वागतो.'

आनंदाचा वैवाहिक नात्यावर फार मोठा प्रभाव असतो कारण नवरा-बायकोचा मूड आपल्या जोडीदाराच्या मूडवर अवलंबून असतो. एका जोडीदाराच्या आनंदात तीस टक्के वाढ झाली, तर दुसऱ्या जोडीदाराच्या आनंदातही वाढ होते. तसेच एका जोडीदाराच्या आनंदात घट झाली, तर दुसऱ्या जोडीदाराच्या आनंदातदेखील घट जाणवते. (इतकेच नाही, तर मी तर असेही वाचले आहे की, नवरा-बायको एकमेकांच्या खाण्याच्या, व्यायामाच्या, डॉक्टरकडे जाण्याच्या, सिगारेट ओढण्याच्या अशा कित्येक चांगल्या-वाईट सवयी उचलतात.)

मी आनंदी झालेली जेमीला हवी असते, हे मला माहीत आहे. मला आनंदी पाहताच जेमी मला अजून आनंदी करायचा प्रयत्न करतो आणि जेव्हा मी आनंदी नसते, तेव्हा जेमीसुद्धा निराश होतो. म्हणून माझ्या आनंदी राहण्याच्या प्रयत्नाचा एक भाग म्हणून मी ठरवले की, आपले प्रॉब्लेम्स जेमीवर ढकलायचे नाहीत. मला जर खरेच काही प्रॉब्लेम्स असतील, तर मी जेमीकडे जाईन; पण क्षुल्लक गोष्टींकरता त्याच्यावर अवलंबून राहणार नाही.

एका रविवारी सकाळी मला माझा हा संकल्प आचरणात आणायची संधी मिळाली. आमच्या घरातला तो एक दुर्मिळ शांततेचा क्षण होता. ब्रेकफास्ट बनवताना स्वत: केलेला पसारा जेमी आवरत होता. एलिझा हॅरी पॉटरचे पुस्तक वाचत होती, इलिनॉर चित्रे रंगवत होती आणि मी आलेली पत्रे पाहत होते. वरकरणी साधे दिसणारे क्रेडिट कार्ड - कंपनीचे पत्र वाचताच मला समजले की, त्यांच्याकडून काहीतरी सुरक्षा उपायांचा भंग झाल्याने आमचे एक मुख्य क्रेडिट कार्ड रद्द केले गेले आहे आणि आम्हाला एक नवीन कार्ड आणि अर्थातच नवीन नंबर मिळणार आहे.

मी संतापले. आता मला तो क्रेडिट कार्ड नंबर असंख्य ठिकाणी बदलावा लागणार होता आणि किती ठिकाणी तसे बदल करावे लागतील याची कधी यादी केलेली नसल्याने मी अधिकच गोंधळात पडले होते. ते पत्रसुद्धा इतके रुक्षपणे लिहिलेले होते की, त्यात कोठेही क्षमेचा सूर नव्हता आणि क्रेडिट कार्डधारकांना होणारा संभाव्य मानसिक त्रास लक्षात घेऊन एखादी छोटीशी गिफ्टही देऊ केली नव्हती. त्यांच्या या सर्व कृत्याने मी संतापले होते. माझा मौल्यवान वेळ आणि मानसिक ताकद खर्ची पडल्यामुळे काम झाल्यावरसुद्धा माझा मूड परत येईना.

“काय कटकट आहे ही!” मी जेमीवर तणतणले. “त्यांच्या चुकीमुळे त्यांनी आपलं क्रेडिट कार्ड रद्द केलं.” मी पुढचा शाब्दिक हल्ला चढवणारच होते तितक्यात मला माझेच शब्द आठवले– ‘आपले प्रॉब्लेम्स दुसऱ्यावर ढकलायचे नाहीत.’ मी थांबले. माझ्या चिडचिडीने आत्ताचे शांततेचे क्षण मी कशाला भंग करू? तुम्ही चांगल्या अथवा वाईट, कोणत्याही मूडमध्ये असलात, तरी एखाद्याची तक्रार ऐकून घेणे हे खूप त्रासदायक असते; मग ती तक्रार खरी असो अथवा खोटी. मी एक दीर्घ श्वास घेतला आणि म्हणाले, “नाही, इतकंच सांगायचं होतं मला.” आणि मुकाट्याने गप्प बसले.

जेमीने आश्चर्याने माझ्याकडे पाहिले. असे गप्प बसायला मला किती कष्ट पडले असतील हे बहुधा त्याला माहीत असावे. जेव्हा मी अजून कॉफी घ्यायला उठले, तेव्हा तो न बोलता पुढे आला आणि त्याने मला जवळ घेतले.

प्रेमाचे दाखले द्या

मी कॉलेजमध्ये असताना ऐकलेले पेरी रेव्हर्डी यांचे वाक्य कधीच विसरणार नाही ‘प्रेम असे काही नसते, असतात ते फक्त प्रेमाचे पुरावे!’ माझ्या मनात जरी प्रेमाची भावना असेल, तरी इतरांना फक्त माझी कृतीच दिसणार.

माझ्या संकल्पांच्या तक्त्यावरून नजर फिरवताच माझ्या लक्षात आले की, ‘काढून टाका’, ‘आवरून ठेवा’, ‘नीट ठेवा’ यांसारख्या काही कामांपुढे मी मोठ्या ऐटीत काम पुरे केल्याच्या खुणा केल्या होत्या, तर काही कामांपुढे मात्र अजून कोणत्याच खुणा दिसत नव्हत्या. मी लवकर झोपण्याचा नियम पाळत होते; पण इतरांकडून कौतुकाची अपेक्षा करू नका हे पाळणे मला थोडे अवघड जात होते. सुदैवाने ‘प्रेमाचे दाखले द्या’ ही कृती माझी सुखद सवय बनू शकत होती.

माझ्या प्रेम व्यक्त करण्याच्या काही पद्धती फारच सोप्या होत्या. प्रेम व्यक्त न करणाऱ्यांपेक्षा जे लोक एकमेकांवरचे प्रेम जास्त वेळा व्यक्त करतात, ते सत्तेचाळीस टक्के एकमेकांना जास्त जवळचे वाटतात. ही टक्केवारी कोणी आणि कशी काढली कोणास ठाऊक; पण हे वाचून मी जेमीला येता-जाता ‘आय लव्ह यू’ म्हणायला सुरुवात केली आणि त्याला ई-मेल पाठवतानादेखील खाली ILU असे लिहू लागले. त्याचबरोबर, मी जेमीला आणि इतरांनाही जास्त वेळा मिठी मारू लागले. मिठी मारण्याने ताण कमी होतो, जवळिकीची भावना निर्माण होते आणि वेदनादेखील कमी होतात. एका पाहणीद्वारे असे दिसून आले की, ज्या लोकांनी महिनाभर दिवसातून पाच वेळा वेगवेगळ्या लोकांना मिठी मारली, ते लोक जास्त आनंदी झाले. या धर्तीच्या काही गोष्टी मी आधीपासूनच करत होते. मी जेमीला पाठवत असलेल्या प्रत्येक मेलमध्ये काहीतरी रुक्ष, कटकटीचा विषय यावा अशी

माझी इच्छा नसायची म्हणून मी त्याला अधूनमधून विनोद, किस्से, मुलींच्या गमतीजमतीही कळवत असे.

एकदा मी एका मीटिंगसाठी जेमीच्या ऑफिसजवळून चालले होते. मी त्याच्या ऑफिसखाली पोहोचल्यावर माझ्या सेलफोनवरून त्याला फोन केला.

"तू तुझ्या टेबलाजवळ आहेस का?" मी विचारले.

"हो. का?"

"खाली चर्चच्या पायऱ्यांवर बघ. मी तुला दिसतेय का?"

"हो. दिसलीस. तुला माझा हात दिसतोय?"

त्या दिवशीचे ते माझे पोरकटपणाचे पण प्रेमाचे वागणे पुढे कितीतरी वेळ मला आठवत राहिले.

या छोट्या गोष्टी होत्या; पण त्यामुळे आमच्या दोघांच्या वागण्यात बराच फरक पडला. माझ्या सासूचा वाढदिवस जवळ आला होता; तेव्हा मला एक मोठी गोष्ट करायची संधी मिळाली.

आपले आई-वडील आणि सासू-सासरे यांचा आपल्या जीवनावर खूप प्रभाव असतो. माझे आई-वडील कॅन्सस सिटीला राहतात. आम्ही वर्षातून दोनदा त्यांना भेटायला जातो आणि तेसुद्धा दर दोन-चार महिन्यांनी आम्हाला भेटायला येतात. या सगळ्या भेटींमध्ये आमचा एकत्रितपणे भरगच्च कार्यक्रम असतो आणि आम्ही हे दिवस उत्साहाने साजरे करतो. जेमीचे आई-वडील आमच्या घरापासून खूपच जवळ राहतात. आम्ही जेव्हा कधी चालत घराबाहेर पडतो तेव्हा बरेचदा ते आम्हाला दिसतात. कधी आमच्याकडेच यायला निघालेले, तर कधी खरेदीसाठी बाहेर पडलेले. अशा वेळी ज्युडीचे सुंदर स्कार्फस, रूपेरी केस आणि बॉबची लोकरीची टोपी, बो बांधलेला या पेहरावामुळे ते आम्हाला लांबूनच ओळखता येत असत.

सुदैवाने, दोन्ही पालकांशी नाते टिकवून ठेवणे आम्हा दोघांनाही महत्त्वाचे वाटत असल्याने ज्युडीच्या वाढदिवसाबद्दल माझ्या मनात विचार सुरू होणे स्वाभाविक होते. आम्ही जर ज्युडीला 'तुला तुझा वाढदिवस कसा साजरा करायचा आहे?' असे विचारले असते, तर तिने 'कसाही केला तरी चालेल' असेच सांगितले असते. तुम्हाला जर कोणाला कसे वागवलेले आवडेल हे जाणून घ्यायचे असेल, तर ती व्यक्ती काय बोलते याकडे लक्ष देण्यापेक्षा ती व्यक्ती कशी वागते इकडे लक्ष द्या. मला भेटलेल्या आत्तापर्यंतच्या व्यक्तींमध्ये ज्युडी ही सर्वांत अधिक विश्वासार्ह व्यक्ती आहे. ती तिची कर्तव्ये कधीच विसरत नाही, कबूल केलेल्या गोष्टी करायला चुकत नाही किंवा एखादी महत्त्वाची तारीख विसरत नाही आणि गिफ्ट्स देणे-घेणे तिला फारसे महत्त्वाचे वाटत नाही; असे जरी ती म्हणत असली, तरी तिच्याइतके विचारपूर्वक निवडलेले आणि आकर्षकरीत्या सजवलेले गिफ्ट दुसरे कोणीही देऊ

शकत नाही. दरवर्षी आमच्या लग्नाच्या वाढदिवसाला तिने पारंपरिक रीतीरिवाजांप्रमाणे त्या-त्या थीमला अनुसरूनच गिफ्ट्स दिली आहेत. उदाहरणार्थ, चौथ्या वर्षी 'फळे आणि फुले' ही थीम असते, तर तिने फळा-फुलांचे डिझाइन असलेली एक सुरेख दुलई आम्हाला भेट दिली होती. आमच्या लग्नाच्या दहाव्या वाढदिवसाला 'अल्युमिनियम' ही थीम लक्षात घेऊन तिने आम्हाला अल्युमिनियम फॉइलचे दहा बॉक्सेस दिले होते.

जेमी, त्याचे वडील आणि त्याचा भाऊ फिल यांना वाढदिवसाची तयारी करणे जमले नसते. मागे एकदा ज्युडीचा वाढदिवस जवळ आलेला असताना मला जेमीला अनंत सूचना द्याव्या लागल्या होत्या, त्याच्यामागे लागायला लागले होते आणि इतके करूनही जेव्हा तो वाढदिवस नीट साजरा झाला नव्हता, तेव्हा 'बघ, मी तुला सांगितले होते ना आधीच?' हे वर ऐकून घ्यायला लागले होते. माझे हॅपिनेस प्रोजेक्टचे बरेच काम शिल्लक होते; तरीही या कामात मी पुढाकार घेणे हे एकच या समस्येवर उत्तर होते.

ज्युडीला वाढदिवस कसा साजरा झालेला आवडेल याची मला कल्पना होती. तिला सरप्राइझ पार्टी आवडली नसती. तिला घरातल्या घरात वाढदिवस साजरा करायला आवडले असते.

तिच्या लेखी भपकेदारपणापेक्षा विचारपूर्वक साजऱ्या केलेल्या समारंभाचे महत्त्व अधिक होते. विकत आणलेल्या गोष्टींपेक्षा आधीच ठरवून स्वत: बनवलेल्या गोष्टी तिला अधिक आवडल्या असत्या आणि महागड्या हॉटेल्समध्ये जेवण्यापेक्षा घरी केलेला स्वयंपाक जास्त आवडला असता. माझा दीर आणि जाऊ हे उत्तम स्वयंपाक करतात; त्यांचा केटरिंगचा व्यवसायदेखील आहे; त्यामुळे जेवण घरी बनवलेले आणि चविष्ट असे दोन्ही असणार होते.

मला एक कल्पना सुचली. आता ती अमलात आणण्याकरता मला कोणाची तरी मदत हवी होती. मी माझ्या सासऱ्याला ऑफिसमध्ये फोन केला.

"हॅलो, मी ज्युडीच्या वाढदिवसाबद्दल काही ठरवायला फोन केला आहे."

"त्याला अजून अवकाश आहे ना?"

"नाही, आपल्याला जर काही स्पेशल करायचं असेल, तर वेळ कमी आहे आणि आपण काहीतरी स्पेशल करू या."

तो क्षणभर विचारात पडला आणि विचार करत म्हणाला, "मला असं वाटतंय..." त्याचे म्हणणे मध्येच तोडत मी म्हणाले, "कारण माझ्या डोक्यात एक कल्पना आहे. तू ऐकलीस तर तुलाही ती आवडेल."

"ठीक आहे. काय करायचं आहे तुझ्या मनात?"

बॉबने माझ्या कल्पनेला तत्काळ संमती दिली. घरातली अनेक कंटाळवाणी कामे आणि कर्तव्ये तो मोठ्या खुबीने निभावून नेत असे; पण अशा प्रकारचे काम

त्याच्या पठडीतले नव्हते. खरे तर घरातल्या सगळ्यांनीच सहकार्य करण्याचे कबूल केले. प्रत्येकालाच ज्युडीचा वाढदिवस छान साजरा करायची इच्छा होती; फक्त त्याकरता लागणारे प्लॅनिंग करायची त्यांची तयारी नव्हती.

माझी कल्पना प्रत्यक्षात आणण्याकरता मी कार्यक्रमाचा पूर्णपणे ताबा घेतला. वाढदिवसाच्या काही दिवस आधी मी जेमी, बॉब, फिल आणि लॉरेन या सगळ्यांना ई-मेल पाठवली आणि सुदैवाने कोणीही त्यात खुसपट काढणारे प्रत्युत्तर मला पाठवले नाही.

हॅलो!

ज्युडीचा वाढदिवस चार दिवसांवर आलाय. आपल्याला तिला देण्याकरता खूऽऽऽप प्रेझेन्टस् हवी आहेत. होय, हे तुमचं सर्वांचं काम आहे. एक प्रेझेंट पुरणार नाही.

बॉब, तू देणार असलेलं प्रेझेंट मी आणि एलिझाने मिळून तयार केलं आहे. तू शँपेन आणतो आहेस ना?

जेमी, तू आपल्या वतीने द्यायचं प्रेझेंट आणलंस ना?

फिल आणि लॉरेन, तुम्ही जेवायला काय करत आहात? मी अजून काही आणायचं आहे का? कधी जमायचं आपण? व्हाइट वाइन आणू की रेड वाइन? तुम्ही मेनूकार्ड बनवणार होतात ना? ज्युडीला मेनूकार्ड पाहून मजा वाटेल.

सगळ्यांनी ऐका, अगदीच साधे कपडे घालून येऊ नका अशी मी आठवण करून दिलेली एखाद वेळेस तुम्हाला कोणाला रुचणार नाही, म्हणून मी त्याबद्दल काही सांगत नाही; पण प्रसंगाला अनुरूप कपडे घातल्याने प्रसंगाची शोभा वाढते हे लक्षात असू द्या.

चला तर मग, धमाल करू या.

ग्रेचेन.

मी या पार्टीसाठी खूप तयारी केली. मी आणि एलिझाबेथ एका 'अवर नेम इज मड' नावाच्या पॉटरीच्या दुकानात गेलो आणि एलिझाने तिच्या आजीच्या आवडीच्या नाटकाच्या थीमला अनुसरून काही प्लेट्स बनवल्या. आम्ही बेकरीच्या वेबसाइटवर तासभर शोधून एक सुरेख केक ऑर्डर केला. मी आणि जेमीने ज्युडीची आवडती गाणी एलिझाबेथ गाते आहे आणि त्यावर इलिनॉर नाच करते आहे अशी एक डीव्हीडी तयार केली.

आम्ही सगळेजण त्या दिवशी संध्याकाळी साडेसहाला जमणार होतो. माझी

शेवटच्या क्षणाची धावपळ सुरू होती. माझ्या आईला समारंभ साजरा करायला आवडते. या आवडीबरोबरच समारंभाच्या आधी नर्व्हस होण्याचा स्वभावही मी तिच्याकडूनच उचललाय. त्याला आम्ही 'यजमानांचा सावळा गोंधळ' म्हणतो. अशा वेळी सगळ्यांची इकडे-तिकडे धावपळ चालू असते. तितक्यात खाकी पँट आणि चौकड्यांचा शर्ट घालून जेमी तिथे आला; त्याच्या पायात बूटही नव्हते. मी क्षणभर पाहतच राहिले आणि प्रयत्नपूर्वक शांत आवाजात त्याला म्हणाले, "मला वाटलं की, तू याहून काहीतरी छान कपडे घालून येशील."

जेमी विचारात पडला; पण लगेच उत्तरला, "मी पँट बदलून येतो. चालेल?" आणि तो वरती जाऊन पँट-शर्ट दोन्ही बदलून, बूट घालून आला.

अगदी मला जशी हवी होती तशीच ती संध्याकाळ पार पडली. मोठ्या लोकांचे जेवण होण्यापूर्वी मुलींनी त्यांच्या दोन्ही आज्ज्यांबरोबर, ज्युडीचे आवडते चिकन सॅलड सँडविच खाल्ले. मुली जाग्या असतानाच आम्ही केक कापला म्हणजे त्यांना 'हॅपी बर्थडे'चे गाणे म्हणता आले आणि केकही खाता आला. नंतर आम्ही मुलींना झोपायला पाठवून दिले आणि सगळे मोठे लोक ज्युडीचे आवडते भारतीय जेवण जेवायला बसलो.

"खूप छान गेला वेळ!" सगळेजण निघतानिघता ज्युडी म्हणाली. "मला सगळं काही आवडलं. मला मिळालेली प्रेझेंटस, जेवण, केक! खरंच, खूप छान होतं सगळं!" ज्युडीला साहजिकच खूप आनंद झाला होता. प्रत्येकालाच आपण या समारंभाला काहीतरी हातभार लावल्याचा आनंद झाला होता; पण मला वाटते की, मी सगळ्यात जास्त आनंदी होते. पार्टी जशी व्हायला पाहिजे होती तशी पार पडली.

या पार्टीमुळे 'जशी भावना हवी तशी कृती करा' हे माझे तिसरे तत्त्व नव्याने सिद्ध झाले. आधी मला पार्टीची तयारी करणे हे जरी कटकटीचे काम आहे असे वाटले होते, तरी प्रत्यक्षात या पार्टीमुळे माझ्या सगळ्यांबद्दलच्या, प्रामुख्याने ज्युडीबद्दलच्या प्रेमभावना द्विगुणित झाल्या.

मी कबूल करते की, पार्टीच्या आधी मला असे वाटले होते की, जेमीला आणि इतरांना माझे कौतुक नाही. मला पार्टीची तयारी करायला आवडते; पण कोणी आयत्या वेळी त्यात लुडबुड केली तर मी चिडते. याही वेळी मला गोल्ड स्टार हवा होता. मला जेमीने, बॉबने किंवा फिलने असे म्हणायला हवे होते की, 'वा! ग्रेचेन, तू खरंच खूप कष्ट घेतलेस हं! तुझ्या हुशारीला, कल्पकतेला आणि विचारपूर्वक केलेल्या प्लॅनिंगला आमचा सलाम!' पण तसे होणार नव्हते. जाऊ दे. माझी मीच पाठ थोपटून घेते.

मात्र, जेमी मला ओळखून होता. ज्युडी जेव्हा तिची गिफ्ट्स उघडत होती, तेव्हा जेमीने हळूच एक बॉक्स माझ्या हातात दिला.

"हे तुझ्याकरता!" जेमी उद्गारला.

"मला?" मला आश्चर्य वाटले आणि आनंदही झाला. "मला का?"

जेमी काही बोलला नाही.

बॉक्समध्ये पॉलिश केलेल्या लाकडी मण्यांची एक सुरेख माळ होती. "मला माळ खूपच आवडली!" असं मी म्हणाले आणि ती माळ गळ्यात घातली. काय माहीत, मला काही ना काही मिळायला पाहिजे अशी माझी अपेक्षा नसेलही; पण जेमीने मला बरोबर ओळखले होते.

प्रेमात पडण्यातला मोठा आनंद म्हणजे जगातल्या एका असामान्य व्यक्तीने 'तुमची' निवड केली आहे, ही भावना! लॉ कॉलेजमध्ये असताना जेव्हा मी माझ्या रूम पार्टनरला माझ्या बॉयफ्रेंडबद्दल - जेमीबद्दल - सांगितले, तेव्हा ती म्हणाली, 'आधी कधी पाहिलं नव्हतं याला.' तिच्या या वाक्याने मी चकित झाले होते. यापूर्वी जेव्हा जेव्हा तो कॉलेजमध्ये, डायनिंग हॉलमध्ये वावरला होता, तेव्हा कोणाचीच नजर त्याच्याकडे गेली नाही याचे मला राहून राहून आश्चर्य वाटत राहिले.

मात्र, कालांतराने नवरा-बायको एकमेकांना गृहीत धरायला लागतात. जेमी माझे सर्वस्व आहे, माझ्या अस्तित्वात भरून राहिला आहे. म्हणूनच की काय, मी जेमीकडे नेहमी दुर्लक्ष करते.

तुम्ही तुमच्या जोडीदाराकडे जितके जास्त लक्ष देता, तितके तुमचे वैवाहिक नाते मजबूत बनत असते; पण वाईट सवयी पटकन लागतात. बरेचदा जेमी जेव्हा बोलत असतो किंवा एखादा जोक सांगत असतो, तेव्हा माझे लक्ष हातातल्या पुस्तकात असते आणि मी नुसती तोंडाने 'हं.. हं..' म्हणत असते.

तसेच, लग्नानंतर वैचारिक संभाषणे आपोआप कमी होत जातात. बऱ्याच विवाहित लोकांचा हा अनुभव असेल की, त्यांचा जोडीदार एखाद्या पार्टीमध्ये एखादी इंटरेस्टिंग गोष्ट सगळ्यांना सांगतो; पण तशा प्रकारचे संभाषण रोजच्या धकाधकीच्या जीवनात त्या नवरा-बायकोमध्ये होणे अवघड असते.

इतरांपेक्षा जेमीकडे कमी लक्ष देण्याची, चुकीची सवय मला लागली होती. 'प्रेमाचे दाखले द्या' या माझ्या तत्त्वानुसार मी जेमीकरता अनेक छोट्याछोट्या गोष्टी करण्याचे ठरवू लागले. एकदा सगळी मित्रमंडळी जमली असताना मी सगळ्यांबरोबर जेमीलाही विचारले, 'तुझं काय? तुझ्याकरता काय आणू?' खरे तर मी नेहमी फक्त पाहुण्यांना विचारत असे; त्यामुळे जेमीला खूप आश्चर्य वाटले आणि आनंदही झाला. त्याचा प्रवासाचा कॉस्मेटिक बॉक्स फाटायला आला होता. मी त्याच्याकरता नवा कॉस्मेटिक बॉक्स विकत आणला आणि शिवाय त्यातले आवश्यक सामानही आणले. तो ऑफिसमधून घरी येताक्षणी त्याला दिसावे असे त्याचे आवडते मासिक 'स्पोर्ट्स इलस्ट्रेटेड' मी कॉफी टेबलावर ठेवू लागले.

जोडीदाराकडे लक्ष देण्याचा एक उपाय म्हणजे फक्त त्याच्याबरोबर वेळ घालवणे. जगभरातले विवाहविषयक सल्लागार सांगतात की, फक्त नवरा-बायको दोघांनीच मुलांशिवाय एकमेकांबरोबर वेळ घालवला पाहिजे. कोणते सल्ले दुर्लक्षित करायचे हेदेखील माझ्या हॅपिनेस प्रोजेक्टमधील एक आव्हान होते. मला दोघांनी एकत्रितपणे वेळ घालवण्याकरता अजून काय करावे ते सुचेना. आम्ही खूपदा एकत्र बाहेर जात असतो. मित्रमंडळींकडे, शाळेत, ऑफिसमध्ये. आम्हाला दोघांना शक्यतो घरी राहायला आवडत असे; त्यामुळे मी माझ्या रूटीनमध्ये अजून एक कार्यक्रम कोंबण्याचा विचार सोडून दिला. तसेच ते जेमीलासुद्धा फारसे आवडले नसते, हेही माझ्या लक्षात आले.

मी त्याला जेव्हा ही कल्पना सांगितली, तेव्हा त्याने मला आश्चर्यचकित केले. "करू, तुला पाहिजे तर. एकमेकांबरोबर सिनेमा पाहणं, हॉटेलमध्ये जेवायला जाणं. मजा येईल; पण आपण इतके बाहेर जातो की, घरातच राहिलो तर मला जास्त बरं वाटेल." मला मान्य होते; पण मला याचा जास्त आनंद झाला की, जेमीला जरी ते करायचे नव्हते, तरी माझ्या प्रोजेक्टसाठी तो ते करायला तयार झाला.

विवाहविषयक सल्लागारांचे काही सल्ले मी धुडकावून लावले; पण तज्ज्ञ नसलेल्या काहीजणांचे सल्ले मी विचारात घेतले. एका संध्याकाळी, जेव्हा आमच्या बुक-क्लबमध्ये ठरलेल्या पुस्तकाबद्दल फारसे काही बोलण्यासारखे उरले नव्हते, तेव्हा मी माझ्या मित्रमंडळींना वैवाहिक आयुष्याबद्दल तुमच्या काही टिप्स असतील तर सांगा असे सांगितले.

एकजण म्हणाला, "तुम्ही दोघांनी एकाच वेळी झोपायला गेलं पाहिजे. त्यातून जे काही घडेल ते चांगलंच घडेल. तुम्हाला अधिक वेळ झोप मिळेल किंवा तुम्ही सेक्स कराल किंवा तुमच्या छान गप्पातरी होतील."

"माझं लग्न होण्यापूर्वी माझ्या बॉसने मला सुखी विवाहाचं रहस्य सांगितलं होतं– रोज निदान तीन गोष्टी न बोलून दाखवण्याचा प्रयत्न करा."

"मी आणि माझा नवरा एका वेळी एकापेक्षा जास्त गोष्टींवर टीका करत नाही."

"माझ्या आजी-आजोबांच्या लग्नाला बहात्तर वर्षं पूर्ण झाली. त्यांच्या मते, जोडप्याने एखादा खेळ जोडीने खेळला पाहिजे. मग तो टेनिस किंवा गोल्फसारखा बाहेर खेळण्याचा असो अथवा पत्ते किंवा कॅरमसारखा घरात बसून खेळण्याचा खेळ असो."

घरी आल्यावर मी जेमीला हा नवा नियम सांगितला. दुसऱ्याच दिवशी जेमी बॅकगॅमनचा खेळ घेऊन आला.

'प्रेमाचे दाखले द्या' या तत्त्वाने वागताना मी स्वत:ला अजून थोडे रेटायचे

ठरवले. एक आठवडा 'अधिक सौजन्याने' वागायचे.

अधिक सौजन्य म्हणजे काय? हे एखाद्या बंजी जम्पिंग किंवा स्काय डायव्हिंग इतके अवघड होते. यात माझ्या प्रयत्नांची पराकाष्ठा झाली आणि अशा प्रयत्नामध्ये माझी मलाच ओळख पटली. अर्थात हे सगळे प्रयत्न मी घराच्या सुरक्षित वातावरणात करत होते. मी जेमीबरोबर एक आठवडा खूप चांगली वागले, टीका केली नाही, फटकारून बोलले नाही, पाठीमागे लागले नाही; इतकेच नव्हे तर त्याने विचारायच्या आत मी त्याचे बूटही दुरुस्तीला टाकले.

सौजन्याने वागताना मला 'उच्च ध्येय ठेवा' या माझ्या तत्त्वाची आठवण झाली. मी घरातल्यांना, नातेवाइकांना जेमीपेक्षा जास्त महत्त्व देत होते, हे बरोबर नव्हते. एकमेकांबरोबर राहताना आमचे मतभेद होणारच; पण मी जेमीच्या मागे सतत धोशा लावणे सोडून द्यायला हवे होते. एका अर्थी माझा अख्खा फेब्रुवारी महिना सौजन्याने वागण्यात गेला. मात्र, माझ्या या सगळ्या संकल्पांचा जेमीलाच जास्त फायदा झाला. या आठवड्यात मी माझे सौजन्य अजून थोडे पुढे रेटणार होते.

ज्या गोष्टींचा मला मनस्ताप व्हायचा, त्याच गोष्टींकडे माझे जास्त लक्ष जात असे – जेमीने एखादे काम लांबणीवर टाकणे, त्याने माझ्या ई-मेलला उत्तर न पाठवणे, संसार सुरळीत चालण्याकरता मी जो आटापिटा करते त्याचे कौतुक न करणे; पण तसे न करता मी मला त्याच्या ज्या गोष्टी आवडतात, त्या गोष्टी लक्षात घेतल्या पाहिजेत. जसे की - तो आनंदी आहे, हुशार आहे, हसतमुख आहे, विचारी आहे, प्रेमळ आहे, महत्त्वाकांक्षी आहे, चांगला मुलगा आहे, चांगला जावई आहे, चांगला पिता आहे, त्याला अनेक विषयांची माहिती आहे, तो कल्पक आहे, मेहनती आहे; मोठ्या मनाचा आहे. तो रोज रात्री मला किस करून 'आय लव्ह यू' म्हणतो, पार्टीमध्ये माझ्यापाशी येऊन मला जवळ घेतो, माझ्यावर क्वचितच चिडतो किंवा मला नावे ठेवतो.

सौजन्याच्या पहिल्याच सकाळी जेमीने चाचरत मला विचारले, "मला आत्ता सकाळी लवकर जिमला जायचं आहे; म्हणजे ते एक काम हातावेगळं होईल. चालेल का तुला?" त्याला जिमला जायला आवडते.

त्यावर रागावण्यापेक्षा किंवा हताश होऊन बघण्यापेक्षा मी म्हणाले, "ठीक आहे. जा तू; पण लवकर परत ये. आपण मुलींना बागेत न्यायचं कबूल केलं आहे."

"हो, निश्चित!"

हे माझ्याकरता सोपे नव्हते.

या प्रसंगाकडे वेगळ्या दृष्टिकोनातून पाहण्याचा मला फायदा झाला. जेमीला कधी जिमला जावेसेच वाटले नसते किंवा जेमी कधीच जिमला जाऊ शकला नसता तर – मला कसे वाटले असते? मला एक आकर्षक आणि निरोगी नवरा मिळाला

आहे. त्याला जिमला जावेसे वाटणे ही माझ्याकरता खरे तर सुदैवाची गोष्ट होती.

सौजन्य सप्ताहात एकदा दुपारी जेमी आमच्या बेडरूममध्ये डुलकी काढायला आला, तेव्हा मी त्याला शांतपणे झोपू दिले आणि त्या वेळात मुलींकरता जेवण बनवले, आमची बाथरूम आवरली, त्याने जी सिनेमाची डीव्हीडी आणली होती त्याबद्दल मी पसंती दर्शविली. आइस्क्रीमचे रॅपर्स घरभर टाकणे मी सोडून दिले. मला सांगायला थोडे अवघड जात आहे; पण असे वागताना मला बरेच जड गेले.

चांगले वागायचे ठरवले असल्यामुळे, एकदा माझी काही साप्ताहिके वाचून व्हायच्या आत जेमीने टाकून दिली, तेव्हा मी त्याला काहीही बोलले नाही. दुसऱ्या दिवशी सकाळी उठल्यावर मला जाणवले की, मी त्या क्षुल्लक गोष्टीचा बाऊ केला नाही हे बरेच झाले.

'राग मनात ठेवू नका' हे तत्त्व मी नेहमी पाळत आले आहे; त्यामुळे मला संधी मिळताच मी माझ्या मनातला राग लगेच बोलून दाखवत असे; परंतु मला माझ्या संशोधनातून असे समजले की, मनातल्या रागाला वाट मोकळी करून देण्याचा जो सर्वमान्य प्रघात आहे ती एक निरर्थक बडबड आहे. हे निरोगीपणाचे अथवा उपयुक्ततेचे लक्षण आहे असा आत्तापर्यंत कोणताही पुरावा नाही. उलट राग बोलून दाखवल्याने उद्वेग बाहेर पडतो आणि राग कितीतरी जास्त प्रमाणात व्यक्त होतो. राग व्यक्त न करण्याने मन कलुषित न होता राग निवळायला मदत होते.

चांगले वागण्याच्या प्रयत्नात आम्ही दोघे एकमेकांचे किती ऐकतो याचाही मी अंदाज घेतला. रोजची कामे करताना नवरा-बायको बराच वेळ एकमेकांबरोबर जुळवून घेताना दिसतात आणि हीच सुखी संसाराची गुरुकिल्ली आहे.

जसे मला बरेचदा वाटे की, जेमीला सांगावे – डिशवॉशर आवरून ठेव, प्लंबरला फोन कर इ.इ. आणि जेमीने ती कामे न कुरकुरता करावीत, तसेच त्याच्याही मनात मला काही सांगायचे असेल की, किचनच्या बाहेर खात जाऊ नकोस, तळघरातल्या कपाटाच्या किल्ल्या शोधून ठेव आणि मीपण ते सगळे ऐकावे ... हे लक्षात येऊन मी कोणताही वाद न घालता त्याला हवी असलेली कामे आनंदाने करू लागले.

थोड्या दिवसांनी मला वाईट वाटू लागले की, या सौजन्याचा जेमीला भरपूर फायदा झाला आहे आणि हे त्याच्या लक्षातही येत नाही. नंतर वाटले की, बरे झाले त्याच्या लक्षात आले नाही, नाहीतर या सौजन्य सप्ताहातच फक्त मी चांगले वागले हे उघडकीस आले असते.

या सौजन्य सप्ताहात मी 'जशी भावना हवी तशी कृती करा' या तत्त्वाला न्याय देत जेमीशी खूप चांगली आणि हळुवारपणे वागत आहे, हे माझ्या लक्षात आले. जरी सौजन्य सप्ताह हा माझ्याकरता महत्त्वाचा प्रयोग होता, तरी हा सप्ताह

संपल्यावर मला खूप बरे वाटले. मी सलगपणे इतकी चांगली वागू शकत नव्हते. या आठवड्यात मी इतके वेळा स्वत:ची जीभ चावली होती की, आता ती दुखायला लागली होती.

फेब्रुवारी महिन्याच्या शेवटच्या दिवशी दुपारी मी माझा संकल्प लिहिलेला तक्ता भरत बसले होते. माझ्या हॅपिनेस प्रोजेक्टमध्ये या तक्त्याला अनन्यसाधारण महत्त्व होते. रोजच्या रोज स्वत:चे वागणे या संकल्पाप्रमाणे वागण्यात घालवल्याने आणि पुन:पुन्हा ते संकल्प तपासून पाहण्याने माझ्या वागणुकीवर बराच परिणाम झाला होता. अजून मार्च उजाडलादेखील नव्हता. मी नऊ-दहा वर्षांची असल्यापासून आत्तापर्यंत अनेकदा नववर्षाचे संकल्प केले होते; पण हा असा तक्ता सतत समोर ठेवल्याने मला माझे संकल्प प्रामाणिकपणे पाळणे आधीपेक्षा सोपे जात होते. बिझनेस स्कूलमध्ये सांगतात ना की, तुम्ही जे मोजू शकता ते तुम्ही मॅनेज करू शकता. या उक्तीचा मला पुरेपूर प्रत्यय येत होता.

फेब्रुवारी संपतासंपता मला आणखी एक गोष्ट जाणवली. बरेच दिवस मी माझ्या हॅपिनेस प्रोजेक्टकरता एक सूत्र शोधत होते आणि एका दुपारी अचानक मला ते सूत्र गवसले.

सब-वेमधून जात असताना मी 'हॅपिनेस अँड इकॉनॉमिक्स' नावाचे पुस्तक वाचत होते आणि मी एका वाक्यापाशी थबकले - 'आनंदी असण्याचा परिणाम, आनंदी नसण्याचा परिणाम आणि आयुष्यातले समाधान या तीन पूर्णपणे भिन्न गोष्टी आहेत हे आता सिद्ध झाले आहे.' तिथेच पुढे असे म्हटले होते की, 'एका संशोधनानुसार आनंदी असणे आणि आनंदी नसणे या एकाच भावनेच्या दोन विरुद्ध बाजू नसून त्या पूर्णपणे वेगळ्या गोष्टी आहेत आणि त्यांना त्यांची स्वत:ची स्वतंत्र मोजमापे आहेत.' अचानकपणे पुढ्यात आलेल्या व्याख्यांचा विचार केल्यावर आणि माझा आत्तापर्यंतचा अनुभव लक्षात घेऊन मला सगळ्या गोष्टींचा उलगडा झाला. क्षणार्धात वीज चमकावी त्याप्रमाणे मला माझ्या हॅपिनेस प्रोजेक्टचे सूत्रच गवसले. त्या क्षणी सब-वेमधल्या इतर प्रवाशांनी माझ्याकडे पाहिले असते, तर त्यांना माझ्या डोक्यावर एक भला मोठ्ठा दिवा लागला आहे की काय असा भास झाला असता.

आनंदी होण्याकरता मला चांगले वाटणे, वाईट वाटणे आणि योग्य वाटणे या तीन गोष्टींचा विचार करायला हवा होता. हे जितके सोपे तितकेच अचूक उत्तर होते. यापूर्वी त्या एखाद्या गल्लाभरू मासिकातल्या ओळी वाटल्या असत्या; पण प्रत्यक्षात त्या ओळी म्हणजे मी आत्तापर्यंत शिकलेल्या, तावून सुलाखून निघालेल्या सर्व तत्त्वांचे सार होते.

आनंदी होण्याकरता मला सकारात्मक भावना वाढीस लावायला हवी, म्हणून मी आनंद, उत्साह, कृतज्ञता, जिव्हाळा, मैत्री या भावना वाढीस लागतील अशा

गोष्टी करायला सुरुवात करायला हवी, हे समजणे कठीण नव्हते. तसेच मला ज्या गोष्टींनी वाईट वाटेल अशा गोष्टी आयुष्यातून काढून टाकायच्या होत्या. म्हणजे मला अपराधीपणा, लाज, मनस्ताप, राग, असूया, द्वेष, कंटाळा, चिडचिड या भावना कमी जाणवल्या असत्या, हेही समजायला सोपे आहे. अधिक चांगले वाटणे आणि कमी वाईट वाटणे यांच्या जोडीला मी योग्य वाटणे या गोष्टीचाही विचार करायला हवा होता.

योग्य वाटणे हे थोडी फसवी संज्ञा आहे. ही 'योग्य वाटणे'ची भावना म्हणजे मला जसे जगायला पाहिजे होते तशीच मी जगत आहे ही भावना. माझ्या बाबतीत बोलायचे झाले तर मी जरी वकील म्हणून भरपूर अनुभव मिळवला असला, तरी मला आयुष्यात जे काही करायचे होते ते मी करत नाही ही भावना मला बरेच दिवस छळत होती. आता जरी मला माझ्या लिखाणामुळे बरे-वाईट अनुभव आले असले, तरी मला 'मी बरोबर करते आहे' हे जाणवते.

योग्य वाटणे म्हणजे तुमचे करिअर, तुमची राहण्याची जागा, तुमचे विवाहित असणे/नसणे आणि यांसारख्या बऱ्याच महत्त्वाच्या गोष्टींबद्दल तुम्हाला जे योग्य वाटेल तसे आयुष्य जगणे. यात स्वतःची कर्तव्ये पार पाडणे, स्वतःबद्दलच्या अपेक्षांची पूर्तता करणे या गुणांचाही समावेश होतो. 'योग्य वाटणे' याबद्दल प्रत्येकाची व्याख्या वेगवेगळी असू शकते. काहींची ध्येये मर्यादित असू शकतात, उदाहरणार्थ नोकरीत ठरावीक पद मिळवणे किंवा साधी जीवनशैली असणे.

थोड्या वेळाने हॅपिनेसचे सूत्र सापडल्याचा माझा आनंद ओसरला आणि मला सापडलेले सूत्र परिपूर्ण नाही असे मला जाणवले. काहीतरी महत्त्वाची गोष्ट मी विसरते आहे असे मला वाटत होते. मला माझ्या सूत्रात– लोक आनंद मिळवण्याचा सतत आटापिटा करत असतात– या वस्तुस्थितीचा समावेश करायला हवा होता. उदा. आपल्याला असे वाटत असते की, आपण आत्ता आहोत त्यापेक्षा भविष्यात थोडे अधिक आनंदी असणार आहोत. त्या जोडीला, आनंद मिळवण्याकरता आयुष्याला अर्थ असणे खूप महत्त्वाचे असते. मात्र, माझे हॅपिनेसचे सूत्र या गोष्टीबद्दल काहीच भाष्य करत नव्हते. कोणती गोष्ट असावी बरे ती? आटापिटा? भरभराट? अर्थ? आशा? अं हं!... काहीच बरोबर वाटत नव्हते. मला विल्यम बटलर यीटस्‌च्या ओळी आठवल्या, 'हॅपिनेस म्हणजे फक्त नीतीमत्ता नाही किंवा आनंददायी गोष्टीदेखील नाहीत. ना हे ना ते. हॅपिनेस म्हणजे फक्त प्रगती!' जेव्हा आपली प्रगती होत असते तेव्हा आपण आनंदी असतो. आजच्या काळातले शास्त्रज्ञदेखील हेच सांगतात की, प्रत्यक्ष ध्येय गाठण्यापेक्षा ध्येयाकडे केलेली वाटचाल महत्त्वाची असते – तीच खरी प्रगती आहे आणि त्यातच खरा आनंद आहे.

बरोबर! प्रगती! मॅरेथॉनकरता तयारी करण्यामध्ये, नवी भाषा शिकण्यामध्ये,

स्टॅंप गोळा करण्यामध्ये, लहान मुलांना बोलायला शिकवण्यामध्ये, नवीन पदार्थ करायला शिकण्यामध्ये; या सगळ्या गोष्टी केल्याने मिळणारा आनंद पाहिल्यावर जाणवते की, प्रगती होण्यामध्ये आनंद लपलेला असतो. माझे वडील उत्तम टेनिस खेळत असत. जेव्हा मी लहान होते, तेव्हा ते खूप टेनिस खेळायचे. एक दिवस त्यांनी अचानक गोल्फ खेळायला सुरुवात केली आणि टेनिस खेळणे हळूहळू बंद करून टाकले. मी त्यांना याचे कारण विचारल्यावर ते म्हणाले, "माझे टेनिस हळूहळू खराब होत चालले आहे; पण माझे गोल्फ खेळणे सुधारते आहे."

लोक नव्या गोष्टी चटकन आत्मसात करतात. आपण चांगल्या किंवा वाईट परिस्थितीशी पटकन जुळवून घेतो आणि हे साहजिकच आहे असे समजतो. हे असे वागणे आपली परिस्थिती खालावल्यावर उपयोगी पडत असले, तरी याचा अर्थ असाही आहे की, जेव्हा आपली परिस्थिती सुधारते, तेव्हादेखील आपण नवीन सुविधांना, नवीन सुखसोयींना सहजपणे सरावतो. या वृत्तीमुळे नवी गाडी, नवा एसी, प्रमोशन यांसारख्या आनंदायी गोष्टींची आपल्याला पटकन सवय होते; पण त्यातून आनंद मिळणे पटकन संपते. मात्र, अवतीभवती जर आत्मविकासाचे वातावरण असेल, तर समतोल साधला जातो. नव्या डायनिंग टेबलची नवलाई भले पटकन संपून जाईल; पण तुम्ही तुमच्या बागेची नियमित काळजी घेतलीत, तर दर वसंतात ती तुम्हाला आनंद देईल. जशी आध्यात्मिक प्रगती महत्त्वाची आहे, तशीच भौतिक प्रगतीदेखील एक समाधानाची बाब असते. लोक जरी म्हणत असले की, पैशांनी सगळे प्रश्न सुटत नाहीत, तरी मागच्या वर्षीपेक्षा या वर्षी अधिक पैसा गाठीशी असणे केव्हाही चांगले!

मी माझ्या अंतिम सूत्रापाशी येऊन पोहोचले आणि मला ते इतके महत्त्वाचे वाटले की, मी त्याला 'माझा पहिला सिद्धान्त' असे नाव देऊन टाकले. हे वर्ष संपायच्या आत मला अजून सिद्धान्त सापडतील असा माझा विश्वास होता. काय होता माझा पहिला सिद्धान्त? – आनंदी राहण्याकरता मला आत्मविकासाच्या वातावरणात चांगले वाटणे, वाईट वाटणे आणि योग्य वाटणे या गोष्टींचा विचार करायला हवा.

घरी पोहोचताच मी जेमीला फोन केला, "सरतेशेवटी मला माझ्या आनंदाचं सूत्र सापडलं. अगदी एका वाक्यात सांगता येईल असं! त्या एका सूत्रात मी आत्तापर्यंतची माझी सारी तत्त्वं आणि वाचलेले शोध एकत्र बांधू शकते."

"ग्रेट!" जेमी उत्साहात म्हणाला; पण तो पुढे काहीच बोलला नाही.

"तुला ऐकायचे आहे ते सूत्र?" मी सुचवून पाहिले. त्याने अगदी सहलेखक व्हावे अशी माझी अपेक्षा नसली, तरी त्याने कधीतरी उत्साह दाखवावा ना.

"हो, निश्चितच! काय आहे ते सूत्र?"

तो प्रयत्नतरी करत होता. कदाचित हा माझा फक्त अंदाज असेल; पण मी जसे कष्ट घेत होते, तसेच तोसुद्धा आताशा मला साथ देण्याचा प्रयत्न करत होता. त्याने अजून काय करायला हवे होते हे जरी मला शोधून काढता आले नसले, तरी तो माझ्याशी अधिक प्रेमाने वागत होता हे निश्चित. तो हॅपिनेस या विषयावर बोलण्यास फारसा उत्सुक नसे. खरे तर तो या विषयावरच्या माझ्या अमाप उत्साहाखाली भरडला जात होता; पण त्याच जोडीला तो मी मागे लागायच्या आत घरातले दिवे बदलत होता, माझ्या ई-मेल्सना नेमाने उत्तरे पाठवत होता, तो दुसऱ्याच दिवशी बॅकगॅमनचा खेळ घेऊन आला होता. त्याने मला माझे आनंदाचे सूत्र विचारले.

वैवाहिक नात्यातल्या आनंदाचा विचार करता, तुम्हाला तुमचा जोडीदार कसा चुकला, तुमचा आनंद वाढवण्याकरता त्याने स्वत:ला कसे बदलायला हवे हे सांगण्याचा मोह होईल; पण तुम्ही स्वत: सोडून दुसऱ्या कोणालाही बदलू शकत नाही, हेच खरे आहे. माझ्या एका मैत्रिणीने मला सुखी संसाराचा गुरुमंत्र सांगितला आणि तो म्हणजे 'माझा नवरा जसा आहे तसा मला आवडतो.' मलादेखील जेमी जसा आहे तसा आवडतो. मी त्याला घरातली कामे अजून चांगल्या पद्धतीने करायला सांगणार नाही, मी त्याच्या पाठीमागे लागणार नाही आणि त्यामुळेच मी अधिक आनंदी होणार आहे. जेव्हा तुम्ही तुमच्या जोडीदारामध्ये बदल होण्याची अपेक्षा सोडून देता (काही अपवाद वगळता) तेव्हा तुमचा राग आणि चिडचिड कमी होते आणि संसारामध्ये प्रेम वाढीस लागते.

३

मार्च

ध्येय उच्च ठेवा

काम

- ब्लॉग सुरू करा
- धडपडण्यातही मजा असते
- मदत मागा
- चातुर्याने काम करा
- क्षणस्थ राहा

काम करण्याकरता आनंदी असणे खूप गरजेचे आहे आणि आनंदी राहण्याकरता काम करणे खूप गरजेचे आहे. 'आयुष्य खडतर असते' या प्रकारच्या अनुभवांपैकी एक अनुभव असे सांगतो की, आनंदी भावना सगळ्या गोष्टींवर मात करते. आनंदी लोक जास्त वेळ काम करतात आणि ते त्यांच्या फावल्या वेळातदेखील काम करतात. आनंदी लोक जास्त सहकार्य करणारे, कमी आत्मकेंद्रित असलेले आणि इतरांना जास्तीतजास्त मदत करणारे असतात. उदा. एकमेकांना माहिती देणारे, सहकाऱ्यांना मदतीचा हात देणारे असतात. ते इतरांना मदत करणारे असल्याने इतर लोकदेखील त्यांना मदत करतात. सगळ्यांनाच आनंदी व्यक्तींबरोबर काम करायला आवडत असल्याने आनंदी लोक इतरांबरोबर चांगल्या प्रकारे काम करू शकतात. आनंदी लोक कामावर दांड्या मारणे, कामाबद्दल तक्रारी करणे, सूडबुद्धीने वागणे, निरुत्साही राहणे अशा कार्यक्षमतेला

बाधा आणणाऱ्या गोष्टी करत नाहीत.

आनंदी लोक अधिक चांगले नेते असतात. असे लोक नेतृत्व करणे आणि माहितीचा सुयोग्य वापर करणे यांसारखी व्यवस्थापकीय कामे उत्तमरीत्या पार पाडतात. इतरांपेक्षा आनंदी लोक अधिक आत्मविश्वासपूर्ण आणि ठाम असतात. त्यांच्या आनंदी असण्याने लोकांना ते मनमोकळे, प्रेमळ आणि आकर्षक वाटतात. एका पाहणीत असे आढळून आले आहे की, जी मुले कॉलेजच्या पहिल्या वर्षी जास्त आनंदी होती, ती मुले कोणतेही आर्थिक पाठबळ नसतानासुद्धा त्यांच्या तिशीत जास्त पैसे मिळवत होती. आनंदी असण्याने तुमच्या कामाच्या दर्जातदेखील खूप फरक पडतो.

प्रत्येकाचा दिवसातला बराच वेळ काम करण्यात जात असल्याने काम करताना आनंदी असणे अर्थातच खूप महत्त्वाचे आहे. सर्वसाधारणपणे अमेरिकन लोक दिवसाचे सात किंवा अधिक तास काम करतात. हल्ली सुट्ट्यादेखील हळूहळू कमी होत आहेत. आनंदी आयुष्य जगण्याकरता लागणाऱ्या बऱ्याच गोष्टी कामामुळे साध्य होतात - उदा. आत्मविकासाचे वातावरण, सामाजिक ओळखी-पाळखी, मौजमजा, आत्मसन्मान, समाजात प्रतिष्ठा आणि जगण्याचा अर्थ!

जेव्हा माझा मूड जातो, तेव्हा काम करून मला उत्साह येतो; त्यामुळे माझा मूड गेल्यावर कधीकधी जेमी म्हणतो, "तू थोडा वेळ ऑफिसला का जात नाहीस?" मला काम करायचा मूड नसला, तरी मी कामाला सुरुवात केली की, काहीतरी साध्य होते आहे या कल्पनेने मला उभारी येते आणि दुसरीकडे लक्ष वेधल्याने माझा गेलेला मूड परत येतो.

आनंदी राहण्याकरता काम हे महत्त्वाचे साधन असल्याने 'योग्य काम शोधणे' हे एखाद्याच्या हॅपिनेस प्रोजेक्टचे लक्ष्य असू शकते. मी आनंदाचा शोध घेण्याच्या दृष्टीने माझ्या आयुष्यात आधीच करिअरमध्ये बदल केला होता. मी माझ्या करिअरला वकिलीने सुरुवात केली होती. माझ्याकडे वकिलीचा भरपूर अनुभवदेखील जमा झाला होता; पण जेव्हा माझी क्लार्कशिप संपत आली, तेव्हा पुढे काय करावे हे मला ठरवता येईना.

दरम्यान, मी शिक्षणक्षेत्रात पदवी घेणाऱ्या माझ्या एका मैत्रिणीला भेटले होते. तिच्या खोलीत खूप मोठमोठी पुस्तके इकडेतिकडे पडली होती.

"हे इतकं सगळं तुला वाचावं लागतं?" एका भल्या मोठ्या रुक्ष पुस्तकाची पाने चाळताचाळता मी तिला विचारलं.

"हो, पण हे सगळं मी माझ्या फावल्या वेळात वाचते." ती उत्तरली.

कसे कोण जाणे, पण सहजपणे दिलेल्या या तिच्या उत्तराने माझे लक्ष वेधले गेले. 'मी माझ्या फावल्या वेळात काय करते?' मी स्वत:लाच प्रश्न केला. मला

क्लार्कशिपचे काम आवडत असले, तरी मी त्याकरता आवश्यक तेवढीच कायद्याची पुस्तके वाचत असे.

सहज म्हणून मी एक पुस्तक लिहायला घेतले होते; (जे पुढे 'पॉवर, मनी, फेम, सेक्स' या नावाने प्रकाशित झाले.) आणि मला अचानक जाणवले की, कदाचित पुस्तके लिहिणे हा माझा व्यवसाय होऊ शकतो. पुढच्या काही महिन्यांतच माझी खात्री पटली की, मला आयुष्यात हेच करायचे होते.

मी खूप महत्त्वाकांक्षी आणि स्पर्धात्मक प्रवृत्तीची आहे. मला माझ्या कायद्याच्या क्षेत्रातले सगळे कष्ट, अनुभव सोडून देऊन पुन्हा नव्याने करिअर सुरू करायला लागणार होते. मी 'येल लॉ जर्नल'ची मुख्य संपादक होते, कायद्याच्या लिखाणासंदर्भातले एक ॲवॉर्ड मला मिळाले होते. या सगळ्याला कायद्याच्या विश्वात खूप महत्त्व होते; पण कायद्याबाहेरील वर्तुळात त्याला काडीचीही किंमत नव्हती. कायद्याचे क्षेत्र सोडण्याकरता माझी महत्त्वाकांक्षाही कारणीभूत होती. व्यावसायिक यशामध्ये तुमची इच्छा महत्त्वाची भूमिका बजावते, या गोष्टीवर माझा आता पूर्ण विश्वास बसला होता. एखाद्या कामाची आस असली की, ज्या उत्साहाने आणि झोकून देऊन कामे केली जातात, त्याची तुलना नुसती ढोर-मेहनत करून केलेल्या कामाशी करता येणार नाही. माझे सुप्रीम कोर्टातले इतर क्लार्क सहकारी सहज म्हणून वकिलीची पुस्तके वाचतात, त्यांच्या जेवणाच्या सुट्टीत कोर्टातल्या केसेसबद्दल चर्चा करतात आणि त्यांना हे सगळे करून उत्साही वाटते; मला नाही.

एखाद्या गोष्टीत प्रावीण्य मिळवण्याकरता तुमच्या क्षमतेपेक्षा तुमचा उत्साह जास्त महत्त्वाचा ठरतो, कारण त्या क्षेत्रातले तज्ज्ञ होण्याकरता सगळ्यात महत्त्वाची गोष्ट कोणती असेल तर कष्ट करण्याची तयारी. म्हणून करिअरविषयक सल्ला देणाऱ्यांच्या मते तुम्हाला ज्या गोष्टीची आवड आहे, जी गोष्ट तुम्हाला सहज जमते, त्या क्षेत्रातच तुम्ही काम करणे हे उत्तम! असे करण्यामुळे तुमची तिथे कष्ट करण्याची तयारी असते, तिथल्या स्पर्धेत तुम्ही सहज टिकून राहता.

मला लिहिणे, वाचणे, नोट्स काढणे, संशोधन करणे, विश्लेषण करणे, समीक्षण करणे हे सगळे खूप आवडते (खरे तर मला लिहायला आवडत नाही. तसे पाहायला गेले तर कोणत्याच लेखकाला लेखनातली कारागिरी मंजूर नसते.) आता मागे वळून पाहता असे कितीतरी दाखले सापडतात, ज्यावरून मला लेखिका व्हायचे होते हे सिद्ध होईल. मी दोन कादंबऱ्या लिहिल्या होत्या. (ज्या सध्या ड्रॉवरमध्ये पडून आहेत.) मी माझा रिकामा वेळ नेहमीच वाचनात घालवला आहे. कोणतेही कारण नसताना मी भरपूर नोट्स काढल्या आहेत. मी कॉलेजमध्ये इंग्रजी भाषेचा अभ्यास केला आहे आणि सगळ्यात महत्त्वाचे म्हणजे मी माझ्या रिकाम्या वेळात एक पुस्तक लिहीत होते.

लिहिणे हेच मी अर्थार्जनाचे साधन करावे हे माझ्या आधी कसे काय लक्षात आले नाही? अनेक कारणे असतील; पण सगळ्यात महत्त्वाची बाब ही होती की, मला बरेचदा माझ्या वृत्तीप्रमाणे वागता यायचे नाही. इरॅइमसच्या मते, माणसाला तो जसा आहे तसे वागण्यात आनंद मिळत असतो. वरवर हे सोपे वाटत असले, तरी तसे वागणे मला नेहमीच कठीण गेले आहे आणि म्हणूनच 'स्वत:च्या वृत्तीप्रमाणे वागा' हे माझे माझ्या बारा तत्त्वांपैकी पहिले तत्त्व ठरले.

मी कोण असायला हवी होते याची मला पूर्ण कल्पना होती; परंतु त्यामुळे 'मी खरी कशी आहे' हेच मला समजत नव्हते. बरेचदा, ज्या गोष्टी करायला मला आवडत नाहीत, त्या मला आवडतात अशी मी स्वत:चीच समजूत घालते (खरेदी), किंवा ज्यात फारसा रस नाही त्यात रस असल्यासारखा दाखवते (परराष्ट्र धोरण). आणि सगळ्यात वाईट गोष्ट म्हणजे मी माझ्या खऱ्या इच्छा-आकांक्षांकडे दुर्लक्ष करते.

माझा मूड क्षणार्धात बदलण्याकरता बरेचदा मी तसा आव आणत असे. मी माझ्या 'जशी भावना हवी तशी कृती करा' या तिसऱ्या तत्त्वाप्रमाणे वागत होते. मात्र, आयुष्यातले मोठे निर्णय घेताना असे वागून चालणार नव्हते. मी नावडत्या गोष्टींमध्ये स्वत:ला गुंतवल्याचा आव आणला असता, तर माझा उत्साह निश्चितच कमी झाला असता.

स्वत:ला पूर्णपणे ओळखता येण्याचा माझ्या बहिणीचा स्वभाव मला कौतुकास्पद वाटतो. ती स्वत:ला स्वत:च्या वृत्तीबद्दल प्रश्न विचारत नाही. शाळेत असताना मी हॉकी खेळत असे (जरी मी उत्तम खेळाडू नव्हते,) भौतिकशास्त्र शिकत असे (ज्याचा मी तिरस्कार करत असे) आणि मला आशा होती की, मला संगीताची गोडी लागेल (जी कधी नव्हती.) एलिझाबेथचे तसे नव्हते. ती स्वत:शी ठाम होती. तिच्या गल्लाभरू कथा-कादंबऱ्यांच्या किंवा टीव्हीच्या आवडीबद्दल तिला अपराधी वाटले नाही. या वृत्तीमुळेच तिने तिचे करिअर तरुण वर्गाकरता व्यावसायिक कादंबऱ्या लिहून सुरू केले आणि नंतर ती टीव्हीकरता लेखन करू लागली. मला कधीकधी वाटायचे की, एलिझाबेथ आधी लेखिका झाली नसती तर मी लेखिका झाले असते का? माझ्या करिअरसंबंधीच्या मानसिक संघर्षाच्या काळात मी तिच्याशी चर्चा केली.

"माझा निर्णय योग्य आहे की नाही याची मला काळजी वाटते." मी कबुली दिली. "लॉ किंवा फायनान्स किंवा पॉलिटिक्ससारख्या क्षेत्रांत काम करणं मला योग्य वाटतं."

"लेखनदेखील योग्य आहे." किंवा "तुला आहे ते आवडत नसेल तर तू तुला हवं ते निवडू शकतेस." असे काहीसे तिने म्हणावे अशी माझी अपेक्षा होती; पण ती खूपच विचारी होती.

"तुला नेहमीच योग्य-अयोग्यतेचे निकष लावायला आवडतात आणि ते तू यापुढेही करशील. म्हणूनच बहुधा तू लॉ शिकलीस. तसे निकष तू तुझ्या पुढच्या करिअरलादेखील लावून पाहतेस का?"

"अं ..."

"तू सुप्रीम कोर्टात क्लार्क म्हणून एक चांगल्या प्रकारची नोकरी आत्तासुद्धा करत आहेस, तुला तो निर्णय योग्य वाटतो का?"

"खरं तर, नाही."

"म्हणजे तुला भविष्यातही तो योग्य निर्णय वाटणार नाही. असो; पण फक्त त्या एकाच गोष्टीवर निर्णय घेऊ नकोस."

मग मी 'फेडरल कम्युनिकेशन्स कमिशन'मध्ये कायद्याशी संबंधित अजून एक नोकरी करून पाहिली आणि मग मात्र एक दिवस लेखिका म्हणून करिअर सुरू करण्याचा निर्णय घेतला. अनोळखी आणि अननुभवी क्षेत्रात पाऊल टाकणे हे माझ्यापुढे मोठे आव्हान होते; पण आम्ही जेव्हा वॉशिंग्टन डी.सी.हून न्यू यॉर्कला राहायला आलो, तेव्हा जेमीनेदेखील करिअर बदलण्याचा निर्णय घेतल्याने माझा करिअर बदल मला सोपा वाटला. पुस्तकाबद्दलचा प्रस्ताव कसा लिहायचा या विषयाचा मी अभ्यास करत असताना जेमी अकाउंटिंगच्या क्लासला जात होता. मला आजही तो दिवस आठवतो, जेव्हा आम्ही दोघांनी आमच्या वकिलीच्या लायसन्सचे नूतनीकरण न करण्याचा निर्णय घेतला.

लॉ सोडून लेखिका व्हायचे ही 'स्वत:च्या वृत्तीप्रमाणे वागा' या तत्त्वाशी सुसंगत अशी माझ्या आयुष्यातली महत्त्वाची पायरी होती. मला जे करावेसे वाटत आहे, तेच करण्याचा निर्णय मी घेतला होता आणि इतरांना कितीही आकर्षक वाटले असतील; पण मला जे आकर्षक वाटले नाहीत ते सर्व पर्याय सोडून दिले.

माझ्या या महिन्याच्या उद्दिष्टांमध्ये 'झालेल्या कामाचा आढावा घेणे' या गोष्टीव्यतिरिक्त अजून कोणत्या गोष्टी असू शकतात? मला माझ्या कामात अधिक उत्साह, अधिक कल्पकता आणि अधिक कार्यक्षमता आणायची होती. मला जितके चाकोरीबद्ध आयुष्य जगायला आवडते, तितके दुसऱ्या कोणालाही आवडत नसेल. पण मी नव्या करिअरमधली नवी आव्हाने शिकण्याकरता स्वत:ला अनोळखी कामांमध्ये झोकून द्यायचे ठरवले. माझ्या रूटीनमध्ये मी लेखनाला आणि वाचनाला जास्तीतजास्त वेळ कसा देता येईल याकरता नवनवीन उपाय शोधू लागले. त्या जोडीला इतरांबरोबर जास्त वेळ घालवण्याकरता मार्ग शोधू लागले आणि सगळ्यात महत्त्वाचे म्हणजे मी जशी शुक्रवार दुपारची वाट पाहते, तशीच मी सोमवार सकाळची वाट पाहायला हवी असे मनाला बजावू लागले.

ब्लॉग सुरू करा

आव्हान आणि नावीन्य हे आनंदाचे महत्त्वाचे घटक आहेत हे मला माझ्या संशोधनातून समजले होते. एखादी आश्चर्यकारक गोष्ट समजल्यावर तुमचा मेंदू उत्तेजित होतो आणि अनपेक्षित परिस्थितीशी नीट जुळवून घेता आले की, तुमच्या मनाला समाधान लाभते. तुम्ही जर पहिल्यांदा एखादे म्युझियम पाहत असाल, एखादा नवीन खेळ शिकत असाल, नव्या ठिकाणी प्रवास करत असाल, नव्या ओळखी करून घेत असाल तर अशा नव्या गोष्टी करण्याने तुम्हाला रूटीन गोष्टी करण्यापेक्षा जास्त आनंद मिळतो.

आनंदाच्या बाबतीत असलेल्या अनेक विरोधाभासांपैकी एक म्हणजे आनंद मिळवण्याकरता आपण आपले आयुष्य नियंत्रित करू पाहतो; पण बरेचदा अनोळखी प्रकारे आणि अनपेक्षितरीत्या आपल्याला आनंद मिळत असतो. नवीन गोष्टी अनुभवताना मेंदूला जास्त काम करावे लागते आणि मेंदू तीव्र भावनिक प्रतिसाद देतो. परिणामी, असे नावीन्यपूर्ण अनुभव घेताना काळ थबकल्यासारखा वाटतो आणि मिळणारा आनंद द्विगुणित होतो. माझा एक मित्र त्याला पहिले मूल झाल्यावर म्हणाला, "मूल होण्यातला एक मोठा आनंद म्हणजे काळ संथपणे पुढे सरकत आहे असं वाटतं. आधी आम्हा दोघांना आयुष्य खूप वेगाने पळते आहे असं वाटत होतं; पण क्लाराचा जन्म होताच असं वाटू लागलं आहे की, काळ एकदम थबकला आहे. आजूबाजूला इतक्या काही गोष्टी घडत आहेत की, एकेक आठवडा एकेक युगासारखा वाटू लागला आहे."

मी माझ्या हॅपिनेस प्रोजेक्टमध्ये नावीन्य आणि आव्हाने कशी काय घालणार होते? मला माझ्या इतर आवडी-निवडींशी संबंधित उद्दिष्टेदेखील निवडायची होती. तज्ज्ञमंडळी काहीही म्हणोत, व्हायोलिन अथवा सालसा डान्स क्लास ही काही माझी आवड नव्हती. हे सगळे डोक्यात चालू असतानाच माझ्या लिटररी एजंटने मला ब्लॉग सुरू करायला सुचवले.

"पण मला त्यातलं काहीच माहीत नाही." मी उत्तरले. "त्या फारच तांत्रिक गोष्टी झाल्या. मला तर साधा केबल बॉक्सदेखील कसा वापरायचा ते कळत नाही."

"हल्ली ब्लॉग लिहिणं खूपच सोपं झालं आहे." ती म्हणाली. "विचार कर. मला खात्री आहे, तुला ते आवडेल."

तिने माझ्या मनात कल्पना भरवून दिली आणि मी एक प्रयत्न करून बघायचे ठरवले. आनंद मिळवण्यामध्ये आव्हानाचा महत्त्वाचा वाटा असतो हे माझ्या वाचनातून मला पटल्यामुळे मी हे मोठे आणि अवघड काम करून पाहायचे ठरवले होते. शिवाय मी ब्लॉग लिहायला सुरुवात केली असती, तर माझी त्या क्षेत्रातल्या

लोकांशी ओळख झाली असती, मला अभिव्यक्तीचे एक साधन मिळाले असते आणि इतरांना त्यांचा हॅपिनेस प्रोजेक्ट सुरू करा असे सांगायला अजून एक मार्ग मला उपलब्ध झाला असता.

परंतु आनंदाचा खूप मोठा ठेवा मिळवण्याची खात्री असूनही मला चिंता वाटू लागली. मला आधीच वेळ कमी पडत होता, उत्साह कमी होता. ब्लॉगमध्ये माझा किती वेळ जाणार? मला किती कष्ट करावे लागणार? जे निर्णय घेण्याची माझी पुरेशी तयारी नसेल असे कितीतरी निर्णय मला घ्यावे लागणार होते. मला रोज लोकांच्या टीकेला, प्रश्नांना सामोरे जावे लागले असते. मी वेडीच झाले असते.

याच दरम्यान, माझी ओळखीच्या दोन लोकांशी गाठ पडली. त्यांचे स्वत:चे ब्लॉगस् होते. त्यांनी मला ब्लॉग सुरू करण्याबद्दलच्या काही महत्त्वाच्या टिप्स दिल्या. एखादे वेळी ही सुदैवी भेट म्हणजे एक दैवी संकेतच असावा. म्हणतात ना, जेव्हा शिष्य तयार असतो, तेव्हा गुरू आपोआप प्रकट होतो. कदाचित माझे जे प्रयत्न चालू होते, त्याला मिळालेले हे यश होते किंवा मी फक्त सुदैवी होते, इतकेच!

"टाइप-पॅड हे सॉफ्टवेअर वापर." माझी पहिली सल्लागार म्हणाली. "मी तेच वापरते." ती वेगवेगळी हॉटेल्स् आणि पाककृती या विषयावर ब्लॉग लिहीत असे. "सुरुवातीला साधाच राहू दे ब्लॉग. तू जसजशी पुढे जाशील, तसतशी जरुरीप्रमाणे त्यात एकेक वैशिष्ट्यं घालता येतील."

"रोज पोस्ट टाकत जा. ते खूप महत्त्वाचं असतं." माझ्या दुसऱ्या सल्लागाराने बजावले. तो कायदेविषयक ब्लॉग लिहीत असे. अरे बापरे! मला तो सल्ला फारसा आवडला नव्हता तरी मी आठवड्यातून तीन वेळा पोस्ट टाकायचे ठरवले. "आणि तू जेव्हा एखाद्याला तुझ्या नव्या पोस्टबद्दल कळवणार असशील, तेव्हा ई-मेलमध्ये संपूर्ण पोस्ट टाक, फक्त लिंक देऊ नकोस."

"ओके." मी चाचरत म्हणाले. "म्हणजे, तुला असं म्हणायचं आहे का की, इतर ब्लॉग लिहिणाऱ्यांना मी माझ्या पोस्टबद्दल ई-मेल पाठवायची?" मला ही गोष्ट कधीच सुचली नसती.

"अं... हो." तो म्हणाला.

नंतरचे तीन आठवडे मनाच्या संभ्रमावस्थेत घालवून, इंटरनेटवर शोधाशोध करून शेवटी मी टाइप-पॅडमध्ये थोड्या साशंकपणे एक अकाउंट उघडला. अजून ब्लॉगबद्दल काही ठरले नसूनही नुसत्या अकाउंट उघडण्याच्या या कृतीनेच मला खूप उत्साही वाटले, तसेच थोडे घाबरल्यासारखेदेखील वाटले. मी माझ्याच अनुभवाच्या बोलाची स्वत:ला आठवण करून दिली. 'तुम्हाला वाटतात तितक्या तुमच्या चुका समोरच्या व्यक्तीच्या लक्षात येत नाहीत.' समजा, ब्लॉग लिहिण्यात

माझी काही चूक झाली असती, तरी काही जग बुडणार नव्हते.

रोज मी साधारणपणे एक तास ब्लॉग डिझाइन करण्यात घालवत असे आणि हळूहळू त्याला आकार येऊ लागला. माझा स्वत:बद्दल माहिती देणारा विभाग लिहून झाला. ब्लॉगविषयीची ओळख मी ब्लॉगच्या 'शीर्षक' विभागात लिहून टाकली. माझ्या पुस्तकांच्या लिंक्स देऊन झाल्या. ब्लॉगवर माझी बारा तत्त्वे लिहिली. ब्लॉगमध्ये आर.एस.एस. काय असते ते मी समजून घेतले आणि त्याची एक लिंक ब्लॉगमध्ये घालून टाकली. शेवटी सत्तावीस मार्चला एक दीर्घ श्वास घेऊन मी माझी पहिली पोस्ट टाकली.

आज माझा हॅपिनेस प्रोजेक्टविषयक ब्लॉगचा पहिला दिवस.

आता हॅपिनेस प्रोजेक्ट म्हणजे काय? काही दिवसांपूर्वी एका दुपारी मला अचानक प्रश्न पडला की, मी माझे आयुष्य 'मी आनंदी आहे का?' या महत्त्वाच्या प्रश्नाचे उत्तर न शोधताच जगते आहे की काय? त्या क्षणापासून मी सतत 'आनंद' या विषयाचा विचार करत राहिले. आनंद हा माझ्या वृत्तीचाच एक भाग बनू शकतो का? अधिक आनंदी होण्याकरता मी काही पावले उचलणे गरजेचे आहे का? मुळात आनंदी असणे म्हणजे काय?

मी ठरवले, हॅपिनेस प्रोजेक्ट ब्लॉग हा माझा एक वर्षाचा प्रवास असेल ज्यात मी माझी तत्त्वे, मूल्ये, सूचना, सिद्धान्त, संशोधनातून आलेली उत्तरे, तत्त्ववेत्त्यांपासून, साहित्यिकांपासून, सामाजिक नामवंतांपर्यंत सगळ्यांची मते... हे सगळे पडताळून पाहणार आहे. आनंदी होण्याकरता कोणता सल्ला अधिक उपयोगी पडतो हे शोधणार आहे.

मी नुकत्याच सुरू केलेल्या माझ्या ब्लॉगने मला आनंद दिला कारण मी माझे या महिन्यातले महत्त्वाचे उद्दिष्ट या ब्लॉगद्वारे गाठलेले आहे (आणि तेदेखील वेळेत.) मी माझ्यासमोर एक उद्दिष्ट ठेवले होते, ते उद्दिष्ट गाठण्याच्या दृष्टीने पावले उचलली होती आणि शेवटी ते उद्दिष्ट गाठून दाखवले.

ब्लॉग सुरू करताना मला माझे दोन अनुभवाचे बोल आठवले.

१. 'मदत मागण्यात काहीही गैर नाही.'

ब्लॉग सुरू करताना मित्र-मंडळींकडून सल्ला घेणे, मदत मागणे यात काही गैर नाही हा विचार सुचेपर्यंत मीदेखील काही काळ एकटीच धडपडत होते.

२. 'रोज थोडेथोडे काम करत राहिल्याने तुम्ही बरेच काही साध्य

करू शकता.'

आपण एका तासात किंवा एका आठवड्यात काय साध्य करू शकतो याबद्दल मोठा अंदाज वर्तवण्याची आपल्याला सवय असते आणि रोज थोडेथोडे काम करण्याने आपण एका महिन्यात किंवा एका वर्षात काय साध्य करू शकू याबद्दलचा आपला अंदाज मात्र कमी निघत असतो. 'रोज एक छोटे काम; मात्र अगदी रोज करणे, हे अधूनमधून केलेल्या मोठ्या कामापेक्षा जास्त असते.' – अँथनी ट्रोलोप

. . . .

तेव्हापासून मी दर आठवड्याला आठवड्यातून सहा वेळा माझ्या ब्लॉगवर पोस्ट लिहिली आहे.

माझी पहिली पोस्ट कॉम्प्यूटरच्या स्क्रीनवर झळकलेली पाहताच मला यशाची पताका फडकवल्यासारखे वाटले. मी हे घडवून आणू शकले यावर माझा विश्वासच बसेना. नावीन्य, आव्हान आणि आत्मविकासाचे वातावरण या गोष्टींचा आनंदावर खूप मोठा परिणाम होतो हे तज्ज्ञांचे सांगणे पूर्णपणे खरे होते.

ब्लॉग सुरू केल्यावर लवकरच माझ्या लक्षात आले की, ब्लॉग लिहिताना येणारी आव्हानेच माझ्या आनंदाचे कारण बनत आहेत. अजून स्पष्टपणे सांगायचे, तर या ब्लॉगने मला अनेकदा नाउमेद केले आहे. मी जितके काही करत होते, तितकेच मला अधिक करावेसे वाटत होते. मला त्यात चित्रे, फोटो इ. टाकायचे होते. मला माझ्या ब्लॉगच्या लिंकमधून 'टाइप-पॅड' हे शब्द काढून टाकायचे होते. मला पॉडकास्ट सुरू करायचे होते. ही सगळी कामे उरकताना मला उगीचच अगतिक आणि अडाणी असल्याची विचित्र भावना छळत होती. कधी कॉम्प्यूटरवर चित्रे येत नव्हती किंवा हवी त्यापेक्षा छोट्या आकारात दिसत होती. लिंक्स उघडता येत नव्हत्या. अचानकपणे शब्द अधोरेखित केल्यासारखे दिसत होते.

ही सगळी कामे शिकत असताना जेव्हा मला काही जमत नसे, तेव्हा मला एक प्रकारची हुरहूर लागत असे. मला दुसरे काही करायला सुचत नसे. एक दिवस मी सावकाशपणे काम करण्याचा निर्णय घेतला. मी स्वत:ला कोंडून घेतले. मी स्वत:ला सांगत असे की, 'किती का वेळ लागेना; पण आता पुढ्यातले काम संपवल्याशिवाय मी कोठेही जाऊ शकत नाही, माझ्याकडे हवा तितका वेळ उपलब्ध आहे.' माझ्याकडे हवा तितका वेळ उपलब्ध आहे हे जरी खरे नसले, तरी असे स्वत:ला सांगण्याने मला शिकण्यावर लक्ष केंद्रित करणे सोपे जात असे.

ब्लॉग लिहिताना मला सतत स्वत:ला सांगावे लागत असे की, मी माझ्या वृत्तीप्रमाणे वागले पाहिजे आणि प्रोजेक्टच्या ध्येयाशी प्रामाणिक राहिले पाहिजे. या ब्लॉगबद्दल जिव्हाळ्याच्या अनेक लोकांनी आणि बुद्धिवंतांनी मला सल्ले दिले. एका

व्यक्तीने मला उपरोधिक सूर लावायला सुचवले आणि अनेकांनी मी अधूमधून रोजच्या बातम्यांवर टीका-टिप्पणी करावी असे सुचवले. एकाने तर खूप मनापासून मला 'द हॅपिनेस प्रोजेक्ट' हे नाव बदलून 'हॅपी डे' असे नाव सुचवले होते.

"नाव बदलण्याचा मी विचारही करू शकत नाही." मी चाचरत म्हणाले. "मला ही कल्पना सुचल्यापासून याचे नाव 'हॅपिनेस प्रोजेक्ट' असेच आहे."

"बदल करायला अजून तितकासा उशीर झालेला नाही." त्याने स्वत:चे घोडे पुढे दामटण्याचा प्रयत्न केला.

एका मित्राने एक वेगळीच कल्पना मांडली. "तुझ्या आईबरोबरचे तुझे मतभेद या विषयावर तू ऊहापोह कर. लोकांना असं वाचायला आवडतं." त्याने आग्रह धरला.

"ते खरं आहे; पण माझे माझ्या आईबरोबर कोणतेही मतभेद नाहीत." मी उत्तरले. आयुष्यात पहिल्यांदाच मला आईबरोबर माझे चांगले संबंध असल्याचा पश्चात्ताप झाला.

"हं!" तो म्हणाला. मी वस्तुस्थिती नाकारते आहे असे त्याला निश्चितपणे वाटले असावे.

या सगळ्या सूचना चांगल्या होत्या, सदूहेतूने केलेल्या होत्या. मात्र, दर वेळेस मला कोणताही नवा सल्ला मिळाला की, मी काळजीत पडत असे. माझ्या मनातल्या टीकाकाराने निर्माण केलेल्या शंका-कुशंका माझ्या ब्लॉगच्या मार्गात आव्हाने उभी करत असत. मी हॅपिनेस प्रोजेक्टचा पुनर्विचार करायला हवा होता का? 'प्रोजेक्ट' हा शब्दच कठीण, न भावणारा आहे का? स्वत:च्या अनुभवाबद्दल इतके काही लिहिणे म्हणजे स्वत:चा 'अहं' जोपासणे आहे का? माझा गंभीर सूर उपदेशाचा तर वाटणार नाही ना? असू शकतो म्हणा; पण मला एखादा कादंबरीकार जो फक्त पहिली ओळ पुन:पुन्हा लिहीत बसतो आणि दुसरी ओळ लिहीतच नाही, तसे करायचे नव्हते. मला काही साध्य करायचे असेल तर मला पुन:पुन्हा स्वत:ला तपासून पाहायची सवय सोडून द्यायला हवी होती.

ब्लॉग सुरू केल्यावर लोकांनी तो ब्लॉग उत्साहाने जसा आहे तसा स्वीकारला ही एक समाधानाची गोष्ट होती. सुरुवातीला माझा ब्लॉग कितीजणांकडून वाचला जातो हे कसे मोजायचे हेदेखील मला माहीत नव्हते; परंतु हळूहळू मी तेही शिकले. जेव्हा मला सर्वांत प्रथम टेक्नोरॅटीवर (ब्लॉग्जचे सर्वेक्षण करणारी अग्रगण्य संस्था) माझा ब्लॉग पहिल्या पाच हजारांत आहे हे समजले तेव्हा मला आश्चर्याचा खूप मोठा धक्का बसला. मी माझ्या वैयक्तिक कारणांकरता हॅपिनेस प्रोजेक्ट हा ब्लॉग लिहिलेला असल्याने वाचकांना आकर्षित करण्याचा माझा मूळ उद्देश नव्हता; त्यामुळे हळूहळू वाढत जाणारे हे यश म्हणजे माझ्याकरता एक अनपेक्षित आनंद होता, ज्याने माझ्या आत्मविकासाच्या वातावरणात मोलाची भर घातली.

आव्हाने पेलल्याने आनंद वाढतो याचे कारण म्हणजे त्यामुळे तुमच्या स्वत:च्या कक्षा रुंदावतात. तुम्ही माणूस म्हणून मोठे होता. अचानकपणे तुम्ही योगासने करू शकता, घरच्या घरी बिअर बनवू शकता, बऱ्यापैकी स्पॅनिश बोलू लागता. संशोधन असे सांगते की, तुमचे व्यक्तिमत्त्व अनेक पैलूंनी बनलेले असेल तर कधी एखाद्या पैलूला धक्का बसल्याने फारसे नुकसान होत नाही. तुमची नोकरी गेली तर तुमच्या स्वाभिमानाला धक्का बसेल; पण तुम्ही एखाद्या स्थानिक संस्थेचे नेतृत्व करत आहात ही वस्तुस्थिती तुमच्या स्वाभिमानाकरता मोठा दिलासा ठरते. तसेच, तुमच्या नव्या व्यक्तिमत्त्वामुळे तुमच्या नव्या ओळखी होतात, अनेक नवे अनुभव मिळतात आणि या सगळ्यामुळे तुम्हाला आनंदाचा भला मोठा ठेवा सापडतो. मला काय फायदा झाला तर माझ्या ब्लॉगने मला नवी ओळख दिली, नवीन कौशल्ये शिकवली, नवीन सहकारी मिळवून दिले आणि माझ्याप्रमाणे आवड असलेले अनेक लोक मला मिळाले. या सगळ्याने लेखिका म्हणून माझा दृष्टिकोन रुंदावला. मी ब्लॉगर झाले.

धडपडण्यातही मजा असते

मी ब्लॉगकरता अविरत कष्ट घेत होते. त्याच जोडीला मला माझ्या प्रोजेक्ट संदर्भात इतरही कामे करायची होती. मला आता नवीन आव्हाने घ्यायला हवी होती; पण मग ते माझ्या 'स्वत:च्या वृत्तीप्रमाणे वागा' या तत्त्वात बसले असते का?

याचे उत्तर 'हो'देखील होते आणि 'नाही'देखील. मला माझे व्यक्तिमत्त्व माझ्या नैसर्गिक वृत्तीनुसार विकसित करायचे होते. डब्ल्यू. एच. ऑडेन यांनी ही द्विधावस्था अचूक शब्दांत मांडली आहे. 'वयाच्या विशी ते चाळीशीच्या दरम्यान आपण स्वत:चा शोध घेत असतो. या प्रक्रियेत आकस्मिक अडथळे (ज्यावर आपण मात करायची असते) आणि आवश्यक मर्यादा (ज्या आपण ओलांडायच्या नसतात) यांच्यातला फरक समजून घ्यायचा असतो.' उदा. मी ब्लॉग सुरू करताना आधी साशंक होते; पण मला मनातून माहीत होते की, मी हे करू शकते आणि सुरुवातीचे काही अडथळे ओलांडल्यावर मला ते करण्यात मजाही वाटणार आहे.

स्वत:ला रेटत पुढे नेण्याने मी अस्वस्थ झाले असते. माझेच अनुभवाचे बोल होते– 'ज्या कृतीमधून तुम्हाला बऱ्याचदा आनंद मिळतो, ती कृती दर वेळी तुम्हाला आनंद देईलच असे नाही.' मी स्वत:ला पुढे रेटण्यात बरेच वेळा नाखूश का असते याचा विचार केल्यावर मला समजले की, मी अपयशाला घाबरते; परंतु मला जर अधिकाधिक यश हवे असेल, तर मला अपयश पचवण्याची तयारी ठेवायला हवी. मला रॉबर्ट ब्राउनिंगचे शब्द आठवले– 'माणसाच्या मुठीपेक्षा त्याचे क्षितिज मोठे हवे, नाहीतर स्वर्गाची काय गरज?'

माझ्या मनातली भीती दूर करण्याकरता मी स्वत:ला समजावले, कधीकधी धडपडण्यातही मजा असते. महत्त्वाकांक्षी होण्याची ही एक पायरी आहे; सर्जनशील बनण्याची ही एक पायरी आहे. जर एखादी गोष्ट करणे योग्य असेल, तर ती गोष्ट झपाटून जाऊन केली पाहिजे.

आणि मला या मंत्राचा खरोखरच उपयोग झाला. 'धडपडण्यातही मजा असते' या वाक्यामुळे माझ्या मनातली भीती दूर झाली. मी धडपडले. मी एका याडू नावाच्या, लिखाणाशी संबंधित असलेल्या प्रथितयश संस्थेमध्ये प्रवेशासाठी अर्ज केला होता, जो नाकारला गेला. मी 'वॉलस्ट्रीट जर्नल' या वर्तमानपत्रात कॉलम लिहिण्याविषयी अर्ज केला होता, ते काम होईल असे वाटले होते; पण संपादकांनी त्याकरता जागा नसल्याचे कळवले. माझ्या 'फॉर्टी वेज टू लुक ॲट जेएफके' या पुस्तकांचा खप 'फॉर्टी वेज टू लुक ॲट विन्स्टन चर्चिल'च्या तुलनेने खूपच निराशाजनक होता. ('मी उगीच वरवर बोलत नाही; पण तुझी ही निराशा तू तुझ्या हॅपिनेस प्रोजेक्टच्या भल्याकरता वापर' असा मला माझ्या एजंटने दिलासा दिला.) मी माझ्या मैत्रिणीकडे एक 'चरित्र वाचन ग्रुप' सुरू करू या म्हणून आग्रह धरला होता; पण ती कल्पना काही फलद्रूप झाली नाही. न्यू यॉर्क टाइम्स बुक रिव्ह्यूच्या कॉलमकरता मी एक निबंध लिहिला होता, जो स्वीकारला गेला नाही. मी वेबकास्ट करण्याकरता एक टीम बनवू पाहत होते, तेही काम झाले नाही. मी माझ्या ब्लॉगकरता लिंक्स गोळा करण्यासाठी असंख्य ई-मेल्स पाठवल्या ज्या बहुतेकांकडून दुर्लक्षित केल्या गेल्या.

मात्र, त्या वेळी धडपडण्याचा असा फायदा झाला की, मला काही प्रमाणात यशाची संधी उपलब्ध झाली. मला 'हाफिंग्टन पोस्ट ब्लॉग'वर सहभागी होण्याकरता आमंत्रण मिळाले आणि लाइफ हॅकर, लाइफ हॅक, मार्जिनल रेव्होल्युशन यांसारख्या मोठ्या ब्लॉगनी माझी नोंद घेतली. मला 'लाइफ रिमिक्स ब्लॉग नेटवर्क'चे आमंत्रण मिळाले. मी वॉल स्ट्रीट जर्नलकरता 'पैसा आणि आनंद' या विषयावर एक लेख लिहिला. मी दर महिन्याला लेखकांच्या क्लबला जाऊ लागले. पूर्वी मी अशा उपक्रमांमध्ये भाग घ्यायला कचरत असे, कारण माझ्या मनात नकाराची भीती असे.

माझ्या मित्र-मैत्रिणींनी मला अजून काही बदल सुचवले जे वापरून त्यांना फायदा झाला होता. एक मित्र म्हणाला की, त्याच्या ऑफिसमध्ये जेव्हा एखादा प्रॉब्लेम निर्माण होतो, तेव्हा तो सगळ्यांना सांगतो, 'अरे, हाच तर खरा गमतीचा भाग आहे.' माझा हॅपिनेस प्रोजेक्ट अजून निम्मादेखील पार पडला नसला, तरी मला नुकतेच कळू लागले होते की, आनंदी वाटण्याने मला धडपडण्यातले आव्हान स्वीकारणे सोपे गेले किंवा धडपडण्यातली मजा मी सहजपणे अनुभवली. मी आनंदी असल्याने ब्लॉग सुरू करण्याचे माझे उद्दिष्ट मला सहजासहजी गाठता आले. जेव्हा

ब्लॉग सुरू झाला तेव्हा तो माझ्या आनंदाचे निधान ठरला.

मदत मागा

'मदत मागण्यात काहीही गैर नाही' हे माझ्याच अनुभवाचे बोल असले, तरी 'मदत माग' असे मला स्वत:ला सतत सांगावे लागते. ज्या गोष्टी मला माहीत नाहीत, त्या माहीत असल्याचे दाखवणे अशी पोरकटपणाची आणि कामात अडथळा आणण्याची मला अनेकदा हुक्की येई.

मार्च महिन्यात मी सतत माझी उद्दिष्टे आणि तत्त्वे पुन:पुन्हा तपासून पाहत असल्याने मदत मागण्याची एक नवीन पद्धत मी शोधून काढली असावी - मी एक रायटर्स स्ट्रॅटेजी ग्रुप (लेखनासंदर्भात धोरण ठरवणारा ग्रुप) तयार केला. मी नुकतीच मायकेल आणि मर्सी या दोन लेखकांना भेटले होते. आम्ही प्रत्येकजण पुस्तक लिहीत होतो. काय केल्याने ते पुस्तक (आणि एकंदरीतच आपापले करिअर) चांगले होईल याच्या शोधात होतो. आम्ही बराच वेळ आपआपले काम करत असू; पण प्रत्येकजण बोलक्या स्वभावाचा आणि इतरांशी संवाद साधायला उत्सुक असल्याचा जेव्हा मला शोध लागला तेव्हा (योगायोगाने मायकेल आणि मर्सी एकमेकांना आधीपासूनच ओळखत होते) मला एक कल्पना सुचली.

फेब्रुवारीमध्ये मी माझे प्रॉब्लेम्स शोधून काढले होते. लिखाणाकरता मला असा एक सहकारी हवा होता ज्याच्याबरोबर मी माझ्या लेखनासंदर्भात आणि करिअरमधील धोरणासंदर्भात चर्चा करू शकेन. तसे झाले असते तर मी जेमीला या जबाबदारीतून (बहुतांशी?) मुक्त केले असते. कदाचित मायकेल, मर्सी आणि मी अशा ग्रुपने ही गरज पूर्ण केली असती. बेंजामिन फ्रँकलिन यांनी बारा मित्रांबरोबर एकमेकांच्या प्रगतीसाठी एक ग्रुप बनवला होता, जो चाळीस वर्षे दर आठवड्याला भेटत असे. 'एकमेकांची प्रगती' यासारखे लहान उद्दिष्ट घेऊन एखादे वेळेस आम्हीपण एक ग्रुप स्थापन करू शकलो असतो.

ही संभाव्य कल्पना मी ई-मेलमधून मायकेल आणि मर्सीच्या पुढे मांडली आणि आश्चर्याची गोष्ट म्हणजे त्या दोघांनीही ती कल्पना उचलून धरली. मायकेलने आमच्या मीटिंगची रूपरेषा सुचवली. 'दर सहा आठवड्यांनी दोन तासांकरता भेटायचे का? पहिली वीस मिनिटे प्रत्येकाचे काय चालले आहे याचा आढावा घेऊ, मग प्रत्येकी तीस मिनिटे आपापल्या प्रश्नांवर चर्चा करायला आणि मध्ये दहा मिनिटांची विश्रांती.' ही इतकी काटेकोर आखणी पाहून मी आणि मर्सी भारावून गेलो. आमच्या तिघांचे सूर चांगलेच जुळले होते याची ही नांदी होती.

"आपण आपल्या ग्रुपला नाव देऊ या." मर्सी थट्टेने म्हणाली. "आपला कोणत्या प्रकारचा ग्रुप आहे बरं?"

आम्ही स्वत:ला 'एमजीएम' (आमच्या नावाची आद्याक्षरे) म्हणायचे ठरवले. आणि आमचा ग्रुप होता 'रायटर्स स्ट्रॅटेजी ग्रुप'. मात्र, कधीतरी स्वत:च्या लिखाणाचे एखाद-दुसरे प्रकरण एकमेकांना दाखवण्यापलीकडे आम्ही कधी स्वत:च्या लेखनाबद्दल बोलत नसू. आम्ही 'लेखकाचे धोरण कसे असावे' या विषयावर जास्तीतजास्त चर्चा करत असू. मायकेलने एक मदतनीस नेमावा का? मर्सी तिच्या पुस्तकांच्या प्रसिद्धीकरता दौरे करण्यात जास्त वेळ घालवते का? मी हॅपिनेस प्रोजेक्टसंदर्भात एखादे पत्रक प्रसिद्ध करावे का? आमचा ग्रुप लगेचच यशस्वी झाला. दोन उत्साही, बुद्धिमान आणि प्रोत्साहन देणाऱ्या लेखकांबरोबर वेळ घालवल्याने माझ्या मनाला उभारी आली. वजन घटवू पाहणाऱ्या लोकांचा किंवा दारू सोडू पाहणाऱ्या लोकांचा जसा ग्रुप असतो, तसाच हा ग्रुप! आणि माझ्या संकल्पांच्या तक्त्यामुळे आम्ही एकमेकांना उत्तर देण्यास बांधील राहिलो.

आमच्या ग्रुपच्या भेटीगाठींना काही दिवस लोटल्यावर एक दिवस मला करिअरविषयक सल्ला देणारे काही लेख वाचायला मिळाले. त्या लेखांत त्यांनी उदयोन्मुख लोकांचे वर्तुळ किंवा एकाच उद्दिष्टाने प्रेरित झालेल्या लोकांचा ग्रुप स्थापन करावा असे सांगितले होते. अरेच्चा! मला वाटले, मीच एक अभिनव कल्पना जन्माला घातली होती.

चातुर्याने काम करा

रूटीनमधल्या बारीक-सारीक गोष्टी अमलात आणताना मला वाटले की, उच्च महत्त्वाकांक्षेवर लक्ष केंद्रित करण्यापेक्षा माझी कार्यक्षमता मला कशी वाढवता येईल यावर विचार केल्यास मी अधिक चांगल्या प्रकारे काम करू शकेन. निदान माझा रोजचा दिवस शांतपणे जाईल. मला जी कामे करायची होती, ती करायला माझ्याकडे पुरेसा वेळ नसल्याचे मला जाणवले.

मी माझा दिवस कसा घालवते याकडे मी बारकाईने लक्ष देऊ लागले. दिवसाचा एखादा वेळ मी वाया घालवते आहे का? घरात एखाद्या कोपऱ्यात जसे अचानक पैसे सापडतात, तशी माझी वेळ वाया घालवणारी पण मला आत्तापर्यंत न जाणवलेली एखादी सवय (उदा. टीव्हीवर पुनर्प्रक्षेपित होणारे एपिसोड रोज रात्री पाहणे) मला सापडते का ते मी शोधत होते. निदान मी कार्यक्षम होण्याच्या मार्गावरतरी होते. मी जरी पुनर्प्रक्षेपित एपिसोड बघत असले, तरी मी जोडीला कॉम्प्यूटरवर बिलेदेखील भरत असे. मी माझा वेळ कशा पद्धतीने घालवते आहे हे तपासण्यातून काही चांगले निष्कर्ष हाती आले.

मी ज्याला 'कामाचा वेळ' समजत असे, त्याची माझी व्याख्या बदलली. पूर्वी मला वाटायचे की, जोवर मला सलग तीन-चार तास लेखनाकरता मिळत नाहीत

तोवर मी चांगले लेखन करू शकणार नाही. दर वेळी ते जमायचेच असे नाही आणि मग मी उदास व्हायची. मी खूप अकार्यक्षम आहे असे मला वाटू लागायचे. माझे हे गृहीतक तपासून पाहण्याकरता, काही आठवडे मी प्रत्येक दिवशी काय काम केले हे लिहून ठेवायला सुरुवात केली. माझ्याकडे कमी वेळ असताना मी जास्त कार्यक्षम होते, हे मला समजले. कोणतेही काम कार्यक्षमरीत्या करण्याकरता नव्वद मिनिटांचा कालावधी सुयोग्य काळ असतो. कोणतेही भरीव काम करायला माझ्याकरता एवढा वेळ पुरेसा होता आणि लक्ष विचलित होईल इतकाही तो जास्त नव्हता; त्यामुळे मी लिखाणाकरता माझा दिवस नव्वद मिनिटांच्या गठ्ठ्यांनी आखायला सुरुवात केली. मध्येमध्ये लेखनाशी संबंध नसणारी कामे घातली, उदा. व्यायाम, भेटीगाठी, फोन करणे, ब्लॉगवर डोकावणे.

शिवाय मला कोणतेही काम करायला पंधरा मिनिटांचा वेळ नेहमीच अपुरा वाटत असला, तरी मी दिवसातून जास्तीची पंधरा मिनिटे शोधून काढायला सुरुवात केली. कधी दोन अपॉइंटमेंट्सच्या मध्ये, तर कधी दिवसाच्या शेवटी; यामुळे माझ्या हातून जास्त कामे होऊ लागली. दररोज पंधरा मिनिटे असे अनेक आठवडे, हा काही कमी वेळ नव्हता. पंधरा मिनिटांत ब्लॉगच्या पोस्टचा आराखडा ठरवता येत होता, संशोधन करताना वाचलेल्या पुस्तकांच्या नोट्स काढता येत होत्या, ई-मेल्सना उत्तरे पाठवता येत होती. जानेवारीत जेव्हा मी सुरुवात केली, तेव्हा मी 'एक मिनिटाचा नियम' आणि 'संध्याकाळी घर आवरण्याचा नियम' हे दोन छोटे नियम नियमितपणे पाळण्याने बराच फरक पडतो असे पाहिले होते. आता मला माझे काम आटोक्यात ठेवता येऊ लागले.

मी थोड्याशा नाखुशीनेच घरातले बाकीचे लोक उठायच्या तासभर आधी उठून कामे करायला सुरुवात केली. एकोणिसाव्या शतकात अँथनी ट्रोलोप नावाच्या लेखकाने विपुल लेखन केले होते. (शिवाय, त्याने ब्रिटिशांच्या पोस्टाच्या पद्धतीमध्ये उत्क्रांती घडवून आणली.) त्याने त्याच्या कार्यक्षमतेचे श्रेय सकाळी साडेपाचला कामाला लागण्याच्या सवयीला दिले होते. तो त्याच्या आत्मचरित्रात म्हणतो– 'एक म्हातारा गृहस्थ मला रोज उठवण्याचे काम करत असे. त्याने हे काम निर्दयपणे करण्याकरता मी त्याला जास्तीचे पाच पौंड देत असे.' याचा अर्थ सकाळी साडेपाचला उठणे हे काही सोपे काम नाही, विशेषत: जेव्हा कोणीतरी तुम्हाला हलवून जागे करणारे नसेल तर. मी लवकरात लवकर साडेसहाला उठू शकत होते.

माझे ऑफिस अधिक आल्हाददायक वाटण्याकरता मी एक छोटीशी युक्ती केली. कोणाच्या तरी पार्टीत एकदा मला छानसा सुगंध जाणवला. मी घरभर फिरून त्याचा मागोवा घेतल्यावर मला हा सुगंध 'जो मलोन ऑरेंज ब्लॉसम' मेणबत्तीचा होता हे समजले. मी कधी अशा वस्तू खरेदी करत नसले, तरी त्या दिवशी मी घरी

जाताच कॉम्प्यूटर उघडला आणि माझ्याकरता त्या मेणबत्तीची ऑर्डर दिली. तेव्हापासून मी ऑफिसमध्ये मेणबत्ती लावायची सवय लावून घेतली. आनंद निर्माण करण्याशी सुगंधी मेणबत्तीचा संबंध जरी ओढून-ताणून लावत असले, तरी अशा सुगंधी वातावरणात ऑफिसात काम करणे नेहमीच प्रसन्न वाटे. हे म्हणजे बाहेर बर्फ पडत असावा किंवा पावलांशी कुत्रा डुलक्या घेत असावा तशा प्रकारची भावना आहे. हे खोलीतले एक प्रकारचे मूक अस्तित्व होते आणि ते खूप आल्हाददायक होते.

क्षणस्थ राहा

मी कामे करताना – प्रामुख्याने नावडती कामे करताना – माझ्याच एका तत्त्वाची स्वत:ला आठवण करून देत असते – 'क्षणस्थ राहा'. एका लेखिकेच्या नजरेतून माझ्या उज्ज्वल भवितव्याची स्वप्ने रंगवताना मी म्हणे– 'जेव्हा माझा नवा प्रस्ताव मान्य होईल...', 'जेव्हा हे पुस्तक बाजारात येईल...'

ताल बेन-शहार हा लेखक 'हॅपीअर' या पुस्तकात सांगतो की, 'अरायव्हल फॉलसी' ही एक भ्रामक कल्पना आहे. यात तुम्हाला वाटते की, जेव्हा तुम्ही एका ठरावीक उद्दिष्टापर्यंत पोहोचाल तेव्हा तुम्ही आनंदी व्हाल. ('फ्लोटिंग वर्ल्ड फॉलसी' हीसुद्धा अशीच एक भ्रामक कल्पना आहे ज्यात सांगितले आहे की, भविष्यातील उद्दिष्टांचा विचार न करता मिळालेला क्षणिक आनंद तुम्हाला आनंदी बनवेल; तर 'नायलीझम फॉलसी' असे सांगते की, तुम्ही आहात त्याहून आनंदी होणे शक्य नाही.) 'अरायव्हल फॉलसी' ही कल्पना भ्रामक असण्याचे कारण म्हणजे तुम्ही एखादी गोष्ट मिळाल्यावर आनंदाची अपेक्षा करत असता; पण प्रत्यक्षात ती गोष्ट मिळाल्यावर तुम्हाला अपेक्षिलेला आनंद मिळत नसतो.

सर्वांत प्रथम, जेव्हा तुम्ही तुमच्या इच्छित स्थळी पोहोचता, तेव्हा तुमची तिथे पोहोचण्याची अपेक्षा आधीच पूर्ण झालेली असते; त्यामुळे तो आनंद मिळवून झालेला असतो. मात्र, त्या इच्छित स्थळी पोहोचल्यावर कामे आणि जबाबदारी वाढलेली असते. कोणतेही पाश नसलेला निर्मळ आनंद मिळणे तसे दुर्मिळच असते. उदा. मुलांचा जन्म, प्रमोशन, घर-खरेदी. (अपवाद एखादे अ‍ॅवॉर्ड जिंकणे). तुम्ही एखाद्या ठिकाणी पोहोचू इच्छिता; पण एकदा का तिथे पोहोचलात की, आनंदाच्या जोडीला इतर अनेक भावना येऊन चिकटतात आणि अर्थातच एक उद्दिष्ट गाठताच आपल्याला नवे उद्दिष्ट खुणावू लागते, जे अधिक आव्हानात्मक असते. पहिले पुस्तक प्रकाशित झाले याचाच अर्थ आता दुसऱ्या पुस्तकाची सुरुवात करणे आले. अजून एक नवीन शिखर गाठायला हवे; त्यामुळे वर्तमानात, आत्मविकासाच्या वातावरणाचा आनंद घेत घेत, उद्दिष्टांच्या दिशेने सावकाशपणे वाटचाल करणे हे मोठे आव्हान असते.

जेव्हा मी एखाद्या ध्येयपूर्तीच्या आधीच त्यातून मिळणाऱ्या आनंदाबद्दल अपेक्षा ठेवते, तेव्हा मी स्वत:ला बजावते, 'क्षणस्थ राहा'. जर मी आत्ताच्या क्षणातला आनंद उपभोगू शकले, तर मला भविष्यातल्या आनंदाकडे डोळे लावून बसायची गरज नाही. आनंदाचा भाग नंतर नाही, आत्ता आहे. मला आवडते काम करायला मिळाल्यानेसुद्धा मी स्वत:ला नशीबवान समजते. जर तुम्हाला तुमचे काम आवडत नसेल किंवा त्या कामातून समाधान मिळत नसेल तर त्यातून येण्याऱ्या अपयशाचा खूप त्रास होतो; पण आवडते काम करायला मिळणे हेच मोठे बक्षीस असते.

उदा. जेव्हा मी चर्चिलचे चरित्र लिहीत होते तेव्हाचा एक रोमहर्षक क्षण मला आठवतो. मी लायब्ररीमध्ये माझ्या नेहमीच्या टेबलावर बसले होते आणि मी चर्चिलच्या हाउस ऑफ कॉमन्समधील (४ जुलै १९४०) भाषणातल्या दोन ओळी वाचल्या. 'आपण शेवटपर्यंत लढत राहू... आपण आपल्या भूमीचे रक्षण करू, मग त्याकरता कितीही किंमत मोजावी लागली तरी बेहत्तर!' त्या ओळी वाचताना माझ्या मनात एक विचार डोकावला, चर्चिलचे आयुष्य हे अभिजात शोकांतिकेसारखे आहे. जेव्हा मला याचा साक्षात्कार झाला तेव्हा माझ्या डोळ्यांतून अश्रू येऊ लागले. मी कितीतरी दिवस माझे विचार पडताळून पाहत होते आणि मी जितके वाचत होते, तितकी अधिकाधिक प्रभावित होत होते. अभिजात शोकांतिकेच्या कसोट्या खूप कडक असतात आणि मी हे सिद्ध करू शकले की, चर्चिलचे आयुष्य त्या सर्व कसोट्यांवर पूर्णपणे उतरते. आहा! असे शोधून काढण्यातच खरी मजा असते.

परंतु 'अरायव्हल फॉलसी'चा अर्थ असा नाही की, ध्येयाच्या दिशेने केलेली वाटचाल हा आनंदाचा मार्ग असू शकत नाही. उलट ध्येयप्राप्तीकरता केलेला प्रवास जसा महत्त्वाचा आहे, तसेच ध्येय असणेदेखील महत्त्वाचे आहे. फ्रेडरिक नीचह हे खूप चांगल्या प्रकारे समजावून सांगतो, 'समेवर पोहोचणे हे सुरावटीचे ध्येय नसते तथापि, सुरावट जर समेवर येऊन पोहोचली नाही, तर ती तिच्या ध्येयापर्यंत पोहोचलेली नसते. (एक बोधकथा)'

क्षणस्थ राहण्याकरता माझ्या मनातल्या टीकेबद्दलच्या भीतीवर मला मात करायला शिकायचे होते. माझे कौतुक होईल का? माझ्यावर टीका होईल का? अशी अवाजवी भीती, माझे टीकाकार काय म्हणतील? याबद्दलची काल्पनिक चिंता– या गोष्टी माझ्या कामातला आनंद कमी करत होत्या, इतकेच काय या भीतीने माझ्या कामाचा दर्जा घसरत होता.

माझ्या हॅपिनेस प्रोजेक्टच्या सुरुवातीच्या दिवसांत जेव्हा 'फॉर्टी वेज टू लुक ॲट जेएफके' या मी लिहिलेल्या चरित्रात्मक पुस्तकावर 'द वॉशिंग्टन पोस्ट'मध्ये समीक्षण छापून आले, तेव्हा मला या भीतीचा सामना करायची वेळ आली होती. तेव्हा मी हॅपिनेस या विषयावरील अनेक सिद्धान्त शिकले होते, माझे बारा संकल्प

शोधून काढले होते; पण मी त्या सगळ्याचा प्रत्यक्षात वापर केला नव्हता.

ते समीक्षण वाचून मी निराश झाले होते, चिडले होते आणि बचावात्मक पवित्र्यात उभी ठाकले होते. खरे तर मला स्वत:बद्दल विश्वास वाटायला हवा होता, मी टीकेला मोकळ्या मनाने सामोरे जायला हवे होते आणि समीक्षकांचे स्वातंत्र्य मी मान्य करायला हवे होते. मी माझे तिसरे तत्त्व 'जशी भावना हवी तशी कृती करा' अमलात आणायचे ठरवले. एखाद्या पराकोटीच्या परिस्थितीत हे तत्त्व लागू पडेल का? इतर वेळी मी जे केले नसते, ते मी स्वत:ला करायला लावले. मी माझ्यावरची टीका खिलाडू वृत्तीने घेऊ शकते आणि कोणतेही समर्थन न देता, आक्रमक न बनता प्रतिसाद देऊ शकते हे स्वत:शी सिद्ध करण्याकरता मी त्या समीक्षकाला खेळकर भाषेत ई-मेल पाठवली. मला या ई-मेलचा मजकूर तयार करायला खूपच वेळ लागला; पण एक सांगू... ई-मेल कामी आली. ई-मेल पाठवता क्षणी मला एकदम छान वाटू लागले.

हॅलो डेव्हिड ग्रीनबर्न,

तुम्ही माझ्या पुस्तकाचे केलेले समीक्षण मी मनापासून वाचले. पुस्तक लिहीत असताना स्वत:च्याच पुस्तकावर मी काय टीका करेन याचे कल्पनाचित्र रंगवण्याची, स्वत:च नकारात्मक समीक्षण करून खट्टू होण्याची मला वाईट खोड आहे. माझ्याप्रमाणेच तुम्हीदेखील माझ्या पुस्तकावर सवंगपणाचा, स्वैर असल्याचा आणि नव्याने काहीच न सांगितल्याचा आरोप केला आहे. मला केनडी अधिक उमगले याबद्दल मी समाधानी होते; पण मी ते तुमच्यापर्यंत पुरेसे पोहोचवू शकले नाही, याचा मला खेद वाटतो.

मी जर अजून एखादे 'फॉर्टी वेज'च्या धर्तीचे चरित्र लिहिले, तर मला तुमच्या या प्रतिक्रियेचा निश्चितच उपयोग होईल. उदा. या पुस्तकात मी चर्चिलकडे चाळीस पद्धतींनी का पाहिले हे वाचकाला पुन:पुन्हा सांगावे की नाही याबद्दल माझ्या मनात द्वंद्व होते. चरित्रात्मक पुस्तके लिहिताना वेगवेगळ्या दृष्टिकोनांतून एखाद्याला समजून घेण्याची परंपरा मी पाळली होती; पण ते सगळे पुन:पुन्हा सांगणे फुशारकी मारल्यासारखे होईल की काय असे मला वाटले. मात्र, आता तो खुलासा न केल्याने वाचक किती गोंधळात पडू शकतो हे मला जाणवते आहे.

तुमच्या पुढील कामाकरता शुभेच्छा!

– ग्रेचेन रुबिन

मेल पाठवताच मला विलक्षण समाधानी लाभले. डेव्हिड ग्रीनबर्न काही का म्हणेना, मी स्वत:ला बदलवले होते. मला एकदम मी उदार, टीकेला सामोरे जाणारी, दुसऱ्याने दुखावूनही त्याला सदिच्छा देणारी वाटू लागले. मला उत्तर आले नसते तरी चालले असते; पण उत्तर आले आणि खूप चांगले उत्तर आले.

> प्रिय (?) ग्रेचेन,
>
> तुमच्या ई-मेलबद्दल धन्यवाद! माझ्याशी संवाद साधल्याबद्दल आणि मी केलेले समीक्षण योग्य अर्थाने घेतल्याबद्दल मी तुमचा आभारी आहे. जेव्हा मी लिहिलेल्या एका पुस्तकाबद्दल संमिश्र आणि टीकेच्या प्रतिक्रिया आल्या होत्या, तेव्हा मी तुमच्याइतक्या विश्वासाने त्यांना तोंड देऊ शकलो नव्हतो. अशा प्रसंगी मला जुन्या-जाणत्या लेखकांचा दृष्टिकोन पटतो. त्यांच्या मते, समीक्षण हे फक्त एका व्यक्तीचे मत असते. सरतेशेवटी समीक्षणाचे आयुष्य एका दिवसापुरते असते आणि पुस्तके अधिक काळ टिकून राहतात (म्हणून तर आपण पुस्तके लिहितो ना?) काहीही असो, तुम्हाला माझे समीक्षण आवडलेले असो वा नसो परंतु माझा सूर आणि माझे मत व्यक्त करण्याची पद्धत यथोचित आणि आदर दाखवणारी वाटली असेल अशी मी आशा करतो.
>
> पुन्हा एकदा, मला ई-मेल पाठवल्याबद्दल धन्यवाद! आणि तुमच्या कामाकरता, ध्येयाकरता माझ्या सदिच्छा!
>
> – डेव्हिड ग्रीनबर्न

टीकेला योग्य प्रकारे सामोरे जाण्याच्या माझ्या धोरणामुळे मला माझ्या कामातला आनंद घेणे सोपे जाऊ लागले. याचा अजून एक फायदा झाला जो मी आधी लक्षात घेतला नव्हता. आपण ज्यांना दुखावतो ते लोक आपल्याला आवडत नसतात आणि मला खात्री आहे की, डेव्हिड ग्रीनबर्न माझी ई-मेल बघून फारसा खूश झाला नसेल; पण मैत्रीपूर्वक संवाद साधून मी असे दाखवून दिले होते की, माझ्या मनात कोणतीही कटू भावना नाही. यापुढे भविष्यात आम्ही कधी एखाद्या कॉकटेल पार्टीमध्ये भेटलो असतो, तर एकमेकांशी मित्रत्वाने वागलो असतो.

मी जरी 'हॅपिनेस' या विषयावर लिहीत असले आणि टीकेला कसे प्रत्युत्तर द्यावे यावर भाष्य करत असले, तरी भविष्याबद्दलची साशंकता बाजूला सारून मी कधीच पूर्णपणे 'क्षणस्थ' राहू शकले नाही. मी माझ्या हॅपिनेस प्रोजेक्टच्या काल्पनिक टीकाकारांशी वाद घालण्यात बराच वेळ घालवला आहे.

'तुमच्याकरता हे अगदी सोपे आहे' एकजण माझ्या कानात कुजबुजला.

'कोणत्याही अमली पदार्थांचे व्यसन नाही, तुम्हाला कोणी वाईट पद्धतीने वागवत नाही, तुम्हाला कॅन्सर नाही, घटस्फोट होऊ घातलेला नाही, तीनशे पौंड वजन घटवण्याची चिंता नाही... अगदी सिगारेटदेखील सोडायची नाही.'

'हजारो लोक उपाशी झोपतात, त्यांचे काय?' अजून एकजण म्हणाला. 'काही लोकांना नैराश्याला तोंड द्यावे लागते. त्यांचे काय?'

'तू खोलवर जाऊन विचार करत नाहीस.'

'तुला अध्यात्माची पुरेशी जाण नाही.'

'एक वर्ष प्रयोग करणे ही जुनाट कल्पना आहे.'

'तू फक्त तुझ्यापुरताच विचार करतेस.'

'मी काहीही केले तरी लोक बोलणारच.' मी स्वत:च्या मनाची समजूत घातली. मी माझा प्रोजेक्ट माझ्या पद्धतीने केला तर मला ढोंगी आणि सवंग म्हणणार आणि मी जर दुसऱ्या पद्धतीने केला तर मी अस्सल नाही; दिखाऊ आहे म्हणणार. मी मला जसे हवे तसे करावे हे उत्तम!

मार्च महिन्यात मी 'हॅपिनेस आणि काम यांचा परस्परसंबंध' या संदर्भात एका अवघड मुद्द्याला हात घातला – हॅपिनेस आणि महत्त्वाकांक्षा यांचे नाते काय? सर्वसाधारणपणे असे समजले जाते की, या दोन्हीची सांगड घालता येत नाही. माझ्या माहितीतले बरेच महत्त्वाकांक्षी लोक ते आनंदी नाहीत असे सांगण्यास उत्सुक असत, कदाचित असे आनंदी वाटण्याने आपल्या महत्त्वाकांक्षेला खीळ बसेल की काय अशी त्यांना भीती वाटत असावी. 'मला सुखी माणूस दाखवा, मी त्याच्यामधल्या त्रुटी सांगतो' असे विधान करणाऱ्या अँड्र्यू कार्नेजीच्या सुरात ते उत्साहाने सूर मिसळत असतात.

बहुधा आनंद उधळून लावणारी असमाधानाची भावना, स्पर्धात्मक आव्हाने, असूया या गोष्टी महत्त्वाकांक्षेला खतपाणी घालणाऱ्या असाव्यात. मी महत्त्वाकांक्षी राहिले असते तर मला आनंदी राहणे अशक्य होते का? जर माझ्या प्रोजेक्टमुळे मी अधिक आनंदी झाले तर मी आत्मसंतुष्ट होणार होते का? की 'अरायव्हल फॉलसी' मला प्रयत्नांची पराकाष्ठा करायला लावणार आहे?

संशोधनातून असे दिसून आले आहे की, बरेच सृजनशील कलावंत, विचारवंत आणि समाजातील प्रसिद्ध व्यक्ती हे सर्वसामान्य लोकांपेक्षा जास्त हळवे असतात (या वृत्तीमुळे बरेचदा त्यांना नकारात्मक भावना भेडसावतात.) आणि त्यामुळेच कदाचित, यातून येणारे असमाधान त्यांना यशाच्या शिखरावर पोहोचण्याकरता उद्युक्त करते. तर दुसऱ्या एका पाहणीत असे दिसून येते की, लोक जेव्हा खूप आनंदी असतात, तेव्हा ते वेगवेगळ्या पद्धतीने विचार करू शकतात आणि गुंतागुंतीचे विचार सहज हाताळू शकतात.

हॅपिनेस आणि महत्त्वाकांक्षा या संदर्भात विविध प्रकारचे संशोधन काय सांगायचे ते सांगो; पण मला जाणवले की, मी जेव्हा आनंदी असते तेव्हा मी जास्त आव्हाने स्वीकारते, लोकांत जास्त मिसळते आणि नकार, अपयश सहजपणे पचवू शकते. जेव्हा मी आनंदी नसते, तेव्हा मी भांडखोर, हळवी आणि अस्वस्थ असते. उदा. जर मी आनंदी नसते तर मी 'रायटर्स स्ट्रॅटेजी ग्रुप' बनवायचा प्रस्ताव कशाला मांडला असता? आनंदी नसताना मला कोणत्याही प्रकारच्या नकाराला किंवा अपयशाला तोंड द्यावेसे वाटले नसते.

"तुझ्या प्रोजेक्टमुळे काही फरक पडतो आहे, असं तुला वाटतं का?" मार्च महिन्याच्या अखेरीस एका रात्री जेमीने झोपण्यापूर्वी मला विचारले.

"हो तर!" मी न डगमगता उत्तरले. "फायदा होतो तर. तुला नाही का जाणवत हा फरक?"

"वाटतो थोडा फार." तो म्हणाला. "पण असं एकदम काही सांगता येणार नाही. तू मला नेहमीच आनंदी वाटत आली आहेस."

जेमीच्या तोंडचे ते उद्‍गार ऐकून मला खरेच आनंद झाला. हॅपिनेसबद्दल मी जितके अधिक समजून घेत होते, तितका माझ्या आनंदाचा माझ्या आजूबाजूच्या लोकांवर किती परिणाम होतो आहे हे मला जाणवत होते.

"आज मला उदास वाटतंय." जेमी म्हणाला.

"तुला? का?" त्याला जवळ घेत मी म्हणाले. (मिठीत घेतल्याने उत्साही वाटते हे मी मागच्याच महिन्यात शिकले होते.)

"माहीत नाही; पण आज दिवसभर उदास वाटतं आहे खरं."

मी अनेक संभाव्य प्रश्न विचारण्याकरता तोंड उघडणार होते; पण जेमी बोलण्यास फारसा उत्सुक दिसला नाही.

"हं!" त्याऐवजी मी म्हणाले, "चला, दिवे बंद करू या. तुझी मनस्थिती ठीक नसेल तर रात्रभर शांत झोपण्याने उद्या तुला बरं वाटेल."

"तू याविषयी काही वाचलं आहेस का?"

"नाही, हे मी माझंच डोकं लढवून सांगते आहे."

"हं." तो म्हणाला, "मला वाटतं, तुझं बरोबर आहे. चल, झोपू या."

माझे उत्तर बरोबर निघाले होते.

४

एप्रिल

खेळकर व्हा

पालकत्व

- सकाळच्या वेळी गाणे म्हणा
- लोकांच्या भावनांची कदर करा
- सुखद आठवणींचा खजिना तयार करा
- नवनवीन उपक्रमांकरता वेळ काढा

माझ्या मुली या माझ्या आनंदाचा खूप मोठा ठेवा आहेत. माझ्या आयुष्यात त्यांनी मला अनेक अविस्मरणीय आनंदाचे क्षण दिले आहेत. अनेक छोट्याछोट्या क्षणांमधूनही त्यांनी माझे दिवस आनंदी केले आहेत. हा फक्त माझ्या एकटीचाच अनुभव आहे असे नाही, तर मला असे अनेकजणांनी सांगितले आहे की, त्यांच्या मुलांचा जन्म हा त्यांच्या आयुष्यातील सगळ्यात मोठा आनंदाचा क्षण होता.

त्याच जोडीला माझ्या मुली म्हणजे काळजी, चिडचिड, खर्च, गैरसोय आणि अपुऱ्या झोपेची निमित्ते आहेत हेही खरे. मात्र, माझ्यासारखे अनेक पालक जरी असे म्हणत असले की, मुले हा त्यांच्या आनंदाचा ठेवा आहे, तरी काही तज्ज्ञांच्या मते ते खरे नाही. एका गटाने दैनंदिन कामांविषयीच्या स्त्रियांच्या भावना समजून घेण्याच्या दृष्टीने पाहणी केली. त्यात त्यांना असे आढळून आले की, कामावर येण्या-जाण्याच्या यातायातीपेक्षा पाळणाघराची

सोय थोडीशीच जास्त आरामदायी असते. पहिले मूल जन्माला आल्यावर वैवाहिक आयुष्यातले समाधान जे घसरते, ते पूर्ववत होते एकदम मुले घराबाहेर पडल्यावर. मी माझ्या स्वत:च्या अनुभवावरून सांगते की, आम्हाला मुले झाल्यावर जेमी आणि माझ्यात वारंवार वादविवाद होऊ लागले होते, नवीन अनुभव घेणे कमी झाले होते आणि आम्ही दोघे एकमेकांना कमी वेळ देऊ लागलो होतो.

हे सगळे खरे असले, तरी मुले आनंद देत नाहीत या तज्ज्ञांच्या विधानाशी मात्र मी अजिबात सहमत नाही. अगदी प्रत्येक क्षणाला मुले आनंद देत नसली, तरी एकुणात ती आनंद देतात. जेव्हा लोकांना, आयुष्यात तुम्हाला कोणत्या एका गोष्टीने सगळ्यात जास्त आनंद दिला आहे असे विचारले तेव्हा जास्तीतजास्त लोकांनी 'मुले' किंवा 'नातवंडे' असे, तर काहींनी 'मुले आणि नातवंडे दोन्हीही' असे उत्तर दिले. आता हे सगळेच खोटे बोलत असतील का?

वेगवेगळ्या दृष्टिकोनांतून पाहता, मुले असण्यातला आनंद हा 'धुक्यासारखा आनंद' असतो. धुके तुम्हाला वेढून टाकते, वातावरणात पसरून राहते; पण तुम्ही ते पकडू शकत नाही. धुक्यासारखा आनंद तुम्हाला अशा गोष्टींमधून मिळतो, ज्या गोष्टी बारकाईने पाहता फारसा आनंद देत नाहीत; पण त्या गोष्टींमधून आनंद जाणवतो खरा.

धुक्यासारखा आनंद म्हणजे काय याचा शोध मला एका पार्टीमध्ये लागला. ज्या मित्राकडे ही पार्टी होती, तो स्वयंपाकाच्या तयारीत दंग होता. "तुला तुझ्या स्वत:च्याच पार्टीत मजा येते की नाही?" मी त्याला विचारले. त्या वेळी मी खरे तर त्याच्या कामात लुडबूड करायला नको होती.

"अं... आत्तातरी नाही" तो विचलित होत म्हणाला. "मात्र, पार्टी संपेल तेव्हा मी आनंदी असेन." म्हणजे कधी? भांडी घासताना? फर्निचर परत नीट लावताना? रिकाम्या बाटल्या उचलून कचऱ्याच्या डब्यात टाकताना? नक्की कोठे आणि कधी आनंद मिळणार होता त्याला? मी विचार करू लागले. कित्येक गोष्टी ज्या मला आनंद देणाऱ्या वाटत होत्या, त्या प्रत्यक्षात घडताना मला आनंद देत नव्हत्या... घडण्याआधीही देत नव्हत्या किंवा घडल्यानंतरही देत नव्हत्या. पार्टी देणे, कलाकृती सादर करणे, लेखन करणे... या सगळ्या गोष्टी करत असतानाच्या वेगवेगळ्या टप्प्यांवरच्या माझ्या भावना मला आठवल्या. माझी काम पुढे ढकलण्याची वृत्ती, चिडचिड, साशंकता, उदासीनता, भीती, वेळेचे बंधन, गोंधळ अशा अनेक गोष्टींचा त्यात समावेश होता; पण या सगळ्या गोष्टी मला नि:संशयपणे आनंद देत होत्या. हीच गोष्ट मुलांना वाढवण्याच्या अनुभवालाही लागू पडते. वेळप्रसंगी नकारात्मक गोष्टी वरचढ ठरतीलही आणि मला हे सगळे सोडून दुसरे काहीतरी करण्याची इच्छाही होईल; पण तरीसुद्धा मुले असण्याचा अनुभव मला धुक्यासारखा आनंद देत

होता. तो मला वेढून टाकत होता आणि सर्वत्र जाणवत होता; परंतु तो आनंद कोणत्या एका क्षणापुरता शोधू गेल्यास हाती लागणे मुश्कील होते.

मुलींचा जन्म होण्यापूर्वी मला पालक होण्यामधली एक गोष्ट खटकत असे, ती म्हणजे पालकत्व उलटे फिरवता येत नाही. आयुष्याचा जोडीदार, नोकरी, घर यांसारख्या आयुष्यातल्या मोठ्या निर्णयांचा पुनर्विचार करता येतो. ते निर्णय अवघड असतील, त्रासदायक असतील; पण ते बदलणे शक्य असते. मात्र, मूल असणे ही सर्वस्वी वेगळी गोष्ट आहे. मूल हा उलटा फिरवता न येणारा निर्णय आहे. मात्र, एलिझाच्या जन्मानंतर मी पालकत्व उलटे फिरवता येते की नाही याचा कधी विचारदेखील केला नाही. कधीकधी मला माझे आई होण्याधीचे दिवस, ते स्वातंत्र्य आठवत राहते; पण आई होण्याचा पश्चात्ताप मात्र मला कधीच झाला नाही. उलट मी अधिक चांगली आई कशी होईन याचीच चिंता मला सदैव लागून राहिलेली असते. माझे पालकत्वाचे निकष काही फार उच्च नाहीत. माझ्या मुलीने काय खावे याबद्दल मी फारशी आग्रही नसते किंवा त्यांची खोली नीटनेटकीच असली पाहिजे असाही माझा आग्रह नसायचा. मात्र, जेव्हा मी हॅपिनेस प्रोजेक्टला सुरुवात केली तेव्हा माझे वागणे माझ्याच पसंतीला उतरत नसलेले पाहून मी अस्वस्थ झाले. मी चटकन रागवत असे. मी मुलींबरोबर मजा करायला पुरेसा वेळ काढत नसे. माझ्या मुलींच्या आयुष्यातले मजेचे हे दिवस क्षणभंगुर आहेत आणि त्याचा मी योग्य पद्धतीने वापर करत नाही याची मला जाणीव झाली. जरी डायपरचे, कपडे बदलण्याचे, कार-सीटचे दिवस न संपणारे भासत असले, तरी ते बघताबघता संपून जातात. मी बरेचदा रोजची कामे उरकण्यातच इतकी मग्न असायची की, कोणत्या गोष्टींना महत्त्व द्यायचे हेच मी विसरून जात असे.

एलिझाबेथ लाघवी, चमकदार डोळ्यांची, शांत स्वभावाची आणि तिच्या वयाच्या मानाने फार हळवी आहे. ती बरीच कल्पक आहे. तिला कोणत्याही प्रकारचे काल्पनिक खेळ खेळायला किंवा घरातल्या घरात वेगवेगळे प्रोजेक्ट्स करायला खूप आवडते. तसेच तिला अधूनमधून रुसण्याचे नाटक करायची सवय आहे; पण एकुणात ती चांगली मुलगी आहे. इलिनॉर मोठ्या निळ्या डोळ्यांची (जरी तिला कमी केस असले तरी) एक गोड मुलगी आहे. ती एक वर्षाची असताना तिच्या गालाला खळ्या पडत असत. तिच्या भावना एकदम टोकाच्या असतात. कधी ती सहज हसते तर कधी ती सहज रुसते. ती सगळ्यांशी मिळून मिसळून राहणारी, निर्भय, निश्चयी आणि एलिझाबेथशी बरोबरी न करता आल्याने कधीकधी निराश होणारी मुलगी आहे.

पालकत्वाला वाहिलेल्या एप्रिल महिन्यातले माझे उद्दिष्ट काय आहे बरे? मला माझ्या दोन मुलींबरोबर खेळकर आणि मृदू राहायचे होते. मला घरात शांत, उत्साही

आणि आनंदी वातावरण हवे होते. आरडाओरडा करण्याने, रागावण्याने, कटकट करण्याने तसे वातावरण तयार होणार नाही हे मला माहीत होते. नशिबाने मला दोन छोट्या निरोगी आणि लाघवी मुली दिल्या होत्या. पालक म्हणून मला माझे वागणे त्या नशिबाला साजेसे ठेवायला हवे होते. माझे अचानक चिडणे मला थांबवायला हवे होते. मी बरेचदा अचानक चिडत असे आणि मग त्या वागण्याचे वाईट वाटून मी अजून चुकीचे वागत असे. मला अधिक खेळकर व्हायचे होते. या काळातल्या आनंदी आठवणी जपण्याकरता मला पाऊल उचलणे जरुरीचे होते.

मी हॅपिनेस या विषयावर पुस्तक लिहिते आहे हे समजण्याइतकी एलिझा मोठी होती; पण मी माझे पालकत्व तपासून पाहत आहे हे मी तिला सांगितले नव्हते. मी लहान असताना जर मला माझे पालक स्वत:चे वागणे तपासून पाहत आहेत हे समजले असते, तर मला धक्काच बसला असता. त्या वयात पालक नेहमी बुद्धिमान, शक्तिमान, आत्मविश्वासपूर्ण वाटत असतात. मी असे स्वत:चे आईपण तपासून पाहत आहे हे जर एलिझाबेथला कळले असते, तर तिचा धीर खचला असता.

मी काय करते आहे हे जरी मी तिला सांगितले नसले, तरी एप्रिल फूलच्या दिवशी म्हणजे महिन्याच्या पहिल्याच दिवशी मला माझा संकल्प अमलात आणण्याची संधी मिळाली.

मी आदल्या रात्री एलिझाबेथचे दूध आणि सिरीयल एकत्र करून डीप फ्रीजमध्ये ठेवले आणि दुसऱ्या दिवशी - एप्रिल फूलच्या सकाळी - तो बाउल आणि चमचा मी तिच्या पुढ्यात ठेवला. ती त्यात चमचा बुडवण्याचा निष्फळ प्रयत्न करत होती, हे मी पाहत राहिले. तिचा गोंधळलेला चेहरा मोठा विनोदी दिसत होता.

"एप्रिल फूल!" मी जोरात म्हणाले.

"ऑ? खरंच?" तिला मजा वाटली. "ही मजा तू एप्रिल फूलकरता केलीस? ग्रेट!" तिने तो बाउल पुन्हा एकदा निरखून पाहिला आणि तो बाउल जेमीला दाखवायला ती पळत सुटली. तिला या सगळ्यामध्ये खूपच मजा वाटली.

आदल्या दिवशी रात्री बेडवर पडल्यावर माझ्या लक्षात आले की, मी बाउल तयार करायला विसरले आहे, त्या क्षणी मला माझीच आयडिया विसरून जाण्याचा मोह झाला होता; पण मग एप्रिल महिन्याचे उद्दिष्ट डोळ्यांसमोर आले आणि मी शांतपणे बेडवरून खाली उतरले. दुसऱ्या दिवशी सकाळी मात्र मला मी घेतलेल्या कष्टाचे चीज झाल्यासारखे वाटले. तुम्ही जर तुमची ध्येये गाठू लागलात, तर आयुष्य अधिक सुंदर बनते हेच खरे!

सकाळच्या वेळी गाणे म्हणा

कोणत्याही घरात सकाळ चांगली गेली तर संपूर्ण दिवसाचा नूर पालटतो. रोज सकाळी मोठ्या माणसांना स्वत:चे आणि जोडीला लहानांचे आवरणे हे मोठे परीक्षा पाहणारे काम असते. एलिझाबेथशी झालेल्या संवादानंतर मला माझ्या संकल्पाशी संबंधित एक विचार सुचला. 'सकाळच्या वेळी गाणे म्हणा.'

"आज तुम्ही शाळेत कायकाय केलेत?" मी तिला विचारले.

"आमचे पालक आम्हाला सकाळी कसे उठवतात यावर आम्ही चर्चा केली."

"तू काय सांगितलेस?" मी उत्सुकतेने; पण घाबरून जात विचारले.

"मी सांगितले की, तू गुड मॉर्निंग साँग म्हणतेस."

तिने असे का सांगितले असावे हे माझ्या लक्षात येईना, कारण मी तिच्याकरता असे खूपच कमी वेळेला गाणे म्हटले आहे. आता तिचे उत्तर ऐकून मात्र मी स्वत:ला तशी सवय लावून घ्यायचे ठरवले. (यावरून एक आठवले की, ज्याप्रमाणे एखाद्याला त्यांचे कृत्य वर्तमानपत्रात छापून यायला नको असेल, तर तसे आक्षेपार्ह कृत्य ते करत नाहीत, त्याप्रमाणेच पालकांना त्यांचे एखादे कृत्य शाळेच्या निबंधात उल्लेखले जाऊ नये असे वाटत असेल, तर त्यांनीदेखील तसे आक्षेपार्ह वागू नये.)

सकाळच्या वेळी गाणे म्हटल्याने उत्साही वाटते हे लवकरच माझ्या लक्षात आले. आता माझा 'तुम्हाला जसे वाटायला पाहिजे तसे वागा' या तत्त्वावर विश्वास बसत चालला होता. आनंदी असल्याचा आव आणून मी माझ्या मनात आनंदी भावना तयार केली.

असे गाणे म्हणायला सुरुवात केल्यावर मला माझे नववे तत्त्वही आठवले - 'खेळकर व्हा.' मी मुलींच्या हसण्यात सहभागी व्हायचे ठरवले. विशेषत: इलिनॉर पटकन हसत असे. त्यांच्या हास्यात मुद्दाम सामील होऊन मी दररोज एलिझाबेथ आणि इलिनॉरबरोबर एकतरी आनंदाचा निर्भेळ क्षण उपभोगू लागले. जेमीच्या खेळकरपणात सहभागी होऊ लागले आणि काम करवून घेताना, अगदी तक्रारी करतानासुद्धा आवाजाची खालची पट्टी वापरू लागले.

सांगणे सोपे असते. संकल्पाच्या तिसऱ्याच दिवशी सकाळी माझे डोळे सुजलेले आणि लाल झालेले मी पाहिले. मी तब्येतीची काळजी घेण्याकडे बरेचदा दुर्लक्ष करते; पण माझा डोळ्याचा नंबर जास्त असल्याने मी डोळ्याची मात्र नीट काळजी घेते. बरेचदा मला रांजणवाडी होते; पण ही रांजणवाडी वाटत नव्हती.

अशा वेळी 'सकाळचे गाणे' ही गोष्ट तर फार लांब राहिली.

बिझनेसच्या कामानिमित्त जेमी बाहेरगावी गेला होता; त्यामुळे स्वत:चे घरगुती उपाय शोधून काढेपर्यंत मी मुलींना आज त्याच्याजवळ सोडू शकत नव्हते. इलिनॉर

उठेपर्यंत एलिझाला सकाळी कार्टून्स पाहण्याची परवानगी असे (मला माहीत आहे की, मी असे करायला नको; पण मी परवानगी देते.) मी एलिझाबेथला टीव्ही पाहायला पाठवले आणि इलिनॉरला स्वत:च्याच मनाशी गाणे म्हणायला क्रिबमध्ये सोडून मी इंटरनेटवर डोळ्याशी संबंधित वेबसाइटस पाहू लागले. डोळ्याचे दुखणे फारसे गंभीर नाही याची खात्री पटेपर्यंत मी इंटरनेटवरच होते.

तेवढ्यात इलिनॉरच्या ओरडण्याचा मला आवाज आला.

"आई ऊठ, आई ऊठ!"

मी तिच्या खोलीत पळाले. तिने डायपरकडे बोट दाखवत म्हटले की, "मला दुखतंय."

डायपर काढून पाहिला तर मोठा पुरळ आलेला दिसला आणि घरात तर एकुलता एक वाइप शिल्लक होता. त्या वाइपचा पुरता वापर करत मी तिचा डायपर बदलला. तितक्यात अजून गाउनमध्येच असलेली एलिझा धावत खोलीत आली.

"७:१८ झालेत आणि अजून माझा ब्रेकफास्टही झालेला नाही." एलिझा माझी चूक दाखवत किंचाळली.

एलिझाला शाळेला उशीर झालेला आवडत नसे. तिला वेळेवरच नाही तर वेळेच्या आधी शाळेत पोहोचायला आवडे. "ब्रेकफास्ट करून, आवरून मी ७:२० पर्यंत तयार असायला पाहिजे होते. आता आपल्याला उशीर होणार."

अशा प्रसंगी मी एखादे उत्साही गाणे म्हणायला लागले का? मी आश्वासक पद्धतीने हसून उत्तर दिले का? मी तिला दिलासा देत "काळजी करू नकोस, आपल्याकडे भरपूर वेळ आहे" असे म्हटले का?

नाही! मी दात-ओठ खात दरडावणीच्या सुरात म्हटले, "एक मिनिट थांब." ती मागे सरकून मुसमुसायला लागली.

आवाज अधिक न चढवण्याकरता मला माझी सगळी इच्छाशक्ती पणाला लावायला लागली; पण त्या स्फोटक क्षणानंतर मी स्वत:ला शांत केले. पटकन एलिझाला जवळ घेऊन मी म्हटले, "तू चटकन ड्रेस घालून ये. तोपर्यंत मी ब्रेकफास्ट तयार करते. शाळा सुरू होईपर्यंत आपल्याकडे पुष्कळ वेळ आहे." (ब्रेकफास्ट म्हणजे टोस्टला पीनट बटर तर लावायचे होते.) आमच्याकडे खरेच खूप वेळ होता. एलिझाच्या वेळेआधी पोहोचायच्या स्वभावामुळे आम्हाला सकाळी थोडा जास्तीचा वेळ हाताशी असतो. या जानेवारीपासून मी संध्याकाळी तयारी करून ठेवायला लागल्यामुळे एवढ्या सगळ्या गोंधळानंतरही आम्ही वेळेवर शाळेत पोहोचलो.

माझ्या ओरडण्यावर ताबा ठेवायला मात्र मला भरपूर कष्ट पडले. शाळेत जात असताना मनात विचार आला की, मी जर आरडाओरडा केला असता तर आजची सकाळ जशी गेली असती, त्यापेक्षा ती कितीतरी अधिक चांगली गेली आहे.

रस्त्याने जाताना मी गाणे म्हणू लागले; पण एलिझाला लाजल्यासारखे वाटू लागल्याने तिने मला गप्प केले.

खेळकर राहण्याचा एक परिणामकारक पण तितकाच अवघड मार्ग म्हणजे विनोद करणे (कुरकुरणारे मूल मात्र माझ्यातली विनोदबुद्धी मारून टाकते.) एक दिवस एलिझाबेथ कुरकुरत म्हणाली, "तायक्वांदोच्या क्लासला का जायचं पण?" मला तिला फटकारायचे होते. "तू नेहमीच आधी नाही नाही करतेस; पण नंतर तुला क्लास आवडतो." किंवा "मला दंगा नको आहे." पण त्याऐवजी मी (सोपे नसले तरी) गाणे म्हणायला सुरुवात केली - "मला क्लासला जायचे नाही...ऽ...ऽ...ऽ"

तुमच्याही नकळत तुम्ही एका क्षणात कवयित्री होऊ शकता... एक मिनिटाने मी अजून एक ओळ तयार केली. माझ्या पाठोपाठ एलिझानेही एक ओळ तयार केली. अशा खेळीमेळीच्या वातावरणात ती क्लासला न जाण्याचे विसरली. तिला दामटून क्लासला पाठवण्यापेक्षा ही युक्ती नामी आणि गमतीदार ठरली.

मी अजून एक पॉलिनेशिअन युक्ती आत्मसात केली आणि आश्चर्य म्हणजे– माझे जे 'सकाळच्या वेळी गाणे गा' तत्त्व होते, त्या तत्त्वाशी ही नवी युक्ती मिळतीजुळती होती. युक्ती अशी होती की, दिवसभरातले एखादे काम पार पाडताना 'मला ते काम करताना मजा येते' अशा दृष्टीने त्या कामाकडे पाहायचे.

उदा. इलिनॉरचा वाढदिवस जवळ आला होता; पण छोटीछोटी असंख्य कामे पाहूनच मी दडपून गेले होते. बास्किन-रॉबिन्सचा आइस्क्रीम-केक ऑर्डर करणे (आमच्या घरची प्रथा), मुलींना वाढदिवसाच्या पार्टीचे सामान मिळते त्या दुकानात नेऊन पेपर प्लेट्स, रिटर्न गिफ्ट्स इ. विकत आणणे, वाढदिवसाची निमंत्रणे पाठवणे यांसारख्या गोष्टींसाठी खर्च होणारा वेळ मला मान्य नव्हता. मग मी स्वत:ची समजूत घालत मनाशी म्हटले की, 'मला इलिनॉरच्या वाढदिवसाची कामे करणे आवडेल; मजा वाटेल. मला परत इतकी छोटी मुलगी असणार नाही...' आणि खरेच या युक्तीने माझा दृष्टिकोन बदलला. दुसरा कोणीतरी 'मी हे काम करू का?' असे मला विचारत आहे अशी मी कल्पना करून पाहिली. मी दुसऱ्या कोणालातरी इलिनॉरच्या पार्टीची तयारी करायला देणार होते का? कदापि नाही. ही वास्तवाची जाणीवदेखील माझा दृष्टिकोन बदलण्यास कारणीभूत होती.

माझ्या एका मित्राने मला सांगितले की, जेव्हा त्याची मुले तीन आणि पाच वर्षांची होता तेव्हा ती दोघेही रोज सकाळी ६ वाजता उठून बसत. अगदी शनिवारी - रविवारीसुद्धा! त्या दोघा मुलांनी परत झोपावे किंवा शांतपणे खेळत राहावे म्हणून त्यांचे मन वळवण्याचे त्याने आणि त्याच्या बायकोने आत्तापर्यंत खूप प्रयत्न केले; पण उपयोग शून्य!

शेवटी त्याने तो नाद सोडून दिला. तो बायकोला झोपू द्यायचा आणि मुलांना

कपडे घालून बागेत घेऊन जायचा. वाटेत कॉफी घेऊन, मुलांना तासभर बागेत खेळताना पाहत राहायचा आणि नंतर सगळेजण ब्रेकफास्ट करायला घरी यायचे.

आता ती मुले शनिवारी - रविवारीदेखील उशिरापर्यंत झोपून राहतात आणि आता तो मित्र म्हणतो, सकाळच्या त्या सर्व सुखद आठवणी माझ्या मनात स्पष्टपणे कोरल्या गेल्या आहेत. सकाळची हवा, शांत बाग, माझी मुले गवतावर बागडत आहेत; असा अत्यंत आनंदी काळ होता तो.

अशा वेळी दिवस मोठे वाटतात; पण वर्षे भरकन उडून जातात.

लोकांच्या भावनांची कदर करा

या महिन्याचा विषय लक्षात घेऊन काहीकाही पुस्तके मी चार-चार वेळा वाचली. पालकत्वाविषयी बोलणारे जगातले श्रेष्ठ तज्ज्ञ ॲडेल फाबर, इलिॲन माझलीश यांची पुस्तके आणि मुख्यत्वे 'सिबलिंग विदाउट रायव्हलरी' आणि 'हाऊ टू टॉक– सो किड्स विल लिसन अँड हाऊ टू लिसन– सो किड्स विल टॉक' ही दोन पुस्तके मी अनेकदा वाचली. ज्यांची मुले उत्तम वर्तणुकीचे आदर्श आहेत अशा एका जोडप्याबद्दल माझी मैत्रीण मला सांगत होती. त्या वेळी झालेल्या चर्चेमधून ही पुस्तके मला समजली होती. मी त्या जोडप्याला भेटले असताना त्यांचे याविषयीचे गुपित मी त्यांना विचारले आणि त्यांनी 'हाऊ टू टॉक...' पुस्तकाची प्रशंसा केली. मी त्याच रात्री ते पुस्तक ऑर्डर केले आणि लवकरच फाबर आणि माझलीशची पुरस्कर्ती झाले. त्यांच्या पुस्तकाचे वैशिष्ट्य म्हणजे त्यात व्यावहारिक सल्ले आणि उदाहरणे आहेत. पालकत्वावरची इतर पुस्तके मुलांना वाढवण्याच्या उद्दिष्टांचेच महत्त्व पटवत राहतात (जसे काही कोणी या उद्दिष्टांवरच वाद घालणार आहे.) उदा. मुलांनी नीट वागावे, आदर ठेवून बोलावे, निराशेचे क्षण योग्य पद्धतीने हाताळावेत, स्वत:चे निर्णय स्वत: घ्यावेत इ. इ. हे सल्ले आवश्यक असले, तरी जेव्हा तुमचे मूल दुकानात हट्ट करते तेव्हा तुम्ही काय करणार?

फाबर आणि माझलीशच्या पुस्तकांतील एक सल्ला खूप सोपा आहे आणि मुलांइतकाच पालकांनादेखील लागू आहे. आपण लोकांच्या भावना लक्षात घेतल्या पाहिजेत. म्हणजेच त्यांच्या भावनांकडे – जसे राग, चिडचिड, भीती, नाराजी – याकडे दुर्लक्ष करता कामा नये. उलट, त्या व्यक्तीच्या भावना आणि त्यामागचा दृष्टिकोन नीट समजून घ्या. सोपे वाटते ना? नाही. मी माझ्या मुलींची मते आत्तापर्यंत किती वेळा खोडून काढली आहेत याची मी माझी ही सवय सोडायचा प्रयत्न करेपर्यंत मला कल्पना नव्हती. मी कित्येकदा म्हटले आहे, "तू जोकर पाहून घाबरणार नाहीस", "तू तुझ्याकडे आहेत तेच लेगोज खेळत नाहीस, मग अजून कशी काय मागतेस?", "तुला भूक नाही, तू आत्ताच खाल्ले आहेस."

मला जाणवले की, मी मुलींचा दृष्टिकोन समजावून घेत आहे हे दाखवण्याकरता त्यांचीच वाक्ये म्हणण्याने आमच्यातले वाद निवळत असत. इलिनॉरला "नाही म्हणू नकोस, तुला अंघोळ आवडते." असे म्हणण्यापेक्षा मी म्हणाले, "मला माहीत आहे तुला खेळायला मजा वाटते. अंघोळीची वेळ झाली तरी अंघोळ करावीशी वाटत नाही." ही युक्ती भलतीच परिणामकारक निघाली. मुले 'हे कर, ते कर' अशा सूचनांनी नाउमेद होत नाहीत, तर त्यांच्या सांगण्याकडे दुर्लक्ष झाल्याने ती नाउमेद होतात, हे माझ्या लक्षात आले.

मला त्यांच्या भावनांची किंमत आहे हे त्यांच्यापर्यंत पोहोचवण्याकरता मी कोणती युक्ती करू बरे?

लिहून काढा.

आमच्या घरात काहीतरी लिहून ठेवले जात आहे या कृतीने माझ्या मुलींवर मोठा प्रभाव पडत असे. अगदी लिहिता वाचता न येणाऱ्या इलिनॉरवरसुद्धा! 'मी हे लिहून ठेवत आहे की, इलिनॉरला स्नो बूट आवडत नाहीत' असे कागदावर लिहून ठेवणे एवढेसुद्धा घरात शांतता आणण्याकरता पुरेसे असायचे.

दर वेळी बोलायची गरज असतेच असे नाही.

कधीकधी एलिझाबेथचा मूड जातो. अशा वेळी मी तिला ५ मिनिटे जवळ घेऊन गोंजारते आणि ती आनंदी होऊन पुन्हा खेळायला जाते.

'नाही' किंवा 'थांब' असे म्हणायचे नाही.

मुलींना 'नाही' म्हणण्यापेक्षा, त्यांची इच्छा माहीत असूनही मी ती का पूर्ण करू शकत नाही, हे मी त्यांना समजावून सांगते. 'तुम्हाला अजून थोडा वेळ इथेच थांबायचे आहे, हे मला माहीत आहे; पण बाबा घराची किल्ली न्यायला विसरले आहेत म्हणून आपल्याला लवकर घरी जायला हवे' असे सांगणे फायद्याचे ठरते. एका पाहणीत असे आढळून आले की, ८५ टक्के वेळा मोठी माणसे लहान मुलांशी नकारात्मक सुरात बोलतात. 'नाही', 'नको', 'थांब', 'करू नकोस' हे कमी करणे गरजेचे आहे. 'नाही, जेवण झाल्याशिवाय नाही' असे म्हण्यापेक्षा 'हो हो, जेवण झाले की लगेच' असे म्हणण्याचा मी प्रयत्न करते.

जादूची छडी वापरा.

'माझ्याकडे जर जादूची छडी असती ना तर मी अशी काही उबदार हवा सगळीकडे निर्माण केली असती की, कोणालाच स्वेटर घालायची गरज पडली नसती' किंवा 'मी जर ओझमा (एका परीकथेतील राजकन्या) असते, तर

आत्ताच्या आत्ता मी इथे चेरीओजचे बॉक्स हजर केले असते' अशा वाक्यांमधून मला माझ्या मुलांना काय हवे आहे ते माहीत असल्याचे दिसून येते. शिवाय मला शक्य असेल तेव्हा मी त्यांच्या इच्छा पूर्ण करते.

काम अवघड असल्याचे मान्य करा.

सोप्या प्रॉब्लेमच्या तुलनेमध्ये, अवघड प्रॉब्लेम सोडवायला सांगितले असता लोक जास्त चिकाटीने प्रयत्न करतात हे एका संशोधनातून सिद्ध झाले आहे. मी मात्र इलिनॉरबरोबर अगदी विरुद्ध वागत होते. मी तिला मदतच करत आहे असे समजून मी म्हणत असे, "मोजे काढणे काही अवघड काम नाही, प्रयत्न कर." पण मग मी माझे बोलणे बदलून पाहिले, "मोजे काढणे अवघड असू शकते. पुढून ओढून काढण्यापेक्षा मागून घोट्याकडून सरकवत काढले तर पटकन निघतील."

अशा प्रकारे माझ्या युक्त्या लिहून काढल्यानंतर थोड्याच दिवसांत मला त्या अमलात आणण्याची संधी मिळाली.

एका शनिवारी मी आणि जेमी आमच्या बेडरूममध्ये गप्पा मारत असताना एलिझा रडतरडत आली. ती खोटेखोटे रडत नव्हती हे आम्हाला जाणवले. खोट्या रडण्याची पूर्वतयारी करण्याची तिची एक खास पद्धत आहे. जेव्हा ती रडण्याचे नाटक करते, तेव्हा ती डोळ्यांवर मुठी चोळत आणि नाटकात बोलल्यासारखे बोलते; पण या वेळेस तिचे हात खाली होते म्हणजे तिला खरोखरच काहीतरी त्रास होत असावा.

मी तिला जवळ घेतले, ती माझ्या खांद्यावर डोके ठेवून रडू लागली. "लोक नेहमीच इलिनॉरकडे जास्त लक्ष देतात, माझ्याकडे कोणी कधीच लक्ष देत नाही."

आम्ही दोघांनी काळजीने एकमेकांकडे पाहिले आणि जेमीने माझ्याकडे असे काही पहिले की, जणू त्याला म्हणायचे होते– 'तू यात लक्ष घालशील का? मला तर काय करायचे ते सुचत नाही.'

त्या क्षणी मला माझा एक संकल्प आठवला. 'इतरांच्या भावनांची कदर करा.' एलिझाकडे कोणी कधीच लक्ष देत नाही हे जरी खरे नसले, तरी तिला ते त्या क्षणी सांगण्याची माझी उबळ मी प्रयत्नपूर्वक दाबून धरली. नाहीतर मी म्हणू शकले असते, 'काल रात्री मी तुझ्याबरोबर उनोचे पाच डाव खेळले की' किंवा 'असं काही नाही हं! इलिनॉरइतकंच तुझ्यावरही सगळे प्रेम करतात.'

पण मी म्हणाले, "हं! त्यामुळे तुला वाईट वाटतं होय? तुला दुर्लक्षित झाल्यासारखं वाटतंय का?" या वाक्यांचा फायदा झाला असावा. मी तिला थोडा

वेळ शांतपणे जोजवत राहिले आणि म्हणाले, "तर तुला असं वाटतंय की, लोक इलिनॉरकडे जास्त लक्ष देतात." "हो!" ती म्हणाली. "आता मी काय करू?" तिला पटेल असे उत्तर शोधण्यापेक्षा मी म्हटले, "प्रश्न अवघड आहे खरा. तू, मी आणि बाबा असे आपण सगळे मिळून एकत्र बसून यावर उत्तर शोधू या का?"

आम्ही दोघी उभ्या राहताच तिने मला कमरेभोवती मिठी मारली; ज्यामध्ये कृतज्ञतेपेक्षाही मदतीची अपेक्षा करणारी भावना होती. मला जाणवले की, तिला त्या क्षणी फक्त दिलासा हवा होता; मीही तिला जवळ घेत म्हटले, "काहीही झालं तरी तू आमची अत्यंत लाडकी एलिझा आहेस. तुला कोणीही विसरणार नाही आणि दुसरं कोणीतरी जास्त महत्त्वाचं आहे असं कोणी मनातसुद्धा आणणार नाही."

"एलिझा, ब्रेडचं पीठ फुगून वर आलंय का बघू या जरा." जेमी म्हणाला. "तू ते पीठ अजून मळून देतेस का?" ती त्याचा हात धरून निघून गेली.

तज्ज्ञ लोकांच्या म्हणण्यानुसार वाईट भावनांकडे दुर्लक्ष केल्यास त्या तीव्र बनतात. याउलट अशा भावनांकडे योग्य प्रकारे लक्ष दिल्यास चांगल्या भावना वाढीस लागतात. तेच एलिझाच्या बाबतीत झाले असावे. हा खरा आनंदाचा आविष्कार... या पद्धतीने नुसती एलिझाबेथच शांत झाली असे नाही तर तिच्याशी वाद न घालता किंवा तिला कोणत्याही प्रकारे खोडून न काढता मीदेखील प्रेमाने वागू शकले. माझ्याकरता ही खूप समाधानाची गोष्ट होती.

मुलांना वाढवण्याच्या पद्धतीबाबत जेमी थोडा साशंक आहे. पेरेंटिंगवरचे एखादे पुस्तक चाळण्यापलीकडे त्याने कधी या विषयावर वाचनही केलेले नाही; पण तोसुद्धा आता या युक्त्या वापरू लागला होता. एकदा इलिनॉर हातपाय झाडत, जमिनीवर लोळण घेत होती. तेव्हा जेमीने तिला उचलले आणि शांतपणे विचारले "तू नाराज आहेस ना? मला माहीत आहे तुला तुझे नेहमीचे शूज घालायचे नाहीत, स्लीपर्स घालायच्या आहेत." हे ऐकताच ती क्षणार्धात शांत झाली.

सुखद आठवणींचा खजिना तयार करा

बरेचदा वाचन करत असताना मला 'आनंद' या विषयावरचे सल्ले किंवा संशोधन फारसे महत्त्वाचे वाटत नाही; पण मग नंतर कधीतरी मला त्यांचे महत्त्व पटते.

'आनंदी क्षण स्पष्टपणे आठवत राहणे आवश्यक असते' हा असाच एक सल्ला मला सुरुवातीला तितकासा भावला नव्हता; परंतु खोलवर विचार केल्यावर मला समजले की, सर्वच स्मृतिचिन्हांमध्ये सुखद आठवणी जाग्या करण्याची प्रचंड क्षमता असते. संशोधनातून असे दिसून आले आहे की, गतकाळातले सुखद क्षण आठवल्यावर आनंदाचा पुन:प्रत्यय येतो. लोक जेव्हा स्मृतींना उजाळा देतात, तेव्हा ते चांगल्या गोष्टी आठवण्यावर भर देतात, ज्यामुळे चांगल्या

आठवणींचा आनंद द्विगुणित होतो आणि वाईट गोष्टी विसरल्या जातात; पण लोक त्यांचा जसा मूड असेल तसेच प्रसंग आठवतात. आनंदी लोक सहसा आनंदी प्रसंग आठवतात आणि दु:खी, निराश लोक दु:खद प्रसंग आठवतात. निराश लोकांकडेही इतरांसारखेच चांगले अनुभव असतात. मात्र, त्यांना चांगले अनुभव सहजासहजी आठवत नाहीत.

हे लक्षात घेऊन, मी घरातल्या सगळ्यांकरता अविस्मरणीय क्षण निर्माण करण्याचे ठरवले. जेमीला फोटो अल्बम पाहायला खूप आवडते. मुलींच्या लहानपणीच्या कपड्यांबद्दल त्याला विशेष प्रेम आहे; पण ते तो दाखवत नाही; परंतु हे सगळे नीट जपून ठेवण्याकरता लागणारा वेळ त्याने दिला नसता. मला जर सुखद आठवणींचा खजिना तयार करायचा असेल, तर हे काम मलाच करणे भाग होते.

आमच्या घरातले फोटो अल्बम्स अद्ययावत ठेवण्यात माझा जो प्रचंड वेळ जात असे, त्याबद्दल चिडचिड करणे मी बंद केले. या अल्बम्सचा उपयोग कधी आमच्या फॅमिलीची डायरी म्हणून, घरातल्या विनोदी प्रसंगाची आठवण म्हणून; तर कधी वाढदिवसाचे, थँक्सगिव्हिंगचे, प्रवासाचे, घरगुती क्षणांचे फोटो जपण्यासाठी व्हायचा. फोटोंमुळे (ज्या आठवणी एखादे वेळी विसरल्या गेल्या असत्या) आनंदी क्षण आठवायला मदत होते - जेमी कसा सतत राइस पुडिंग बनवायचा, नुकतीच जन्मलेली चार पौंडाची एलिझा कशी दिसायची, इलिनॉरला तिची बेंबी दाखवायला कसे आवडायचे. एका हिवाळ्यात आम्ही सेंट्रल पार्कमध्ये भटकत होतो तेव्हा एलिझाने परीचा ड्रेस घातला होता ते, इलिनॉर जेव्हा पहिल्यांदा झोक्यामध्ये बसली होती तेव्हा तिला जो परमानंद झाला होता तो... या गोष्टी फोटोंशिवाय आठवता येणे शक्य आहे का? अजिबात नाही!

मला माझे ईप्सित साध्य करण्याकरता फोटो काढण्याव्यतिरिक्त अजून एक भूमिका निभावायला हवी होती - घरातला आनंद दूरवर पोहोचवण्याचे वार्ताहराचे काम मला करायचे होते. माझ्या मुलींना दोन-दोन आजी-आजोबा लाभले होते आणि ते चौघेही भावनिकदृष्ट्या आमच्यात खूपच गुंतलेले असत. दोन्ही आजी-आजोबांना आमच्याकडून येणाऱ्या बातम्यांची मनापासून उत्सुकता असायची. मी डॉक्टरांच्या व्हिजिट्स, शाळेतले कार्यक्रम, विनोदी प्रसंग अशा सगळ्या गोष्टी ई-मेलद्वारे त्यांना कळवण्याकरता विशेष प्रयत्न करू लागले. आता मीदेखील एक आई असल्यामुळे आई-वडिलांचा आनंद आपल्या मुलांवर, नातवंडांवर कसा अवलंबून असतो हे मला समजले होते. एक छोटी मजेची ई-मेल पटकन पाठवल्याने मी घरात सगळ्यांनाच आनंद देऊ शकत होते (मलाही चांगले वागले की, आनंद मिळणारच होता.) मला फेब्रुवारी महिन्यात समजले होते की, जेमीलासुद्धा ऑफिसात असताना अशा घरातल्या गमतीशीर गोष्टी ई-मेलमधून कळवलेल्या आवडतात.

हे लक्षात ठेवून जेमी जेव्हा इलिनॉरला तिच्या खोलीत झोपवून आला तेव्हा मी त्याला म्हटले, ''मला वाटते, मी तुला इलिनॉरची एक नवीन सवय सांगायला विसरले आहे. जेव्हा मी तिला थोपटून झाल्यावर खिडकीपाशी घेऊन जाते, तेव्हा ती म्हणते, 'गुड नाइट वर्ल्ड'.''

''खरंच की काय?'' त्याने हळवा होत म्हटले. मी जर हा असा संकल्प केला नसता तर या गोष्टीचा मी एखादे वेळी उल्लेखही केला नसता.

सुखद आठवणींचा खजिना तयार करण्याचा माझा संकल्प पुढे नेताना मी आमच्या घरातल्या प्रथा-परंपरा यांचा विचार करू लागले. अशा प्रथा-परंपरा पाळल्यामुळे घरात उत्साही वातावरण निर्माण होते. वेळ आनंदात जातो. परंपरा पुढे चालू ठेवल्याने आशा-आकांक्षांची, स्वास्थ्याची आणि निरंतरतेची भावना जोपासली जाते. संशोधनातून असे सिद्ध झाले आहे की, घरच्या प्रथा-परंपरा पाळल्यामुळे मुलांचा सामाजिक विकास होण्यास मदत होते आणि त्यांचे घरातल्या सदस्यांबरोबरचे नाते दृढ होते, त्यांच्यात जवळीक निर्माण होते. सगळेजण आणि प्रामुख्याने मुले, अशा पारंपरिक प्रसंगांची वाट पाहत असतात हे मला माहीत आहे. अशा प्रसंगी मला आपण नेमके काय करणार आहोत आणि कधी करणार आहोत हे माहीत असेल तर मी तो दिवस जास्त आनंदात घालवू शकते.

मात्र, या प्रथा-परंपरा पाळताना ठराविक प्रकारची सजावट, विशिष्ट अन्नपदार्थ, क्रमवार करायच्या गोष्टी, ठराविक नातेवाइकांचा सहभाग या अपरिहार्य गोष्टी (अपवाद फक्त जेव्हा सुपरबॉलच्या प्रसंगी पिझ्झा मागवला जातो.) निभावून नेणे त्रासदायक असते. शिवाय प्रसंगी राग येणे, चिडचिड होणे, निराश होणे, वाईट वाटणे या गोष्टींची शक्यताही गृहीत धरावी लागते.

'उत्साह' वाढवण्याला महत्त्व देऊन प्रोजेक्ट सुरू करण्याचा माझा निर्णय योग्य ठरला. जेव्हा मला उत्साह असे, तेव्हा सजावट करणे, व्हिडिओ कॅमेरा सज्ज ठेवणे अशी कामे करायला मला मजा वाटे. मात्र, उत्साह नसला की, हीच सगळी कामे मला ओझे वाटू लागत. मागच्या वर्षी हॅलोविनकरता भोपळा आणण्याचे काम मी पुढेपुढे ढकलत होते आणि शेवटी आम्हाला भोपळा मिळालाच नाही. एलिझाबेथला आणि इलिनॉरला त्याने काही फरक पडला नाही; पण माझे मलाच आश्चर्य वाटले. माझ्या लेखी ती एका 'आईची चूक' होती.

आम्हाला भोपळा मिळाला नाही, तरी आम्ही आमच्या घरची परंपरा पाळली होती. दरवर्षी हॅलोविनला मी एलिझा आणि इलिनॉरचा हॅलोविनच्या ड्रेसमध्ये फोटो काढत असे आणि हॅलोविनची थीम असणाऱ्या फोटो फ्रेममध्ये तो लावत असे. शिवाय एक फोटो आमच्या 'हॅलोविन स्पेशल' फोटो अल्बममध्ये ठेवून देत असे. नंतर फोटोची एक-एक प्रत दोन्ही आजी-आजोबांना पाठवत असे. हा रिवाज पूर्ण

करण्याकरता बरेच कष्ट घ्यावे लागत. हे सणासुदीचे फोटो फक्त आठवडाभर लावले जात असले, तरी त्यातून परंपरा पुढे चालू ठेवल्याची भावना वाढीस लागत असे. शिवाय आजी-आजोबांना प्रेझेंट देण्याचे हे एक छान निमित्त असे. अशा छोट्याछोट्या गोष्टींमधून मिळणारा आनंद मात्र नेहमीच मोठा असतो.

माझ्या सुखद आठवणींचा खजिना तयार करण्याच्या संकल्पात एक अडथळा होता. माझ्याकडे मुलींच्या अनेक जपण्यायोग्य गोष्टी होत्या. या गोष्टींचे काय करायचे ते मला कळत नव्हते. उदा. हॅलोविनचे फोटो. मुलींकडेही कॉपीज असायला माझी हरकत नव्हती; पण माझ्यापुढे प्रश्न होता की, हे सगळे मी जपून ठेवू कोठे? त्यांच्या वाढदिवसाला पाठवलेली आमंत्रणे, आमच्या फॅमिलीचे दरवर्षी पाठवले जाणारे व्हॅलेंटाइन कार्ड, शाळेतले दरवर्षीचे वर्गफोटो वगैरे. या सगळ्या गोष्टींची एक-एक प्रत माझ्या दोन्ही मुलींकडे असावी असे मला वाटत असे; पण हे सगळे ठेवणार कोठे आणि कसे? कुठल्यातरी एखाद्या कपाटात या गोष्टी ठेवणे आणि कॉर्कबोर्डवर कागदपत्र लावणे हा काही कायमचा उपाय होऊ शकत नव्हता.

माझी मैत्रीण तिच्या प्रत्येक मुलाचे एक स्क्रॅपबुक बनवत असे आणि अशा गोष्टी त्यात ठेवत असे; पण मला तो विचार पटला नाही. मला आमचा दरवर्षीचा फॅमिली फोटो अल्बममध्ये वेळच्या वेळी घालणेच कसेबसे जमत असे. माझ्या डोक्यात माझे आठवे तत्त्व घुमू लागले. 'प्रॉब्लेम ओळखा.' प्रॉब्लेम काय होता? तर मला एलिझा आणि इलिनॉर यांच्या या सगळ्या अमूल्य गोष्टी जपायच्या होत्या; पण त्या कशा प्रकारे जपून ठेवायच्या ते मला समजत नव्हते. मला एक सोयीची, स्वस्त आणि आकर्षक पद्धत हवी होती, ज्यामुळे मला या वस्तू जास्त जागा न वापरता नीट पद्धतशीरपणे जपता आल्या असत्या.

यापूर्वी जेव्हा असा प्रॉब्लेम मला सतावत असे तेव्हा मी बरेचदा घरात वेगवेगळे गठ्ठे वेगवेगळ्या ठिकाणी हलवत राही. त्याऐवजी मी शांतपणे बसून यावर विचार करायला लागले. सोयीचा, स्वस्त, आकर्षक उपाय. आणि मला अचानक उपाय सापडला. फाइल ठेवायचे बॉक्स! मी लगेच दुसऱ्या दिवशी दोन बॉक्सेस घेऊन आले. साधे पुठ्ठ्याचे बॉक्सेस आणण्याऐवजी मी किंचित महाग आणि आकर्षक बॉक्सेस आणले. ते छान बदामी रंगाचे, लाकडी दांडा असलेले आणि कापडाचे झाकण असलेले सुरेख बॉक्सेस होते. मी बॉक्सच्या आतमध्ये फाइल्स लावायला सोय करून घेतली.

मी एलिझापासून सुरुवात केली. आधी मी घरभर पसरलेल्या अनेक जपण्यायोग्य गोष्टी गोळा केल्या आणि मग प्रत्येक वर्षाचा (अगदी भविष्यातल्या वर्षांचादेखील) एक फोल्डर बनवला. त्या फोल्डरमध्ये वाढदिवसाला पाठवलेली आमंत्रणे, शाळेतील पहिल्या दिवशीचा फोटो, सणासुदीला काढलेले फोटो, आमच्या फॅमिलीची व्हॅलेंटाइन

कार्डस्, काही प्रोजेक्ट्स, कॅम्पचे फोटो अशा गोष्टी ठेवून दिल्या. नंतर इलिनॉरच्याही ज्या काही थोड्याफार गोष्टी होत्या, त्या मी तिच्या फोल्डरमध्ये ठेवून दिल्या.

या बॉक्सेसमुळे मला सगळ्या वस्तू नीट जपता येणार होत्या, तसेच मुली मोठ्या झाल्यानंतर त्यांच्याकरता एक मोठा खजिना तयार होणार होता. ही कल्पनाच किती मजेशीर आहे की, जेव्हा त्या पन्नास वर्षांच्या होतील आणि त्यांचे मॉंटेसरीतले वाढदिवसाला पाठवलेले आमंत्रण त्या पाहू शकतील. मी या माझ्या उपायावर इतकी खूश झाले की, मी जेमीकरता आणि माझ्याकरताही असेच बॉक्सेस घेऊन आले आणि लगेचच प्रत्येक वर्षाचे फोल्डर्सदेखील बनवून टाकले.

आमच्या घरातल्या वेगवेगळ्या प्रथा अन् परंपरा विचारात घेता मला असे वाटू लागले की, मला आवश्यक वाटणारी एखादी परंपरा अचानकपणे पुढ्यात येण्याची वाट बघायची गरज नाही. 'नवी प्रथा' या शब्दात विरोधाभास असला, तरी त्यामुळे एखादी प्रथा आमच्या घरात असावी असे मला वाटल्यास ती सुरू करण्यास कोणाचीही हरकत असणार नाही.

जेमीला एक अनोखी कल्पना सुचली - 'सौजन्यपूर्ण संध्याकाळ'. जेमीच्या मते दर रविवारी संध्याकाळी जेवताना शिष्टाचाराच्या नियमानुसार टेबल नीट लावायचे, जेवताना मॅनर्स पाळायच्या आणि एक सुरेख जेवण जेवायचे. या सगळ्याला 'सौजन्यपूर्ण संध्याकाळ' म्हणण्याची कल्पना मात्र माझी होती. हा एक उपयुक्त आणि गमतीदार उपक्रम ठरला.

तसेच जेव्हा एलिझा लहान होती, तेव्हा तिने आणि तिच्या आजीने दर आठवड्याला एकत्रितपणे गाण्याच्या क्लासला जायची प्रथा मी सुरू केली. इलिनॉर थोडी मोठी होताच तीही त्यांच्याबरोबर क्लासला जाऊ लागली. जुडी नाटक आणि संगीत क्षेत्रात खूप अनुभवी होती. दर आठवड्याला भेटल्यामुळे आजी आणि नात एकमेकींबरोबर वेळ घालवू शकणार होत्या आणि तेसुद्धा अशा प्रकारे की, ज्यामुळे जुडीला तिची संगीतातील जाण मुलींपर्यंत पोहोचवता येणार होती. मग मी विचार केला की, आजोबांबरोबर काय? त्यांनासुद्धा त्यांच्या नातींबरोबर वेळ घालवण्याकरता एखादी प्रथा असायला हवी. म्हणून मी अजून एक शक्कल लढवली. वर्षातून काही वेळा, एलिझाच्या सुट्टीच्या दिवशी एलिझाने तिच्या आजोबांना ऑफिसमध्ये लंचकरता भेटावे असे मी सुचवले. त्यांनाही ही कल्पना पसंत पडली. या भेटी दरवेळी आनंददायी ठरल्या. जेमीने आणि मी ही प्रथा कधी सुरू केली ते मला आता आठवत नाही; पण आमच्या घरची एक खास पद्धत आहे. 'फॅमिली लव्ह सॅंडविच' असे ओरडायचे आणि सगळ्यांनी एकत्र घट्ट मिठी मारायची. आमची खास पद्धत!

इतर लोकांच्या चालीरीती, रूढी, परंपरा याबद्दल मला उत्सुकता होती. म्हणून मी माझ्या ब्लॉगवर वाचकांना त्यांच्या घरच्या प्रथांविषयी, परंपरांविषयी लिहायला

सांगितले. त्यातल्या या काही मला आवडलेल्या परंपरा :

मी लहान असताना माझ्या तीन धाकट्या बहिणींनी घर साफ करण्यास मदत करावी असं जेव्हा मला वाटत असे तेव्हा त्यावर उपाय म्हणून मी 'क्लीनिंग कंपनी' नावाचा एक खेळ शोधून काढला होता. (अशा प्रकारच्या कंपन्या अस्तित्वात आहेत हे मला तेव्हा माहीत नव्हते.) मी तोंडाने फोनचा आवाज काढायची. 'ट्रिंग ट्रिंग.' आणि मग खोटाखोटा फोन उचलून कोणाशीतरी बोलल्याचं नाटक करायची. (हॅलो, क्लीनिंग कंपनी. काय म्हणालात? तुम्हाला तुमचं घर साफ करून हवंय? तुमच्याकडे पार्टी आहे? ठीक आहे मॅडम. आम्ही लगेचच तिथे पोहोचतो.) मग मी उत्साहात टाळी वाजवून माझ्या बहिणींना बोलवायची आणि सांगायची, 'आपल्या क्लिनिंग कंपनीला आज एके ठिकाणी साफसफाइला जायचंय.' मग आम्ही खोट्याखोट्या गाडीत बसून आमच्या हॉलमध्ये पोहोचायचो. (व्हुम ऽ ऽ व्हुम करत आधी सगळ्या घरभर फिरून यायचो. तेव्हा आम्ही सगळे प्राथमिक शाळेत होतो; त्यामुळे हे सगळं करताना खूप मजा यायची.) मग आम्ही प्रत्येकजण नेमून दिलेल्या खोल्या उत्साहाने साफ करायचो आणि तोंडाने सतत गाणे म्हणायचो, 'क्लीनिंग कंपनी, क्लीनिंग कंपनी, हो हो हो' आणि प्रत्येक 'हो हो हो'ला हात (हात कामात गुंतलेले असतील तर पाय) उंचावून गाणे म्हणायचो. धमाल आहे ना?

माझे आणि माझ्या मुलीचे मिळून एक छोटे कुटुंब आहे. आमच्याकरता नॉर्मल गोष्टीसुद्धा दुर्मिळ असल्याने या छोट्याछोट्या परंपरादेखील खूप महत्त्वाच्या आहेत. रोजची कामे अधिक इंटरेस्टिंग करण्याकरता आम्ही 'साहस' करायला निघालो आहोत अशी कल्पना करतो. (जेव्हा माझी मुलगी लहान होती तेव्हापासून याला सुरुवात झाली.) आणि मग त्याकरता पूर्वतयारी करतो - रस्ता ठरवण्याकरता नकाशा काढायचा, मग कोठून कसे जायचे ते कागदावर लिहून काढायचे, कॅमेरा बरोबर ठेवायचा, त्या त्या साहसाला अनुसरून कपडे घालायचे (माझ्या मुलीला हॅटस घालायला खूप आवडतात.) आधी कधी न खाल्लेले पदार्थ खायचे.

मी आणि माझा नवरा जेव्हा बाहेरगावी जातो, तेव्हा आम्ही येताना आमच्या मुलांकरता छोटीछोटी प्रेझेंटस् आणतो; पण घरी आल्याआल्या

ती प्रेझेंटस् मुलांना देण्याऐवजी मी मुलांना आधी प्रेझेंट ओळखायला सांगते. प्रत्येक मुलाला दर दिवशी एक क्ल्यू देते, मग मुले प्रेझेंट ओळखायचा प्रयत्न करतात, एकमेकांबरोबर सल्ला-मसलत करतात, वाद घालतात; त्यांना तर प्रेझेंटपेक्षा या ओळखण्याच्या खेळामध्येच जास्त मजा येते.

माझ्या भावाकडेही त्यांच्या घरची अशीच एक परंपरा आहे. दर काही दिवसांनी ते सागरी चाच्यांसारखे जेवतात. डायनिंग टेबल संपूर्णपणे वर्तमानपत्राने झाकून टाकतात आणि डिशेश, चमचे, नॅपकिन्स वगैरे काहीही न घेता फक्त हातांनी जेवतात. त्याच्या मते आपण मुलांना सारखे 'नियम पाळा, जेवणाचे मॅनर्स पाळा' असे सांगत असतो. मग त्यांना अधूनमधून अशी सवलत द्यायला काय हरकत आहे?

ही सागरी चाच्यांसारखे जेवणाची कल्पना मी माझ्या मुलींना कधी एकदा सांगतेय असे मला झाले होते. अफलातून कल्पना आहे ही!

नवनवीन उपक्रमांकरता वेळ काढा

परंपरा म्हटली की, उपक्रम आलेच. घरातल्या सगळ्यांचे वाढदिवस साजरे करणे, फॅमिली व्हॅलेंटाइन कार्ड्स पाठवणे, भला मोठा 'जिंजर ब्रेड हाउस' सर्व बारकाव्यांसह सजवणे (खरे तर आम्ही ते घरदेखील स्वतःच बनवतो.) - या गोष्टींमध्ये मजा असली, तरी त्याला खूप वेळ, कष्ट, प्लॅनिंग आणि सहनशक्ती लागते. शिवाय आयत्या वेळी उद्भवणारी कामे असतातच. माझे आयुष्य सोपे ठेवण्याच्या हेतूने मला कधी हे असले महत्त्वाकांक्षी प्रोजेक्ट्स हाती घ्यावेसे वाटत नसत. मात्र, मला जाणीव होती की, हे उपक्रम म्हणजे लहानांच्या (आणि मोठ्यांच्याही) आठवणींचा ठेवा असतो.

'नवनवीन उपक्रमांकरता वेळ काढा' हा संकल्प हाती घेताच मी डोक्यात बरेच दिवस घोळत असलेल्या वस्तूंची खरेदी केली. मी लॅमिनेटर विकत घेतला. लॅमिनेटर घरात आल्या क्षणापासून मला जाणवू लागले की, माझी खरेदी किती योग्य आहे. अनेकविध गोष्टी करणे आता शक्य होणार होते. पहिले म्हणजे मुलींच्या आजीकरता 'मदर्स डे'चे प्रेझेंट. माझ्या मार्गदर्शनाने एलिझाने 'बनीवर (ससा) प्रेम करण्याची १० कारणे' ('बनी' हे माझ्या आईचे लाडाचे नाव आहे) अशी एक आणि 'मी आजीवर प्रेम करण्याची १० कारणे' अशी दुसरी यादी तयार केली. ती मला सांगत होती आणि मी टाइप करत होते. मग तिने प्रत्येक कारणाकरता वेगवेगळा फॉन्ट निवडला. एलिझाला माझ्या कॉम्प्यूटरवर वेगवेगळे फॉन्ट वापरून

बघायला खूप आवडत असे. मग आम्ही त्या दोन्ही याद्या छापून घेतल्या. धाकट्या इलिनॉरला त्यावर रेघोट्या मारू दिल्या. तिचाही सहभाग हवाच की! आणि मग त्या याद्या लॅमिनेट केल्या. एका क्षणात दोन साध्या कागदांचे आजीच्या जेवणाच्या टेबलावरच्या प्लेसमेटमध्ये रूपांतर झाले. अजून कितीतरी गोष्टी बनत गेल्या. पुस्तकांची कव्हरे, बुकमार्क्स, महत्त्वाच्या फोन नंबरची यादी...

लॅमिनेटर वापरून मिळालेल्या समाधानानंतर मी याआधी कधी न वापरलेली माझी 'ग्ल्यू गन' वापरायला काढली. एका रात्री इलिनॉर लवकर झोपल्यावर एलिझाने सांगितले की, तिला उद्या शाळेत एक 'स्क्रॅपी हॅट' बनवून न्यायची आहे. माझी ग्ल्यू गन वापरायची संधी अनायासे चालून आली होती.

"स्क्रॅपी हॅट म्हणजे काय?" मी विचारले.

"आपली कल्पनाशक्ती ज्यातून दिसून येईल अशी हॅट बनवून न्यायची आहे." एलिझा उत्तरली.

अशा वेळी खरे तर पालक या भूमिकेतून मी तिला पुढाकार घेऊ देणे अपेक्षित होते हे मला माहीत होते. मी खरे तर गरज पडल्यास थोडी मदत करणे किंवा तिच्या विचारांना थोडीफार दिशा देणे इतकेच करायला हवे होते.

पण त्याऐवजी मी एकदम म्हणाले, "मला माहीत आहे आता काय करायचे. जा पटकन एक बेसबॉलची कॅप घेऊन ये."

तिने कॅप आणेपर्यंत मी ग्ल्यू गन कशी वापरायची ते वाचून ठेवले आणि त्याप्रमाणे गन तयार करून ठेवली. मग जानेवारी महिन्यामध्ये मी जी छोटी छोटी खेळणी एका डब्यात भरून ठेवली होती, तो डबा पुढ्यात ओढला.

"आता पुढे काय?" हॅट घेऊन आलेल्या एलिझाने धापा टाकत विचारले.

"आता त्या डब्यातील सगळी खेळणी बाहेर काढ आणि तुझी कल्पनाशक्ती लढवून तुला हवी ती खेळणी निवडून काढ. मग आपण ग्ल्यू गनने ती खेळणी तुझ्या हॅटवर चिकटवू."

"मला ग्ल्यू गन आवडते. अशीच गन आमच्या टीचरसुद्धा वापरतात."

एलिझाने एकापाठोपाठ एक खेळणी निवडायला सुरुवात केली आणि मी ती खेळणी काळजीपूर्वक त्या हॅटवर लावून दिली.

"यात इतकी मजा येईल असं मला वाटलं नव्हतं." मध्येच एलिझा आनंदाने म्हणाली.

आम्हाला प्रोजेक्ट पूर्ण करायला खूप वेळ लागला. एलिझाला प्रत्येक खेळण्याच्या योग्य-अयोग्यतेबाबत चर्चा करायची होती; पण हरकत नाही. नवीन उपक्रमांकरता वेळ काढायला हवाच ना!

कधीकधी घरातलाच एखादा प्रोजेक्ट अनपेक्षितपणे मान वर काढत असे. उदा.

‘एलिझाच्या वाढदिवसाचा केक ठरवणे’ हा एक प्रोजेक्ट होईल याची मला कल्पना नव्हती. मला वाटले, मी नेहमीप्रमाणे विचारेन, ‘चॉकलेट की व्हॅनिला? फुलांचे डेकोरेशन की परीचे?’ आणि एलिझाने ठरवले असते; पण तिचा वाढदिवस जसजसा जवळ येऊ लागला, तसतशी ती तिच्या केकमध्ये भावनिकरीत्या गुंतत गेली. आमंत्रितांची यादी, घराचे डेकोरेशन, पार्टी गेम्स या सगळ्या गोष्टी ‘केक कोणता हवा आणि कसा हवा’ याच्या तुलनेत मागे पडल्या. माझा हॅपिनेस प्रोजेक्ट हाती घेण्याआधी मी तिला घाई करून सगळ्या प्रश्नांची उत्तरे मिळवली असती, जेणेकरून मला ती कामे माझ्या यादीतून लवकरात लवकर खोडून टाकता आली असती; पण माझ्याच अभ्यासातून मला समजले होते की, आनंदी प्रसंगातून जितका म्हणून आनंद मिळवता येईल, तितका मिळवायचा प्रयत्न करणे हेच आनंद मिळवण्याचे गमक आहे.

आपण सर्वांनी डॉक्टर एलिझाबेथ कुब्लर-रोझ यांनी सांगितलेल्या दु:खाच्या पाच टप्प्यांबद्दल ऐकले असेलच. नाकारणे, रागावणे, तडजोड, नैराश्य आणि स्वीकृती हे ते पाच टप्पे होत. त्या धर्तीवर मी आनंदाचे चार टप्पे शोधून काढले. एखाद्या अनुभवातून जास्तीतजास्त आनंद मिळवण्याकरता आपण त्याची आधी ‘कल्पना’ केली पाहिजे, तो आनंदाचा क्षण मनसोक्तपणे ‘उपभोगला’ पाहिजे; तो आनंद ‘व्यक्त’ केला पाहिजे आणि त्याची स्मृती ‘जपली’ पाहिजे.

कोणताही आनंदाचा प्रसंग, आपण त्याला किती महत्त्व देतो, यावर तो लहान की मोठा ते ठरत असते. उदा. मी जर माझ्या आई-वडिलांना बागेत घडलेला एखादा मजेशीर प्रसंग सांगायला फोन केला, तर तो आनंद व्यक्त करत असताना मी त्याच्या पुनर्प्रत्ययाचा आनंद घेत असते. कधीकधी फोटो काढण्याच्या नादात तो प्रसंग प्रत्यक्षात अनुभवणे बाजूलाच राहते; असे असले, तरी फोटोंमुळे या आनंदी स्मृती जपायला मदत होते हेही खरे!

एलिझाच्या बर्थ-डे केकमुळे आम्हाला ‘अपेक्षा’ या टप्प्याचा अनुभव मिळवण्याची संधी मिळाली. तिने मला बास्किन अँण्ड रॉबिन्सचा कॅटलॉग आणायला सांगितले. मग आम्ही त्यातल्या प्रत्येक शब्दावर चर्चा केली. नंतर आम्ही त्यांची वेबसाइट पाहिली. एलिझाने आइस्क्रीमचे सगळे प्रकार पुन:पुन्हा वाचून काढले. मग एक दिवस आम्ही त्या दुकानात गेलो, जेणेकरून एलिझाला आइस्क्रीमचे वेगवेगळे प्रकार चव घेऊन पाहता यावेत आणि दुकानात अजून काही सजावटीचे पर्याय असतील तर तेही बघता यावेत. आता एवढे सगळे झाल्यावर तरी तिचा निर्णय झाला असेल असे मला वाटले. पण छे!

“आई, तो केकचा कॅटलॉग पाहायला आपण परत दुकानात जाऊ या?” काही दिवसांनी एलिझाबेथने विचारले.

"एलिझा, आपण त्या दुकानात एक तासभर होतो. शिवाय तुझ्या वाढदिवसाला अजून एक महिना अवकाश आहे."

"पण मला तो कॅटलॉग परत पाहायचा आहे."

माझ्या हॅपिनेस प्रोजेक्टच्या आधी मी या गोष्टीला विरोध केला असता; पण आता मला समजत आहे की, असे होणारच. याचा अर्थ काम नीट न करता येणे असा नाही. उलट यातच खरी मजा दडलेली आहे. माझे सहावे तत्त्व सांगते की, 'काम करण्यातला आनंद घ्या'. भले एलिझाला केक खायला फक्त पाच मिनिटे लागतील; पण केक ठरवण्यात तिला जास्त काळ आनंद मिळणार आहे. 'आशा पल्लवित करणारी अपेक्षा' या संकल्पनेतली 'अपेक्षा' प्रत्यक्षातल्या आनंदापेक्षा जास्त आनंदी करते. आनंदाची 'अपेक्षा' करण्याकरता अजून एक निमित्त!

"ठीक आहे." मी माघार घेत म्हटले. "तुला पाहिजे तर आपण शुक्रवारी शाळा सुटल्यावर परत त्या दुकानात जाऊ या."

अशा प्रकारचे उपक्रम राबवताना माझ्या लक्षात आले की, मुले अजून एक प्रकारचा आनंद देतात - आपण मोठे झाल्यामुळे ज्या 'मजा वाटणे' या भावनेपासून दूर गेलेलो असतो, ती भावना आपण पुन्हा जगतो. माझ्याबद्दल बोलायचे झाले तर मी 'मदर्स डे'चे गिफ्ट घरी बनवले नसते, बास्किन ॲण्ड रॉबिन्सचा केक निवडण्यावर इतकी चर्चा केली नसती किंवा शनिवारी भरदुपारी सेंट्रल पार्कमध्ये बोटिंगला गेले नसते, पुनःपुन्हा 'श्रेक' हा सिनेमा पाहिला नसता, थीमपार्कला आणि म्युझिअमला वारंवार भेट दिली नसती, खायचा रंग आणि दही एकत्र करून काचेच्या ग्लासमध्ये 'दह्याचे इंद्रधनुष्य' बनवले नसते. खरे तर मला माझ्या मुलींबरोबर असा आनंद साजरा करणे मनापासून आवडते. मला फक्त त्यांना आनंदी बघण्याने आनंद होतो इतकेच नव्हे, तर त्या गोष्टी केल्याने (ज्या मी स्वतःहून करण्याचा विचार केला नसता) मीदेखील मनापासून आनंदी होते.

पुढच्या महिन्याच्या संकल्पाला सुरुवात करण्यापूर्वी मी एप्रिल महिन्याच्या शेवटच्या दिवशी नेहमीप्रमाणे माझ्या प्रगतीचा आढावा घेण्यास सुरुवात केली. अशा प्रकारचे आत्मपरीक्षण खरे तर शांत निसर्गाच्या सान्निध्यात किंवा एखाद्या शांत खोलीत बसून करायला पाहिजे; पण या वेळेस मी सब-वेमध्ये असताना आत्मपरीक्षण करत होते. रेल्वे जसजशी एकेक स्टेशन मागे टाकत पुढे जात होती, तसतशी मी माझ्या मनाला एकेक प्रश्न विचारत होते. 'मला पूर्वीपेक्षा जास्त आनंद होतो आहे का? मला खरंच तसं वाटत आहे का?'

त्या दिवशी सकाळी निघताना माझा मूड चांगला नव्हता. 'प्रामाणिकपणे विचार केला तर माझ्यात काहीही बदल झालेला नव्हता ही वस्तुस्थिती होती.' मी खिन्न

होत विचार करत राहिले. 'मी पूर्वी जशी होते तशीच आहे. मी पूर्वीपेक्षा चांगलीही झाले नाही आणि वाईटही झाले नाही. माझ्यात काहीही नवीन बदल झाले नाहीत किंवा मी सुधारलेही नाही. मी आनंदी झाले आहे असं जरी मी स्वत:ला सांगत असले, तरी खरं तर माझ्यातही काही बदल झाला नाही.' अभ्यासातून असे दिसून आले आहे की, जे लोक सायकॉलॉजिस्टकडे जातात, वजन कमी करायच्या क्लासला जातात, व्यायामाला सुरुवात करतात, सिगारेट सोडायच्या क्लासला जातात, ते बरेचदा स्वत:मध्ये खूप बदल झाला असे समजतात; पण खरे तर इतका पैसा, वेळ आणि कष्ट खर्च करून त्यांच्यात नगण्य फरक झालेला असतो. त्यांच्यात फारसा बदल झाला नसला तरी ते म्हणतात, 'अरे वा! आमच्यात बराच बदल झालाय की! 'मला वाटते, बहुतेक मीदेखील असाच विचार करून म्हणत होते की, मी अधिक आनंदी झाले आहे' असा एक विचार माझ्या मनात डोकावला. प्रत्यक्षात माझ्या प्रोजेक्टमुळे माझ्यात काहीही फरक पडलेला नव्हता.' मी सब-वेमधून बाहेर पडत असताना माझ्या डोक्यात निरर्थकपणाची, खिन्नतेची भावना ठाण मांडून बसली होती.

दोन तासांनंतर मी जेव्हा परत घरी जाण्याकरता सब-वेमध्ये शिरले, तेव्हा माझा मूड पूर्णपणे उत्साही झाला होता. (हॅपिनेस विषयातले संशोधन असे सांगते की, लोकांना भेटून तुमचा मूड चांगला होतो.) मी परत विचार करू लागले, 'मी खरंच अधिक आनंदी झाले आहे का?' या वेळी माझे उत्तर थोडेसे वेगळे होते. 'नाहीपण आणि होपण.' हे खरे आहे की, माझा मूळ स्वभाव काही बदलला नव्हता. फक्त चार महिन्यांत अशा बदलाची अपेक्षा ठेवणेदेखील चूक होते, अगदी वर्षभरातदेखील बदलाची अपेक्षा ठेवता आली नसती; पण काहीतरी बदल झाला होता हे निश्चित! काय होता तो बदल?

शेवटी मला उत्तर सापडले. जेव्हा जेव्हा मी तटस्थ असते (जसे की, सब-वेमधून जाताना) तेव्हा ती नेहमीची मी असते. माझा मूळ स्वभाव बदलला नसला, तरी माझ्या रोजच्या आयुष्यात अधिक आनंद निर्माण झाला होता, माझ्या संकल्पांमुळे अनेक मजेचे, आनंदाचे, समाधानाचे क्षण निर्माण झाले होते आणि अपराधीपणाचे, रागाचे बरेचसे प्रसंग कमी झाले होते. माझ्या कृतीमुळे मी माझी मूळची आनंदी वृत्ती फुलवण्यात यशस्वी होत होते.

माझ्या आनंदी राहण्याने घरातले वातावरण बदलले होते हे मला जाणवत होते. जसे 'आई आनंदी नसेल तर घरात कोणी आनंदी नसते' हे विधान सत्य आहे, तसेच 'वडील आनंदी नसतील तर कोणीच आनंदी नसते' हे विधानही सत्य आहे. त्याच जोडीला 'तुम्ही तुमच्या सर्वांत कमी आनंदी मुलाएवढेच आनंदी होऊ शकता' हे विधानही खरे आहे. याचा अर्थ घरातल्या प्रत्येक व्यक्तीच्या मूडचा इतरांवर परिणाम

होत असतो. अर्थातच, मी स्वत:ला सोडून इतर कोणालाही बदलू शकणार नव्हते.

सहज जाताजाता सांगते, माझे आत्मपरीक्षण करून झाल्यावर मी पेडोमीटर वापरणे बंद केले. पेडोमीटर उपयुक्त असला, तरी रोज सकाळी तो कमरेला बांधणे मला कटकटीचे वाटू लागले होते. कित्येकदा तो पेडोमीटर मी टॉयलेटमध्ये पडण्यापासून वाचवला होता. पेडोमीटरने माझ्या चालण्याच्या सवयी शोधून काढायला, त्या सवयींमध्ये सुधारणा करायला मदत केली होती. आता त्याचे काम संपले होते. आता त्याला रजा देणेच श्रेयस्कर होते.

५

मे

विरंगुळ्यालादेखील महत्त्व द्या

फावला वेळ

- मजा करायचे मार्ग शोधा
- खुळेपणा करायला वेळ ठेवा
- चाकोरीबाहेर पडा
- संग्रह करा

मे महिना, म्हणजेच वसंत ऋतूचा सुरुवातीचा काळ मला माझ्या फावल्या वेळातल्या उपक्रमांकडे लक्ष देण्यास योग्य वाटला. ज्या गोष्टी मी फावल्या वेळात करत असे, त्या बरेचदा माझ्या फायद्याकरता असत किंवा माझ्या समाधानाकरता असत. त्यात कोणत्याही प्रकारे महत्त्वाकांक्षा नसे किंवा पैशांचा संबंध नसे. किती विरोधाभास आहे पाहा! मी मौजमजेच्या गोष्टी करण्याकरता जिवाचा आटापिटा करत असे आणि थट्टामस्करीबद्दल गांभीर्याने विचार करत असे.

लेखक जीन स्टाफर्ड एकदा थट्टेत म्हणाला होता, 'आनंदी लोकांना मजेची गरज नसते', परंतु संशोधनांती असे दिसून आले की, फक्त वाईट (किंवा दुःखी) वाटण्याचा अभाव याने तुम्ही आनंदी होऊ शकत नाही तर तुम्ही तुम्हाला चांगले वाटण्याचे वेगवेगळे मार्ग शोधून काढले पाहिजेत. चांगले वाटण्याचा एक मार्ग म्हणजे विरंगुळ्याकरता वेळ राखून

ठेवणे. संशोधकांच्या मते 'विरंगुळा' म्हणजे मनाला समाधान देणारी एखादी कृती, जिला आर्थिकदृष्ट्या काहीही महत्त्व नाही; ज्यामुळे समाजाला त्रास होत नाही आणि जी करण्यामुळे कौतुक अथवा शाबासकी मिळेलच असे नाही. संशोधन असे सांगते की, नियमितपणे मजा करणे हे आनंदी आयुष्याचे गमक आहे. ज्यांच्या आयुष्यात मजा आहे त्यांना वीसपट अधिक आनंद जाणवतो.

माझी या महिन्याची दोन उद्दिष्टे होती. एक म्हणजे मला अधिक मजा करायची होती आणि दुसरे म्हणजे मला माझ्या फावल्या वेळाचा वापर, माझी सर्जनशीलता जोपासण्याकरता करायचा होता. विरंगुळा म्हणजे निष्क्रियतेत घालवायचा वेळ नसून ती एक नवी आवड जोपासण्याची आणि त्याद्वारे इतरांशी नाते दृढ करण्याची संधी आहे.

मी नशीबवान होते. ज्या गोष्टी मी व्यवसाय म्हणून करत होते, त्याच धर्तीच्या गोष्टी; पण थोड्या वेगळ्या रूपात मी मजा करण्याकरता करत असे. 'बस मॅनस् हॉलीडे' (म्हणजे जे आपण आठवडाभर करतो तेच सुट्टीच्या दिवशीही करायचे.) या संकल्पनेच्या विरोधात अनेक युक्तिवाद असतील; पण मला नेहमीच मी आठवडाभर जे करत असे, तेच सुट्टीच्या दिवशीदेखील करायला आवडत असे. फोटोग्राफर एडवर्ड वेटसनने जेव्हा त्याच्या डायरीत लिहून ठेवले की, 'सुट्टीच्या दिवशी मी काम केले; पण ते काम म्हणजे माझा विरंगुळाच होता', तेव्हा त्याला काय म्हणायचे होते ते मला बरोबर समजले होते.

मार्च महिन्यात मला समजले होते की, 'नावीन्य' हा आनंद मिळवण्याचा एक महत्त्वाचा मार्ग आहे, तसेच तो सर्जनशीलतेचादेखील एक प्रमुख घटक आहे. सवयीच्याच गोष्टी करत राहण्याचा माझा स्वभाव आहे; त्यामुळे नवनवीन अनुभव घेण्याकरता, वेगवेगळ्या कल्पना राबवण्याकरता मला आधी स्वतःला मानसिकरीत्या तयार करायला हवे होते.

माझ्या रिकाम्या वेळाबद्दल मला गंभीरपणे विचार करायला हवा होता. माझ्या आयुष्यात आपोआप मजेचे प्रसंग येणार आहेत असे मी समजून चालले होते; त्यामुळे 'कशा प्रकारे मजा मिळेल?' किंवा 'जास्तीतजास्त मजा कशी मिळवता येईल?' असा मी कधी विचारच केला नव्हता. आयुष्यात मजा करायला मिळणे ही वरवर सोपी गोष्ट वाटत असली, तरी प्रत्यक्षात ती वाटते तेवढी सोपी गोष्ट नाही. जेव्हा मी माझ्या ब्लॉगच्या वाचकांना त्यांच्या मजेबद्दलच्या कल्पना विचारल्या, तेव्हा अनेकजणांनी त्याला प्रतिसाद दिला.

मला वस्तू बनवण्यात मजा वाटते. मला कलाकुसरीच्या गोष्टी बनवायला खूप आवडते. विशेष करून कोणाकरता तरी प्रेझेंट बनवण्याची संधी

आली तर मला जास्त मजा वाटते. माझ्या बॉयफ्रेंडकरता ख्रिसमसचे प्रेझेंट म्हणून एक महत्त्वाकांक्षी प्रोजेक्ट करण्याचे माझ्या मनात आहे. त्याला माझे प्रेझेंट नक्की आवडेल याची मला खात्री आहे. मुख्य म्हणजे एखादे आव्हानात्मक प्रोजेक्ट हाती घेण्यातच खरी मजा असते. त्याला आनंद होणार या कल्पनेनेच मलादेखील मजा वाटते आहे. स्वत:करता नवनवीन कल्पना शोधून काढणे यात असणारे बुद्धीचे आव्हान आणि नंतर त्या कल्पना प्रत्यक्षात उतरवण्यातले आव्हान, या दोन्हीचा एकत्रित परिणाम मला खूप परिपूर्ण आणि मजेशीर वाटत आहे.

सातासमुद्रापलीकडील लोकांचा आणि अर्थात तुझा ब्लॉग वाचणे ही माझ्याकरता मजेची गोष्ट आहे. दररोज कामाच्या दिवशी सकाळी कॉफी पितापिता मी हे ब्लॉग्स वाचतो. (मी पूर्व दिशेला राहत असल्याने माझ्याकडे रात्र असताना हे ब्लॉग्स अपडेट झालेले असतात.) अर्थातच त्यामुळे मला परकीय भाषा शिकायलाही मदत होते (माझ्या बाबतीत 'इंग्रजी') माझ्याच आवडी-निवडीची, माझ्यासारखीच विचार करण्याची पद्धत असलेली पण वेगळ्या संस्कृतीची माणसे शोधणे हा माझ्याकरता सगळ्यात मोठा आनंदाचा आणि मजेचा भाग आहे.

पुस्तके गोळा करणे, वाचणे, इंटरनेटवर पुस्तके शोधणे, एखादे नवे पुस्तक 'उघडणे' (मग ते नवेकोरे असो अथवा वापरलेले) या सर्व गोष्टींनी मला खूप मजा येते.

दर आठवड्याचा माझा लॅटिनचा क्लास म्हणजे माझ्याकरता एक मजेची गोष्ट आहे. गेली ४ वर्षे मी इतर काही लोकांबरोबर लॅटिन भाषा शिकते आहे, लॅटिन व्याकरण शिकते आहे आणि समोर येईल त्या विषयावर आयत्या वेळी तयारी करून लॅटिनमधून संवाद साधते आहे. मी हायस्कूलमध्ये असताना या भाषेच्या प्रेमात पडले होते; पण आत्तापर्यंत ही भाषा शिकायची संधी मला मिळाली नव्हती. आता या गोष्टीने मला खूप आनंद झाला आहे.

माझ्या मजेच्या गोष्टी कोणत्या? कोणतीही कल्पक गोष्ट - काहीही चालेल. माझ्याकरता सगळ्यात उत्तम मजा म्हणजे एखादे चित्र रंगवायचे पुस्तक. ज्यात पुस्तकाच्या एकाच बाजूला छापलेली, बारीक प्रिंटची चित्रे आहेत आणि जोडीला सुंदर, रंगीत, टोक केलेल्या पेन्सिलींचा बॉक्स...

आणखी एक... कापडावर छापलेले चित्र आणि भरतकामाच्या रंगीबेरंगी रेशमाच्या असंख्य लडी.

आता एक अवघड गोष्ट : मला माझ्या मुलींबरोबर जमिनीवर बसून त्यांची खेळणी खेळण्यात मजा वाटत नाही; पण मला त्यांच्याबरोबर स्वयंपाक करायला आवडतो, त्यांच्याबरोबर वाचायला आवडते, त्यांच्याशी गप्पा मारायला आवडते, त्यांच्याबरोबर सिनेमा पाहायला आवडतो, त्यांच्याबरोबर फिरायला जायला आवडते आणि त्यांच्या वयाला साजेशा ठिकाणी त्यांना घेऊन जायला आवडते. मुलींबरोबर मजेत वेळ घालवण्याची माझी कल्पना म्हणजे माझ्या पाच वर्षांच्या मुलीला शाळेतून परस्पर बाहेर काहीतरी खायला घेऊन जाणे; पण थोरलीबरोबर 'पॉली पॉकेट्स' आणि धाकटीबरोबर 'लिटल पीपल' खेळणे यामध्ये मात्र मला मजा वाटत नाही आणि या गोष्टीमुळे मला सदैव अपराधी वाटत असते.

माझ्याकरता मजा म्हणजे चर्चा करणे, हार्डवेअर किंवा सॉफ्टवेअरबरोबर झटापट करणे, हार्डवेअर किंवा सॉफ्टवेअर बनवणे, सर्व प्रकारचे ब्लॉग्स वाचणे आणि माझ्या मुलांना माझ्या तरुणपणीच्या गोष्टी सांगणे.

खरे सांगायचे तर माझ्या आयुष्यात काहीही मजा राहिलेली नाही या निष्कर्षापर्यंत येऊन मी पोहोचले आहे. मला कंटाळवाणे, उदास आणि दुःखी वाटू लागायच्या आत या बाबतीत काहीतरी करणे गरजेचे आहे.

या शेवटच्या निवेदकाने सांगितल्याप्रमाणे मलादेखील माझ्या आयुष्यात अधिकाधिक मजा आणायला हवी होती.

मजा करायचे मार्ग शोधा

'मजा' याविषयी विचार करताना मला जाणवले की, काय केले असता मला मजा वाटेल हेच नक्की मला माहीत नाही. मी माझ्या अनुभवांतून नुकतीच शिकले होते की, एखादी गोष्ट दुसऱ्याला मजेशीर वाटते याचा अर्थ ती मलासुद्धा मजेशीर वाटली पाहिजे असे नाही (तसेच या वाक्याची उलट बाजूपण खरी आहे.) जगात अशा कितीतरी गोष्टी आहेत ज्या इतरांना करायला आवडतात; पण मला करायला आवडत नाहीत.

बुद्धिबळ खेळणे, क्रॉसवर्ड पझल सोडवणे, इंटरनॅशनल मार्केटविषयीची भाषणे ऐकणे, पेडीक्युअर करणे, नव्याने झालेल्या उंची हॉटेलमध्ये जेवायला जाणे, वारंवार

ऑपेरा बघायला जाणे, निक्स बास्केटबॉलची सिझन तिकिटे घेणे... या सगळ्या कल्पना मला छान वाटत. कित्येकांना या गोष्टी करून का मजा वाटत असेल हेही मी समजू शकते. या सगळ्या गोष्टींमध्ये मीदेखील मन रमवू शकले असते तर खूप बरे झाले असते; पण माझे मन यात रमत नाही.

काही ब्लॉग वाचकांनी माझ्यासारखेच त्यांचेही काही अनुभव सांगितले.

मला कशात मजा वाटते याचा गेली काही वर्षे मी शोध घेत आहे. मला असे जाणवले आहे की, मी अशा बऱ्याच गोष्टी करतो ज्या करताना मला मजा वाटत नाही. इतरांना त्यात मजा वाटत असेल पण मला मजा वाटत नाही खरे! 'इतरांना जी गोष्ट मजेची वाटते, तीच गोष्ट मलाही मजेची वाटायची गरज नाही' हा शोध मला खूप महत्त्वाचा वाटला. 'जे इतरांना आवडते ते तुम्हालाही आवडायला हवे' याचे दडपण न घेता स्वत:ला आवडणाऱ्या गोष्टींना चिकटून राहणे खूप अवघड आहे. उदा. मला सिनेमे आवडतात; पण मला किरकोळ गोष्टी करायला जास्त मजा येते. मग मी हळूहळू त्या नावडत्या गोष्टी करणे सोडून देतो. मी कधीतरी मित्रांबरोबर सिनेमा पाहायला जाईनही; पण त्याचे प्रमाण पूर्वीइतके असणार नाही. पूर्वी मी आठवड्याला २ सिनेमे पाहत असे.

साधारणपणे एक वर्षापूर्वी माझ्या नवऱ्याने मला प्रश्न विचारला, "तुला काय करण्यात मजा वाटते?" आणि त्याला उत्तर देताना मला खूप विचार करावा लागला. माझे बरेचसे आनंद म्हणजे एकट्याने आणि शांतपणे करायच्या गोष्टी आहेत. मला एखाद्या पुस्तकात रमून जायला आवडते. मला भरतकाम, विणकाम करायला आवडते. मला दागिने बनवायला आवडतात आणि यात काही गैर नाही असे मला वाटते. मात्र, मला माझ्या मुलांबरोबर बोर्डगेम्स खेळायला आवडतात.

माझी मजेची व्याख्या इतरांपेक्षा निश्चितपणे वेगळी आहे. मला शांतपणे एकट्याने करायच्या गोष्टी आवडतात. अगदी खेळदेखील मला शांत प्रकारचे आवडतात. वाचनामध्ये माझा जीव रमतो. मग ती पुस्तके असोत वा ब्लॉग्स. मला कॉम्प्यूटर प्रोग्रॅमिंगमध्ये मजा वाटते. डायव्हिंग, ट्रेकिंगमध्ये मजा वाटते. योगासने करण्यात मजा वाटते. मला खरेदी करायला (जी खरे तर बायकांची अत्यंत आवडीची गोष्ट असते.) आणि पार्ट्यांना जायला मात्र आवडत नाही.

ज्या गोष्टी मी करत नव्हते त्या जास्त मजेच्या आहेत असे मला वाटत असे; आणि ज्या गोष्टी करण्यावर माझा भर असायचा त्या गोष्टी मला कमी मजेच्या वाटायच्या. इतर लोक ज्या गोष्टी करण्याने आनंदी होत असत, त्या गोष्टी मला जास्त महत्त्वाच्या, जास्त सुसंस्कृत वाटायच्या किंवा योग्य वाटायच्या; पण आता स्वत:च्या वृत्तीप्रमाणे वागण्याची वेळ आली होती. मला काय आवडायला हवे यापेक्षा मला काय आवडते हे ओळखण्याची गरज होती. एखादी गोष्ट मला खरेच मजेची वाटते का याचे निकष अगदी सोपे होते – ती गोष्ट कधी घडेल याची मी उत्सुकतेने वाट पाहते, ती माझा उत्साह वाढवते आणि ती केल्यानंतर मला पश्चात्ताप होत नाही.

मी माझ्या एका मैत्रिणीला माझ्या या मजेच्या गोष्टींचा शोध घेण्याबद्दल सांगितले. ती म्हणाली, "अरे देवा! मला एखादी मजेची गोष्ट करावीशी वाटली तर मला खूपच वैतागल्यासारखे होते, कारण ते करायला माझ्याकडे वेळच नाही. मला अजून काहीही व्याप वाढवायचे नाहीत." हे चित्र मला उदासवाणे वाटले. पूर्वी मीसुद्धा बहुधा असेच म्हटले असते; पण माझ्या हॅपिनेस प्रोजेक्टमुळे 'माझ्याकडे मजा करायला भरपूर वेळ आहे' असे म्हणायला मी आता शिकले होते.

मला नेमक्या कोणत्या गोष्टीतून मजा मिळते, मला काय करायची इच्छा आहे, हे काही मला सुचत नव्हते. हं!... एक गोष्ट आठवली. मला बालसाहित्य वाचायला आवडते. बालसाहित्यात असे काय आहे, जे मोठ्यांच्या साहित्यात असत नाही, हे मला अजूनही ओळखता आले नाही; पण काहीतरी आहे हे निश्चित. मोठ्या लोकांकरता असलेल्या कादंबऱ्या आणि लहानांकरता असलेल्या कादंबऱ्या यात फक्त पुस्तकाचे मुखपृष्ठ, दुकानातली मांडणी किंवा त्यातल्या पात्रांचे वय याचाच केवळ संबंध नसून ते एक वेगळेच विश्व आहे.

बालसाहित्यात नेहमी सर्वोच्च मानवी मूल्यांचा विषय हाताळला जातो, उदा. दुष्ट आणि सुष्ट यांची लढाई, प्रेमाची ताकद वरचढ ठरणे इत्यादी. ही पुस्तके भीतीबद्दल किंवा दुष्ट प्रवृत्तीबद्दल आकर्षण निर्माण करत नाहीत. मात्र, शेवटी अगदी वास्तववादी कादंबऱ्यांमध्येही सत्याचाच विजय होतो. मोठ्यांकरता लिहिणारे कादंबरीकार सहसा अशा प्रकारे लिहीत नाहीत. कदाचित त्यांच्यावर भावनाप्रधान लिहिणारे, नीती उपदेश करणारे, बाळबोध लिहिणारे असा शिक्का बसेल अशी त्यांना भीती वाटत असावी. त्याऐवजी ते अपराधी भावना, दांभिकता, चांगल्या हेतूंचा झालेला अथवा केलेला विपर्यास, नियतीने केलेली क्रूर थट्टा, समाजातले दोष, भाषेची उतरती कळा, मृत्यूची अटळता, सेक्सची आवड, अन्याकारक आरोप अशा गोष्टींवर भर देतात. साहित्यातील या सगळ्या महत्त्वाच्या मध्यवर्ती कल्पना आहेत. मला मात्र सत्याचा विजय, सद्गुणांना मिळणारे महत्त्व आणि दुष्टांना होणारी शिक्षा यांसारख्या

कल्पनांमधून कमालीचे समाधान मिळते. मला बोधकथा आवडतात, मग त्या टॉलस्टॉयने लिहिलेल्या असोत किंवा मॅडेलाइन लेन्गेलने लिहिलेल्या असोत.

आणखी एक म्हणजे, बालसाहित्यातील 'सुष्ट विरुद्ध दुष्ट' जगात वाचक त्याच त्याच प्रकारच्या प्रतीकांमध्ये ओढला जातो. काही प्रतीकांमध्ये कल्पनाशक्तीला फुलवण्याची अद्‌भुत ताकद असते आणि बालसाहित्यात त्याचा मोठ्या खुबीने वापर केला जातो. पीटर पॅन, द गोल्डन कंपास आणि द ब्ल्यू बर्ड यांसारखी पुस्तके रूपकात्मक असतात आणि त्यांतून एक बोधकथा सांगितलेली असते. मोठ्यांच्या साहित्यात कधीकधी अशा प्रकारचे वातावरण असते खरे; पण फारच दुर्मिळ! मी सुष्ट आणि दुष्ट यांच्या विश्वात, बोलणाऱ्या पक्ष्यांच्या विश्वात आणि भविष्यवाणी खरी ठरणाऱ्या विश्वात जास्त रमते.

पण 'मला काय आवडायला हवे' याबद्दलच्या माझ्या अपेक्षेत ही बालसाहित्याची आवड बसत नाही. माझी ही आवड पुढच्या टप्प्याला गेली नाही. मला वैचारिक साहित्य, घटनात्मक कायदे, अर्थव्यवस्था, कला किंवा मोठ्या लोकांचे इतर विषय यात आवड असायला हवी होती आणि मला त्यामध्ये रसदेखील होता. मात्र, मला कधीकधी जे. आर. टोल्कीन, इ. एल. कोनिग्सबर्ग आणि एलिझाबेथ इनराइट यांच्या साहित्याच्या आवडीबद्दल ओशाळल्यासारखे होई. माझ्या व्यक्तिमत्त्वाची ही बाजू मी इतकी दाबून ठेवली होती की, जेव्हा हॅरी पॉटरची पुस्तके बाजारात आली तेव्हा मी कित्येक दिवस ती विकत घेतली नाहीत. 'मला काही फरक पडत नाही' असे म्हणत मी स्वत:लाच फसवत राहिले.

मी माझ्या मजेबद्दल गांभीर्याने विचार करणार असेन तर मला ही माझी मागे पडलेली आवड पुन्हा एकदा जोपासायला हवी होती आणि अधिक आनंद मिळवायला हवा होता; पण हे कसे काय जुळवून आणायचे? याचे उत्तर शोधत असतानाच एका ओळखीच्या सुसंस्कृत, बुद्धिमान आणि चांगला जम बसलेल्या लिटररी एजंटशी माझी गाठ पडली. मैत्री प्रस्थापित करण्याच्या दिशेने आमचे संभाषण चालू झाले. मी तिला सांगितले की, मला स्टीफन किंगचे 'द स्टँड' हे पुस्तक खूपच आवडले आहे. मी हे बोलले खरी पण तिला स्टीफन किंग आवडत नसता तर सगळीच पंचाईत झाली असती.

"मला स्टीफन किंग आवडतो आणि 'द स्टँड'देखील आवडलं आहे." ती उत्तरली. "पण ते हॅरी पॉटरइतकं चांगलं नाही!"

"ओह! तुला हॅरी पॉटर आवडतो?"

"मी वेडी आहे हॅरी पॉटरची!"

सापडली! मला माझ्यासारख्याच आवडी-निवडीची व्यक्ती सापडली. आम्ही उरलेला सगळा वेळ हॅरी पॉटर सोडून दुसरे काहीही बोलत नव्हतो. बोलताना माझ्या

लक्षात आले की, ज्याला बालसाहित्य आवडते अशी तिसरी व्यक्ती आज मला माहीत झाली होती. आपण एक बुक क्लब सुरू करावा असा विचार माझ्या मनात डोकावला.

"मी तुला एक कल्पना सांगते," बिल भरताना मी सहज बोलले. "तुला बालसाहित्य वाचनाचा एखादा ग्रुप सुरू करायला आवडेल का?"

"वाचनाचा? बालसाहित्य वाचनाचा? म्हणजे काय?"

"काहीही. आपल्याला आवडेल ते. द गिव्हर, द सिक्रेट गार्डन, जेम्स ॲण्ड द जायंट पीच... काहीही! आपण संध्याकाळच्या जेवणाला एकेकाकडे भेटत जाऊ या."

"हो, चालेल. मस्त मजा येईल!" ती उत्साहात म्हणाली. सुटले! ती नाही म्हणाली असती तर मला नाही वाटत मी अजून कोणाला विचारले असते. "माझ्या एका मैत्रिणीलाही या ग्रुपमध्ये यायला आवडेल."

मग मी थोड्याफार ई-मेल्स पाठवून इतरांना विचारायला सुरुवात केली. माझ्या बोलण्याचा अवकाश आणि माझ्या लक्षात आले की, माझ्या ओळखीचे अजून कितीतरी लोक होते, ज्यांची आणि माझी ही आवड जुळत होती. ही माझी आवड मी पूर्वी कधी बोलून न दाखवल्यामुळे मला त्यांची आवड समजली नव्हती.

आमच्या पहिल्यावहिल्या मीटिंगकरता मी सगळ्यांना ई-मेल पाठवून माझ्या घरी जेवायला आणि सी. एस. लुइसच्या 'द लायन ॲण्ड द विच ॲण्ड द वॉर्डरोब' या पुस्तकावर चर्चा करायला बोलावले आणि ई-मेलच्या शेवटी लुइसच्या तल्लख बुद्धिमत्तेचे उदाहरण देणारे त्याच्याच 'ऑन थ्री वेज ऑफ रायटिंग फॉर चिल्ड्रन' या लेखातील एक वाक्य जोडले :

> 'जेव्हा मी दहा वर्षांचा होतो, तेव्हा मी गुपचूप परीकथा वाचत असे. कारण तसे करताना जर मी पकडला गेलो असतो, तर मला खूप लाज वाटली असती. आता मी पन्नाशीला पोहोचलोय आणि आता मी ती पुस्तके उघडउघड वाचू शकतो. जेव्हा मी मोठा झालो, तेव्हा मी सगळ्या बालिश गोष्टी करणे सोडून दिले होते. अगदी बालिशपणाचे अवडंबर माजवणे आणि खूप मोठ्ठा बनण्याची इच्छासुद्धा!'

ही लाज वाटून घेण्याची भावना मला ग्रुपमध्ये कोणातच आढळली नाही, कारण त्यांनी त्यांची बालसाहित्याची आवड कधी मारलीच नव्हती. मग मी तरी कशाला ही भावना बाळगू? आजपासून बंद.

त्या पहिल्या मीटिंगपासूनच हा ग्रुप माझ्या आनंदाचे निधान ठरला. मला

पुस्तके आवडतात, मला हे लोक आवडले आणि मला आमच्या चर्चादेखील आवडल्या. ग्रुपमधल्या बऱ्याचजणांना मुले नव्हती; त्यामुळे निश्चितच हे बालसाहित्य आम्ही स्वत:करताच वाचत होतो ही गोष्ट मला खूप आवडली. आमच्या ग्रुपचा एक रिवाज होता की, ज्याच्याकडे मीटिंग आहे त्याने त्या पुस्तकाशी संबंधित एखादा पदार्थ बनवायचा. 'द लायन अ‍ॅण्ड द विच अ‍ॅण्ड द वॉर्डरोब' या पुस्तकामध्ये तुर्की पदार्थाचा महत्त्वाचा उल्लेख आहे; त्यामुळे मी आमच्या पहिल्या मीटिंगला तुर्की पदार्थ बनवला आणि तेव्हापासून या रिवाजाला सुरुवात झाली. आमच्या पुढच्या मीटिंगला आम्ही टोके नावाची वाइन प्यायलो. फिलीप पूलमनच्या 'द गोल्डन कंपास' या पुस्तकात एका महत्त्वाच्या प्रसंगात या वाइनचा उल्लेख आहे (मला जेव्हा समजले की, टोके वाइन खरोखरच अस्तित्वात आहे तेव्हा मी चकित झाले. मला वाटले होते की, तो फक्त कल्पनाविलास आहे.) लुइस कॅरोलच्या 'अ‍ॅलिसेस् अ‍ॅडव्हेन्चर्स इन वंडरलँड' वाचताना आम्ही (खोटेखोटे हं!) कासवाचे सूप आणि ट्रीअ‍ॅकल टार्ट नावाचा पदार्थ खाल्ला. ब्ल्यू बॅलिएटच्या 'चेसिंग व्हरमिअर'च्या वेळेस आम्ही पेट्रा आणि कॅलडरने पुस्तकात खाल्ल्या होत्या तशा निळ्या एम. अँड एम.च्या गोळ्या खाल्ल्या. लुएझा मे अलकॉटच्या 'लिटल वुमेन'च्या वेळी जो आणि लॉरी प्रथम भेटतात, त्या प्रसंगी मेगने बनवले होते तसे ब्लॅकमाँज खाल्ले. लुइस सॅचरचे 'होल्स' हे पुस्तक वाचताना 'होल्स' या शब्दाचे रूपक म्हणून डंकिन डोनट्सचे मध्यावर भोक असलेले डोनट्स खाल्ले.

अभ्यासाद्वारे हे आता सिद्ध झाले आहे की, समान आवडी-निवडी असलेल्या लोकांमधील नाते दीर्घकाळ टिकते आणि त्यांच्या आयुष्यातील समाधान दोन टक्क्यांनी वाढते. या ग्रुपमुळे मला खूप नवे मित्र-मैत्रिणी मिळाले आणि दोन टक्क्यांहून जास्त समाधान वाढल्यासारखे वाटले. तसेच एखाद्या नव्या ग्रुपचा हिस्सा होणे ही गोष्टदेखील मजेची होती. एखाद्या ग्रुपचा मेंबर होण्याने माणसा-माणसांतील जवळीक वाढते; त्यामुळे त्यांचा आत्मविश्वास वाढतो आणि त्यांच्या आनंदात कमालीची भर पडते.

त्याच वेळी मी 'परराष्ट्र संबंध' नावाच्या परिषदेवर निवडून आले होते. इंटरेस्टिंग विषय, इंटरेस्टिंग ग्रुप आणि माझ्याकरता अत्यंत योग्य संधी! कोणत्या ग्रुपने मला जास्त आनंद दिला? कोणत्या ग्रुपमुळे मला अधिक मित्र-मैत्रिणी मिळाले? असे विचारले तर उत्तर होते, बालसाहित्याचा ग्रुप. मला विन्स्टन चर्चिल, जॉन केनेडी या सर्वांबद्दल उत्सुकता आहे; पण मला 'परराष्ट्र संबंध' या विषयाबद्दल आवड नसल्याने त्या ग्रुपमधून मला जास्त आनंद मिळाला नाही.

पुन्हा एकदा मी माझ्या या संकल्पामुळे माझ्या पहिल्या 'स्वत:च्या वृत्तीप्रमाणे वागा' या तत्त्वाप्रमाणे विचार करू लागले. माझ्याकरता खरोखर मजेचे काय आहे

ते मी ओळखायला हवे आणि त्याचाच पाठपुरावा करायला हवा. तोच आनंदाकडे जाणारा मार्ग होता. मात्र, बालसाहित्य वाचनाचा ग्रुप वगळता, मी मजेकरता अजून काय करू शकत होते? मी गोंधळात पडले होते. मी इतकी निरुत्साही आणि मठ्ठ होते का की, मला अजून एकही कल्पना सुचू नये?

न्यू यॉर्क शहरात राहण्याबद्दलची एक गोष्ट जी म्हटली तर चांगली, म्हटली तर वाईट आहे ती अशी की, न्यू यॉर्कमध्ये राहून तुम्ही कितीतरी गोष्टी करू शकता - बॅलेला जाणे, प्रायोगिक रंगभूमीची नाटके पाहणे, ग्राफिक डिझाइनच्या क्लासला जाणे, विल्यम्सबर्गमध्ये शॉपिंगला जाणे, 'अस्टोरिया'मध्ये जेवायला जाणे; पण मी या असल्या गोष्टी करत नाही; त्यामुळे या शक्यता कितीही इंटरेस्टिंग असल्या, तरी त्या माझ्या कामाच्या नव्हत्या. न्यू यॉर्कच्या सब-वेमध्ये 'जनहितार्थ जारी' टाइपच्या पोस्टरने कित्येक वर्षे माझा पिच्छा पुरवला होता. त्या पोस्टरमध्ये दोन व्हिडिओ कॅसेटवर एक चायनीज जेवणाचे पार्सल ठेवले आहे असे चित्र होते आणि खाली एकच ओळ होती– 'तुम्हाला जर असाच वेळ घालवायचा असेल, तर तुम्ही न्यू यॉर्कमध्ये का राहता?'

न्यू यॉर्कमध्ये मजा करायला खूप गोष्टी होत्या, फक्त ते सगळे अनुभवण्याकरता माझ्याकडे भरपूर एनर्जी असायला हवी होती.

मी माझ्या मैत्रिणीला म्हटले की, मी माझ्या आयुष्यात अधिकाधिक मजा आणण्याचा प्रयत्न करते आहे, तेव्हा 'द न्यू यॉर्कर' मासिकामध्ये प्रसिद्ध होणारा 'शहरातले आजचे कार्यक्रम' हा कॉलम दाखवण्याऐवजी तिने मला विचारले, "तुला लहानपणी काय करायला आवडायचे? तू दहा वर्षांची असताना तुला जे करायला आवडत असे, तेच तुला कदाचित आत्ताही करायला आवडेल."

या कल्पनेने माझे कुतूहल चाळवले गेले. मला आठवले, कार्ल युंग जेव्हा अडतीस वर्षांचा होता, तेव्हा त्याने– तो अकरा वर्षांचा असतानाचा उत्साह पुन्हा अनुभवण्याकरता– 'बिल्डिंग ब्लॉक्स' खेळायचे ठरवले होते. मी लहान असताना कोणती मजा करत होते? बुद्धिबळ नाही, आइस स्केटिंग नाही, चित्रकला नाही. आठवले... मी माझ्या 'ब्लँक बुक'बरोबर खेळायची. माझ्या काकाने मला माझ्या दहाव्या वाढदिवसाला एक असे 'ब्लँक बुक' दिले होते जे वरवर पुस्तक वाटायचे; पण त्याची पाने कोरी होती. आता अशा प्रकारची पुस्तके सर्वत्र मिळतात; पण मला जेव्हा ते मिळाले होते तेव्हा हा प्रकार नवा होता. तेव्हा मी लगेचच तशी अनेक पुस्तके आणली होती.

या सर्व ब्लँक बुकचा मी माहितीसंग्रह करण्यासाठी वापर केला होता. त्यात वेगवेगळी कात्रणे, स्मृतिचिन्हे, शाळेतल्या मैत्रिणींच्या नोट्स, कार्टून्स, वेगवेगळ्या याद्या, आवडीच्या विषयावरची माहिती हे सगळेसगळे मी त्यात साठवत असे.

कधीकधी आजोबांच्या जुन्या रीडर्स डायजेस्टमधले जोक्ससुद्धा त्यात सापडतील. शिवाय मी अजून एक आगळेवेगळे ब्लँक बुक बनवले होते. दर वेळी जेव्हा मी एखादा चांगले वाक्य वाचत असे तेव्हा मी ते एका चिटोऱ्यावर लिहून ठेवत असे आणि जेव्हा एखाद्या मासिकातले एखादे चित्र मला आवडत असे, तेव्हा मी ते कापून ठेवत असे आणि मग चित्र आणि कोट्स यांची जोडी जुळवून मी माझे पुस्तक तयार करत असे.

अशा प्रकारे ब्लँक बुक तयार करणे हा माझा लहानपणीचा फावल्या वेळेतला आवडता उद्योग होता. रोज शाळा सुटल्यावर मी टीव्हीसमोर बसून कात्रणे काढणे, वेगवेगळी माहिती संगतवार लावणे, जोड्या जुळवणे, माहिती उतरवून घेणे, चिकटवा-चिकटवी करणे असेच काहीबाही करत असे.

मी हा आनंद पुन्हा अनुभवयाचे ठरवले. कधी एकदा हे प्रोजेक्ट मी सुरू करतेय असे मला झाले होते. शिवाय मला त्यात अजून एक संभाव्य फायदा दिसला. मी पाहिले होते की, अनेक सर्जनशील कलावंत स्क्रॅपबुक बनवण्यात, सुभाषितांची पोस्टर बनवण्यात किंवा अशाच छोट्याछोट्या कलाकृती करण्यात वाकबगार असतात. उदा. टॉयला थार्प प्रत्येक प्रोजेक्टकरता एक फाइल बॉक्स वापरत असे. तिचे काम नृत्याशी संबंधित असल्याने या बॉक्समध्ये ती नृत्याशी संबंधित ज्या प्रेरणादायी गोष्टी मिळतील त्या साठवत असे. माहिती गोळा करण्याकरता अशी एखादी गोष्ट असली की, मनातल्या कल्पना अधिक स्पष्ट होतात आणि नकळतपणे आपली त्या प्रोजेक्टशी जवळीक वाढते.

मी एक भलेमोठे स्क्रॅपबुक विकत आणले आणि मग त्यात काय चिकटवावे याचा शोध घेऊ लागले. बारीकसारीक वस्तू गोळा होऊ लागल्या : वेगवेगळ्या फुलांचे लहान आकाराचे फोटो एकत्रित करून बनवलेला प्रिन्सेस डायनाचा फोटो; 'द न्यू यॉर्क रिव्ह्यू ऑफ बुक्स'मध्ये छापून आलेली 'बुक्स ऑफ आवर्स'ची समीक्षा; पोटिऱ्या मानसनची 'पिंक प्रोजेक्ट (१९९४)' नावाची कलाकृती (जी एका टेबलावर सगळ्या गुलाबी गोष्टी ठेवून बनवली होती.) त्याचा फोटो; इंग्लंडच्या तालुक्यांचा नकाशा, (जो मला मी चर्चिलचे चरित्र लिहिताना हवा होता.) माझ्या आजी-आजोबांच्या पश्चात त्यांच्या घरातून घेतलेला पत्त्यांच्या कॅटमधील एक पत्ता (ज्यावर थॉमस किंकेडच्या शैलीमधले रहाटाचे चित्र होते.)

माझ्या ब्लँक बुकमुळे मी आता वर्तमानपत्रे आणि मासिके वेगळ्या दृष्टीने पाहू लागले. जर एखाद्या गोष्टीने माझे लक्ष वेधून घेतले, तर मी स्वत:ला प्रश्न विचारू लागले की, 'राहूनराहून माझे इकडे का लक्ष जातेय? माझ्या ब्लँक बुककरता हे वापरावे का?' मी प्रत्येक माहिती पडताळून पाहू लागले. तसेच मला कापाकापी, चिकटवा-चिकटवी, कोठे काय बरोबर बसते आहे ते शोधून काढणे ही सगळी

प्रक्रिया खूप आवडत असे, अगदी लहानपणी आवडायची तशी!

या सगळ्या मौजमजेचा विचार करताना जाणवले की, मला या सगळ्याकरता वेळ काढायला हवा. कामे संपवण्याकरता मी बरेचदा, मजा बाजूला सारली आहे. मी कामात इतकी बुडून जायची की, मला कधीकधी वाटे, यादीतील कामे पुरी करण्यातच मजा आहे. एखादे काम पार पडले की, मला कमालीचा आनंद व्हायचा. माझ्या स्क्रॅपबुकमध्ये चित्रे चिकटवण्याऐवजी मी ई-मेल्स वाचण्यात वेळ घालवला तर मला बरोबर वागल्यासारखे वाटायचे.

खरे तर मला एका कामातून दुसऱ्या कामाकडे वळताना त्याचत्याच चक्रात अडकल्यासारखे, दमून गेल्यासारखे वाटत असे. मात्र, मी माझ्या आवडीच्या गोष्टी करायला वेळ काढू लागल्यावर (उदा. 'द फँटम टूलबूथ' पंधराव्यांदा वाचायला घेणे, बहिणीशी फोनवर गप्पा मारणे) मला माझी त्यापुढची कामे करणे सोपे जायचे. मजा माणसाला उत्साही बनवते.

मला एक कबूल करायला हवे - 'स्वतःच्या वृत्तीप्रमाणे वागा' किंवा 'स्वतःच्या आवडीनिवडी ओळखा' या बाण्याने वागून मी उलट दुःखी झाले. मी परत कधीही मध्यरात्री जाझ क्लबमध्ये जाऊ शकणार नव्हते, एखाद्या कलाकाराच्या स्टुडिओमध्ये वेळ घालवणार नव्हते, वीकेंडला पॅरिसला जाणार नव्हते किंवा वसंत ऋतूत पहाटे उठून मासे पकडायला जाणार नव्हते. माझ्या कपड्यांच्या निवडीबद्दल कोणी माझी स्तुती करणार नव्हते किंवा माझी कुठल्याही सरकारी खात्यात उच्च पदावर नेमणूक होणार नव्हती. मी 'रिंग सायकल' ऑपेरा पाहण्याकरता तिकिटांच्या लांबलचक रांगेत कधीही उभी राहणार नव्हते. मला फॉर्च्युन कुकीज आवडतात; पण मी 'फोइ ग्रास' हा खास फ्रेंच पदार्थ खाण्याचा प्रयत्नही करणार नव्हते.

मला दोन गोष्टींचे वाईट वाटले. एक तर मला माझ्या मर्यादा समजल्यामुळे मी दुःखी झाले. जग तुमच्या पुढ्यात कितीतरी पर्याय ठेवत असते. इतके सौंदर्य, इतकी मजा आजूबाजूला असून मी त्यातल्या कित्येक गोष्टींना दाद देऊ शकत नव्हते आणि दुसरी गोष्ट म्हणजे मला बरेचदा मी वेगळी कोणी असते तर बरे झाले असते असे वाटत आले आहे. माझ्या अनुभवांतून मिळालेला अजून एक धडा म्हणजे 'तुम्हाला काय करायचंय ते तुम्ही ठरवू शकता; पण तुम्हाला काय करायला आवडेल ते तुम्ही नाही ठरवू शकत.' मला काय करायला आवडले असते किंवा कोणत्या विषयाची मला आवड असती किंवा कोणत्या व्यवसायाने मला भुरळ घातली असती याबद्दल माझ्या मनात अनेक कल्पना होत्या. मी कशी असायला हवी होते याने आता काहीच फरक पडत नाही. मी जी आहे ती आहे.

हॅपिनेस प्रोजेक्ट करताना आलेल्या दुःखी भावनेचा जेव्हा मी माझ्या ब्लॉगवर उल्लेख केला, तेव्हा आलेल्या प्रतिक्रिया पाहून मी थक्क झाले. मला वाटले होते

की, माझ्या भावना कोणाशीही मिळत्याजुळत्या असणार नाहीत; पण प्रत्यक्षात अनेकजणांनी तशाच प्रकारच्या भावना व्यक्त केल्या.

ही भावना माझ्याशी खूपच मिळतीजुळती आहे, कारण हल्ली माझ्या मनात हेच चालू असते. सध्या मी आयुष्यातील एका मोठ्या स्थित्यंतरातून जात आहे आणि अशा वेळी तुम्ही नेहमीच विचारात पडता. मला कळून चुकले आहे की, मी कधी अंतराळवीर होऊ शकणार नाही. दुसऱ्या कोणासारखे तरी असणे किंवा वेगळ्या पद्धतीचे जीवन जगणे म्हणजे काय हे मला कधीही कळणार नाही. तुम्ही म्हणालात त्याप्रमाणे जग खूप मोठे आहे आणि मला वाटते की, माझे काहीतरी राहून जाते आहे. मी कधीही फॉर्म्युला-वनचा रेसर होऊ शकणार नाही. मी कधीही मॉडेल होऊ शकणार नाही. युद्धात भाग घेणे म्हणजे काय असते हे मला कधीही समजू शकणार नाही किंवा मी कधी बोटीवरची डान्सर होऊ शकणार नाही. तसेच मी कधी लास वेगासमध्ये 'डीलर' होऊ शकणार नाही. या गोष्टी अशक्य आहेत असे नाही; पण मला नाचता येत नाही (माझा प्रयत्न करून झाला आहे.) मी रोलर कोस्टरमधले वरखाली होणे सहन करू शकत नाही. मी उंच नाही आणि सुंदरही नाही. मला फिजिक्स आणि मॅथ्स आवडत नसल्याने मी अंतराळवीर होऊ शकत नाही. खरे तर मी काही करू शकते की नाही यापेक्षा मला ती गोष्ट खरेच करायची आहे का किंवा त्याकरता स्वत:ला वाहून घ्यायचे आहे का हे जास्त महत्त्वाचे आहे. आता मला समजले आहे की, मी अशा कोणत्याच प्रकारची व्यक्ती कधीच असणार नाही.

मला ज्या प्रकारच्या हेअरस्टाइल्स आवडतात, त्या माझ्या केसांबरोबर करता येत नाहीत हे मान्य करायलासुद्धा मला १० वर्षे लागली.

मला अचूक तारीख आठवत नसली, तरी एक प्रसंग लख्ख आठवतोय. मी ३४ वर्षांची असताना एक दिवस मला साक्षात्कार झाला की, मला जे पाहिजे ते मी करू शकते; पण मला पाहिजे ती प्रत्येक गोष्ट मी करू शकत नाही. तो माझ्या आयुष्याला कलाटणी देणारा क्षण होता.

मला वाटते, आपल्यापैकी प्रत्येकाला हेच वाटते. मी कॉलेजमध्ये शिकणारा एक विद्यार्थी आहे. इंग्रजी साहित्य हा माझा मुख्य विषय आहे. आयुष्यात पुढे काय करायचे आहे याबद्दल मी अजून चाचपडत आहे.

इंग्रजी साहित्य हा मुख्य विषय घेण्याचे कारण म्हणजे मला वाचायला खूप आवडते. पुस्तकांशी संबंधित अनेक गोष्टी मी करू शकतो; पण मी अजून काहीच ठरवले नाही. मला वाटते, बहुतेक रोजच मला माझ्या मर्यादांचे वाईट वाटते (कदाचित मी कोणत्याही क्लबचा मेंबर होणार नाही.) माझी आवड मात्र मला खूप आनंद देते.

तुझ्या प्रोजेक्टमधून प्रेरणा घेत मीदेखील 'स्वतःच्या वृत्तीप्रमाणे वागा' हा संकल्प केला. क्लबमध्ये डान्स करण्यापेक्षा मी रात्रभर एखादे चांगले पुस्तक वाचणे पसंत करेन. मला बालसाहित्य आवडते आणि दर वेळी मी लायब्ररीमध्ये गेले की, १०-१२ तरी लहान मुलांची पुस्तके आणतेच. मला वाटते, आपण कसे आहोत हे ओळखल्याने आणि आपापल्या वृत्तीप्रमाणे जगल्याने आपण आपले जग सुंदर बनवू शकतो.

जेव्हा मी २५ वर्षांची झाले तेव्हा मला समजले की, मला ऑक्सफर्ड युनिव्हर्सिटीची ऱ्होड्स स्कॉलरशिप कधीच मिळू शकत नाही. खरे तर माझी तशी कधी इच्छा नव्हती. ना मी त्याच्याकरता कधी अर्ज केला होता, ना त्याची माहिती मिळवली होती; पण तसे करणे म्हणजे एक पर्याय बंद करणे झाले. सध्या मी वेगळ्याच काळजीत व्यग्र आहे. मला मूल होण्याची संधी अस्तित्वात नाही. मी दर वेळेस विचार करत असे की, जेव्हा नवरा भेटेल तेव्हा बघू. अजून तो भेटलेला नाही; (अस्तित्वात असल्यास) पण माझ्याकरता वेळ निघून जाणार आहे.

माणूस असण्याचा हा एक भाग आहे... बरोबर? आपण इतरांकडे अनेक गोष्टी असलेल्या पाहतो, इतरांना अनेक गोष्टी अनुभवताना पाहतो; त्यांना उद्दिष्टे गाठताना पाहतो. आपण पाश्चिमात्य संस्कृतीमध्ये राहणारे लोक खूपच नशीबवान आहोत; पण त्याच जोडीला जगात कित्येक लोकांकडे आपल्यापेक्षा कितीतरी कमी गोष्टी असतात. या दुःखद भावनेला उतारा म्हणून मी माझ्या भौतिक सुखाची तुलना माझ्यापेक्षा सुखवस्तू लोकांबरोबर करायला सुरुवात करते.

मी माझ्याहून दहा वर्षांनी लहान असलेल्या लोकांना कॉर्पोरेट विश्वात सहा आकडी पगार मिळवताना पाहतो आणि विचार करतो– मी ते काम केले असते तर? पण मी हाडाचा कलावंत आहे आणि आर्थिक सुरक्षितता मिळवण्याचा माझा मार्ग वेगळा आहे. मी वर्षानुवर्षे या

मानसिक उलघालीमध्ये घालवली होती आणि त्यामुळे कमालीचा दु:खी झालो होतो. आता मी एका कलाकाराचे आयुष्य जगत आहे. मी जरी कोलमडलो असलो आणि मला सदैव पैशांची चणचण असली, तरी मी आज पूर्णपणे सुखी आहे (अपवाद तेव्हाच... जेव्हा मी कधीकधी विचार करतो की, मीपण इतरांसारखाच मळलेल्या पायवाटेने जाऊन माझे आयुष्य सोपे करू शकलो असतो का?)

हे एक निर्विवाद सत्य आहे... मी आता म्हातारा होऊ लागल्याने मी अधूनमधून असा विचार करतो. आता काळ उलट फिरवता येणार नाही आणि आता काही गोष्टी पुन्हा घडणे शक्य नाही. या विचारांनी मी कधीकधी दु:खी होतो. आता जे आहे ते स्वीकारले पाहिजे.

तू जे म्हणतेस ते मला पटते आहे; पण मला कबूल करणे अवघड जात आहे. मलादेखील एक मिळून मिसळून राहणारी, शांत आणि समंजस व्यक्ती बनायचे आहे; पण प्रत्यक्षात मी तशी नाही. मी अनोळखी वातावरणात अस्वस्थ होते आणि नकळतपणे बावचळून जाते. माझी सहसा कोणाशीही पटकन मैत्री होत नाही. मला मी वेगळी असायला हवी होते. मी तसा आव आणण्यात पटाईत आहे; पण मी लाजाळू आहे हे विसरून चालणार नाही. मला कधीकधी माझ्या नवऱ्यातदेखील बदल व्हावा असे वाटते; पण मी स्वत:ला बजावते की, ही अपेक्षा चूक आणि अवास्तव आहे. शिवाय तो जसा आहे तसा मला आवडतो. मला आयुष्यात काय बनायचे आहे याबद्दलचे माझे अंतिम ध्येय आणि अधूनमधून येणाऱ्या ऊर्मी यामधला फरक न उमगल्यामुळे मी एका मैत्रीला मुकले होते. ज्या बायका स्टायलिश राहतात, स्वत:चे कॉस्मोपॉलिटन वर्तुळ सांभाळतात, हाय फॅशनसारख्या विषयावर चर्चा करतात अशा हायफाय बायकांबद्दल माझ्या मनात नेहमीच थोडी असूयेची भावना होती. माझी एक मैत्रीण तशी हायफाय बनलीसुद्धा आणि मी तशी न झाल्याने तिचा माझ्यातला इंटरेस्ट संपला. आजही मी विचार करते तेव्हा मला प्रश्न पडतो की, यात थोडा दोष माझादेखील आहे का, कारण बहुधा मी तिला माझ्या बोलण्यातून असे जाणवून दिले असावे की, मलासुद्धा तसेच हायफाय बनायचे आहे; पण खरे तर मी त्यापेक्षा घरी राहणे पसंत करेन. मी खरेच घरकोंबडी आहे. मला कोठे गर्दीत अथवा बारमध्ये वगैरे जायला, नटूनथटून वावरायला आवडत नाही. या

पोस्टकरता थँक्स! या पोस्टमुळे मला जाणवले की, स्वत:च्या वृत्तीप्रमाणे वागणे, जसे आहोत तसे स्वत:ला स्वीकारणे या गोष्टी मला शिकायला हव्यात.

असेल ते स्वीकारणे आणि नसेल ते मिळवणे या दोहोंत माझी सतत लढाई चालू असते. मी अजूनही याचे उत्तर शोधू शकले नाही. मला इतकेच सांगता येईल की, या दोन्ही गोष्टींचा समतोल साधणे आवश्यक आहे. याचे कदाचित वाईट वाटेल की, स्वत:च्या स्वप्नांच्या, इच्छा-आकांक्षांच्या मागे धावताना, त्या पूर्ण करताना स्वत: कसे आहोत ते आपण लक्षात घेत नाही, जसे आहोत तसे स्वत:ला राहू देत नाही. मी सतत स्वत:ला ओढत राहते. मी स्वत:ला ओढत राहिले नाही तर मी माझ्याबदल, माझ्या आयुष्याबद्दल असमाधानी राहीन. मला समजले आहे की, स्वप्ने पुरी करणे आणि आहे ती वस्तुस्थिती स्वीकारणे या दोन्हीची आपापली वेळ असते.

मला स्वत:चा बिझनेस सुरू करावा असे नेहमीच वाटत असे. एके दिवशी बिझनेसमन बनण्याचे माझे स्वप्न मी पुरे करायचे ठरवले; पण जेव्हा मी एखाद्या बिझनेसमनने करायला हव्यात त्या गोष्टी करत असे तेव्हा मला त्यातून आनंद मिळत नसे. मी बिझनेस करताना बिझनेसची मासिके वाचण्याऐवजी किंवा बिझनेस संबंधित इतर गोष्टी करण्याऐवजी कोणतेही प्लॅन्स न आखता त्या त्या वेळी जे जे योग्य वाटले ते ते करत गेलो. ज्या पद्धतीने मी बिझनेस करायला हवा होता, त्यापेक्षा वेगळ्या पद्धतीने मी तो करतो आहे; त्यामुळे त्याच्या प्रत्येक टप्प्यावर मला खूप समाधान वाटते. मागे वळून पाहताना असे जाणवते की, एखादा बिझनेसमन ज्या मार्गाने जातो त्या मार्गाने मी गेलो असतो, तर माझी वाटचाल माझ्या ध्येयाच्या दिशेने झाली नसती, उलट मी त्यापासून दूर गेलो असतो (आणि त्यात बराच वेळ वाया घालवला असता.)

तू पश्चात्ताप वाटण्याविषयी एक कल्पना सांगितली होतीस की, एखाद्या गोष्टीतले सौंदर्य तुम्हाला न जाणवल्यामुळे जर तुम्ही त्या गोष्टीला दाद देऊ शकला नाहीत, तर तुम्हाला वाईट वाटते. तू काय म्हणते आहेस ते मला कळत आहे. या अशा वाईट वाटण्याकडे लक्ष देण्याऐवजी ज्या गोष्टीचे सौंदर्य तुम्हाला जाणवते, त्याचा पुन:पुन्हा

आस्वाद घ्या. प्रत्येक गोष्टीत सौंदर्य आहे; पण ठराविक गोष्टीच आपल्याला जास्त भावतात.

इस्लाह बर्लिनच्या मते आपल्याला कायम अनेक पर्यायांपैकी एकाची निवड करावी लागते आणि प्रत्येक निवडीमुळे बरेचदा कधीही भरून न येणारा तोटा होत असतो. बोर्गच्या 'गार्डन ऑफ फोर्किंग पाथ्स'नुसार प्रत्येक निवडीसरशी संभाव्य भविष्याच्या अनंत शक्यता तुमच्या पुढ्यात निर्माण होत असतात. माझ्या मते आपली आयुष्ये या दोन्हींच्या मध्ये हेलकावे खात असतात. बर्लिनच्या मताशी मी बरीचशी सहमत आहे. मला भूतकाळातला भरून न येणारा तोटा पाहणे खूप अवघड जाते.

ही प्रतिक्रिया मला खूप दिलासा देणारी वाटली. जानेवारीमध्ये जसे जुन्या वस्तू आणि कधीतरी लागतील म्हणून जपलेल्या वस्तू फेकून दिल्याने उपयुक्त गोष्टींना घरात जागा झाली, त्याचप्रमाणे काही गोष्टी करून आनंद मिळेल या भ्रमातून बाहेर पडल्याने मला माझ्या आवडत्या गोष्टी करायला वेळ मिळाला. मला खरेच माझे 'बुक ऑफ आवर्स' हे आवडते पुस्तक तयार करण्यात इंटरेस्ट असेल, तर मी जाझ क्लबची कशाला काळजी करू? स्वत:च्या वृत्तीप्रमाणे वागा.

खुळेपणा करायला वेळ ठेवा

सतत कामात बुडाल्याने, कोणती कामे करायची आहेत याचा सतत आढावा घेत राहिल्यामुळे, माझी विनोदबुद्धी कमी झाली होती. माझ्या अनेक संकल्पांच्या मदतीने मी माझ्या रागावर नियंत्रण आणू पाहत होते; पण ते पुरेसे नव्हते. आनंदी वातावरण निर्माण करण्याकरता इतरांच्या मागे भुणभुण करणे, आरडाओरडा करणे... या गोष्टी सोडून देणे पुरेसे नव्हते तर त्यात थट्टामस्करी, विनोद, खेळ अशा गोष्टींची भर पडायला हवी होती.

एक दिवस मी 'वाणसामान, भाजी वगैरे पटापट जागेवर ठेवा' म्हणून सगळ्यांच्या मागे लागले होते. जेमीला तेव्हाच हातचलाखी दाखवण्याची हुक्की आली. त्याने तीन संत्री हातात घेऊन ती हवेत उडवत प्रयोग सुरू केले. इलिनॉर आणि एलिझाबेथ एकदम आनंदी झाल्या; पण मी वैतागले. "चला चला, काम करा आधी!" मी रागावून म्हटले. "आधी काम संपवा. जेमी, ती संत्री जागेवर ठेव आणि पुढची बॅग आवरायला घे." खरे तर तेव्हा आम्हाला कोणतीही घाई नव्हती. मला नंतर वाटले की, मी त्या क्षणातली मजा अनुभवायला हवी होती आणि हसतखेळत काम होऊ द्यायला हवे होते. मी दुसऱ्यांच्या आनंदावर विरजण घालत होते का? पुढच्या वेळी

जेव्हा आम्ही समान आवरत होतो, तेव्हा मी दोन छोटी संत्री डोळ्याला गॉगलसारखी लावली आणि एलिझाबेथ आणि इलिनॉरला दाखवली. दोघी आनंदाने नाचू लागल्या, जेमी हसू लागला आणि बोलताबोलता सामानही आवरून झाले.

'भावनिक संसर्ग' या अनुभवातून सिद्ध झालेल्या संकल्पनेनुसार आपण नकळत समोरच्यांच्या (वाईट असोत वा चांगल्या) भावना आपल्या समजू लागतो. खुळेपणासाठी वेळ काढल्याने आपण एकमेकांना खुलवू शकतो. जे लोक असा खुळेपणा करू शकतात, ते इतरांपेक्षा जास्त आनंदी असतात.

माझ्या दिवसभराच्या रूटीनमध्ये मी खुळेपणा करण्याच्या संधी शोधू लागले. एलिझाबेथ आणि इलिनॉरच्या खेळण्याच्या, दंगा करण्याच्या मूडमध्ये शिरू लागले. 'इलिनॉर कोठे आहे?' हा अनंत वेळा खेळलेला खेळ इलिनॉरला पुन:पुन्हा खेळायचा असला, तरी न चिडता, न वैतागता तिच्याइतक्याच उत्साहाने खेळायचा प्रयत्न करू लागले.

चाकोरीबाहेर पडा

डायना व्रिलँडच्या मते, 'डोळ्यांनी प्रवास करायलाच हवा.' मला माझ्या आईची साहसप्रिय वृत्ती खूप आवडते. ती सतत नवी ठिकाणे पाहायला, नवे अनुभव घ्यायला उत्सुक असते. ती अनोळखी परिस्थितीत डगमगून जात नाही. ती सतत नवीन काहीतरी शिकत असते. मला तिच्यासारखेच व्हायचे आहे. माझा 'चाकोरीबाहेर पडा' हा संकल्प अनपेक्षित विचार, अनोळखी परिस्थिती, नवीन लोक या सगळ्याला सामोरे जाण्याकरताच मी केला होता, ज्यामुळे सर्जनशीलता आणि आनंद वाढीस लागणार होता. दर वेळी स्वत:च्या कार्यक्षमतेबद्दल काळजी करत बसण्यापेक्षा, मला माझा वेळ नवी क्षितिजे धुंडाळायला, वेगवेगळे प्रयोग करून पाहायला, वेगळ्या वाटा चोखाळायला द्यायचा होता. काही उपयुक्त हाती लागले नाही तरी चालेल; पण मला प्रयोग करायचे होते. मी हे सगळे कसे साध्य करणार होते?

एखाद्या विषयात मला जास्त रस असला, (ज्यावर मी पुस्तक लिहीत होते) तरी मला इतर विषयांचीदेखील आवड होती. बरेचदा असे इतर विषय महत्त्वाच्या विषयांकडे लक्ष केंद्रित करण्याकरता बाजूला सारले जात. उदा. 'हॅपिनेस प्रोजेक्ट'वर काम करत असताना मी जे काही वाचायची, ते फक्त हॅपिनेसशी संबंधित असायचे आणि मी माझ्या इतर आवडींकडे दुर्लक्ष करायची. आता मला या दुर्लक्षित गोष्टींकरताही वेळ काढायचा होता. मी या विषयांकडे इतके दुर्लक्ष केले होते की, आता खूप विचार केला तरी मला ते नीटसे आठवत नाही, हे माझ्या लक्षात आले. म्हणून मी माझ्या आवडी लिहून ठेवायचे ठरवले, म्हणजे ज्या गोष्टींनी माझी उत्सुकता चाळवली जाईल, त्या गोष्टींचा माग ठेवणे मला सोपे जाईल. मला

वर्तमानपत्रात एखादी बातमी महत्त्वाची वाटली, पुस्तकांच्या दुकानात एखाद्या पुस्तकाने माझे लक्ष वेधून घेतले, मी एखाद्या संभाषणात समरसून भाग घेतला तर तो विषय मी माझ्या डायरीमध्ये नोंदवून ठेवू लागले.

डायरीमध्ये अनेक वेगवेगळ्या विषयांची गर्दी होऊ लागली - संत थेरेसा ऑफ लीस्यू, लठ्ठपणा, मानसिक प्रवृत्ती, फ्रान्सिस गाल्टन, अवयवदान, जोसेफ कॉर्नेल, अनेक चरित्रे, लोकांचे वस्तूशी असलेले नाते, लहान मुलांचा व्यक्तिमत्त्व विकास, फोटोग्राफी, झेन कोन्स, माणसांच्या स्वभावाचे विश्लेषण, प्रेझेंटेशनचे प्रकार, पुस्तकाची मांडणी, 'गोल्डन एज ऑफ इलस्ट्रेशन'मधील कलाकार... माझा नोंदी करण्याचा उत्साह लवकरच मावळला; पण जी गोष्ट माझे लक्ष वेधून घेईल, त्याचे वाचन मी चालूच ठेवले. मी ख्रिस्तोफर अलेक्झांड्राचे 'अ पॅटर्न लँग्वेज', एडवर्ड टफचे 'द व्हिजुअल डिस्प्ले ऑफ क्वांटिटेटिव्ह इन्फर्मेशन', 'द कम्प्लीट एस्सेज ऑफ जॉर्ज ऑर्वेल', स्कॉट मॅक्लाउडचे 'अंडरस्टँडिंग कॉमिक्स', 'द लेटर्स ऑफ फ्लॅनरी ओकनूर', टॉलस्टॉयची चरित्रे आणि एल. एम. मॉँटगोमेरीची सगळी पुस्तके वाचली.

मॅथ्यू अर्नाल्डने लिहिले आहे की, 'हुशार माणसाला सगळेच ज्ञान आवडीचे असते.' मला नेहमी वाटत आले आहे की, मी जर थोडा वेळ काढून मध्यपूर्वेतील राजकीय घडामोडी किंवा लुइस सिलॅव्हनचे वास्तुशास्त्र किंवा जॉन मार्शलचे वारसा... या गोष्टींबद्दल काही वाचन केले, तर मला हे विषयदेखील आवडू लागतील. असे असेल तर अजून प्रयत्न केल्यावर मला बाखचे संगीत आत्ता आवडते त्याहून अधिक आवडायला हवे आणि त्याकरता मी प्रयत्न करेन; पण एखादी गोष्ट आवडण्याकरता प्रयत्न करायला लागणे हे माझ्या कोष्टकात बसत नाही. ज्या गोष्टी मला आधीच आवडल्या आहेत, त्यावर मला वेळ घालवायचा आहे.

माझ्या अनेकविध आवडीनिवडी जोपासताना मी चाकोरीबाहेर पडण्याचे इतर मार्ग शोधून काढले. वर्तमानपत्रातले जे विभाग मी पूर्वी वाचत नसे, ते वाचायला मी सुरुवात केली. दुकानांसमोरून नुसते निघून जाण्याऐवजी मी दुकानांच्या आत डोकावून पाहायची शिस्त स्वत:ला लावली. माझी नजर अधिक तयार होण्याकरता मी बरोबर कॅमेरा बाळगायला सुरुवात केली.

मे महिन्यातल्या दर सोमवारी तीन अनोळखी मासिके विकत आणायला मी सुरुवात केली, जी मी पूर्वी कधी वाचली नव्हती. पहिल्या सोमवारी मी माझ्या जिमशेजारच्या मासिकांच्या दुकानात गेले. (यापूर्वी हजार वेळा मी या दुकानावरून गेले असेन.) आणि मला मासिकांचा एक खजिनाच हाती लागला. तिथे छतापर्यंत मासिकांनी भरलेली शेल्फ्स होती आणि इतरत्रदेखील अनेक गठ्ठे पसरले होते. मी तीन वेळा अनोळखी विषयाच्या विभागात जाऊन, डोळे बंद करून हाताला येईल

ते मासिक घेऊन आले. चुकून पॉर्नविषयक मासिक उचलले नाही ना याची खात्री करत मी पैसे द्यायला काउंटरपाशी पोहोचले. बाइंग इक्युज (निरोगी घोड्यांविषयक मासिक) पेपरक्राफ्ट्स गोर्मे (पदार्थ, ग्रीटिंग कार्डस् इत्यादीच्या सोप्या आयडिया) आणि फ्रेश आउटलुक (ख्रिस्ती लोकांचे आत्मा, शरीर, जीवन, घर, व्यवसायविषयीचे मासिक) अशी तीन मासिके शेवटी मी विकत घेतली.

त्या रात्री मी तिन्ही मासिके अथपासून इतिपर्यंत चाळून पाहिली. आजारी घोड्याला घोड्यांच्या दवाखान्यात नेताना येणारी आव्हाने किंवा खुरांची काळजी या विषयावर मी आधी कधी विचार केला नव्हता. घोड्यांच्या शरीरावर जगणाऱ्या परोपजीवी जंतूंचे जीवनचक्र किती विस्मयकारक असू शकते याचा विचारही कधी माझ्या मनाला शिवला नव्हता. मी निश्चित कोड्यात पडले; पण कशाने? तर 'मॅनहॅटनसारख्या शहरात मध्यवस्तीत असलेल्या मासिकांच्या दुकानात घोड्यांच्या मालकांकरता मासिक का बरे असावे?' या विचाराने. 'पेपर क्राफ्ट्स गोर्मे' या मासिकातील मॉकटेल पार्टीच्या आमंत्रणाने माझे कुतूहल जागृत झाले. त्यात म्हटले होते की, 'आमच्या तेराव्या ॲनिव्हर्सरीप्रीत्यर्थ कॅरेबियन स्वादाच्या मॉकटेल आणि डिनरसाठी सामील व्हा.' काही लोक अल्कोहोल पीत नाहीत हे मी समजू शकते; पण अशा वेळी जे अल्कोहोल पीत नाहीत ते मॉकटेलची मागणी करतील? 'फ्रेश आउटलुक' या मासिकात बायबलमधील एका वचनाने माझे लक्ष वेधून घेतले. तो संपूर्ण दिवस मी माझ्या एका मैत्रिणीच्या वागण्याने वैतागलेली होते. मला तिला नावे ठेवायची होती. तसे केल्याने मला नंतर पश्चात्ताप होणार असला, तरी माझ्या मनातले खदखदणे मला कोणातरी संवेदनशील व्यक्तीच्या कानावर घालायचे होते. अशा मानसिक अवस्थेत असताना मी त्या मासिकातल्या अशा पानावर येऊन पोहोचले जिथे दोनच ओळी होत्या; त्यामुळे माझे तिकडे आपोआप लक्ष वेधले गेले आणि त्याने माझे मन शांत झाले. जेव्हा लाकूड संपेल, तेव्हा अग्नी विझेल, जेव्हा चुगलखोर नसेल, तेव्हा भांडण थांबेल. वचन २६:२० मला अर्थ गवसला.

मग माझा प्रत्येक सोमवार अनोळखी मासिके वाचण्यात जाऊ लागला. ते एक कामच होऊन बसले आणि त्यात मजा न येता, मला तो वेळेचा अपव्यय वाटू लागला. मात्र, या वाचनाने दर आठवड्याला ठरवल्याप्रमाणे वागल्याचा आनंद मला मिळत असे. दर वेळी मला काहीतरी उपयुक्त किंवा आश्चर्यचकित करणारी, प्रोत्साहित करणारी माहिती मिळत असे. अनपेक्षितपणे नव्यानव्या कल्पना मिळवण्याचा हा सोपा पण थोडा महाग उपाय होता.

याच्या जोडीला रोज रात्री एक कविता वाचण्याची माझी इच्छा होती; पण त्या गोष्टीची कधी सुरुवातच झाली नाही. मला माहीत आहे की, त्या कविता-वाचनाचा निश्चित फायदा झाला असता; पण मला त्याकरता बरेच काही करायला लागेल

असे वाटले. मी जर कधी दुसरा हॅपिनेस प्रोजेक्ट हाती घेतला, तर बहुधा मी माझी ही कविता-वाचनाची इच्छा पुरी करेन.

संग्रह करा

मला दर वेळी कसला ना कसला संग्रह करावासा वाटे. मी जेव्हा आठ वर्षांची होते, तेव्हा मी काही किरकोळ गोष्टी गोळा केल्या होत्या. ते सोडून मी दुसरा कोणताही संग्रह केला नव्हता. या संग्रह करण्याच्या छंदामुळे एक उद्दिष्ट मिळते, शोध घेण्यातली मजा अनुभवायला मिळते, नव्या ठिकाणांना भेट द्यायला निमित्त मिळते आणि तो छंद जोपासल्यामुळे अंगात उत्साह येतो. त्या क्षेत्रातले थोडेफार का होईना पण जाणकार बनता येते आणि त्या क्षेत्रातल्या लोकांबरोबर तुमचे संबंध जुळतात. या सगळ्यामध्ये खूप सारा आनंद भरलेला आहे.

संग्रह करणाऱ्यांचे दोन प्रकार असतात. पहिल्या प्रकारातल्या लोकांना बराच मोठा आणि परिपूर्ण संग्रह बनवायचा असतो. उदा. स्टॅम्प्स, नाणी, बार्बी डॉल्स इत्यादीचा त्यांचा संग्रह तर मोठा असतोच शिवाय तो संग्रह ते काटेकोरपणे जपत असतात. दुसऱ्या प्रकारातले लोक फक्त एक हौस म्हणून वस्तू गोळा करतात. माझी आई या दुसऱ्या प्रकारात मोडते. तिला अनेक गोष्टींची आवड आणि माहिती आहे. ती तिचा बहुतांश वेळ म्युझियम पाहण्यात आणि दुर्मिळ वस्तू मिळणाऱ्या दुकानात हिंडण्यात घालवते. जपानी इकेबाना बास्केट्स, टार्टनवेअरच्या वस्तू, रॉयल बायरॉइथ्ची टोमॅटोच्या डिझाइनची पोर्सेलीनची भांडी आणि सांता क्लॉजच्या असंख्य बाहुल्या... या वस्तूंनी तिला कमालीचा आनंद दिला आहे.

मलादेखील एखादा संग्रह करावा असे वाटू लागले; पण मी कशाचा संग्रह करू ते मला कळत नव्हते. महागड्या वस्तू गोळा करण्याइतपत माझी इच्छा तीव्र नव्हती आणि फुटकळ वस्तू गोळा करण्यात मला रस नव्हता. ब्ल्यू बर्डस म्हणजे आनंदाचे प्रतीक, म्हणून मी ब्ल्यू बर्डसच्या प्रतिकृती गोळा करायचे ठरवले. मॉरिस मॅटरलिंक्सच्या 'द ब्ल्यू बर्डस' नावाच्या नाटकात ब्ल्यू बर्डस आणि आनंद यांचे नाते सांगितले आहे. त्यातली परी दोन मुलांना सांगते की, 'ब्ल्यू बर्डस हे आनंदाचे प्रतीक आहे' आणि तिच्या आजारी मुलीकरता ती त्या दोन मुलांना ब्ल्यू बर्डस शोधून आणण्याची आज्ञा देते. अनेक संकटांशी सामना करूनही मुलांना ब्ल्यू बर्ड मिळत नाही म्हणून मुले निराश होऊन घरी परत येतात तर ब्ल्यू बर्ड घरातच त्यांची वाट पाहत असतो. मुले म्हणतात, 'अरे, ज्याचा आपण लांबवर शोध घेतला, तो ब्ल्यू बर्ड सगळा वेळ इथेच तर होता.' गोष्टीचा मथितार्थ सरळ, सोपा होता आणि अर्थातच माझ्या हॅपिनेस प्रोजेक्टला तंतोतंत लागू पडत होता.

'चाकोरीबाहेर पडा' हे माझे तत्त्व राबवण्याकरता एक दिवस मी आमच्या

घराजवळच्या हार्डवेअरच्या दुकानात गेले. त्या छोट्या दुकानात दिव्यांपासून लाकडी खेळण्यापर्यंत, व्हॅक्यूम क्लीनरपासून शोभेच्या मेणबत्त्यांपर्यंत सर्व काही मिळत होते. तिथेच एके ठिकाणी खरे वाटणारे, लाकडात कोरीवकाम केलेले आणि बॅटरीवर चालणारे अनेक पक्षी मांडून ठेवले होते. त्यांना मोशन सेन्सर्स (हालचाल टिपू शकणारी यंत्रणा) बसवलेले असल्याने कोणी त्यांच्यासमोर जाताच ते हालचाल करायचे, आवाज काढायचे. मी खरे तर कोणताच पक्षी विकत घेणार नव्हते; पण तितक्यात मला त्यात एक ब्ल्यू बर्ड दिसला. मी एकदम स्तब्धच झाले. मी माझ्या संग्रहाकरता तो ब्ल्यू बर्ड विकत घेऊ शकत होते; मग काय, मी तो विकत घेतलाच!

एके दिवशी मी माझ्या मैत्रिणीबरोबर फुलांच्या बाजारात गेले. आम्ही खरी फुले, खोटी फुले, स्वस्त कचकड्याच्या वस्तू अशा एकेक गोष्टी बघत पुढे जात होतो. मला आणि माझ्या मैत्रिणीला प्लॅस्टिकच्या बाहुल्या, खोटी फुले, सोनेरी टिकल्या लावलेली फुलपाखरे असे सगळे बघायला खूप आवडते.

"इथे आपल्याला ब्ल्यू बर्डशी संबंधित काही मिळेल असं तुला वाटतं का?" मी विचारले. माझ्या संग्रहामुळे आमच्या दिशाहीन पायपिटीचे रूपांतर एका शोधयात्रेत झाले होते.

"खरंच?" तिने विचारले. "इथे कोपऱ्यावर एक दुकान आहे जिथे खोटे पक्षी विकायला असतात." तिला ते कसे माहीत होते कोणास ठाऊक. मी खरा वाटणारा ब्ल्यू बर्ड $२.७१ ला विकत घेतला.

वर्षभरापूर्वी मी अशी खरेदी कदापीही केली नसती. मी माझे ऑफिस ब्ल्यू बर्डने भरून टाकले नसते. ऑफिसच्या कामातून असा निरुद्देश वेळ काढायला मला अपराधी वाटले असते; पण माझ्या 'चाकोरीबाहेर पडा' किंवा 'उपक्रमांना वेळ द्या' यांसारख्या संकल्पांनी माझा स्वभाव पार बदलला होता. मजेकरता वेळ काढणे या गोष्टींचे महत्त्व मला समजू लागले होते. त्याचप्रमाणे पसारा वाटला तरी चालेल; पण छोटा खजिना बाळगण्यातला आनंदही मला जाणवू लागला होता. आमच्या घरातून सतत जास्तीचे सामान काढून टाकण्याचा मी सपाटा लावला होता, तेव्हा माझी एक मैत्रीण मला म्हणाली, "थोडाफार पसारा असू द्यावा, माहीत आहे ना?"

"खरंच?" मी आश्चर्याने विचारले. "पण का?"

"प्रत्येक घरात सटरफटर सामान ठेवायला थोडीफार जागा लागते. नंतर अशाच ठिकाणी तुम्हाला अनपेक्षित गोष्टी सापडतात. घरात थोडाफार पसारा असणं चांगलं असतं. त्या ठिकाणी कोणत्याही विशिष्ट कॅटेगरीमध्ये न मोडणाऱ्या पण आवश्यक असलेल्या गोष्टी ठेवता येतात. त्या वस्तू कधी उपयोगी पडतील ते सांगता येत नाही, पण त्या आहेत या कल्पनेनेही हायसं वाटत असतं."

मला तिचे म्हणणे एका क्षणात पटले. मलासुद्धा एक रिकामा कप्पा आणि

सटरफटर वस्तूंकरता एक ड्रॉवर हवा होता. माझ्या ब्ल्यू बर्डमुळे थोडाफार पसारा होत असेल... पण असू दे. माझ्या घरात आणि ऑफिसमध्ये उपयुक्त नसल्या तरी काही गमतीदार गोष्टी मला हव्या होत्या.

मी माझे ब्ल्यू बर्डस स्टँड-लॅम्पला अडकवून टाकले. मला चाकोरीबाहेर काहीतरी केल्याचा आनंद झाला. या अनुभवामुळे मला अजून एक रेंगाळलेले काम करायचा उत्साह आला - माझे स्वत:चे फोटो माझ्या ब्लॉगवर कसे टाकायचे हे शोधून काढणे. त्या प्रयत्नात वरकरणी जरी मी वेळ वाया घालवते आहे असे वाटत असले, तरी मी बरीच कामात होते; कॉम्प्यूटरवर बसून काम करत नव्हते इतकेच!

एलिझाची कॅप बनवताना मला अजून एका संग्रहाची आयडिया सुचली. मी एक 'हॅपिनेस बॉक्स' तयार केला. ज्या वस्तूंबरोबर आनंदी आठवणी किंवा आनंदी विचार निगडित असतील अशा वेगवेगळ्या प्रकारच्या अनेक छोट्या गोष्टी मी त्या बॉक्समध्ये ठेवणार होते.

जसा पाहिजे होता तसाच एक बॉक्स माझ्याकडे होता. तो माझा अत्यंत आवडता बॉक्स होता; पण आत्तापर्यंत मी तो वापरला नव्हता. मी कॉलेजात असताना माझ्या हॉस्टेलच्या रूम-पार्टनरने तो मला दिला होता. तो बॉक्स जुन्या पद्धतीचा, झाकणावर दोन बाजूंना गुलाब रंगवलेला आणि दोन बाजूंना धूसर आरसे असलेला होता. मला तो बॉक्स न वापरल्याचे वाईट वाटत असे. मात्र, आता तो बॉक्स निश्चितपणे चांगल्या कामासाठी वापरला जाणार होता. मी त्यात एक जुने स्नूपीचे छोटेसे पॅड ठेवले. ते पॅड पाहून मला माझ्या बहिणीचे लहानपण आठवत असे. माझ्या आजीचा खेळण्यातल्या चहाच्या कपांचा संग्रह होता, त्या संग्रहातून मिळवलेला एक छोटासा चिनीमातीचा कप मी त्यात ठेवला. नंतर डोरोथीची एक लहानशी बाहुली मी त्यात ठेवली, जिच्या पायातल्या सपाता पाहून मला माहेरची आणि एलिझाच्या लाल सपातांवरील प्रेमाची आठवण होणार होती. (एलिझाबेथ 'द विझार्ड ऑफ ऑझ'मधील एक प्रसंग करून दाखवायची, तेव्हा 'त्या सपातांमध्ये क्षणात माझ्या माहेरी घेऊन जाण्याची जादू आहे', असा संवाद मनाशीच पुटपुटायची. 'फक्त तीन वेळा तुमचे शूज तुम्ही जमिनीवर वाजवलेत की, तुम्ही क्षणार्धात माहेरी जाऊन पोहोचता.') मी त्यात माझा जाड भिंगांचा चश्माही ठेवला (चश्म्याला पातळ काचा बसवायला खूप नंतर सुरुवात झाली.) माझा तो चश्मा एकदम विनोदी होता. आताशा मी तो वापरत नव्हते. 'लिटल रेड रायडिंग हूड'ची कापडी बाहुली मला मी इलिनॉरबरोबर असंख्य वेळा वाचलेल्या गोष्टीची आठवण करून देणार होती. तर लेगोचे छोटेसे झाड मला माझ्या लहानपणीच्या सगळ्या ख्रिसमस ट्रीची आठवण करून देणार होते. जोडीला मी न्यू यॉर्क शहरातल्या माझ्या सर्वांत आवडत्या संस्थेची आठवण म्हणून न्यू यॉर्क सिटी लायब्ररीचा बुकमार्क त्यात ठेवून

दिला. 'चान्स' या खेळाची आठवण म्हणून मी जुने गुळगुळीत झालेले फासेही त्यात ठेवले आणि अमेरिकन गर्लचे छोटेसे ब्ल्यू बर्डचे चित्र असलेले कार्ड मी त्या बॉक्समध्ये ठेवले.

हा हॅपिनेस बॉक्स त्या पिटुकल्या खेळण्यांच्या बरणीइतकाच उपयुक्त होता. घरात अशा अनेक छोट्या वस्तू कानाकोपऱ्यांत विखुरलेल्या होत्या, ज्यात माझ्या भावना गुंतल्या होत्या. जेव्हा त्या सर्वत्र पसरलेल्या होत्या, तेव्हा त्या पसारा वाटत होत्या; पण त्या एकत्र केल्याने आता तो आनंददायी आठवणींचा एक संग्रह बनला.

मी माझ्या वाचकांना त्यांच्या संग्रहाबद्दल विचारले. त्यांनी कोणत्या गोष्टींचा संग्रह केला आहे? त्यांना कोणता संग्रह करणे मजेशीर वाटले?

माझ्या संग्रहांनी मला खूप आनंद दिला. प्रवासाला गेल्यावर किंवा सुट्टीच्या दिवशी मला छोट्याछोट्या दुकानांमध्ये, जुन्या बाजारामध्ये डोकावण्याचे निमित्त मिळाले. मी एखादी विशिष्ट वस्तू शोधत नसेन, तर त्यात काही मजा नसे. काचेचे स्नोबॉल, बेकलाइट मटेरिअलचे दागिने, गर्ल्स स्काउटच्या अनोख्या वस्तू... अशा गोष्टी मला त्या-त्या वेळच्या प्रवासाच्या आणि मैत्रिणींबरोबर मजेत वेळ घालवल्याच्या आठवणी जागृत करून देत. शिवाय या गोष्टींमुळे माझ्या घरात माझी आवड दिसून येई आणि फारसा खर्च न होता माझे घर अभिरुचीसंपन्न वाटू लागे.

तसेच मला जुनी सचित्र धार्मिक पुस्तके जमवायला आवडतात.

मी वेगवेगळ्या प्रकारचे संग्रह केले आहेत. केकवरच्या डेकोरेशनची खेळणी, बदामाच्या आकाराचे हातरुमाल, ब्ल्यू बर्डशी संबंधित गोष्टी आणि बरेच काही! पूर्वी मी बदामाच्या आकाराच्या गोष्टी गोळा करत असे. हळूहळू अनेकांनी मला तशाच वस्तू द्यायला सुरुवात केली आणि मला ती प्रत्येक वस्तू मांडून ठेवण्याचे बंधन वाटू लागले. अशाने त्यातली सगळी मजाच निघून गेली.

मला वाटते, तुमच्या आवडी बदलत जातात हे लक्षात घेणेही तितकेच महत्त्वाचे आहे. आता मला मजा वाटत नसल्याने मी माझा बाहुल्या साठवण्याचा छंद सोडून दिला. माझी आई म्हणते की, तू तुझ्या मुलीकरता त्या बाहुल्या जपून ठेवायला हव्यास; पण मला खात्री आहे की, तिला तिच्या आवडीचा संग्रह करायला जास्त आवडेल (माझ्या या

३०-४० जुन्या बाहुल्यांना तिच्या लेखी काही किंमत नसेल.) तरी थोड्याफार जपून ठेवेन मी तिच्याकरता.

घरभर असंख्य वस्तू मांडून ठेवलेल्या असल्या की, मला गुदमरल्यासारखे होते. सणासुदीला लोकांचे सजवलेले घर पाहायला मला खूप आवडते; पण मला तसे करायला मजा वाटत नाही. माझ्याकरता ते उलट एक काम होऊन बसते. नाही म्हणायला आम्ही ख्रिसमसला साधे पण अर्थपूर्ण डेकोरेशन करतो; पण ते तेवढेच!

संग्रह करण्याबद्दल बोलायचे झाले तर मला खात्री आहे की, काही लोकांना ते आवडते; पण मला बऱ्याच वस्तू जमवा, त्यांची निगा राखा, त्या स्वच्छ ठेवा... हे करावेसे वाटत नाही. त्यापेक्षा मी माझा वेळ वाचनात, घर सजवण्यात आणि नवनवीन पदार्थ करण्यात घालवते.

दोन प्रकारचे संग्रह सुरू केल्यानंतर मला समजले की, संग्रह करणे हा माझा प्रांत नव्हे. कदाचित भविष्यात मला संग्रह करण्याइतपत कशाची तरी तीव्र आवड निर्माण होईलही; पण आजपर्यंत तरी मला असे काही सापडले नाही. तुम्ही एकदम असे अचानक 'मी संग्रह करायला लागते' असे म्हणत निष्णात संग्राहक बनू शकत नाही. शेवटी अनुभवाचे बोलच खरे ठरले – 'एखादी गोष्ट एखाद्याच्या आवडीची असेल म्हणून ती गोष्ट तुम्हालाही आवडेल असे नाही.'

महिन्याच्या शेवटी मी निष्कर्ष काढला की, मजा तीन प्रकारची असते - आव्हानातली मजा, सामाईक मजा आणि आराम देणारी मजा.

आव्हानातली मजा जितकी आनंद देणारी असते, तितकीच कष्ट देणारी असते. त्यात प्रसंगी नैराश्य येते, चिंता भेडसावते, भरपूर काम करावे लागते आणि खूप वेळ आणि एनर्जी खर्ची पडते. मात्र, या प्रकारातून मिळणारे समाधान सर्वांत जास्त असते.

त्यापेक्षा कमी आव्हान असणारी पण थोडेफार कष्ट करून मिळणारी मजा म्हणजे सामाईक मजा. 'फॅमिलीची बागेतील ट्रीप' या प्रकारात येते. यात निश्चितच मजा आहे. मात्र, मी माझ्या मुलींकरता बागेत जाते. जेरी साइनफिल्ड म्हणाला होता की, 'संपूर्ण फॅमिलीकरता मजा अशी कोणतीच गोष्ट अस्तित्वात नसते.' कुटुंबाने एकत्र जेवायला जाणे, मैत्रिणीबरोबर हॉटेलमध्ये किंवा सिनेमाला जाणे या सगळ्या गोष्टींत इतरांना सामावून घेणे अपेक्षित असते; त्यामुळे नातेसंबंध दृढ होतात,

अविस्मरणीय आठवणी निर्माण होतात, मजा येते; परंतु यात थोडे कष्ट असतात, प्लॅनिंग लागते, इतरांबरोबर जुळवून घ्यावे लागते.

आराम देणारी मजा ही सगळ्यात सोपी मजा आहे. त्याकरता कोणत्याही प्रकारचे कौशल्य लागत नाही किंवा कोणतेही कष्ट करावे लागत नाहीत. इतरांबरोबर फारच कमी प्रमाणात जुळवून घ्यावे लागते आणि फारच थोडी पूर्वतयारी करावी लागते. उदा. टीव्ही पाहणे (झोप आणि काम सोडून दिले तर संपूर्ण जगभर लोकांचा जास्तीतजास्त वेळ टीव्ही पाहण्यात खर्च होतो.) ही आराम देणारी मजा आहे.

संशोधन असे सांगते की, आव्हानातली मजा आणि सामाईक मजा यातून मिळणारा आनंद जास्त काळ टिकतो, कारण त्यातून वैयक्तिक नातेसंबंध दृढ होणे, व्यक्तिमत्त्व विकासाकरता पोषक वातावरण तयार होणे, एखाद्या गोष्टीत प्रभुत्व मिळणे यांसारख्या आनंददायी गोष्टी निर्माण होतात. आरामदायी मजा ही मुळातच निष्क्रियतेमुळे अनुभवायची मजा आहे. यातून कमी मजा मिळत असेल तर मग टीव्ही पाहणे इतके लोकप्रिय का असावे बरे? आणि आव्हानातली मजा आणि सामाईक मजा यातून जास्त आनंद मिळतो, तर मग आपण त्याकडे जास्त लक्ष का देत नाही? कारण त्याकरता अधिक कष्टांची आणि दूरदृष्टीची गरज असते.

या महिन्याचा संकल्प जरा जास्तच अवघड ठरला. मजेच्या गोष्टी करणे, चाकोरीबाहेर वागणे, नवा संग्रह सुरू करणे यांसारख्या गोष्टींमधून मजा येईल असे मला वाटले होते. तशी मजा वाटलीसुद्धा, पण कधी? तर मी स्वत:ला त्या गोष्टी करायला दामटल्यावर. मी माझ्या रोजच्या रूटीनला इतकी सरावलेली पाहून आणि नव्या गोष्टीमध्ये फारसा रस नसलेली पाहून माझा मलाच खेद वाटला. माझ्या लेखन-वाचनाकडे दुर्लक्ष झाल्याचे मला आवडले नव्हते. खरोखरच मी सवयीची गुलाम होते का?

मग मी विचार केला. नावीन्य ही निश्चितच उत्तेजन देणारी गोष्ट आहे. अधूनमधून काही ना काही नवीन गोष्ट करणे माझ्या हिताचे होते. या सर्व प्रयत्नांचा अनपेक्षित फायदा असा झाला की, माझ्या सवयी आणि माझे रूटीन मला किती प्रिय आहे हे मला जाणवले. एखादी गोष्ट रोज त्याच प्रकारे आणि त्याच वेळेला करण्यातला आनंददेखील विसरून चालणार नाही. ॲंडी वॉरहॉलच्या मते 'फक्त एकदा किंवा दररोज! तुम्ही एखादी गोष्ट एकदा केली तर ती चांगली असते आणि रोज केली तरी चांगली असते; पण तीच गोष्ट तुम्ही दिवसातून दोनदा करायला लागलात तर ती चांगली नसते.' मला माझ्या घरापासून जवळच असणाऱ्या लायब्ररीमध्ये चालत जायला आवडते आणि मी माझे लेखनही लायब्ररीतच करते. जेव्हा मी लायब्ररीत नसते, तेव्हा मी माझ्या आवडत्या तीन कॉफी शॉप्सपैकी एकात काम करत असते. माझ्याकडे असलेल्या हॅपिनेसविषयीच्या पुस्तकांत अजून एका

पुस्तकाची भर घालणे मला आवडले असते. मला माझ्या कामाचा दिवस आवडतो. ती माझ्याकरता मजा असते.

विरंगुळ्याला आणि खेळकरपणाला वाहून घेतलेला हा महिना संपत आल्यावर मला जाणवले की, माझ्या नशिबाने मला पुन्हा एकदा हात दिला आहे. माझ्या आनंदात कोणतेही मोठे विघ्न आले नव्हते. माझ्या हॅपिनेस प्रोजेक्टमधील एक महत्त्वाचे उद्दिष्ट होते की, मी स्वत:ला वाईट परिस्थितीस तोंड देण्यास समर्थ बनवणे, त्या काळात कामी येतील अशा सवयी स्वत:ला लावणे. मी माझ्या ब्लॉगवर पोस्ट टाकताच मला काळजी वाटू लागली की, ज्यांनी अवघड संकटांना आधीच तोंड दिलेले आहे (उदा. दीर्घ आजार, नोकरी जाणे, घटस्फोट, नैराश्य, व्यसन) असे लोक मला गप्प बसवतील आणि म्हणतील 'स्वत:च्या आयुष्यात सगळे सुखासुखी चालू असताना 'आनंद' या विषयावर बोलणारी ही कोण मोठी लागून गेली आहे?'

माझ्या वाचकांचा या विषयावरील दृष्टिकोन समजून घेण्याच्या हेतूने मी त्यांना काही प्रश्न विचारले.

सगळे काही सुरळीत चालू असताना तुम्ही आनंद वाढवणाऱ्या उपायांचा विचार कराल का? की एखादी आपत्ती आल्यानंतर विचार कराल?
जर तुम्ही आत्ता आपत्तीशी सामना करत आहात, तर आनंद देणाऱ्या साध्या सोप्या उपायांचा काही फायदा होतो आहे का? (उदा. मैत्रिणीबरोबर हॉटेलमध्ये जेवायला जाणे, तुमची खोली आवरून ठेवणे, एखादी छोटी चक्कर मारून येणे) की तुमच्या आपत्तीच्या मानाने या गोष्टी क्षुल्लक ठरतात?
रोजचे जीवन जगताना अधिक आनंद मिळवू इच्छिणाऱ्यांना आणि आपत्तीला तोंड देताना अधिक आनंद मिळवू इच्छिणाऱ्यांना, माझ्या पुस्तकात आणि ब्लॉगवर सुचवलेले उपाय उपयोगी पडतील अशी मी आशा करते. या माझ्या उपायांमुळे तुम्हाला आनंद मिळेल असे वाटते का?

अनेक वाचकांनी प्रतिसाद दिला. आपत्ती आलेली असो वा नसो... आनंद मिळवण्याकरता प्रयत्न करणे हे केव्हाही श्रेयस्कर आहे असे त्यांचे मत पडले.

आनंदी क्षण जेव्हा घडत असतात, तेव्हाच ते ओळखणे आवश्यक असते. जेव्हा माझ्यासारखी एखादी व्यक्ती दीर्घ आजाराला तोंड देत

असते, तेव्हा मित्राबरोबर जेवायला जाणे किंवा ठरल्या वेळी काम पूर्ण करता येणे किंवा स्वच्छ सूर्यप्रकाशाचा आनंद घेणे अशा गोष्टींनी दिवस चांगला जातो आणि असे आनंदाचे प्रसंग लक्षात ठेवल्याने आजाराला तोंड देणे सुसह्य होते.

जोपर्यंत तुम्हाला वाईट परिस्थितीत आनंद शोधावा लागत नाही, तोपर्यंत तुम्हाला सुखाची किंमत जाणवत नाही. गेल्या वर्षी माझा घटस्फोट झाला, त्यावेळी माझ्या आणि माझ्या मुलांच्या मनात पराकोटीचा राग आणि दु:ख साचले होते. एक मुलगा दोन सेमिस्टर नापास झाला आणि नैराश्याकरता उपचार घेऊ लागला. दुसऱ्या मुलाला दोनदा अल्कोहोल संबंधित प्रॉब्लेम्सना तोंड द्यावे लागले. नंतर मग आम्ही दु:ख कुरवाळत बसण्यापेक्षा वेगळ्या पद्धतीने परिस्थितीला तोंड द्यायचे ठरवले. मी माझा राग आणि दु:ख शांत करण्याकरता सकारात्मक उपाय करायचे ठरवले. समोर आलेला क्षण जगणे आणि छोट्याछोट्या गोष्टींत आनंद शोधणे या उपायांचा खूप फायदा होतो. तुम्हाला आनंद देणाऱ्या गोष्टी आजूबाजूला ठेवल्याने आणि तुमच्या मनाला त्रास होतो अशा गोष्टी सोडून दिल्यानेसुद्धा खूप फायदा होतो. मात्र, हा संघर्ष रोजचा असतो आणि त्यात कष्ट असतात. आता मला समजले आहे की, माझ्या स्वत:च्या वृत्तीमुळे आणि मी जगाकडे कसे पाहते यावरच माझा आनंद अवलंबून असतो.

माझ्या मते प्रतिकूल परिस्थितीमध्ये माणसाचा स्वभाव दुप्पट जोमाने उसळून वर येतो. जर एखाद्याची वर्चस्व गाजवण्याची वृत्ती असेल, तर तो प्रतिकूल परिस्थितीमध्ये प्रत्येक गोष्ट नियंत्रणाखाली ठेवण्याचा प्रयत्न करेल. एखाद्याला फक्त बरे वाटते म्हणून खाण्याची सवय असेल, तर तो प्रतिकूल परिस्थितीमध्येही खातच राहील; पण याला एक सकारात्मक बाजूदेखील आहे. जर तुमचा स्वभाव प्रश्न सोडवणारा असेल, छोटेसे यशदेखील साजरे करणारा असेल, तर प्रतिकूल परिस्थितीतही तुम्ही तसेच वागाल आणि तेव्हा मिळणारे समाधान प्रतिकूलतेपेक्षा कितीतरी मोठे असेल.

आज मी जी आनंदी दिसते आहे, त्याची सुरुवात चार वर्षांपूर्वी झाली. आनंदी राहण्याचा पर्याय मी स्वत: निवडला नव्हता, तर ती माझी गरज होती. आमच्या लग्नाला तीस वर्षे पूर्ण झाल्यावर माझ्या पतीचे निधन झाले. तेव्हा मला जाणवले की, जोवर मी आनंदी राहण्याचा स्वत:हून

प्रयत्न करत नाही, तोवर मला आनंद मिळणार नाही. सर्वसाधारणपणे या वयाचे होईपर्यंत प्रत्येकाने आनंद या विषयावर विचार केलेला असतो, आनंद कसा मिळवायचा हे ठरवलेले असते; पण आयुष्याच्या या टप्प्यावर येईपर्यंत मला आनंद म्हणजे काय हेदेखील ठाऊक नव्हते. माझ्या मते आयुष्य हादरवून टाकणारी एखादी घटना तुम्हाला आनंद म्हणजे काय याचा अर्थ जसा समजावून सांगते, तसा दुसरे कोणीही सांगू शकत नाही. मात्र, एखाद्या आपत्तीला तोंड देण्यापूर्वीच तुमचा आनंद कशात आहे हे तुम्हाला माहीत असेल तर तुमचा कठीण काळ तुम्ही अधिक चांगल्या प्रकारे हाताळू शकाल. म्हणून आनंद म्हणजे काय हे आत्ताच सर्वतोपरी समजून घ्या.

गेली काही वर्षे मी कठीण परिस्थितीतून जात आहे आणि एखाद्याला वाळवंटात जितकी पाण्याची गरज असते, तितकी मला आनंदाची गरज आहे. माझा मूड चांगला राहण्याकरता मी आनंदाची अक्षरश: प्रत्येक छोटीछोटी गोष्ट शोधत असते. ब्लॉग लिहिणे ही त्यातलीच एक गोष्ट आहे. मी रोज योगासने आणि मेडिटेशन करते ज्यामुळे मला खूप समाधान मिळते. मी एक छोटी भाज्यांची बाग फुलवली आहे, मी माझ्याकडच्या पाळीव प्राण्यांची आणि माझ्या घरातल्यांची काळजी घेते, स्वयंपाक करते, आवडती पुस्तके वाचते, कला क्षेत्रात रमते, नियमितपणे डायरी लिहिते. स्वच्छ ऊन पडलेले असताना खूश होऊन म्हणते की, आज बाहेर पडायला चांगला दिवस आहे. ज्या दिवशी सूर्यप्रकाश नसेल, त्या दिवशी म्हणते, आज घरी राहायला छान दिवस आहे. हे सगळे तुमच्या वृत्तीवर अवलंबून असते. माझ्या आयुष्यात कितीही चढउतार आले, तरी मी आनंदी राहायचे ठरवले आहे.

माझ्या लग्नाला बरीच वर्षे झाली होती आणि इतकी सगळी वर्षे माझे आयुष्य माझ्या नवऱ्याभोवतीच गुंफले गेले होते; पण त्याचा माझ्यातला इंटरेस्ट संपताच एक दिवस अचानक त्याने मला सोडून दिले. मी अनेक वर्षे नैराश्यात काढली. कारण मला माझे स्वत:चे आयुष्य नव्हते. मला हेही माहीत नव्हते की, मी कोण आहे किंवा मला काय हवे आहे. लग्नानंतरच्या इतक्या वर्षांत मला हे कधीच लक्षात आले नाही की, मला माझ्याकरता एक छोटीशी जागा असायला हवी जिथे मला माझ्या आवडीच्या गोष्टी करता येतील, त्यासुद्धा कोणतेही संकट येण्याआधी, नंतर नव्हे. नंतर खूप उशीर झालेला असतो. मी मरणाची वाट पाहत

होते; पण मरणही येत नव्हते.

आता मला हे सगळे एक प्रकारे पैशाची बचत केल्यासारखे वाटते. तुमची नोकरी सुटल्यावर तुम्ही पैसे वाचवू शकत नाही. तुम्ही नोकरी करत असतानाच बचत करणे अपेक्षित आहे; आयुष्याचेही तसेच आहे. जोवर तुम्हाला काय हवे आहे, तुम्हाला काय आवडते, कोणत्या आवडी जोपासून तुमच्या कोणत्या गरजा पूर्ण होतील, तुमचे आयुष्य कशाने समृद्ध होईल, तुम्ही स्वत:ला कसे फुलवू शकाल - या सगळ्या गोष्टींचा जोपर्यंत तुम्ही विचार करू शकता, तेव्हाच तुम्ही तो विचार करायला हवा म्हणजे तुमच्यावर जेव्हा कठीण परिस्थिती येईल, तेव्हा तुमच्याकडे उत्तर तयार असेल.

माझ्यापुरते बोलायचे तर जेव्हा गोष्टी सुरळीतपणे चालू असतात, तेव्हा मी आनंदी असते आणि तेव्हा मी आनंद या विषयावर फारसा विचार करत नाही; पण मी जेव्हा दु:खी किंवा निराश असते, तेव्हा मी आनंदाचा विचार करते आणि तो वाढवण्याचा प्रयत्न करते.

गेल्या ४ वर्षांत मला दोन वेळा नैराश्याचे झटके आले. आता अनुभवाने मला नैराश्याची पूर्वलक्षणे ओळखता येतात. ती लक्षणे तीव्र व्हायच्या आत काय करायचे ते मला माहीत आहे. स्वत:ला कशात तरी गुंतवून ठेवणे, लोकांना भेटणे यामुळे खरेच फायदा होतो. तुम्ही जर लोकांना भेटायचा कंटाळा केलात किंवा निष्क्रिय राहिलात, तर मग मामला गंभीर होतो; पण जर तुम्ही प्रयत्नपूर्वक स्वत:ला या गोष्टी करायला भाग पाडलेत, तर तुमचा वेळही छान जातो आणि तुम्हाला बरेदेखील वाटते. दुसरा एक उपाय मला निश्चितपणे उपयोगी पडतो आणि तो म्हणजे स्वत:शी बोला. नकारात्मक विचार मनात आले, तर त्या विचारांबरोबर वाद घाला (हा उपाय प्रत्यक्षात आणणे अवघड असते.) मला जेव्हा बरे वाटत नसते तेव्हा माझ्या मनात विचार येतात की, मी किती निरुपयोगी आहे, केविलवाणी, दयनीय आहे; मी कोणाला आवडत नाही वगैरे वगैरे. हे विचार प्रयत्नपूर्वक खोडून काढल्याने आणि त्या विचारांच्या विरुद्ध विचार मनात आणल्याने किंवा पुस्तकात, सिनेमात मन रमवल्याने निराशेच्या गर्तेत जाणे थांबवता येते हे मला आता समजले आहे. (मान्य आहे की, स्वत:शी वाद घालत बसणे बावळटपणाचे वाटू शकते; पण त्याचा खरेच फायदा होतो.)

जेव्हा तुमच्यावर एखादा जबरदस्त आघात होतो, तेव्हा जगात सुख आहे यावर विश्वास ठेवणे जड जाते. सुख ही एक उदात्त भावना आहे. जेव्हा तुम्ही मोठ्या आपत्तीमध्ये सापडलेले असता, तेव्हा तुमचा सुख या भावनेवरचा विश्वास उडतो; पण आनंद सहज मिळवता येतो. आपण दुःखातसुद्धा क्षणभर का होईना, हसू शकतो. आनंद जगण्याची ऊर्मी देतो, आपण पुन्हा हसू-खेळू लागतो. आनंद आणि त्या भावनेवरचा विश्वास हा आपल्या अस्तित्वाचा पाया आहे. जिवावरच्या आघातातून वाचल्यानंतर आनंदाच्या वेगवेगळ्या छोट्या कल्पनांनी मला सुखाच्या मोठ्या कल्पनेपर्यंत भरारी मारायला शिकवले; त्यामुळेच मी त्यानंतरच्या मानसिक त्रासांवर विजय मिळवू शकले. आता मी रोज आनंदी असते आणि सुखाचे क्षण मिळवण्याकरता प्रयत्न करते. हे शक्य आहे. कोणाचाही हॅपिनेस प्रोजेक्ट हा बरे होण्याच्या लांबलचक प्रवासातले पहिले पाऊल ठरू शकतो.

मला वाटते, तुम्ही तुमच्या आनंदाची बचत करू शकता. जेव्हा सगळे काही सुरळीत चालले आहे, तेव्हा स्वतःला ओळखा, तुम्हाला कशाने आनंद होतो ते ओळखा. म्हणजे कठीण परिस्थिती आल्यावर तुमच्याकडे तुम्ही आनंदी असतानाच्या सुखद स्मृती असतील. त्या सुखद स्मृतीच तुम्हाला जगण्याचे बळ देतील. हे म्हणजे वादळाला तोंड देत देत आपल्या आनंदाच्या उद्दिष्टांकडे प्रवास करणे होय. तुमची पद्धत वेगळी असेल; पण अप्राप्य नाही.

हे सगळे प्रतिसाद वाचल्यानंतर माझा विश्वास अधिकच दृढ झाला. आनंद ही अशी गोष्ट नाही की, जेव्हा आयुष्य सुरळीतपणे चालत असेल, तेव्हाच फक्त विचार करावा किंवा अशीही गोष्ट नाही की, एखादे संकट अथवा वाईट परिस्थिती आल्यावरच विचार करावा. सॅम्युअल जॉन्सनने म्हटले आहे, 'कोणत्याही परिस्थितीत आनंदी राहणे हे बुद्धिमान माणसाचे कामच आहे.'

६

जून

मित्रांकरता वेळ काढा

मैत्री

- वाढदिवस लक्षात ठेवा
- मनाने मोठे व्हा
- येणे-जाणे वाढवा
- गॉसिपिंग करू नका
- तीन नवे मित्र करा

माझ्या हॅपिनेस संशोधनातून एक निष्कर्ष स्पष्टपणे निघत होता आणि त्यावर जुन्या तत्त्वज्ञांपासून नव्या शास्त्रज्ञांपर्यंत सर्वांचे एकमत झाले होते की, 'उत्तम सामाजिक संबंध' हा आनंद निर्माण करणारा महत्त्वाचा घटक आहे. 'पॉझिटिव्ह सायकॉलॉजी'मधील अग्रगण्य संशोधक एड डिनर आणि मार्टिन सेलीग्मन एका संशोधनाचा दाखला देत सांगतात की, 'उत्तम व्यक्तिमत्त्वाच्या चोवीस कौशल्यांपैकी, एकमेकांबरोबरचे संबंध हाताळण्याच्या कौशल्यावर आयुष्यातील समाधान अवलंबून असते.' इपिक्युरियसनेही हे तत्त्व, थोड्याशा काव्यात्मक पद्धतीने मांडत मान्य केले आहे की, 'आयुष्य आनंदात जाण्याकरता 'मित्र जोडण्याची कला' ही अनुभवातून शिकलेल्या अनेक गोष्टींपैकी सर्वांत महत्त्वाची गोष्ट आहे.'

तुम्हाला दीर्घ काळ टिकणारे नाते हवे असेल तर त्याकरता तुम्हाला दुसऱ्यावर विश्वास टाकता यायला पाहिजे, तुमचे सूर इतरांशी

जुळले पाहिजेत. एका पाहणीद्वारे असे दिसून आले आहे की, तुम्हाला महत्त्वाच्या विषयावर चर्चा करता येईल असे पाच किंवा अधिक मित्र असतील, तर तुम्ही स्वत:ला 'अत्यंत आनंदी' म्हणून घेण्याची जास्त शक्यता असते. काही संशोधक असा दावा करतात की, गेल्या वीस वर्षांत सामान्य अमेरिकन माणसाच्या आयुष्यातील विश्वासार्ह व्यक्तींची संख्या घटत आहे. बहुधा लोक जास्त वेळ काम करत असल्याने किंवा भराभर नोकऱ्या बदलत असल्याने त्यांना मैत्री करायला, ती वाढवायला पुरेसा वेळ मिळत नाही (त्याची चांगली बाजू म्हणजे त्यांचे कौटुंबिक संबंध दृढ होत आहेत.) खरे तर, वयाच्या चाळिशीनंतर जेव्हा मिडलाइफ क्रायसिसचा प्रॉब्लेम सतावू लागतो, तेव्हा 'जवळच्या मित्र-मैत्रिणींची उणीव' ही सर्वसामान्यपणे आढळून येणारी तक्रार आहे.

तसेच, लोक कोणतीही गोष्ट करत असताना जर इतर लोकांसमवेत असतील तर त्यांना जास्त आनंद होतो. एका अभ्यासाद्वारे असे दिसून आले आहे की, तुम्ही व्यायाम करत असा, प्रवास करत असा किंवा घरकाम करत असा, आजूबाजूला सोबत असेल, तर त्यात तुम्हाला जास्त मजा वाटते. हे फक्त बहिर्मुख व्यक्तींनाच नव्हे, तर अंतर्मुख व्यक्तींनादेखील लागू आहे, हे ऐकून तुम्हाला आश्चर्य वाटेल. खरे तर संशोधकांच्या मते पंधरा रूटीन कामांपैकी प्रार्थना करण्याचे एकच काम असे असते की, जे इतरांबरोबर करण्यापेक्षा एकट्याने केल्याने लोक आनंदी असतात. माझ्या मते तो अपवाद नाही. प्रार्थनेचा उद्देशच मुळी तुम्ही कोणाशीही न बोलणे हा असतो.

उत्तम नातेसंबंध असल्याने तुम्हाला फक्त आनंदच मिळतो असे नाही तर एका अभ्यासावरून असे दिसून आले आहे की, त्यामुळे आयुष्यमान वाढते, (सिगारेट सोडल्यामुळे वाढेल त्याहूनही जास्त) रोगप्रतिकारशक्ती वाढते आणि नैराश्याची शक्यता कमी होते. एकटेपणा दूर करण्याकरता तुम्हाला निदान एकतरी जवळची व्यक्ती असायला हवी; जिच्याबरोबर तुम्ही विश्वासाने बोलू शकता. (या व्याख्येत ज्याच्याबरोबर तुम्ही नुसत्या हवा-पाण्याच्या गप्पा मारता असा ऑफिसमधला सहकारी बसत नाही.) तसेच तुमच्याभोवती नातेवाईकांचा, मित्रमंडळींचा गोतावळा पाहिजे ज्यामुळे तुमच्या अस्तित्वाला अर्थ प्राप्त होतो, आत्मसन्मान वाढतो आणि एकमेकांना आधार मिळतो.

जून महिना मी माझ्या जुन्या मित्र-मैत्रिणींबरोबरचे नाते दृढ करण्याकरता, असलेल्या मित्र-मैत्रिणींबरोबरचे नाते अधिक घट्ट करण्याकरता आणि काही नवे मित्र-मैत्रिणी बनवण्याकरता द्यायचा ठरवले.

वाढदिवस लक्षात ठेवा

आनंद या विषयावर बोलणाऱ्या सर्व तज्ज्ञांनी मित्र-मैत्रिणींबरोबरचे नाते मजबूत करण्याचे महत्त्व पटवून दिले आहे; पण त्याकरता तुम्ही नेमके काय करायला हवे?

तुम्ही निदान वाढदिवस लक्षात ठेवू शकता. मी माझ्या मित्र-मैत्रिणींचे वाढदिवस लक्षात ठेवण्यात कमी पडते किंवा असेही म्हणता येईल की, माझ्या कुठल्याच मित्र-मैत्रिणींचे वाढदिवस माझ्या कधीच लक्षात राहत नाहीत (मात्र, एका मैत्रिणीचा वाढदिवस माझ्या वाढदिवसाच्या दुसऱ्याच दिवशी येतो म्हणून तो लक्षात राहतो.) वाढदिवसाला ई-मेल पाठवल्याने वर्षातून एकदातरी मी माझ्या मित्र-मैत्रिणींच्या संपर्कात राहू शकते. हे अपुरे वाटले, तरी यामुळे बरीच प्रगती होऊ शकते.

माझे अनेक मित्र-मैत्रिणी फेसबुकवर होते, जिथे त्यांचे वाढदिवस लिहिलेले असतात; पण बरेचजण फेसबुकवर नव्हते; त्यामुळे मला त्या सगळ्यांना वाढदिवसाची तारीख विचारण्याकरता ई-मेल पाठवावी लागली. त्याच जोडीला मी माझी पत्त्यांची डायरीदेखील अपडेट करायचे ठरवले. नंतर ती सगळी माहिती मी माझ्या कॉम्प्यूटरमध्ये भरणार होते. वर्षानुवर्षे माझ्या जुन्या पत्त्यांच्या डायरीत मी खोडाखाड केल्याने ती डायरी आता निरुपयोगी झाली होती आणि तातडीने बदलायची गरज होती.

एकेकाकडून प्रतिसाद येत असतानाच मला 'हॅपीबर्थडे.कॉम' नावाची एक वेबसाइट समजली, जी तुम्हाला पुढच्या काही दिवसांत येणाऱ्या वाढदिवसांची आठवण करून देणारी ई-मेल पाठवते. मी त्या वेबसाइटवर वाढदिवसाच्या तारखा भरण्याचे आणि त्याचबरोबर 'वर्ड'मध्ये पत्ते उतरवण्याचे भलेमोठे काम हाती घेतले. हे काम कंटाळवाणे होते; पण हॅपिनेस थिअरीच्या भाकिताप्रमाणे हे काम संपताच मला खूप उत्साह आणि समाधान मिळाले. कॉम्प्यूटरवर पत्त्यांची यादी तयार करण्याने माझी मित्र-मैत्रिणींबद्दलची जवळीक वाढणार नसली, तरी भविष्यात ती वाढू शकते हे मला माहीत होते. आता माझ्याकडे संपूर्ण माहिती असल्याने मित्र-मैत्रिणींबरोबर संपर्क ठेवणे मला सोयीचे जाणार होते.

वाढदिवसाला ई-मेल पाठवण्याच्या संकल्पाविषयी जेव्हा मी माझ्या एका मित्राला सांगितले, तेव्हा तो म्हणाला, "पण तू फोन करावेस. फोन करणं कधीही उत्तम!" मी वाढदिवसाला ई-मेल पाठवायला लागल्यावर एखाद्या व्यक्तीला खूप दिवस भेटले नसेन, तर मला त्या व्यक्तीला मोठा मेसेज लिहिण्याची गरज वाटू लागली. तेव्हा मला माझेच अनुभवाचे बोल आठवले, (व्हॉल्टेअरच्या सौजन्याने) 'दर वेळी आहे त्याहून चांगले करण्याचा अट्टाहास करू नका' वस्तुस्थिती अशी आहे की, मला फोनवर बोलायला आवडत नाही आणि माझ्या हातून फोन होणार नाहीत हे मला माहीत आहे. खरे तर मी फोन करायला हवेत; पण मला जमणार

नाही. मला ई-मेल पाठवणे जमते. मग मी निर्णय घेतला की, छोटी ई-मेल पाठवणे इष्ट! मुख्य उद्देश 'संपर्क ठेवणे' असा आहे – मी जर माझे काम अवघड करून ठेवले तर एखादे वेळी मी ते करणारच नाही.

मी हॅपीबर्थडे.कॉम ही वेबसाइट फक्त वाढदिवसांकरताच वापरली; पण माझा मित्र म्हणाला की, त्याने त्याच्या मुलांच्या आयुष्यातील महत्त्वाचे प्रसंग नोंदवून ठेवण्यासाठीसुद्धा ही वेबसाइट वापरली. तो म्हणाला, 'त्यामुळे मी माझ्या मुलांचे पहिले चालणे, बोलणे, पहिले टाटा-बाय करणे हे सर्व लक्षात ठेवू शकलो. जेव्हा मी कामावर असतो, तेव्हा अशा गोष्टींचा विचार करणे मला छान वाटते.' मला ही कल्पना खूपच स्पर्शून गेली.

माझी पत्त्यांची वही लिहून झाल्यावर, ज्यांच्याबरोबर हल्ली माझी मैत्री कमी झाली आहे अशी काही नावे पाहून मी दु:खी झाले. एके काळी जे माझे खूप जवळचे मित्र-मैत्रिणी होते, ते आता जवळचे राहिले नव्हते. विशेषकरून हायस्कूलमधली एक मैत्रीण मला आठवली. ती माझ्याहून एक वर्षाने मोठी होती. आमची एकदम आदर्श जोडी होती - ती म्हणजे मोहक, खट्याळ मुलगी आणि मी - तिची अभ्यासू, नियमांचे काटेकोरपणे पालन करणारी आणि विश्वासू साथीदार.

आमच्यातला संपर्क कसा काय तुटला ते आठवत नाही; पण मी दहा वर्षांहून अधिक काळ तिच्याशी बोलले नव्हते. माझ्याकडे तिचे नाव होते; पण तिचा सध्याचा ठावठिकाणा मला माहीत नव्हता. मी आमच्या हायस्कूलच्या ऑफिसमधून तिचा फोन नंबर, ई-मेल ॲड्रेस मिळवण्याचा प्रयत्न केला; पण त्यांच्याकडे तो नव्हता; नसणारच! तो तिचा स्वभावच आहे म्हणा ना. शिवाय तिचे नाव एकदम कॉमन असल्याने इंटरनेटवरही मला पत्ता लागेना. माझी यादी लिहून होताच मी माझ्या कॅन्सस सिटीमधल्या मैत्रिणीकडे चौकशी केली तेव्हा कळले की, ती आता न्यू ऑर्लिन्समध्ये राहते. तिचा शोध घ्यायला मला इतकी माहिती पुरेशी होती. इतक्या वर्षांनंतर मला हे आठवणे मजेशीर होते; पण मला आठवले की, तिला तिच्या दुर्मिळ अशा मधल्या नावाचा (ख्रिश्चन समाजात बऱ्याच लोकांना उप-नाव दिले जाते, त्याचा उल्लेख मधले नाव असा केला जातो.) गर्व होता आणि तिच्या मधल्या नावाच्या आद्याक्षरामुळेच ती मला इंटरनेटवर सापडली. या अशा छोट्या गोष्टींमुळे आपल्याला आपले बालपण आठवते.

मी तिला तिच्या ऑफिसमध्ये फोन केला. माझा आवाज ऐकून तिच्या आवाजात आश्चर्य आणि आनंद डोकावत होते.. त्या रात्री आम्ही दोन तास बोललो. तिचा आवाज ऐकून माझ्या विस्मृतीत गेलेल्या अनेक जुन्या आठवणी जागृत झाल्या. माझ्या मेंदूचा जो भाग इतके दिवस सुप्तावस्थेत होता, तो पुन्हा एकदा उत्तेजित झाला.

फोन ठेवण्यापूर्वी मी तिला आठवणीने विचारले, "तुझा वाढदिवस कधी असतो?" आता पुढची दहा वर्षे संपर्क न ठेवता जाणार नव्हती.

मात्र, आम्ही पुन्हा एकदा जीवश्च-कंठश्च मैत्रिणी होऊ असा कोणताही मार्ग नव्हता. आम्ही दोघी एकमेकींपासून दूर राहत होतो आणि मध्ये बराच काळ गेला होता. मधली कितीतरी वर्षे मला या अधांतरी राहिलेल्या मैत्रीने अस्वस्थ केले होते. तिच्याशी बोलून मला प्रचंड आनंद झाला. तिला सुट्ट्यांकरता कॅन्सस सिटीला आग्रहाने बोलवायचे मी ठरवून टाकले.

मनाने मोठे व्हा

मन मोठे केले की, नाते दृढ होते. संशोधन असे दाखवते की, आधार घेण्यापेक्षा आधार देण्याने तुमचा आनंद वाढतो. इतरांनी माझ्याकरता काय केले या विचारापेक्षा मी इतरांकरता केलेल्या गोष्टींचा विचार करून मला जास्त समाधान मिळते. माझे अनुभवाचे बोल सांगतात - चांगले कृत्य करा आणि समाधान मिळवा.

उदा. मी एकदा एका हायस्कूलमधल्या विद्यार्थिनीला मदत केली होती, हे जेव्हा मला आठवते, तेव्हा मला खूप समाधान वाटते. गरजू विद्यार्थी आणि मदतनीस यांना जोडणाऱ्या संस्थेतर्फे नववीतल्या एका मुलीबरोबर माझी जोडी जमवून दिली गेली होती, जेणेकरून ती बारावीत गेल्यावर तिला कॉलेज ॲडमिशनच्या प्रोसेसमध्ये मला मदत करता येईल. भीतीने तिचे हातपायच गळायला लागले होते. सुरुवातीला मला कशी मदत करावी ते कळेना; पण मी आजूबाजूला चौकशी केली आणि कॉलेज ॲडमिशनच्या प्रोसेसमध्ये मदत करणाऱ्या एका संस्थेचा पत्ता मिळवला. एक दिवस आम्ही दोघी त्या कॉलेज सेंटरमध्ये गेलो आणि तिथे कॉलेजविषयक अनेक पोस्टर्स, कॅटलॉग्स आणि गाइड्स पाहून आणि 'तुम्हाला कॉलेज ॲडमिशनकरता पर्सनल एसे (स्वत:विषयी ओळख करून देणारा निबंध) लिहायला मदत हवी आहे का?' ही पाटी वाचून आम्ही सुटकेचा नि:श्वास सोडला. आम्ही योग्य जागी आलो होतो. तिला तिची ॲडमिशन प्रोसेस वेळेवर पूर्ण करता आली.

मन मोठे करण्याचा अधिक चांगला मार्ग म्हणून मी औदार्याची लक्षणे समजून घ्यायला हवी होती. प्रेझेंटस् देणे हे एक प्रकारचे औदार्यच आहे; पण एखाद्या पार्टीला चॉकलेटचा बॉक्स घेऊन जाणे हे माझ्या दृष्टीने औदार्याचे लक्षण नव्हते. मी मित्र-मैत्रिणींकरता खर्च करताना हात आखडता घेत नाही; पण मला शॉपिंग करायला आवडत नाही आणि मला जास्तीचे काम लावून घ्यायचे नव्हते. मला शॉपिंग करायचे नसेल आणि जास्तीचे कामही नको असेल तर मग उदारपणासाठी मी माझ्या मर्यादेत राहून काय करू शकते? मला माझ्यात औदार्याची भावना रुजवायला हवी होती.

मी इतर उपायांचा विचार करायचे ठरवले आणि मला काही उपाय सापडले – 'लोकांना मोठी स्वप्ने पाहायला शिकवा', 'लोकांना एकत्र आणा', 'स्वत:च्या पद्धतीने मदत करा', 'लोकांना माफ करा'.

लोकांना मोठी स्वप्ने पाहायला शिकवा

मला जाणवलेले औदार्याचे सर्वांत मोठे कृत्य म्हणजे एखाद्याला मोठी स्वप्ने पाहायला उद्युक्त करणे. एखाद्या महत्त्वाकांक्षी प्रोजेक्टला हात घालण्यासाठी मित्रांचे उत्साहाचे आणि धीराचे बोल प्रोत्साहित करतात. जसे की, 'तू अमुक एक करायला हवेस', 'तू स्वत:चा बिझनेस सुरू करायला हवास', 'तू निवडणुकीला उभे राहायला हवेस', 'तू शिष्यवृत्तीसाठी प्रयत्न करायला हवेस.'

लोकांना मोठी स्वप्ने पाहायला शिकवण्याबाबत मला चांगला अनुभव आला. एलिझाबेथ के.जी.मध्ये जाऊ लागल्यावर एकदा तिच्या शाळेने याआधी के.जी.पास झालेल्या मुलांना शाळेत रीयुनियनकरता बोलावले होते. ती छोटी मुले एकत्र खेळत होती आणि त्या शाळेच्या दोन डायरेक्टर नॅन्सी आणि एलन, के.जी.मधून पहिलीत जाताना होणाऱ्या स्थित्यंतराबद्दल पालकांना मार्गदर्शन करत होत्या. अर्थातच त्यांचा अनुभव मोलाचा होता. मी जायला निघाले तेव्हा माझ्या मनात एक विचार आला की, या दोघींनी या विषयावर एक पुस्तक लिहायला पाहिजे. ही कल्पना मला इतकी भावली की, मी ती त्या दोघींना लगेचच बोलून दाखवली.

एलन म्हणाली, "आम्हाला हे सुचलं होतं; पण आम्ही त्याचा इतका गांभीर्याने कधी विचार केला नव्हता."

त्या रात्री त्यांच्या पुस्तकाविषयी मीच इतकी उत्तेजित झाले होते की, मला झोपच लागेना; परंतु माझी या दोघींशी फारशी ओळख नसल्यामुळे ही बाब पुढे कशी न्यावी हा माझ्यापुढचा प्रश्न होता; पण त्याच वेळी, त्या दोघी चांगले पुस्तक लिहू शकतील ही गोष्ट मला स्वस्थ बसू देत नव्हती. मी त्यांना आठवण करून दिली नाही तर पुढे काहीही होणार नाही या भीतीने दुसऱ्याच दिवशी मी त्यांना 'कॉफीला भेटून चर्चा करू या' असा फोन केला.

ठरल्याप्रमाणे आम्ही भेटलो आणि जसजशी चर्चा करत गेलो, तसतसा त्या दोघींचा उत्साह वाढू लागला. मी त्यांना माझ्या लिटररी एजंटशी गाठ घालून दिली. दोघींनी काही मुद्दे लिहून घेतले. लवकरच त्यांच्या पुस्तकाचा करार झाला; त्यांनी पुस्तक लिहिले आणि नॅन्सी शुलमन आणि एलन बर्नबॉमचे 'प्रॅक्टिकल विझडम् फॉर पेरेंट्स : डीमिस्टिफाइंग द प्री-स्कूल इयर्स' नावाचे पुस्तक बाजारात आले. त्यांच्या कर्तृत्वामध्ये माझा खारीचा वाटा असला, तरी मला त्यामुळे खूप आनंद मिळाला.

लोकांना मोठी स्वप्ने पाहायला उद्युक्त करत राहण्याने मला माझा दुसरा सिद्धान्त सापडला आणि मला कमालीचा आनंद झाला. ही इतकी साधी गोष्ट मला याआधी का समजली नाही हेच मला कळेना. यात अध्याहृत असलेली तत्त्वे मला आधीच माहीत होती; पण ती तत्त्वे एका चक्रात अडकल्याने मी गोंधळले होते. जून महिन्यातल्या एका सकाळी मला त्याचा उलगडा झाला :

स्वत:ला आनंदी करण्याचा उत्तम उपाय म्हणजे दुसऱ्याला आनंदी करणे
दुसऱ्याला आनंदी करण्याचा उत्तम उपाय म्हणजे स्वत: आनंदी असणे

हा खूप मोठा दृष्टांत होता; सहजपणे ओळखता येणारा असला, तरी महत्त्वाचा होता. या माझ्या दुसऱ्या सिद्धान्तामुळे अनेक गोष्टींविषयी माझ्या मनात चाललेला गोंधळ संपला.

उदा. नि:स्वार्थीपणा आणि आनंद यांचा एकमेकांशी संबंध काय? काहीजण असा युक्तिवाद करतात की, चांगल्या गोष्टी केल्याने आनंद मिळत असल्यामुळे कोणतेही कृत्य हे पूर्णपणे नि:स्वार्थीपणे केलेले नसते, कारण आपण जेव्हा इतरांच्या भल्याकरता काही करतो तेव्हा जोडीला आपण स्वत:लाही खूश करत असतो.

माझ्या दुसऱ्या सिद्धान्ताचा पूर्वार्ध याचे उत्तर देतो : हो! बरोबर आहे, मग त्यात काय झाले? चांगलेच झाले की! आपल्याला होणाऱ्या आनंदाच्या भावनेने त्या कृत्यातला चांगुलपणा तर कमी होत नाही ना? खरे तर, एखाद्याला चांगले कृत्य करताना पाहून मला नेहमीच आनंद झाला आहे आणि ते चांगले कृत्य जर माझ्या हातून झाले असेल तर मला जास्तच आनंद होतो. दुसऱ्यांना चांगले वागताना पाहून आपल्यालादेखील चांगले वागावेसे वाटते - हा जगातला एक तरल आनंद आहे. सिमोन वाईलच्या मते, 'कल्पनेतला दुष्ट माणूस प्रेमळ असतो, बहुरंगी असतो. खऱ्या आयुष्यातला दुष्ट माणूस खिन्न, एकसुरी, रुक्ष, कंटाळवाणा असतो. कल्पनेतला चांगला माणूस कंटाळवाणा असतो आणि खऱ्या जगातला चांगला माणूस हा नेहमीच नवा, अद्‌भुत आणि उत्साही असतो.' कोण चांगले कृत्य करतो आहे त्याने काहीच फरक पडत नाही.

तसेच माझा दुसरा सिद्धान्त असेही सांगतो की, आनंद मिळवण्यासाठी प्रयत्न करणे हा स्वार्थीपणा नाही. जर माझा चिडखोरपणा कमी झाला, सतत काळजी करणे कमी झाले, कडवटपणा कमी झाला, रागीटपणा कमी झाला तर माझी वागणूक सुधारेल हे मला समजले होते आणि म्हणूनच मी अधिक आनंदी होण्याचा प्रयत्न करत होते. आजूबाजूच्या आनंदी लोकांना पाहून माझ्या लक्षात आले होते की, आनंदी लोक जास्त प्रेमळ, जास्त उदार आणि जास्त मजेत राहणारे असतात. मी

स्वत: आनंदी राहिल्याने इतरांना आनंदी करू शकणार होते आणि इतरांना आनंदी करण्याने मी स्वत: आनंदी होणार होते. 'चांगले वागा - चांगले वाटेल. चांगले वाटेल - चांगले वागा.'

लोकांना एकत्र आणा

माझ्या मुलींचा बालसाहित्य वाचनाचा ग्रुप आणि माझा लेखकांचा ग्रुप या दोन्ही ग्रुप्समुळे मला मनाचा मोठेपणा दाखवण्याचा अजून एक मार्ग सापडला. तो मार्ग म्हणजे 'लोकांना एकत्र आणा'. एका अभ्यासाद्वारे असे दिसून आले आहे की, बहिर्मुख आणि अंतर्मुख - दोन्ही प्रकारच्या लोकांना एकमेकांशी भेटण्या-बोलण्यातून स्फूर्ती मिळते. तसेच, प्रत्येकाकडे काही ना काही माहिती आणि साधने असतात, जी इतरांच्या उपयोगी पडू शकतात. तुम्ही जर लोकांना एकत्र आणलेत तर त्यातून एकमेकांना आधार देणारे, उपयुक्त ठरणारे मार्ग निघू शकतात.

मी लोकांना एकमेकांशी जोडण्याची संधी शोधत असे. मी ज्या वर्षी सुप्रीम कोर्टात क्लार्क होते, त्या वर्षीच्या सर्व क्लार्क लोकांचे रीयुनियन घडवून आणण्यात मी पुढाकार घेतला. (प्रत्येक न्यायाधीश त्यांच्या त्यांच्या क्लार्क लोकांचे री-युनियन घडवून आणतातच; पण आमचे री-युनियन त्या वर्षीच्या सर्व क्लार्कसचे मिळून एक मोठे री-युनियन होते.) न्यू यॉर्क पब्लिक लायब्ररीमधील लहान मुलांच्या विभागाला मदत करण्याकरता मी एक ग्रुप सुरू केला. मी माझ्या मैत्रिणीची एका व्यक्तीशी ओळख करून दिली, ज्याचे रूपांतर लवकरच प्रेमात झाले. मी बार्बेक्यू आवडणाऱ्या लोकांचे एक संमेलन भरवले. बार्बेक्यूबद्दल विशेष अभिमान बाळगणाऱ्या प्रांतातून आम्ही काही लोकांना त्यांच्या प्रांतातले खास बार्बेक्यू पदार्थ आणायला सांगितले आणि मग आम्ही बीफ की पोर्क, टोमॅटो सॉस की व्हिनेगर सॉस, साइड डिशला पॉपकॉर्न की शिजवलेली पालेभाजी की बीन्स यावर चर्चा केली. अपर न्यू यॉर्कमध्ये राहायला जाऊ इच्छिणाऱ्या माझ्या मित्रांची मी तिथे आधीपासून राहणाऱ्या एका मित्राबरोबर ओळख करून दिली आणि त्याची परिणती त्या सर्वांची एका घरात राहण्यात झाली. या प्रत्येक वेळी लोकांना एकत्र आणण्याचे थोडेफार काम मला करावे लागले. ई-मेल ॲड्रेस शोधून काढणे, वेळा जुळवणे इत्यादी पण माझ्या कानात माझे संकल्प गुंजत होते; त्यामुळे मी ते संकल्प पाळत राहिले आणि दर वेळी ते कष्ट कामी आले.

लोकांना एकत्र आणण्याच्या अजून काही कल्पना मला हव्या होत्या, म्हणून मी माझ्या ब्लॉगवर प्रश्न विचारला. मला तर त्याचा उपयोग झालाच; पण अजूनही काही लोकांना त्याचा उपयोग झाला.

जेव्हा मी चर्चकरता टीम्स तयार करण्याचे काम करत होते तेव्हा आमचा एक नियम होता : 'येताना एखादा काहीतरी खाद्यपदार्थ आणणे'; खाद्यपदार्थ हा लोकांना एकत्र आणण्याचा उत्तम उपाय ठरू शकतो आणि जर तो पदार्थ नवा असेल, तर अजूनच छान! त्या पदार्थाच्या निमित्ताने लोक एकमेकांशी बोलतात आणि त्यांना एकमेकांच्या आवडीनिवडी समजतात.

लोकांच्या आवडीनिवडी काय आहेत त्यानुसार मी लोकांना एकत्र आणण्याचा प्रयत्न करते. मला असे एकमेकांशी सांगड घालण्याचे काम व्यवस्थित जमते आणि त्याचा मी इतरांशी ओळखी करून घ्यायला उपयोग करून घेते. मला लोकांची बारीकसारीक घरगुती माहिती गोळा करायची सवय आहे. कोणाला तरी काहीतरी मदत हवी असते आणि मी नेमकी तिथे असते. माझ्या या माहिती गोळा करण्याच्या स्वभावामुळे मी गरजू व्यक्तीची योग्य व्यक्तीशी गाठ घालून देते. यात विरोधाभास असा आहे की, जरी मी लोकांत फारशी मिसळत नसले, तरी मी नेहमी लोकांना योग्य वेळी योग्य माणूस जोडून देऊ शकते.

कधी कोठे गेट-टुगेदर असेल, तेव्हा 'बरोबर एखादा मित्र/ मैत्रीण आणा' असा प्रस्ताव मांडल्यास अनेक नवे चेहरे दृष्टीस पडतात, असा माझा अनुभव आहे. नव्या ओळखी होण्याची किंवा जुन्या ओळखीच्या लोकांशी भेट होण्याची ही चांगली संधी असते.

मला अशा गाठीभेटींतून, नव्या ओळखी करून घेण्यातून खूप उत्साही वाटते; पण माझ्या बायकोला ते फारसे रुचत नाही. असे असले तरी तिला असलेली नाती जपता येतात, दृढ करता येतात. ती त्याकरता विशेष कष्ट घेते, येणे-जाणे वाढवते, संपर्कात राहते. लोकांशी संवाद साधण्याकरता तुम्ही तुम्हाला उपयोगी पडेल असा उपाय शोधला पाहिजे.

मी नव्या ओळखी करून घेण्याकरता आणि त्या टिकवण्याकरता डिनर पार्ट्यांचा उपयोग करतो. या पार्ट्या सहसा फक्त चार ते आठ लोकांच्याच असतात; ज्यामुळे प्रत्येकाशी व्यवस्थित गप्पा मारता येतात. आम्ही पार्टी ठरवताना समान आवडीची माणसे एकत्र येतील याचा विचार करतो;

त्यामुळे साहजिकच गप्पा रंगतात. (उदा. मागची आमची पार्टी प्राणिमित्रांसाठी होती. नंतरची जगप्रवास करणाऱ्यांची होती. एक पार्टी तर फक्त विणकाम करणाऱ्यांची होती. एक हॅरी पॉटरच्या चाहत्यांची होती. एक फक्त सिनेरसिकांची होती तर एक चहाबाज लोकांसाठी होती).

स्वत:च्या पद्धतीने मदत करा

औदार्याच्या इतर शक्यता तपासून पाहताना मला वाटले की, मी माझे पहिले तत्त्व विचारात घेतले पाहिजे, 'स्वत:च्या वृत्तीप्रमाणे वागा' मला गिफ्ट्स खरेदी करायला आवडत नाही. मग मी कशी बरे औदार्याने वागू?

माझ्या लक्षात आले की, मला जानेवारी महिन्यापासून घर आवरून ठेवायला आवडू लागले आहे. माझ्या बऱ्याच मैत्रिणी घरातल्या पसाऱ्यामुळे मेटाकुटीस आल्या होत्या. या कामी मी त्यांना मदत करू शकत होते. मला अशा प्रकारची मदत करायला आवडले असते. मी दिसेल त्याला, येता-जाता मदतीचा हात पुढे करू लागले. 'मला फक्त सांगा, मी येते तुमच्याकडे' असे मी सगळ्यांना सांगायची. 'मला एक फोन करा की, माझे कपाट आवरायचे आहे. विश्वास ठेवा माझ्यावर, तुम्हाला ते केल्याने समाधान वाटेल. बघाच तुम्ही, नंतर तुम्हाला घर आवरण्याचा नादच लागेल.' माझ्या मैत्रिणी उत्सुक होत्या; पण त्यांना लाजल्यासारखे होत होते. त्यांना त्यांचा पसारा मला दाखवायचा नव्हता. काही दिवसांनी एक संधी चालून आली आणि तो माझ्याकरता आणि माझ्या मैत्रिणींकरता एक समाधानकारक अनुभव ठरला.

एके रात्री मी आणि माझी मैत्रीण तिच्या घरातले एक कपाट तीन तास आवरत होतो. तिला तिचे ते ठासून भरलेले कपाट इतके नावडते होते की, तिने ते कित्येक दिवसांत उघडलेच नव्हते. त्या कपाटातले कपडे वापरण्याऐवजी ती तेचतेच कपडे पुन:पुन्हा घालत असे आणि कपड्यांचे गठ्ठे ती ड्रेसरवर किंवा बाथरूममध्ये ठेवत असे.

"तू येण्याआधी मी काही करून ठेवू का?" आदल्या रात्री तिने विचारले. "थोडे हँगर्स किंवा बॉक्सेस किंवा अजून काही आणून ठेवू का?"

"नाही, काही आणू नकोस." मी म्हटले. "प्लॅस्टिकच्या मोठ्या पिशव्या तेवढ्या आण. आणि हो, अजून एक गोष्ट – ज्या गोष्टी तू काढून टाकणार आहेस, त्या तू कोणाला देणार आहेस ते ठरवून ठेव."

"मी ते नंतर ठरवू का?"

"नको. ते आधीच ठरवलेलं बरं. ते आधीपासून माहीत असलं की, वस्तू

आवरणं सोपं जाईल.''

''ठीक आहे. ठरवते मी; पण इतकंच?''

''हं... आणि जमलं तर एक डाएट कोक.''

मी दुसऱ्या दिवशी जाऊन पोहोचले.

''मला कोठून सुरुवात करावी तेच कळत नाही.'' पसारा असल्याची माफी मागत ती म्हणाली.

''काळजी करू नकोस!'' मी म्हणाले. ''आपण पुन:पुन्हा चाळण लावत, दर वेळी कमी-जास्त करत निर्णय घेऊ. जोपर्यंत काढून टाकायचं काहीही शिल्लक राहणार नाही, तोवर आपण आपलं काम करत राहू.''

''ठीक आहे!'' तिने थोड्या साशंकतेने मान डोलवली.

''चल, सुरुवात करू या.'' सुरुवातीला थोडे सावकाशीने काम करायचे असते हे मी अनुभवातून शिकले होते. ''आधी सगळे जास्तीचे हँगर्स काढून टाकू या.''

नको असलेल्या हँगर्सचा गठ्ठा तयार झाला आणि बरीच जागा रिकामी झाली. ही माझी मनोधैर्य तत्काळ उंचावणारी करामत होती.

''ठीक आहे. आता आपण एकेका कपड्याचा निर्णय घेऊ. ज्या कपड्यांना अजून किमतीची लेबलं आहेत किंवा जे तुला गिफ्ट म्हणून मिळालेले आहेत किंवा जे आता होत नाहीत किंवा जे प्रेग्नन्सीच्या वेळचे कपडे आहेत, ते कपडे आपण बारकाईने तपासू या.''

आम्ही काही कपडे बाजूला काढले. देण्याच्या गठ्ठ्यामध्ये भर पडत चालली होती.

''आता आपण एकसारख्या कपड्यांकडे वळू. जर तुझ्याकडे चार काळ्या पँटस् असतील तर तू त्यातली सर्वांत नावडती पँट कधीतरी घालणार आहेस का? नाही!'' असा विचार करत आम्ही अजून काही कपडे काढून टाकले.

माझी मैत्रीण एक टी-शर्ट सारखा पकडून ठेवत होती. ''मला माहीत आहे की, तू मला हा टी-शर्ट टाकून द्यायला लावणार आहेस; पण मी तसं करू शकत नाही. मी हा कधी वापरत नसले तरी हा माझा कॉलेजच्या दिवसांतला आवडता टी-शर्ट होता.''

''बरं, जपून ठेव. काही कपडे तू आठवण म्हणून निश्चितपणे जपू शकतेस. फक्त ते दुसरीकडे कोठेतरी ठेव. ते तुझ्या रोजच्या कपड्यांच्या कपाटात असण्याची गरज नाही.'' आम्ही जपून ठेवायचे कपडे एका बॉक्समध्ये घातले आणि तो बॉक्स एका उंच, न वापरल्या जाणाऱ्या शेल्फवर ठेवला.

''अरे वा! हे छान दिसतंय!'' आवरत आलेल्या पसाऱ्याकडे बघत ती म्हणाली.

''अजून काम संपलेलं नाही.'' मी तिला सावध करत म्हणाले. ''आता

आपल्याला इथे थोडी जागा करायला हवी. हे मुख्य गोष्टींचं कपाट झालं. गरम पाण्याची पिशवी आणि ही डफल बॅग दुसरीकडे कोठेतरी ठेव.'' तिने त्या गोष्टी हॉलमधील दुसऱ्या एका कपाटात ठेवून दिल्या.

"तू जुने शू बॉक्सेस कधी वापरतेस का तरी?''

"नाही, मी ते का जपले आहेत काय माहीत?'' तिने ते रीसायकलच्या गठ्ठ्यात टाकून दिले. "आता काय?''

"आता तू घर आवरण्यात पटाईत झाली आहेस. आपण पुन्हा एकदा तुझ्या कपाटावरून नजर फिरवू आणि बघ, तुला अजून काही काढून टाकायच्या वस्तू सापडतील.''

तिचे कपाट आवरून झाल्यावर ते एकदम मासिकातल्या चित्राप्रमाणे दिसू लागले. शिवाय तिला एक मोठी गोष्ट मिळाली – एक रिकामा कप्पा. आमच्या दोघींच्याही अपेक्षा पूर्ण झाल्या होत्या; आम्ही यशस्वी झालो होतो. काही दिवसांनी मला समजले की, जेव्हा तिने तिच्या मैत्रिणींना घरी पार्टीला बोलावले होते, तेव्हा त्या सगळ्यांना तिने ते आवरलेले कपाट आवर्जून दाखवले.

तिचे कपाट आवरण्याच्या माझ्या कृतीचा बराच गवगवा झाला असे म्हटले तर त्यात काडीचीही अतिशयोक्ती नाही. वाढदिवसाला प्रेझेंट देण्यापेक्षा अशा प्रकारची मदत करणे माझ्याकरता खूप सोपी गोष्ट होती – आणि त्या व्यक्तीलादेखील ती फायद्याची ठरत असे.

मी 'देण्याच्या' अजून काही संधी शोधल्या. 'चाकोरीबाहेर पडा' या माझ्या संकल्पानुसार मी मागच्या महिन्यापासून सर्वत्र कॅमेरा घेऊन बाहेर पडू लागल्यामुळे मला बरेच फोटो काढता आले. मी माझ्या एका मैत्रिणीचा तिच्या डिलिव्हरीच्या काही दिवस आधी एक फोटो काढला होता. तो फोटो मी तिला पाठवून दिला. तिच्या दुसऱ्या प्रेग्नन्सीच्या वेळेचा हा एकुलता एक फोटो होता; त्यामुळे तिला तो खूपच आवडला. माझ्या दृष्टीने ही गोष्ट छोटी असली, तरी तिच्याकरता ती मोठी गोष्ट होती.

लोकांना माफ करा

मैत्रीला वाहून घेतलेल्या या महिन्यात मला दोन व्यक्तींच्या आठवणी वाचायला मिळाल्या. त्यातून अशी गोष्ट समजली जी आपण सहसा लक्षात घेत नाही : लोकांची आयुष्ये वरवर दिसतात त्यापेक्षा बरीच गुंतागुंतीची असतात; त्यामुळे मी माझ्या 'मन मोठे करा' या संकल्पाचा भाग म्हणून लोकांना माफ करायचे ठरवले.

सायकॉलॉजीमधील 'फंडामेंटल ॲट्रिब्युशन एरर' (संबंध लावण्यातली मूलभूत

चूक) या संकल्पनेनुसार आपण इतरांचे वागणे हा त्यांचा स्वभाव आहे असे म्हणतो आणि परिस्थितीमुळे ते तसे वागले असतील याकडे दुर्लक्ष करतो. मात्र, हेच स्वत:च्या बाबतीत घडले तर आपण परिस्थितीला दोष देतो. जेव्हा इतर लोकांचा सेलफोन थिएटरमध्ये वाजतो तेव्हा आपण त्यांना बेपर्वा, अडाणी म्हणतो; पण स्वत:चा सेलफोन वाजू लागला की, आपण घरी मुले सांभाळणाऱ्या आयाचा फोन घेणे किती महत्त्वाचे होते याचे समर्थन करू लागतो.

मी लोकांना कठोरपणे भिंगातून न पाहण्याची सवय करू लागले; निदान पहिल्या किंवा दुसऱ्या वेळीतरी. त्यांचे वागणे हा त्यांचा स्वभाव नसेल, त्यांना काहीतरी प्रॉब्लेम असेल असे मानू लागले. संयम हे उदारपणाचे, मोठ्या मनाचे एक रूप आहे.

माझ्या या नियमाची आठवण एकदा मी अशीच स्वत:ला भररस्त्यात करून दिली. मी एकदा रस्त्यात टॅक्सीला हात करत उभी होते. एक माणूस अचानक तिरीमिरीत चालत आला आणि धाडकन मी थांबवलेल्या टॅक्सीत जाऊन बसला. तमाम न्यू यॉर्क टॅक्सी संघटनेच्या नियमानुसार ही टॅक्सी माझी होती. त्याच्या उद्धट वागण्याबद्दल मी त्याला सुनावणारच होते; पण मला अचानक वाटले की, त्याला टॅक्सीची तातडीने गरज असू शकते. तो हॉस्पिटलमध्ये निघाला असेल किंवा मुलीला शाळेतून आणायला त्याला उशीर झाला असेल. मला कोणतीही घाई नव्हती. मी त्या माणसाला माफ करायला हवे.

फ्लॅनरी ओक्रूर हाच नियम आपल्या मित्राला एका वेगळ्या पद्धतीने सांगतो : 'पंधरा ते अठरा या वयोगटातल्या मुलांना इतरांच्या चुका पटकन दिसतात, मी माझ्या अनुभवावरून सांगतो. त्या वयात त्यामागचे खरे कारण शोधावेसे वाटत नाही. समोरच्याला फक्त स्वत:च्याच दृष्टिकोनातून न जोखणे आणि उदार दृष्टिकोन ठेवणे ही प्रगल्भतेची लक्षणे आहेत.' 'लोकांना माफ करा' हेच वेगळ्या शब्दांत सांगायचे झाले, तर 'उदार दृष्टिकोन ठेवा'.

येणे-जाणे वाढवा

वूडी ॲलनच्या मते 'नुसती हजेरी लावण्याने तुम्ही ८० टक्के बाजी मारलेली असते.' मैत्रीमध्ये भेटीगाठींना खूप महत्त्व असते. सातत्याने प्रयत्न न केल्यास मैत्री टिकत नाही.

एका मैत्रिणीच्या नुकत्याच झालेल्या बाळांना बघायला जाणे माझ्याकडून सारखे लांबणीवर पडत होते. मला लहान बाळे बघायला आवडतात; पण मला बरेचदा तो वेळ मी माझ्या कामाकरता द्यावा असे वाटत असे. या गोष्टीचा मी दुसऱ्या मैत्रिणीजवळ उल्लेख केल्यावर ती म्हणाली, ''पण तू जाऊन यावंस. अशा

गोष्टींनी फरक पडतो.''

"खरंच असं वाटतं तुला?'' मी विचारले. "मला वाटलं, काही फरक पडत नसेल.''

"या गोष्टींनी निश्चित फरक पडतो. मी कोणाबद्दलही काही आकस करून घेणार नाही; पण माझ्या मुलाच्या जन्मानंतर मला कोणकोण भेटायला आलं होतं हे माझ्या लक्षात आहे. तुलासुद्धा अशा गोष्टींनी फरक पडत असेलच ना?''

खरे सांगायचे तर, हो. या अशा वागण्यामुळे जुजबी ओळख असलेली मैत्री चांगली होते आणि चांगली मैत्री अधिक दृढ होते. मी लगेचच त्या तान्ह्या बाळांना भेटायची वेळ ठरवून घेतली. त्याच सुमारास माझ्या जवळच्या मैत्रिणीच्या कपड्यांच्या दुकानाचे उद्घाटन होते. मी तिथेही भेट द्यायचे ठरवले. दुकान सुरू होऊन फक्त एक तास झाला होता आणि मी तिथे पोहोचले. त्या दुकानात खरेदी करणारी मी पहिली गिऱ्हाईक ठरले. या सर्व प्रसंगांत विशेष कष्ट घेतल्याचा मला दर वेळेस आनंद झाला. यामुळे मी मनाने माझ्या मैत्रिणींच्या अधिक जवळ आले. शिवाय मला एक चांगली गोष्ट केल्याचे समाधान मिळाले. (माझा पहिला सिद्धान्त वापरला गेला.)

जवळच्या मैत्रिणींना भेटणे जसे महत्त्वाचे असते, तसेच जुजबी ओळख असलेल्या लोकांना भेटणेदेखील गरजेचे असते. उदा. नवऱ्याच्या ऑफिसच्या पार्टीला जाणे किंवा मुलींच्या शाळेत पालकांच्या कार्यक्रमांना जाणे. परिचयातून जिव्हाळा उत्पन्न होतो. 'केवळ संपर्काचा परिणाम' याचा अर्थ म्हणजे एखाद्या गोष्टीच्या वारंवार सान्निध्यात आल्यास ती गोष्ट चांगली वाटू लागते (उदा. संगीत, व्यक्ती, अनोळखी शब्द). तुम्ही एखाद्या व्यक्तीला वारंवार भेटत असाल तर तुम्हाला ती व्यक्ती हुशार वाटू लागेल आणि आवडू लागेल. मला या गोष्टीचा अनुभव आहे. मला पहिल्या भेटीत एखादी व्यक्ती आवडत नसली, तरी त्या व्यक्तीला मी जर बरेचदा भेटले तर मला ती व्यक्ती आवडू लागते. तसेच मी जर बरेचदा एखाद्या ठिकाणी गेले, तर तिथल्या लोकांना मी आवडू लागते. अर्थात हे दर वेळी घडतेच असे नाही. काही लोक तुम्हाला अजिबात आवडत नाहीत आणि अशांना जास्त वेळा भेटण्याने बहुधा तुम्हाला चीडच येईल; पण एखादी व्यक्ती तुम्हाला आवडती किंवा नावडती असे काहीही नसेल, तेव्हा फक्त वारंवार भेटण्याने तुमच्यात आपुलकीची भावना निर्माण होते.

गॉसिपिंग करू नका

बरेचदा, दीर्घकाळ टिकणाऱ्या आनंदाकरता तुम्हाला क्षणिक आनंदावर पाणी सोडावे लागते. याचे एक उत्तम उदाहरण म्हणजे गॉसिपिंग करणे. गॉसिपिंग करताना

बरेचदा लोक इतरांना नावे ठेवतात, विशेषत: कोणी सामाजिक किंवा नैतिक संकेत न पाळल्यास. गॉसिपिंग करणे वाईट असले, तरी ते समाजातले नीतिनियम अधिक बळकट करण्यात एक महत्त्वाची सामाजिक भूमिका पार पाडतात; त्यामुळे लोकांत जवळीक निर्माण होते, नीतिनियम पाळणाऱ्या लोकांमध्ये एकजूट होते, लोकांना समाजात कसे वागायचे असते ते समजते. जे आपल्या जोडीदाराला फसवतात किंवा उलटा फोन करत नाहीत किंवा दुसऱ्याचे श्रेय लाटू पाहतात, अशा लोकांचे चुकीचे वागणे गॉसिपिंगमुळे उघडकीस येते. एक मजेची गोष्ट म्हणजे स्त्री आणि पुरुष दोघांनाही स्त्रीबरोबरच गॉसिपिंग करायला आवडते कारण स्त्रिया अधिक चांगल्या, समंजस श्रोत्या असतात.

गॉसिप जरी महत्त्वाचे सामाजिक कार्य करत असले आणि त्यात मजा असली, तरी ती काही चांगली गोष्ट नाही. मला गॉसिपिंग केल्यानंतर नेहमीच वाईट वाटत आले आहे; त्यामुळे गॉसिपिंग करताना मला मजा येत असली, तरी मला दुसऱ्यांबद्दल वाईट बोलणे बंद करायचे आहे; एखाद्याचे काटेकोरपणे निरीक्षण करणे बंद करायचे आहे. (ते वस्तुस्थितीला धरून असले तरी) किंवा नाजूक बाबतीत चौकसपणा दाखवणे बंद करायचे आहे. एखादा काळजीचा सूरदेखील कधीकधी बातमी काढण्यासाठी वापरलेली युक्ती असू शकते : "मला तिची खरंच काळजी वाटते. आज ती दमलेली दिसतेय. तिला कामावर काही त्रास आहे का? तुला माहीत आहे?" हे सगळे गॉसिप आहे. सगळ्यात कठीण म्हणजे मला गॉसिपिंगच्या गप्पा ऐकणे बंद करायचेय.

एकदा एका मीटिंमध्ये माझ्या ओळखीच्या व्यक्तीबद्दल कोणीतरी म्हटले की, "मी ऐकलं की त्याच्या वैवाहिक आयुष्यात काहीतरी गडबड झाली आहे म्हणून."

"माझ्या कानावर आलं नाही." कोणीतरी उत्तरले. म्हणजे "मला सांगा" असा तिचा सूर होता.

"ओह, मला नाही वाटत ते तितकंसं खरं आहे!" मी झटकून टाकत म्हणाले. त्याबद्दल चर्चा करायला नको असा माझ्या म्हणण्याचा सूर होता. मला हे कबूल करतानाही ओशाळल्यासारखे वाटते की, ती चर्चा तिथेच थांबवणे मला जड गेले, मला इतरांच्या भानगडीबद्दल चर्चा करायला आवडते.

जोपर्यंत मी गॉसिपिंग करणे थांबवले नव्हते, तोवर मी किती प्रमाणात गॉसिपिंग करत होते याचा मला अंदाज नव्हता. मी क्षुद्र मनोवृत्तीची नव्हते. जे बोलायला नको असे मी किती वेळा बोलले आहे हे मला जाणवले. जेमी आणि मी एका डिनर पार्टीला गेलो होतो आणि मी तिथे अशा माणसाशेजारी बसले होते की, जो सहन करण्याच्या पलीकडे आहे (या माणसावर चांगल्या संगतीचा चांगला परिणाम होण्याची सुतराम शक्यता नव्हती.) जेवताना मी त्याच्याशी मित्रत्वाच्या नात्याने नीट

वागले खरी; पण जेव्हा आम्ही घरी आलो आणि जेमी म्हणाला, "जिम चांगला वाटला, नाही?" त्यावर मी म्हणाले, "तू तर त्याच्याबरोबर काहीच वेळ घालवला नाहीस. मला वाटतं की, तो सहन करण्याच्या पलीकडचा आहे. मी कशीबशी त्याच्याशी बोलत होते." हे म्हणताक्षणी त्याला नावे ठेवल्याबद्दल मला वाईट वाटले. जो इतरांना बऱ्यापैकी चांगला वाटत होता (मला असह्य झाला असला तरी) तसेच जेमीला आवडला असताना, त्याच्याबद्दल वाईट बोलून मी जेमीचे मन कलुषित करायला नको होते. बायको या नात्याने जेमीपाशी त्या माणसाला नावे ठेवून मी मोकळेपणे गॉसिप करू शकते, या सबबीखाली मी स्वत:चे समर्थन करू लागले; पण जेमीशी गॉसिप करणे बरोबर असले, तरी यापुढे गॉसिपिंग टाळण्याचा मी निर्णय घेतला.

मला इतरांवर निंदा/ टीका न करायला अजून एक कारण मिळाले. 'स्पॉंटेनिअस ट्रेट ट्रान्सफरन्स' (तत्काळ स्वभावविशेष चिकटवणे) या सायकॉलॉजिकल संज्ञेप्रमाणे असे दिसून आले आहे की, जी स्वभाववैशिष्ट्ये मी इतरांच्या वर्णनाकरता वापरलेली असतात, लोक तीच स्वभाववैशिष्ट्ये नकळतपणे मलाच चिकटवतात. म्हणजे मी जर जीनला सांगितले की, पॅट उद्धट आहे तर नकळतपणे जीन ते वैशिष्ट्य मला चिकटवतो. याउलट, मी जर म्हटले की, पॅट हुशार आहे किंवा विनोदी आहे, तर तो स्वभाव माझाही आहे असे समजले जाते. जे मी इतरांबद्दल बोलते, ते मला लागू होते – जरी ती व्यक्ती मला चांगलीच ओळखत असली तरी; त्यामुळे मी जर फक्त चांगल्या गोष्टी बोलत गेले तर मग प्रश्नच मिटला.

तीन नवे मित्र बनवा

'मला नव्या ओळखी करून घ्यायला, नवीन लोकांना भेटायला वेळ नाही' हे स्वत:ला सांगणे सोपे आहे; पण बरेचदा हे खरे नसते आणि तुम्ही नवीन ओळखी करून घ्यायला वेळ काढलात तर ती थकवणारी नव्हे तर उत्साह वाढवणारी गोष्ट असते. नव्या मित्र-मैत्रिणींमुळे तुमचे जग नवीन आवडी-निवडींनी भरून जाते, तुम्हाला नवीन संधी निर्माण होतात, नवीन उपक्रम सुचतात, अनमोल मदत मिळते आणि अनेक प्रकारची माहिती मिळते. तसेच या सगळ्या आनंददायी गोष्टी तुम्ही इतरांसाठीदेखील करू शकता.

नवीन ओळखी करून घेण्याची माझी कल्पना कदाचित तुम्हाला मतलबी आणि हिशेबी वाटेल; पण त्याचा फायदा होतो. मी माझ्याकरता एक ध्येय निश्चित केले आहे. जेव्हा मी नवीन ओळखी होतील अशा ठिकाणी जाते, तेव्हा मी तीन नव्या ओळखी करून घेण्याचा प्रयत्न करते. एलिझाबेथच्या शाळेतला पालकांचा ग्रुप, नवी नोकरी, एखादा क्लास, नवी राहायची जागा अशा ठिकाणी साहजिकच नव्या

ओळखी होण्याच्या अनेक संधी उपलब्ध असतात. एखादा आकडा ठरवून ध्येय आखणे आधी स्वाभाविक वाटत नसले तरी त्याने माझे वागणे बदलले. 'मला ही व्यक्ती आवडते का? मला या व्यक्तीशी ओळख करून घ्यायला वेळ आहे का?' इथपासून 'ही माझ्या तीन नव्या ओळखींपैकी एक असू शकते का?' इथपर्यंत माझ्यात बदल झाला. मी पुढे होऊन लोकांशी बोलू लागले, तोंडदेखले 'हॅलो' म्हणण्याऐवजी मी दोन-चार जास्तीची वाक्ये बोलू लागले. अर्थात मैत्रीची व्याख्या आयुष्याच्या वेगवेगळ्या टप्प्यांवर वेगवेगळी असते. कॉलेजमध्ये मी रोज माझ्या मैत्रिणींबरोबर तासन्तास घालवत असे. सध्या मी तितका वेळ जेमीबरोबरसुद्धा घालवत नाही. माझे असे कित्येक मित्र-मैत्रिणी आहेत ज्यांच्या जोडीदाराला मी अजून भेटलेली नाही. चालायचेच!

माझा मैत्री करण्याचा कोटा गाठण्याकरता बरेचदा मी मला वागावेसे वाटेल त्याहून जास्त खेळीमेळीने वागण्याचा प्रयत्न करत असे. माझ्या तिसऱ्या तत्त्वाची (जशी भावना हवी तशी कृती करा) महती मला पुन्हा एकदा जाणवली. अधिक खेळीमेळीने वागल्याने मी स्वत:ला जास्त खेळकर वाटू लागले. संशोधन असे सांगते की, लोकांमध्ये रमण्याने, गप्पिष्ट, साहसी आणि खंबीर वृत्तीने वागल्याने लोक - अगदी अंतर्मुख व्यक्तीसुद्धा - अधिक आनंदी होतात. मी समजत होते की, अंतर्मुख माणसांना एकटे आणि शांत राहून आनंद होतो; त्यामुळे मला या संशोधनाचे आश्चर्य वाटले. वस्तुस्थिती अशी आहे की, अंतर्मुख व्यक्तींनी समाजात मिसळण्याचा प्रयत्न केल्यास त्यांना ते आवडते आणि उत्साह देते. समाजात मिसळण्याने लोकांचा मूड चांगला होतो.

मैत्री करताना माझी पहिली छाप चांगली कशी पाडता येईल याचा मी विचार करू लागले. कसे वागले तर इतरांना माझ्याशी मैत्री करावीशी वाटेल? पहिल्या भेटीत पडणारी छाप खूप महत्त्वाची असते कारण जेव्हा लोक इतरांबद्दल मत बनवतात, तेव्हा ते सुरुवातीला मिळालेल्या माहितीला जास्त महत्त्व देतात. खरे तर समोरच्या व्यक्तीबरोबर आपण कसे नाते ठेवायचे याबद्दलचा लोकांचा निर्णय पहिल्या दहा मिनिटांत झालेला असतो. माझ्यासमोर पहिल्यांदा येणाऱ्या व्यक्तीशी कसे वागायचे याची मी एक नियमावली तयार केली.

वारंवार स्मितहास्य करा

अभ्यासाद्वारे असे सिद्ध झाले आहे की, एखाद्या व्यक्तीला तुम्ही आवडत आहात असे जर तुम्हाला वाटले तर ती व्यक्ती तुम्हाला आवडण्याची जास्त शक्यता असते. तसेच संभाषणाच्या दरम्यान तुम्ही जितके वेळा स्मित करता, त्याचा संबंध तुम्ही किती मैत्रीपूर्ण आहात हे ठरवण्यावर

होत असतो. (ज्या लोकांना चेहऱ्याच्या पक्षाघातामुळे स्मित करता येत नाही, त्यांना अशी नाती जुळवणे अवघड जाते.)

इतरांना संभाषणात ओढून घ्या

हे वागणे सुसंस्कृतपणाचे समजले जाते आणि त्याचे सगळ्यांकडून कौतुक होते. संभाषणाच्या बाहेर असलेल्या व्यक्तीला वर्तुळाच्या आत आल्याचे समाधान मिळते आणि आधीपासून संभाषणात भाग घेतलेल्यांना कोणीतरी ही सहृदय कृती केल्याने बरे वाटते.

आनंदी, चांगला, सकारात्मक मूड तयार करा

कोणत्यातरी वाईट, दु:खी, नकारात्मक गोष्टीबद्दल बोलू नका, उदा. ट्राफिक जाम किंवा सब-वेमधील एखादा वाईट अनुभव. सॅम्युएल जॉन्सनने म्हटल्याप्रमाणे 'तक्रारी ऐकणे हे आनंदी किंवा दु:खी माणसाला एकसारखेच त्रासदायक असते.' चांगले बोलण्याचे अजून एक महत्त्वाचे कारण म्हणजे एकदा मी आणि जेमी एका समारंभात मुख्य हॉलच्या बाहेर थांबलो होतो. आमची ज्याच्याबरोबर अगदी जुजबी ओळख होती अशा एका व्यक्तीने विचारले, "तुम्ही आत का येत नाही?" मी म्हणाले, "आत खूप थंडी वाजतेय आणि म्युझिकही बरंच जोरात चालू आहे." तो नेमका त्या कार्यक्रमाचा मुख्य संयोजक निघाला. काय वाटले असेल त्याला?

स्वत:हून संभाषणाला सुरुवात करा

आजूबाजूच्या परिस्थितीबद्दल बोलायला सुरुवात करा. उदा. कार्यक्रमाचा उद्देश, सजावट, हवामान, वेळप्रसंगी एखादी छोटीशी गोष्टदेखील पुरते. माझी एक मैत्रीण पार्टीला जाण्यापूर्वी संभाषण सुरू करायला कारण मिळावे म्हणून 'गुगल न्यूज'वर एक नजर टाकून येत असे.

मिळून-मिसळून राहा; मैत्रीपूर्ण वागा

स्वत: पुढे होऊन संभाषणात भाग घ्या; समोरच्याचे बोलणे नीट लक्षपूर्वक ऐका. तसे करताना जरासे पुढे झुकून तुम्हाला त्या संभाषणात रस आहे हे दर्शवा; समोरच्याकडे बघून बोला. बोलताना, ऐकताना नजरेला नजर भिडवा, उत्साही आवाजात बोला, दुसऱ्याचे बोलणे समजावून घ्या, संभाषणाचा वेग कायम ठेवा. संभाषण चालू असताना इकडेतिकडे बघत बसू नका, पाय पसरून बसू नका, बोलणाऱ्याकडे पाठ करू नका –

नाहीतर या अशा वागणुकीतून तुमचा निरुत्साह दिसून येतो.

संवेदनशील राहा, स्वतःवर विनोद करा

आनंदी होण्यास तयार राहा

बऱ्याच लोकांना स्वतः हसण्यापेक्षा इतरांना हसवायला आवडते. स्वतः शिकण्यापेक्षा इतरांना शिकवायला आवडते. तुम्ही स्वतः करमणूक करून घेण्यास तयार असणे, त्याबद्दल उत्साह दाखवणे या महत्त्वाच्या गोष्टी आहेत. शेवटी इतरांना आनंदी करणे हीच तर खरी आनंदाची गोष्ट आहे.

इतरांच्या संभाषणाचा रोख ओळखून वागा

एखादी व्यक्ती कोणत्या तरी विशिष्ट विषयाकडे तिच्या बोलण्याचा रोख वळवत असेल तर त्या व्यक्तीचा तो डाव उधळून लावण्याची आडमुठी वृत्ती मला माझ्यात नेहमी जाणवते. मला आठवते की, एकदा एका माणसाला त्याच्या व्हिएतनाममधील वास्तव्याविषयी बोलायचे होते, हे मला आमच्या चालू संभाषणातून स्पष्ट दिसत होते. सहज ओझरता उल्लेख करत त्याने दोन वेळा तो विषय सुरू करण्याचा प्रयत्न केला होता. जेव्हा एखाद्याला एखादा विषय बोलायचा असतो, तेव्हा मी त्या व्यक्तीला सहकार्य करायला हवे.

समोरच्याला प्रश्न विचारा

तुमची आवड आणि उत्साह दाखवण्याची अजून एक पद्धत म्हणजे समोरच्या व्यक्तीला प्रश्न विचारा. बऱ्याच लोकांना स्वतःबद्दल बोलायला खूप आवडते.

माझ्या या संशोधनामुळे माझे लक्ष एका तथ्याकडे वेधले गेले, ज्याचा मलादेखील अनुभव आला आहे - मैत्री जुळवताना तुमच्या मित्राची / मैत्रिणीची ज्यांच्याशी मैत्री आहे, अशा लोकांशी तुम्हाला मैत्री करणे सोपे जाते. 'ट्रायॲडिक क्लोजर'च्या (समाजशास्त्रातील एक संकल्पना) संकल्पनेनुसार मला माझा बाल-साहित्याचा ग्रुप आणि लेखनाचा ग्रुप इतका का आवडतो हे समजणे सोपे आहे. एकमेकांतील नातेसंबंधांमुळेच मैत्री वाढीस लागते आणि तुम्ही फक्त मैत्रीच नाही तर एक सामाजिक वर्तुळ उभारत आहात ही एक उत्साहपूर्ण आणि दिलासा देणारी गोष्ट असते.

जून महिना पूर्ण होताच माझ्या हॅपिनेस प्रोजेक्टचे अर्धे वर्ष पार पडले. महिन्यातील प्रगतीचा आढावा घेण्याच्या जोडीला, या वेळी सहा महिन्यांच्या प्रगतीचा आढावा घेण्यासाठी मी थोडा अधिक वेळ बाजूला काढला. आयुष्यातल्या महत्त्वाच्या घटनांचा उपयोग मूल्यमापन करण्यासाठी, अधिक विचार विनिमय करण्यासाठी आणि सखोल चिंतन करण्यासाठी होतो यावर माझा विश्वास आहे. माझ्या अनुभवावरून आणि वाचकांनी वेळोवेळी दिलेल्या प्रतिसादांवरून माझ्या लक्षात आले आहे की, वाढदिवस, लग्न, आई-वडिलांचा मृत्यू, मुलांचा जन्म, नोकरी जाणे, महत्त्वाचे रीयुनियन, नोकरीतील उल्लेखनीय यश (अथवा अपयश), अशा महत्त्वपूर्ण घटनांमुळे अनेक सकारात्मक बदल घडून येतात.

हॅपिनेस प्रोजेक्टला सहा महिने झाल्यावर मी आत्मपरीक्षण केले तेव्हा माझ्या लक्षात आले की, मला आधीपेक्षा जास्त आनंदी वाटते आहे. कोणत्या संकल्पांमुळे मला जास्त आनंदी वाटते याचा मी शोध घेतला आणि मला जाणवले की, कोणत्याही एका संकल्पापेक्षा 'माझ्या संकल्पांचा तक्ता' हा माझ्या हॅपिनेस प्रोजेक्टचा सर्वांत महत्त्वाचा घटक होता. सातत्याने संकल्पांचा आढावा घेत राहिल्याने सगळे संकल्प माझ्या मनात सतत घोळत असत. दररोज त्या संकल्पांमधील शब्द मला वेळोवेळी आठवत राहत. उदा. माझ्या टेबलावर पसारा असेल, तर 'रेंगाळणारे काम उरकून टाका' हे आठवे. घराबाहेर पडताना मला माझा कॅमेरा घरीच ठेवावासा वाटला तर 'आनंदी आठवणींचा खजिना तयार करा' हे तत्त्व आठवे.

संकल्पांचा तक्ता तयार करण्याची कल्पना अनेकांना पसंत पडली. माझ्या ब्लॉगवर जेव्हा मी लिहिले की, 'तुम्हाला तुमचा हॅपिनेस प्रोजेक्ट सुरू करायचा आहे का? संदर्भाकरता तुम्हाला माझा संकल्पांचा तक्ता हवा असल्यास मला ई-मेल करा,' तेव्हा पुढचे अनेक महिने शेकडो वाचकांनी माझ्याकडे माझ्या संकल्पांच्या तक्त्याची मागणी केली.

मी कॉलेजच्या पहिल्या वर्षाला आहे. मला वाटते, तुमच्या तक्त्यामुळे मी अधिक आनंदी होईन आणि माझ्या अभ्यासावरही जास्त लक्ष केंद्रित करू शकेन.

मला स्वत:करताही असाच तक्ता बनवायला आवडेल. मी आणि माझा नवरा दोघे मिळून आमच्या लग्नाविषयी संकल्प ठरवून घेणार आहोत.

प्लीज, मला तुमचा संकल्पांचा तक्ता पाठवाल का? मी लंडनमध्ये प्रोबेशन ऑफिसर आहे. मला तो तक्ता भिंतीवर लावायचा आहे; डोक्यात फिट्ट बसवून घ्यायचा आहे आणि जगण्याचा एखादा वेगळा मार्ग असू शकतो का? हे समजून घ्यायचे आहे.

माझ्या संकल्पांचा तक्ता मागताना अनेकांनी त्यांचा स्वत:चा हॅपिनेस प्रोजेक्ट सुरू करण्याची इच्छा बोलून दाखवली आणि कित्येकांनी स्वत:ची बारा तत्त्वे मला कळवली. लोकांच्या वैयक्तिक तत्त्वांनी मला मोहून टाकले कारण त्यात त्यांच्या अनुभवांतली विविधता होती :

भूतकाळ विसरा.
काही ना काही करत राहा.
अनोळखी व्यक्तींशी बोला.
संपर्कात राहा.
तक्रारी करणे, राग काढणे बंद करा.
घराबाहेर पडा.
आनंद पसरवा.
ज्यांचा तिरस्कार करता त्यांचा विचार करू नका.
एखादी गोष्ट टिकून राहील अशी अपेक्षा धरू नका. प्रत्येक गोष्टीला शेवट असणारच आणि ते योग्यदेखील आहे.
फालतू खर्च करू नका.
चुका होऊ देत.
सदैव कृतज्ञ राहा.
सृजनशील व्हा.
कर्तबगार व्हा.
खुळेपणा करा, खेळकर राहा.
तुमची मुलगी मोठेपणी जशी व्हायला हवी, तशी स्त्री बनण्याचा प्रयत्न करा.
गोंधळ होणारच हे गृहीत धरा.
सेक्सपेक्षा मैत्री जास्त महत्त्वाची असते.
प्रत्येक गोष्ट मनाला लावून घेऊ नका.
प्रेमळ राहा आणि प्रेम तुम्हाला शोधत येईल.
प्रत्येक क्षणाचा आनंद घ्या.
हेही दिवस जातील.

लक्षात ठेवा, प्रत्येकजण दर वेळी आपल्या परीने उत्तमच काम करत असतो.
स्वत:वर नियंत्रण ठेवा.
तुमच्या पश्चात लोकांनी तुमची आठवण कशा प्रकारे काढावी?
चमत्कार घडतात यावर विश्वास ठेवा.
जितके आहे, तितके मला पुरेसे आहे.
सोडून द्या हो!
एक तर चांगली कृती करा किंवा गप्प बसा.
तुम्हाला काय डाचत आहे ते ओळखा.
मला खरेच काय हवे आयुष्यात? खरे, खरे, अगदी खरे!
सगळीकडून मदत मिळेल.
मी जर घाबरले नसते, तर मी काय केले असते?
जर तुम्ही एखाद्या गोष्टीपासून सुटका करून घेऊ शकत नसाल तर त्यात शिरून प्रश्न सोडवा.
आयुष्य गुंतागुंतीचे करू नका.
सढळ हाताने द्या; अपेक्षा न ठेवता द्या.
परिस्थितीनुसार वागा.
धोका ओळखा (चरबी वाढण्यातला, दारू पिऊन गाडी चालवण्यातला, काम वेळेत पूर्ण न करण्यातला... पण या गोष्टी धोकादायक आहेत असे वाटले नाहीतरी)
जिथे असाल तिथून सुरुवात करा.
तुम्हाला काय हवे आहे ते नीट ओळखा.
क्षणस्थ राहा.
नशिबाचे दान मान्य करा.
गरजा कमी करा - प्रेम जास्त करा.
कधीकधी एखादी गोष्टदेखील पुरून उरते, तर कधी शेकडो गोष्टी पुरेशा नसतात.
कोणत्याही गोष्टीचा अतिरेक करू नका.
फक्त संपर्कात राहा.
आधार द्या.

काही लोकांची तत्त्वे इतर लोकांच्या विरुद्ध होती, हे पाहून मला गंमत वाटली; पण अशा विरोधी भासणाऱ्या सल्ल्यांचाही वेगवेगळ्या व्यक्तींना कसा फायदा होतो,

हे मला माहीत आहे.

फक्त हो म्हणा.
फक्त नाही म्हणा.
आत्ता करा.
वाट पाहा.
एका वेळी एकच गोष्ट करा.
सगळी कामे एकदम करून टाका.
नेहमी सर्वोत्कृष्ट काम करण्याकरता प्रयत्नांची पराकाष्ठा करा.
८०/२० चा नियम लक्षात ठेवा.

माझ्या हॅपिनेस प्रोजेक्टला सहा महिने झाल्यानंतर मला जाणवले (जसे एप्रिलमध्येदेखील मला जाणवले होते) की, माझ्या मूळ स्वभावात काहीही बदल झाला नसला तरी प्रत्येक दिवशी मला अधिक आनंद आणि कमी अपराधी वाटू लागले. मला जास्त मजा वाटत होती आणि माझ्या काळजी, भीती कमी झाली होती. स्वच्छ कपाट आणि स्वच्छ मन यामुळे माझे आयुष्य अधिक आनंदमय झाले होते.

माझा प्रोजेक्ट जसजसा पुढे सरकू लागला, तसतसे मी शारीरिक स्वास्थ्य किती महत्त्वाचे असते ते पाहून मी चकित झाले. मला पुरेशी झोप मिळते की नाही, माझा नियमित व्यायाम होतो की नाही, मी माझ्या भुकेच्या वेळा सांभाळते की नाही, मी वेळच्या वेळी उबदार कपडे घालते की नाही... या सगळ्या गोष्टींनी बराच फरक पडत होता. मी स्वत:ला जास्तीतजास्त उत्साही आणि आरामशीर ठेवण्याकडे लक्ष द्यायला शिकले होते. मात्र, एका गोष्टीने मी अजिबात चकित झाले नाही आणि ती म्हणजे मी जितकी लोकांबरोबर मिसळत असे, तितका माझा आनंद वाढत असे. जेमी, एलिझा, इलिनॉर, माझे नातेवाईक, माझे मित्र-मैत्रिणी या सगळ्यांबरोबर संबंध दृढ करण्याकरता मी जे प्रयत्न केले, त्याचे परिणाम खूपच समाधानकारक ठरले. अजून एक - माझ्या हॅपिनेस प्रोजेक्टने मला शांत, उत्साही, प्रेमळ, उदार राहायला शिकवले होते आणि बरेच काही शिकवले होते, ज्या गोष्टी मी आत्मसात करण्याचा प्रयत्न करत होते. मला माझे संकल्प प्रत्यक्षात आणणे सोपे जाऊ लागले. माझ्या स्वत:च्याच कटकटींवर मला हसता येऊ लागले, मजा करण्याकरता माझ्यामध्ये जास्त उत्साह राहू लागला.

मात्र, ज्या गोष्टी मला सुरुवातीपासून अवघड वाटत होत्या, त्या खूप दिवस अवघडच वाटत राहिल्या. मी माझ्या संकल्पांच्या तक्त्यावर नजर टाकली असता

मला त्यात एक स्पष्ट पॅटर्न आढळला. माझ्या तक्त्यावरच्या खुणांवरून मला जाणवले की, माझा राग नियंत्रणाखाली ठेवताना, चाकोरीबाहेर पडून कामे करताना, उदार वृत्तीने वागताना मी कमी पडत होते. मी स्वत:लाच स्वत:च्या चुका दाखवून दिल्या होत्या. जेव्हा मी अशी चुकत होते तेव्हा मी निराश होत होते आणि यामुळे मी स्वत:ला आनंदी ठेवू शकले नव्हते. माझ्यातल्या कमतरता त्या तक्त्यातून मला वाकुल्या दाखवत होत्या. माझे अनुभवाचे बोल मला सांगत होते की, 'हॅपिनेस प्रोजेक्टमधून दर वेळी आनंद मिळेलच असे नाही' आणि मला माझ्यातल्या चुकांची, कमतरतांची जाणीव असणे (हे चांगले असले तरी) जरी मला नजीकच्या भविष्यात आनंदी करणार नसले, तरी भविष्यात यावर मात करण्याने मला आनंद मिळणार होता. माझे आदर्श बेंजामिन फ्रँकलिन यांच्या शब्दांनी मला धीर आला. ते त्यांच्या तक्त्यासंदर्भात सांगतात की, 'मला माझ्यामध्ये पूर्णत्व आणण्याचा जो अट्टाहास होता तिथपर्यंत मी अजून पोहोचू शकलेलो नाही; परंतु मला माझ्या प्रयत्नांनी एक चांगली आणि अधिक आनंदी व्यक्ती बनवले आहे, जे मला प्रयत्न न करता कधीच साध्य झाले नसते.'

उपरोधिकपणे बघता या 'हॅपिनेस प्रोजेक्ट'पायी मी माझा रिकामा वेळ तसासुद्धा हातचा दवडला होताच म्हणा! माझे संकल्प मला अधिकाधिक आनंदी ठेवत होते आणि मला एकुणातच सगळी मजा वाटत होती हे खरे असले, तरी मला पुरेसा फावला वेळ मिळत नव्हता. सगळी संध्याकाळ आवराआवरी, मित्र-मैत्रिणींचे वाढदिवस लक्षात ठेवणे, कार्यक्रमांना हजेरी लावणे, प्रोजेक्ट्सकरता वेळ काढणे आणि असंख्य गोष्टी करण्यात जात असल्याने मला डेव्हिड कॉपरफिल्डची पुस्तके पुन:पुन्हा वाचायला कमी वेळ मिळत असे. अर्थात मी माझ्या संकल्पांच्या तक्त्यामध्ये याची तरतूद करू शकते म्हणा!

७

जुलै

आनंद विकत घ्या

पैसा

- थोडेफार पैसे खर्च करा आणि स्वत:चे लाड पुरवा
- आवश्यक गोष्टी खरेदी करा
- वस्तू वापरून टाका
- काही गोष्टी सोडून द्या

माझ्या हॅपिनेसच्या अभ्यासात पैसा आणि आनंद यांचा परस्परसंबंध शोधणे हे माझ्या आवडीचे तरीही नाजूक आणि गुंतागुंतीचे काम होते. कित्येक तज्ज्ञदेखील याबाबत गोंधळात पडले आहेत.

मी हॅपिनेस या विषयावर रिसर्च करत असताना गेरत्रूड स्टाइनने केलेले एक निरीक्षण माझ्या डोक्यात सतत घोळत होते– 'प्रत्येकाने स्वत:च्या मनाशी निर्णय केला पाहिजे की, पैसा हा पैसा आहे की पैसा हा पैसा नाही. आणि आज ना उद्या प्रत्येकजण निश्चितपणे सांगेल की, पैसा हा पैसा आहे.' पैशामुळे माणसाच्या मुलभूत ऐहिक गरजा पूर्ण होतात. पैसा हे साधन आहे आणि साध्यदेखील आहे. जगण्याकरता, सुरक्षित आयुष्याकरता, उदार वृत्ती जोपासण्याकरता आणि मान मिळवण्याकरता पैसा आवश्यक आहे. पैसा एखाद्या व्यक्तीला कलेत अथवा साहित्यामध्ये नैपुण्य देऊ शकतो किंवा त्यात गती नसेल,

तर त्याचा अभ्यास करायची संधी देऊ शकतो. पैसा हे यशाचे आणि प्रतिष्ठेचे द्योतक आहे. पैशाने वेळ विकत घेता येते, ज्याचा विनियोग निरुद्देश भरकटण्यात होऊ शकतो अथवा अर्थपूर्ण कृती करण्यात होऊ शकतो. पैशाच्या ताकदीचा उपयोग लोक इतरांहून वरचढ ठरण्यासाठी करतात. तसेच ती ताकद जगात सर्वत्र वापरली जाते. ज्या गोष्टी आपल्याकडे नाहीत त्याचे कारण पैसा आहे असे समजले जाते. उदा. आमच्याकडे पैसे असते तर आम्हीदेखील आव्हाने पेलली असती किंवा बारीक झालो असतो किंवा सुसंस्कृत झालो असतो, उदार झालो असतो; लोकांनी आमचा आदर केला असता असा बऱ्याचजणांचा सूर असतो.

या महिन्याचे संकल्प ठरवण्यापूर्वी मला पैशाबद्दलच्या माझ्या विचारांमध्ये सुस्पष्टता आणायची होती. मी जे काही वाचले होते त्यातील बऱ्याच गोष्टींबद्दल मला शंका होती. विशेषत: 'पैशाने आनंद विकत घेता येत नाही' हा युक्तिवाद अनेकदा माझ्या पुढ्यात येत होता; परंतु असे निश्चितपणे दिसून येत होते की, आनंद मिळवण्यासाठी पैसा महत्त्वाचा असतो हे लोकांना पटले आहे. 'पैसा हा फायदे बरोबर घेऊनच येतो' आणि याच्या उलट विधान (ते वारंवार केले जात असले तरी) लोकांना पटलेले नाही. पाहणीअंती असे दिसून आले आहे की, गरीब राष्ट्रांपेक्षा श्रीमंत राष्ट्रांमधील लोक जास्त आनंदी असतात. कोणत्याही देशात जास्त पैसेवाले लोक कमी पैसेवाल्या लोकांपेक्षा जास्त आनंदी असतात. तसेच जसजसा देश संपन्न होत जातो, तसतसे त्या देशाचे नागरिक भौतिक सुखे आणि आर्थिक सुरक्षितता याकडे लक्ष देण्यापेक्षा आनंद आणि स्वत:ची ओळख अशा उद्दिष्टांकडे लक्ष केंद्रित करतात. संपन्नता आयुष्यातील उच्च मूल्यांकडे आपले लक्ष वेधायला मोकळीक देते आणि आयुष्यात भौतिक सुखांची आस लागण्यापेक्षा आपल्या आयुष्याला अर्थ असणे, समतोल असणे, आनंद असणे या गोष्टींची लोकांना आस लागू लागते.

प्यू रिसर्च सेंटरने २००६ मध्ये अमेरिकेत केलेल्या पाहणीनुसार ज्या कुटुंबाचे वार्षिक उत्पन्न एक लाख डॉलर्सहून अधिक आहे, त्यातल्या ४९ टक्के लोकांनी सांगितले की, ते खूप आनंदी आहेत. याच्या तुलनेत, ज्यांचे उत्पन्न तीस हजार डॉलर्सहून कमी आहे, त्यातल्या फक्त २४ टक्के लोकांनी ते आनंदी असल्याचे सांगितले. जसजसे लोकांचे उत्पन्न वाढत गेले, तसतसा त्यांचा आनंद वाढत गेला.

३० हजार डॉलर्सहून कमी मिळकत असणाऱ्यांपैकी २४ टक्के, ३० ते ७५ डॉलर्स मिळकत असणाऱ्यांपैकी ३३ टक्के, ७५ हजार ते एक लाख डॉलर्स मिळकत असणाऱ्यांपैकी ३८ टक्के आणि एक लाख डॉलर्सपेक्षा जास्त मिळकत असणाऱ्यांपैकी ४९ टक्के लोकांनी ते आनंदी असल्याचे सांगितले. (कधीकधी याचा असा उलट अर्थदेखील लावता येतो की, आनंदी लोक इतर लोकांवर चटकन

छाप पाडत असल्याने लवकर श्रीमंत होतात आणि त्यांचा आनंदच त्यांना यशस्वी व्हायला मदत करतो.)

आता हेही दिसून आले आहे की, जसे आपण श्रीमंत आहोत या गोष्टीने लोकांना फरक पडतो, तसेच आपण इतरांच्या तुलनेत किती श्रीमंत आहोत यानेदेखील लोकांना फरक पडतो. स्वत:च्या परिस्थितीचे मूल्यमापन करण्याचा लोकांचा महत्त्वाचा मार्ग म्हणजे ते आजूबाजूच्या लोकांबरोबर आणि आपल्या आधीच्या दिवसांबरोबर स्वत:ची तुलना करतात. उदा. लोक आपल्या वयाच्या सहकाऱ्याशी स्वत:ची तुलना करतात आणि जर ते त्यांच्यापेक्षा जास्त पैसे मिळवत असतील, तर त्यांना जास्त आनंद होतो. त्याचप्रमाणे, संशोधनाने असेही सिद्ध झाले आहे की, शेजाऱ्यांची आर्थिक परिस्थितीदेखील लोकांच्या आनंदावर परिणाम करते. जे लोक त्यांच्याएवढीच मिळकत असणाऱ्या लोकांच्या वस्तीत राहतात, त्यांच्या तुलनेत – जे लोक त्यांच्यापेक्षा श्रीमंत लोकांच्या वस्तीत राहतात – ते कमी आनंदी असतात. वेगवेगळ्या उद्योग क्षेत्रातल्या कामगारांच्या कामातून मिळणाऱ्या समाधानाचा अभ्यास केला असता असे दिसून आले की, लोकांचे समाधान स्वत:च्या पगारापेक्षा, त्यांचा पगार इतर कामगारांच्या तुलनेत किती कमी किंवा जास्त आहे याच्याशी जास्त निगडित असते. लोकांना या तत्त्वाचे महत्त्व माहीत आहे : एका पाहणीनुसार, जेव्हा इतरजण अडीच लाख डॉलर्स कमावतील, तेव्हा आपण एक लाख डॉलर्स कमावणे या परिस्थितीपेक्षा बहुतांश लोकांनी इतरजण पंचवीस हजार डॉलर्स मिळवत असताना आपण पन्नास हजार डॉलर्स मिळवणे ही परिस्थिती जास्त पसंत केली. (कारण जास्त पैसे मिळवण्यापेक्षा 'इतरांपेक्षा' जास्त पैसे मिळवणे त्यांना अधिक महत्त्वाचे वाटले.)

माझी आई नेब्रास्का राज्यातल्या नॉर्थप्लेट नावाच्या छोट्या गावात सुखवस्तू वातावरणात लहानाची मोठी झाली. तिचे वडील युनियन पॅसिफिक रेलरोडमध्ये इंजिनिअरच्या प्रतिष्ठित हुद्द्यावर कामाला होते. त्याच्या उलट माझ्या एका मित्राला न्यू यॉर्क सिटीमध्ये राहण्याने गरीब असल्यासारखे वाटत असे, कारण तो शहराच्या अत्यंत फॅशनेबल परिसरात; पण कमी फॅशनेबल विभागात राहत होता.

'पैशांनी समाधान विकत घेता येत नाही' असे म्हणणारे लोक एका संशोधनाकडे बोट दाखवतात - अमेरिकेत बरेचजण अधिक आरामदायी वातावरणात राहत असले, तरी कलकत्त्यामध्ये गरिबीत राहणाऱ्या लोकांपेक्षा अमेरिकेतले लोक स्वत:चे आयुष्य जास्त चांगले आहे असे कधी म्हणत नाहीत. जगभरातील बहुतेक सर्व लोक स्वत:ला थोडेसेच आनंदी समजतात.

लोक श्रीमंत असोत वा गरीब, ते कोणत्याही परिस्थितीत आनंद शोधण्याचा प्रयत्न करतात ही खूप कौतुकास्पद गोष्ट आहे. परिस्थितीशी जुळवून घेणे हा

माणसाचा स्थायिभाव आहे; परंतु कलकत्याच्या रस्त्यावरची गरिबी आणि अटलांटामधील मोठाली घरे यातील विषमता पाहून एखादा माणूस तटस्थ राहू शकेल असे मला वाटत नाही. आता वस्तुस्थिती अशी आहे की, लोक मिठाची आणि दालचिनीची (एके काळी मौल्यवान) मुबलकता पाहून, इलेक्ट्रिसिटी, एसी, सेलफोन, इंटरनेटची सुविधा पाहून आता आनंदाने बेहोष होत नाहीत कारण कोणे एके काळी महाग असणाऱ्या या गोष्टींची त्यांना आता त्यांच्या रोजच्या आयुष्यात सवय झालेली असते. स्वच्छ पाणी सहजगत्या मिळणे हे आता लोक गृहीत धरू लागले असले, तरी त्याचा अर्थ असा नाही की, लोकांच्या आयुष्यातले स्वच्छ पाण्याचे महत्त्व कमी झाले आहे. परिस्थितीशी जुळवून घेणे हा माणसाचा स्थायिभाव असला, तरी कलकत्त्यामधील लोकांनी आजूबाजूचे भौतिक जग सुधारण्याचा प्रयत्न करायचाच नाही का?

मी जसजशी हे पैशांचे कोडे सोडवायला लागले, तसतशी त्याबद्दलच्या संशोधनात आणि विश्लेषणात इतकी ओढली जाऊ लागले की, त्यातून जणू एक स्वतंत्र पुस्तकच तयार झाले असते. परिणामी, माझा हॅपिनेसचा विषय मागे पडू लागला. मला निश्चितपणे चाकोरीबाहेर पडायचे होते आणि मी कदाचित एके दिवशी या विषयावर एक स्वतंत्र पुस्तक लिहीनही; पण आत्ता सध्यातरी मला त्या विषयात खोलात जायचे नव्हते. मला फक्त आनंद आणि पैसा या दोन्हींचा मेळ कसा घालता येईल हे शोधून काढायचे होते.

'पैशाने आनंद विकत घेता येतो' हे सांगण्याचा मी प्रयत्न करत होते का? याचे उत्तर आहे 'नाही!' निदान ते उत्तर तरी माझ्या मनात स्पष्ट होते. निव्वळ पैशाने आनंद विकत घेता येत नाही.

त्याचाच मागोवा घेत मी स्वत:ला प्रश्न विचारला, 'आनंद विकत घ्यायला पैसा मदत करतो का?' उत्तर होते 'होय!' पैसा योग्य पद्धतीने वापरला तर पैशाने आनंद विकत घेता येतो. श्रीमंत असो अथवा गरीब, पैसा कसा खर्च करायचा यावर दोघेही विचार करतात आणि जे पर्याय ते निवडतात, त्याने त्यांचा आनंद वाढतो किंवा कमी होतो. पैशाचा प्रत्येकावर एकसारखाच परिणाम होईल असे गृहीत धरणे मात्र चूक आहे. एखाद्यावर एखाद्या परिस्थितीत– त्याचा स्वभाव लक्षात घेता– पैशांचा परिणाम कसा होईल हे कोणतेही संख्याशास्त्र सांगू शकत नाही. बऱ्याच विचारांनंतर पैशांचे महत्त्व कोणत्या तीन गोष्टींवर अवलंबून असते ते मी शोधून काढले.

तुमचे व्यक्तिमत्त्व कसे आहे?

प्रत्येक व्यक्तीला पैशांचे मोल वेगवेगळे असते. कोणाला मॉडर्न आर्ट गोळा करावेसे वाटेल तर कोणाला जुने सिनेमे पाहाणे आवडेल. कोणाला

सहा मुले आणि आजारी पालकांची जबाबदारी असेल, तर कोणाला मुले नसतील आणि त्यांचे पालक धडधाकट असतील. कोणाला प्रवास करायला आवडत असेल, तर कोणाला घरावर खर्च करावासा वाटेल. कोणाला ऑरगॅनिक पदार्थ खायला आवडतील, तर कोणाला रेशनचे अन्न खायला आवडेल.

तुम्ही पैसा कसा खर्च करता?

काही विशिष्ट गोष्टी खरेदी केल्याने तुमच्या आनंदात भर पडते. कोणी अमली पदार्थ विकत घेईल, तर कोणी कुत्रा विकत घेईल. कोणी मोठा टीव्ही आणेल, तर कोणी नवी सायकल आणेल.

इतरांच्या तुलनेत तुमच्याकडे किती पैसा आहे? पूर्वीपेक्षा आज तुमच्याकडे किती पैसा आहे?

एका व्यक्तीचे नशीब हे दुसऱ्या माणसाचे कमनशीब असू शकते.

या तीन गोष्टी शोधून काढताना आणि वापरून पाहताना माझ्या लॉ कॉलेजच्या सुखद आठवणी जागृत झाल्या. मात्र, ही विश्लेषणाची पद्धत उपयुक्त असली, तरी अवघड होती. मला पैसा आणि आनंद यातील संबंध स्पष्ट करणारी एखादी खात्रीलायक पद्धत हवी होती.

डोक्यात या तीन गोष्टींचा विचार चालू असताना एके दुपारी मी इलिनॉरला क्रिबमधून चुकीच्या पद्धतीने उचलले आणि दुसऱ्या दिवशी सकाळी मला तीव्र पाठदुखीने जाग आली. जवळजवळ महिनाभर मी जास्त वेळ सलग बसू शकत नव्हते, टाइप करू शकत नव्हते; धड झोपूही शकत नव्हते. शिवाय इलिनॉरला क्रिबमधून काढण्याचे काम टाळू शकत नसल्याने माझी पाठदुखी वाढतच गेली.

"तू माझ्या फिजिकल थेरपिस्टकडे जायला हवंस." माझ्या सासऱ्याने मला पुन्हा एकदा कळकळीने सांगितले. त्याला गेली कित्येक वर्षे पाठदुखीचा त्रास होता. "थेरपिस्ट लोक बरंच काही करू शकतात."

"मला वाटतं की, हे दुखणं आपोआप बरं होईल." मी दर वेळेस सांगत राहिले.

एके रात्री कूस बदलण्याचा केविलवाणा प्रयत्न करत असताना मला जाणवले की, आता मदत घ्यायलाच हवी. जर माझ्या सासऱ्याच्या मते उपयोग होत असेल तर मी का विरोध करते आहे?

मी माझ्या सासऱ्याला त्याच्या ऑफिसमध्ये फोन केला. त्याच्याकडून त्या

फिजिकल थेरपिस्टची माहिती मिळवून अपॉइंटमेंट घेतली आणि फक्त दोन व्हिजिट्सनंतर मी ठणठणीत बरी झाले. हा एक चमत्कारच म्हणावा लागेल. माझ्या वेदना संपल्याच्या दुसऱ्या दिवसापासूनच मी माझी तब्येत पुन्हा गृहीत धरू लागले आणि मला पुन्हा एकदा पाठदुखीचा त्रास सुरू झाला. निव्वळ पैसा जसा आनंद आणू शकत नाही तसेच निव्वळ चांगली तब्येतसुद्धा आनंद आणू शकेलच असे नाही.

जेव्हा पैसा किंवा तब्येत ही तुमची समस्या असते तेव्हा तुम्ही इतर कसलाही विचार करू शकत नाही; पण जेव्हा पैसा किंवा तब्येत ही तुमची समस्या नसते तेव्हा तुम्ही त्याबद्दल फारसा विचार करत नाही. पैसा आणि तब्येत या दोन्ही गोष्टी आनंदामध्ये नकारात्मकरीत्या भर घालतात. पैसा आणि आनंद असण्याने जितका आनंद मिळतो त्यापेक्षा कितीतरी जास्त दु:ख त्यांच्या नसण्यामुळे होते.

निरोगी असण्याने आनंद मिळतोच असे नाही. कितीतरी निरोगी लोक कितीतरी दु:खी असतात. कितीतरी लोक स्वत:च्या तब्येतीची काळजी घेत नाहीत किंवा स्वत:ची तब्येत गृहीत धरतात. खरे तर काही लोकांना शारीरिक बंधने असलेलीच बरी, म्हणजे ते शरीराला अपाय होईल असे वागणार नाहीत (मी एकदा एका ग्रुपबरोबर ट्रीपला गेले होते. त्या ग्रुपमध्ये एक अत्यंत निष्काळजी आणि असंस्कृत माणूस होता. एक धाडसी कृत्य करताना त्या माणसाने स्वत:चा पाय मोडून घेतला तेव्हा मी सुटकेचा नि:श्वास टाकला; कारण निदान त्यामुळे तरी त्याच्या खोडसाळपणाला आळा बसणार होता.) तसेच पैशांचे आहे. निव्वळ चांगली तब्येत आनंद देऊ शकत नसली तरी याचा अर्थ असा नाही की, चांगल्या तब्येतीचा आनंदावर काहीच परिणाम होत नाही. तसेच पैशांचे आहे. पैसा आणि तब्येत या दोन्ही गोष्टी योग्य प्रकारे वापरल्यास आनंद निर्माण करतात.

माझा पहिला सिद्धान्त असे सांगतो की, आनंदी राहण्याकरता चांगले वाटणे, वाईट वाटणे, योग्य वाटणे या भावनांचा आपण आत्मविकासाच्या वातावरणात विचार केला पाहिजे. आनंदाचा विचार करता पैशांचा संबंध 'वाईट वाटणे' या भावनेशी निगडित आहे. लोकांच्या सगळ्यात मोठ्या काळज्यांमध्ये पैशांविषयीची चिंता, तब्येतीच्या समस्या, नोकरीची शाश्वती नसणे आणि रोजची कंटाळवाणी आणि कष्टप्रद कामे यांचा समावेश होतो. पैशांचा योग्य विनियोग केल्यास या समस्या सोडवण्यात मोलाची मदत होते. माझ्याकरता पैसा हे वाईट वाटण्याचे कारण नसल्याने मी स्वत:ला कमालीची नशीबवान समजते. आम्हाला आयुष्यात जे काही करायचे आहे, त्याकरता आमच्याकडे भरपूर पैसा आहे आणि त्यामुळे येणारी सुरक्षिततेची भावनादेखील– जी मिळवायला अत्यंत अवघड आणि दुर्मिळ गोष्ट असते. मी शोधून काढलेले तीन घटक विचारात घेऊन मी माझ्या पैशांचा आनंद वाढवण्याकरता विनियोग करायचे ठरवले.

थोडेफार पैसे खर्च करा आणि स्वत:चे लाड पुरवा

पैशामुळे आनंद कसा विकत घेता येतो याचा मी कधी फारसा विचार केला नव्हता.

पैसा खर्च करणे म्हणजे स्वत:चे लाड पुरवणे असे मला कोठेतरी वाटत आले आहे आणि त्यामुळे शक्य असेल तेव्हा पैसा खर्च करणे टाळायला हवे असे मला वाटायचे. एके काळी सॅनफ्रान्सिस्कोमध्ये फक्त पाच डॉलर्समध्ये दिवसाचा खर्च भागवून मी सहा महिने चांगले आरामात घालवले आहेत. (लाँड्रीचा खर्च वेगळा!) आता मात्र मी आनंद वाढवण्यासाठी पैसा कसा खर्च करावा हे शोधून काढायचे ठरवले आहे. संशोधनातून आता हे सिद्ध झाले आहे की, माणसाच्या मूलभूत मानसिक गरजा म्हणजे सुरक्षित वाटणे, रोजच्या आयुष्याबद्दल समाधान वाटणे, प्रेम मिळणे, लागेबांधे जुळणे आणि या सर्व गोष्टींवर ताबा असल्याची खात्री असणे. पैशाने या मानसिक गरजा आपोआप भागत नाहीत; पण पैशाने या गरजा पूर्ण होण्यास मदत होते. वेगवेगळ्या आर्थिक स्तरामधील लोक त्यांचा पैसा अशा रीतीने खर्च करतात जेणेकरून त्यांना आनंद मिळेल (किंवा कदाचित मिळणारही नाही.)

मला माझा पैसा अशाकरता खर्च करायचा आहे - माझ्या मित्र-मैत्रिणींबरोबर आणि कुटुंबाबरोबर अधिकाधिक संपर्कात राहण्याकरता, माझी तब्येत नीट ठेवण्याकरता आणि एनर्जी वाढवण्याकरता, माझ्या घरात शांत, प्रसन्न वातावरण तयार करण्याकरता, अधिक कार्यक्षम होण्याकरता; कंटाळा, चिडचिड, भांडणे या गोष्टींपासून सुटका करून घेण्याकरता, मला स्वत:ला ज्या गोष्टी महत्त्वाच्या वाटतात त्या करून पाहण्याकरता, मला समृद्ध करतील असे अनुभव मिळवण्याकरता. म्हणून ही आनंददायी उद्दिष्टे पूर्ण करण्याकरता प्रत्येक गोष्टीकरता पैसा कसा खर्च करता येईल याचा मी शोध घेऊ लागले. अर्थात एका ठरावीक मर्यादेत राहून!

तब्येत आणि एनर्जी : अधिक चांगल्या प्रकारे व्यायाम करण्याकरता मी जानेवारीमध्येच एक उपाय शोधून काढला होता. माझा जिम क्लास महाग होता; पण माझ्या दीर्घायुष्याकरता ती गोष्ट आवश्यक असल्याने मी समाधानी होते. घराबाहेर असताना दुपारच्या जेवणावर मी जास्त पैसे खर्च करायला सुरुवात केली. पूर्वी मी एखादा बर्गर खाऊन पोट भरत असे आणि स्वत:वरच खूश होत असे, कारण तो स्वस्त आणि पटकन मिळणारा पदार्थ होता; आता मी तसे करत नाही. आता जास्त पैसा खर्च होत असला, तरी मी मोठे सॅलड किंवा सूप आणि एखादे फळ घेणे पसंत करते आणि स्वत:लाच गोल्ड स्टार देते.

नातेसंबंध : मी माझ्या बहिणीच्या लग्नाची पार्टी द्यायचे ठरवले आहे. हा खर्च मोठा असला, तरी माझा सगळ्यात मोठा आनंद आहे. माझे माझ्या बहिणीबरोबरचे

आणि तिच्या भावी नवऱ्याबरोबरचे नाते माझ्या आयुष्यात मोलाचे आहे. ते लांब, लॉस एंजेलिसला राहत असल्याने थोडे अवघड जाईल. ही पार्टी हेच माझे तिला लग्नाचे गिफ्ट असणार आहे.

काम : सर्वसाधारणपणे मी साधीच पेन्स वापरते, जी माझ्या पर्समध्ये, ड्रॉवरमध्ये कोठेही पडलेली असतात; पण खरे तर ती पेन्स मला फारशी आवडत नाहीत. एक दिवस जेव्हा मी पाकिटे खरेदी करत होते, तेव्हा माझी नजर डिलक्स युनिबॉल मायक्रो पेन्सवर पडली. 'एका पेनकरता तीन डॉलर्स खर्च करायचे?' मी विचार केला, 'हे जरा जास्तच होताहेत.' बराच वेळ मनातल्या मनात हो/नाही करत मी ४ पेन्स विकत घेतली. आलतूफालतू पेनने लिहिण्यापेक्षा चांगल्या उंची पेनने लिहिण्याची मजा वेगळीच असते. माझी नवी पेन्स स्वस्त नव्हती; पण पेन किती वेळ वापरले जात आहे आणि माझी चांगले पेन वापरण्याची आवड या दोहोंचा विचार करता पैसा योग्य तऱ्हेने खर्च केला गेला आहे असा माझ्या मनाने कौल दिला. उत्कृष्ट साधने वापरल्याने काम करण्यातला आनंद वाढतो.

इतरांकरता : मी न्यू यॉर्क पब्लिक लायब्ररीमध्ये लहान मुलांच्या प्रोग्रॅम्सकरता देणगी दिली. सर्व लायब्ररीमधून खास लहान मुलांकरता एक दालन सुरू करण्याकरता एक ग्रुप स्थापन झाला होता. तो ग्रुप सुरू करायला, आकारास आणायला मी माझा वेळ आणि एनर्जी आधीच देत होते. माझ्या वेळेचा आणि एनर्जीचा लायब्ररीला मोठा फायदा झाला आणि माझ्या पैशाचादेखील!

आनंददायी आठवणींकरता : एप्रिल महिन्यात आणलेले ते तीन बॉक्स म्हणजे मुक्त हस्ते केलेल्या खरेदीचे उत्तम उदाहरण होय. माझ्या एका जुन्या मैत्रिणीचे वाक्य माझ्या लक्षात होते, 'माझ्या मुलांच्या बालपणी मी त्यांचे प्रोफेशनल फोटोग्राफरकडून फोटो काढून घेतले नाहीत याचा मला आता पश्चात्ताप होतो आहे.' नशिबाने मला एक चांगला फोटोग्राफर माहीत होता. मी माझ्या मुलींचे त्याच्याकडून फोटो काढून घेतले. ते फोटो पाहून मी खूप खूश झाले. मी साध्या कॅमेऱ्याने मुलींचे जे फोटो काढत असे, त्यापेक्षा हे फोटो कितीतरी चांगले आले होते. मी माझ्याकरता आणि दोन्ही आजी-आजोबांकरता भरपूर फोटो विकत घेतले. आनंदी क्षण आठवण्याने आनंदात भर पडते आणि चांगल्या प्रसंगांचे फोटो पाहून त्या आठवणी परत जागृत होतात. या फोटोंवर पैसे खर्च केल्याने कौटुंबिक नाते घट्ट होईल, चांगल्या आठवणींमध्ये भर पडेल आणि बालपणीच्या स्मृती फोटोमध्ये बंदिस्त होतील. आनंदाकरता गुंतवलेल्या पैशांची ही चांगली परतफेड असेल.

मी जेव्हा माझ्या मैत्रिणीचे नुकतेच जन्मलेले मूल पाहायला गेले होते (माझा जून महिन्याचा संकल्प... येणे-जाणे वाढवा), तेव्हा मी तिलादेखील आनंद विकत घेण्याचा सल्ला दिला. त्या वेळी तिने एक खंत बोलून दाखवली, "मला एक गोष्ट

खूप सतावते आहे. मी माझ्या आजी-आजोबांची खूप लाडकी होते; पण माझे सासू-सासरे जवळ राहत असूनही माझ्या बाळाला भेटायला येत नाहीत. त्यांना आधीच सात नातवंडे आहेत. माझ्या आईला माझ्या बाळाला भेटायला आवडते; पण ती लांब क्लीव्हलंडला राहते आणि वर्षातून एकदाच न्यू यॉर्कला येऊ शकते.''

''हं!...'' मी म्हणाले, ''तुझे मूल लहान आहे तोवर तूच अधूनमधून क्लीव्हलंडला का जात नाहीस?''

ती हसून म्हणाली, ''ते खूप महागात पडेल.''

''असेलही; पण सध्या तुझ्याकरता ती महत्त्वाची गोष्ट आहे, परवडेल का तुला?'' मला माहीत होते की, तिला ते परवडण्यासारखे होते.

''हुं... बहुतेक जमेल मला.'' तिने कबूल केले. ''पण या छोट्या बाळाला घेऊन प्रवास करणे बरेच कटकटीचे असेल.''

''मग तू तुझ्या आईला विचार की, जर तू तिचे विमानाचे तिकीट काढलेस, तर ती न्यू यॉर्कला वरचेवर यायला तयार आहे का?'

''ती निश्चित येईल.'' माझी मैत्रीण म्हणाली.

तिच्या उत्तरामधून मला दोन गोष्टी लक्षात आल्या - एक म्हणजे पैशाने आनंद विकत घेता येतो या विचाराचे महत्त्व आणि दुसरे म्हणजे माझ्या आठव्या तत्त्वाचे महत्त्व - 'समस्या ओळखा.' समस्या होती आजी आणि नातवाचा सहवास घडवून आणण्याकरता मार्ग शोधणे.

योग्य प्रकारे खर्च केलेला पैसा नाते दृढ करणे, तब्येत चांगली ठेवणे, मौजमजा करणे अशी आनंददायी उद्दिष्टे गाठायला मदत करतो. तसेच पैसा खर्च करण्याने, वस्तू विकत घेण्याने निर्माण होणाऱ्या भावनादेखील परिणामकारक असतात. हॅपिनेसविषयीचा सिद्धान्त असे सांगतो की, जर मी नवीन घरी राहायला गेले, नवीन शूज आणले तर या नव्या गोष्टी लवकरच सवयीच्या होतात आणि त्या पूर्वीइतका आनंद देत नाहीत; पण तरीसुद्धा बरेच लोक ती वस्तू मिळवण्याच्या क्षणिक आनंदाकरता खरेदी करताना आपल्याला दिसतात.

आता तुम्ही म्हणाल की, तो खरा आनंद नाही. खरा आनंद दुसऱ्यांना मदत करण्यात, नातेसंबंध टिकवण्यात, मेडिटेशन करण्यात वगैरे आहे; परंतु मी आजूबाजूला पाहिल्यावर लोकांना खरेदी करून आनंद झाल्याचे मला दिसते. खरेदीने होणारा आनंद ही विशेष कौतुकाची बाब नसली, तरी तो खरा आनंद नाही असे नाही. खरेदीतून होणाऱ्या आनंदामुळे लोकांच्या वागण्यावर परिणाम होतो. संशोधन आणि रोजचा अनुभव पाहता अचानक मिळालेले घबाड किंवा अचानक मिळालेले गिफ्ट लोकांना खरा आनंद देते. एका पाहणीत संशोधकांना त्यांच्या ग्रुपमधील लोकांचा मूड चांगला करायचा होता आणि त्याचे परिणाम अभ्यासायचे होते. त्याकरता

संशोधकांनी टेलिफोन बूथमध्ये काही नाणी लपवून ठेवून लोकांना ती नाणी 'अचानक' सापडतील अशी व्यवस्था केली किंवा सरळ एक चॉकलेटचा बॉक्स गिफ्ट म्हणून दिला. काही लोकांकरता एखादी वस्तू मिळवण्यातला आनंद इतका असतो की, ते त्याकरता त्यांना परवडेल त्यापेक्षा जास्त पैसे खर्च करतात आणि एकदा का ती वस्तू घेऊन झाली की, मनाला टोचणी लावून घेतात. झटपट आनंद मिळवण्याच्या नादात ते विकतचे दुखणे घेऊन बसतात.

खरेदीतून मिळणाऱ्या आनंदाचा संबंध फक्त स्वत:चे लाड पुरवण्याशी मर्यादित नसतो. कोणताही लाभ हा क्षणभराकरता का होईना पण आत्मविकासाचे वातावरण निर्माण करतो. लोकांना खरेदी करायला का आवडते याचीही अनेक कारणे आहेत. उदा. घर नीट आकर्षक आणि समृद्ध वाटण्याकरता, गिफ्ट देण्याकरता, नवीन तंत्रज्ञान शिकण्याकरता, बहुचर्चित गोष्ट विकत घेण्याकरता, मुलांच्या शिक्षणाकरता, बरोबरीच्या लोकांसारखे जगण्याकरता किंवा बरोबरीच्या लोकांपेक्षा वेगळे जगण्याकरता, स्वत: सुंदर दिसण्याकरता, संग्रह करण्याकरता, चालू फॅशनशी सुसंगत अथवा विसंगत राहण्याकरता, छंद अथवा प्रावीण्य जपण्याकरता, इतरांच्या भल्याकरता किंवा फक्त खरेदीतल्या आनंदाचे समर्थन करण्याकरता, आदरातिथ्य करण्याकरता आणि स्वीकारण्याकरता, गिफ्ट्स देण्याकरता, मदत करण्याकरता, सामाजिक दर्जा मिळवण्याकरता किंवा राखण्याकरता, वर्चस्व निर्माण करण्याकरता किंवा गाजवण्याकरता, व्यक्तिमत्त्व जोपासण्याकरता, समारंभ साजरे करण्याकरता, प्रथा-परंपरा जपण्याकरता, प्रथा-परंपरा मोडून काढण्याकरता, आयुष्य सोपे, निरोगी व सुरक्षित करण्याकरता, आयुष्य अधिक साहसी, आव्हानात्मक किंवा धोकादायक बनवण्याकरता.

खरेदी केल्याने मला आनंद होत नाही. या बाबतीत मी इतरांच्या एकदम विरुद्ध आहे. खरेदी केल्यावर माझ्या मनाला टोचणी लागून राहते, ज्याला मी 'खरेदीची रुखरुख' म्हणते. बहुधा त्यामुळेच माझे इतरांच्या खरेदीच्या उत्साहाकडे लक्ष जात असावे. मात्र, ठरवून खरेदी केली तर थोडाफार पैसा खर्च करून मी स्वत:चे लाड पुरवून घेते आणि मग अशा खरेदीचा मलाही आनंद होतो.

जेव्हा मी माझ्या ब्लॉगवर या माझ्या लाड पुरवण्याच्या संकल्पाबद्दल लिहिले तेव्हा लोकांनी त्यांच्या थोड्याबहुत उधळपट्टीचे वर्णन पाठवले. लोकांच्या विविध आवडीनिवडी पाहून मी थक्क झाले.

गेली कितीतरी वर्षे माझ्याकडे स्वस्तातल्या सुऱ्यांचा सेट होता; पण गेल्या वर्षी मी हात थोडा सैल सोडत करत काही चांगल्या प्रतीच्या सुऱ्या विकत आणल्या. तीन सुऱ्यांकरता मी दोनशे डॉलर्स मोजले. त्या सुऱ्या इतक्या चांगल्या निघाल्या की, पैसे वसूल! आता त्या आयुष्यभर टिकतील.

तुम्हाला आश्चर्य वाटेल; पण मी आमचे तळघर आवरण्यासाठी चक्क पैसे देऊन मदतनीस मागवला. एका दुकानात मी अशा सर्व्हिसबद्दल जाहिरात पाहिली होती. राहायला आल्यापासून गेली तीन वर्षे हे काम करण्याकरता माझी बायको माझ्यामागे लागली होती. काम झाल्यावर मी त्या माणसाला आनंदाने पैसे दिले. शिवाय तळघरातले काही सामान विकून टाकल्याने हा सौदा फारसा महागातदेखील पडला नाही.

या वेळच्या ख्रिसमसकरता मी स्वत:लाच गिफ्ट आणले : मी उश्या विकत घेतल्या. मला माझ्या उश्या आवडत नव्हत्या. या नव्या उश्यांनी माझ्या आनंदात अनेक प्रकारे भर घातली. शांत आणि सलग झोप... त्यामुळे दुसऱ्या दिवशीचा माझा चांगला मूड... त्यामुळे माझ्या कार्यक्षमतेमध्ये झालेली वाढ.

मी कुत्रे विकत घेतले. मात्र, मला वाटले त्यापेक्षा हे प्रकरण भलतेच महागात पडले (त्याचे अन्न, इंजेक्शने, मी बाहेरगावी असताना शेजाऱ्याला माझे कुत्रे सांभाळण्याकरता द्यावे लागलेले पैसे इत्यादी) पण आधी वाटली नाही इतकी मला मजा आली हेही तितकेच खरे! मी एकटा राहतो. कुत्र्याच्या आगमनाने माझ्या आनंदात खूप मोठी भर पडली आहे.

• •

माझे थोडेफार लाड पुरवण्याचा विचार करायचा झाला तर (कदाचित काही लोकांना याचे फार काही विशेष वाटणार नाही.) ज्या गोष्टींची मी वर्षानुवर्षे वाट पाहत होते त्या पुस्तकांची मी खरेदी केली. मी मॅनहॅटनमधल्या 'बुक्स ऑफ वंडर' या सुप्रसिद्ध पुस्तकांच्या दुकानात फोन केला आणि 'विझर्ड्स सुपर स्पेशल' हा एल. फ्रँक. बॉम लिखित 'ऑझ'चा पंधरा पुस्तकांचा सेट ऑर्डर केला. दोन आठवड्यांनंतर जेव्हा मी ते भलेमोठे खोके उघडले, तेव्हा माझ्या आनंदाला पारावार राहिला नाही. सुरेख बांधणीची, एकसारख्या डिझाइनची, आकर्षक मुखपृष्ठ आणि मूळ चित्रे असलेली ती सारी पुस्तके पाहून मी अगदी हरखून गेले.

आता एखादे वेळी पॉझिटिव्ह सायकॉलॉजीवाले म्हणतील की, मी हळूहळू अशा खरेदीला सरावेन; लवकरच मला विकत घेतलेल्या पुस्तकांची सवय होईल, ती पुस्तके कपाटात धूळ खात पडतील आणि ही पुस्तके विकत घेण्यापूर्वी मी जेवढी आनंदी होते तेवढीच परत आनंदी असेन. मी या कोणत्याच युक्तिवादाशी सहमत नाही. मला बालसाहित्याची खरोखरच आवड असल्यामुळे, मी जेव्हाजेव्हा ही पुस्तके पाहीन, तेव्हातेव्हा मला आनंद होईल. मी लहान असल्यापासूनचे 'क्रिकेट'

मासिकाचे कितीतरी फाटलेले अंकही अजून जपून ठेवले आहेत. ते अंक नुसते पाहूनही मला खूप आनंद होतो.

माझे नेहमीचे तत्त्व 'स्वत:च्या वृत्तीप्रमाणे वागा' आणि 'विचारपूर्वक निवड करा' हे माझ्या यशाचे गमक होते. ज्या गोष्टींना माझ्या लेखी महत्त्व आहे, त्यावर पैसा खर्च करण्याने मला आनंद होणार होता. इतरांच्या इच्छा-आकांक्षांची नक्कल करण्यापेक्षा तुम्हाला आयुष्यात खरेच काय हवे आहे हे आधी ओळखता आले पाहिजे आणि त्यात विचारांची शिस्त पाहिजे. माझ्या वडिलांना पिनबॉल मशीन खरेदी केल्याने बराच आनंद झाला. त्यांनी लहान असताना तासनूतास हा खेळ खेळलेला आहे. कधीही फुकटात आणि मनात येईल तेव्हा पिनबॉल खेळायला मिळावा म्हणून घरी पिनबॉलचे मशीन असावे असे त्यांचे लहानपणापासूनचे स्वप्न होते. या खरेदीमुळे सगळ्यांनाच आनंद झाला असता असे नाही; पण निदान त्यांना तरी खूप आनंद झाला.

पैसा आणि आनंद यांच्या परस्पर संबंधांवर विचार करत असताना मला एका 'ब्रायडल-शॉवर' (भावी वधूला लग्नाप्रीत्यर्थ दिलेली पार्टी) प्रसंगी झालेले संभाषण आठवले. मी एका मैत्रिणीला सांगत होते की, मी आनंद विकत घेण्याचे मार्ग शोधते आहे (मी माझ्या प्रोजेक्टबद्दल बोलून इतरांना त्रास तर देत नाही ना, असा विचार माझ्या मनात चमकून गेला.) माझ्या विचारांनी ती बऱ्यापैकी संतप्त झाली. "हे पूर्णपणे चूक आहे" ती म्हणाली. "पैशामुळे आनंद विकत घेता येत नाही."

"तुला असं का वाटतं?"

"मी स्वत: याचं उत्तम उदाहरण आहे. मी खूप पैसे कमावत नाही. काही वर्षांपूर्वी माझ्याजवळचे सगळे पैसे खर्च करून मी एक घोडा विकत घेतला. माझ्या आईने आणि अजून बऱ्याचजणांनी हा वेडेपणा आहे असं सांगून मला सावध केलं होतं; परंतु मी जरी माझा सगळा जास्तीचा पैसा त्याच्यावरच खर्च करत असले, तरी तो घोडा मला आनंद देतो."

"पण मग–" मी गोंधळून जाऊन म्हणाले, "पैशामुळे तुला आनंद मिळाला की; तुला घोडा मिळाल्याने आनंद झाला ना."

"पण आता माझ्याकडे पैसा नाही." ती उत्तरली. "मी सगळा पैसा खर्च केला."

"बरोबर, कारण तू त्या पैशातून एक घोडा खरेदी केलास."

ती हताशपणे माझ्याकडे पाठ फिरवून निघून गेली.

जेव्हा मी पैशाने आनंद विकत घेण्याचा प्रयत्न केला, तेव्हा काही गोष्टींत मात्र तो फळास आला नाही. याला मी 'प्रोत्साहनाचे गाजर' असे नाव दिले. ही एक प्रवृत्ती आहे, ज्यामध्ये तुम्ही भरपूर पैसे भरून एखाद्या जिमची मेंबरशिप घेऊन असा विचार

करता की, आता एवढा खर्च केल्यावर तरी आपण व्यायामाला लागू.

हा परिणाम मला अशा वेळेस जाणवतो जेव्हा मी एखादी मजेची गोष्ट करण्यासाठी स्वत:ला प्रोत्साहन देण्याच्या हेतूने काही गोष्टी खरेदी करते. उदा. एकदा ग्ल्यू, सिलर आणि मॉडपॉज (वेगवेगळ्या प्रकारचे डिंक) या तिन्ही गोष्टी शोधण्याकरता मी तीन दुकाने पालथी घातली होती. मला एक ड्यूकोपॉजचा (कागदांच्या कट-आउटने वस्तू सुशोभित करण्याची कला) प्रयोग करायचा होता. मला जरी तो प्रयोग करण्याची अतीव इच्छा असली, तरी ते मॉडपॉज आणून खूप दिवस होऊनही त्याला मुहूर्त लागत नव्हता. एखादी नवीन गोष्ट करण्याकरता मला वेळ बाजूला काढून ठेवायला हवा होता. कलाकुसरीचे नुसते साहित्य आणून उपयोग नाही. त्याकरता मला वेळ काढायला हवा होता आणि प्रत्यक्षात मी वेळ काढत नव्हते. (मॉडपॉजचा उपयोग करणे हा माझ्या पुढच्या हॅपिनेस प्रोजेक्टमधला संकल्प ठरणार बहुधा!) असेच अजून एक उदाहरण म्हणजे कामाचे व्यसन असणाऱ्या माझ्या एका मित्राने नवी टेनिसची रॅकेट विकत घेतली. त्याला टेनिस खेळायची इच्छा होती; पण त्याने आजपर्यंत त्या रॅकेटचा उपयोग केलेला नाही. ती रॅकेटची खरेदी म्हणजे त्याला त्याच्या आयुष्यात बदल हवा असल्याची खूण होती; पण म्हणून नुसती रॅकेट आणून उपयोग नव्हता. त्याला त्याकरता वेळ काढायला हवा होता.

आनंद विकत घ्यायलादेखील काही मर्यादा असतात. मला माहीत होते की, मला 'हेडॉनिक ट्रेडमिल सिद्धान्ता'च्या परिणामांकडे दुर्लक्ष करून चालणार नाही, ज्या सिद्धान्तानुसार उंची विलासी गोष्टीसुद्धा कालांतराने रूटीनच्या आणि गरजेच्या वस्तू बनतात. स्वत:चे थोडेफार लाड करून मला असे उत्तम आनंदाचे क्षण मिळाले असते; पण या गोष्टी क्वचित केल्या असत्या तरच! रूम सर्व्हिसचेच उदाहरण घ्या ना! माझ्या हनिमूनपर्यंत मला रूम सर्व्हिस म्हणजे काय ते माहीत नव्हते. त्यात गंमत होती; पण मी जर कामाच्या निमित्ताने प्रवास करू लागले आणि मला वरचेवर रूम सर्व्हिस मिळू लागली, तर त्यातली गंमत निघून गेली असती.

पैसा हा सातत्याने ऐश आणि आराम पुरवत असला, तरी त्यातली लज्जत संपू शकते. पैशामुळे तत्काळ समाधान मिळत असल्याने पैसा आनंदाच्या अपेक्षेतली मजा कमी करतो. काटकसर करणे, बचत करणे, कल्पना करणे, नियोजन करणे, आशा करणे या टप्प्यांमुळे आनंद जास्त प्रमाणात जाणवतो.

जेव्हा आनंदी होण्याचे प्रसंग दुर्मिळ होतात तेव्हा अगदी छोट्या आनंदाच्या गोष्टीदेखील चैनीच्या गोष्टी वाटू शकतात. अगदी कॉफी-शॉपमध्ये कॉफी पिणे, पुस्तक विकत आणणे किंवा टीव्ही पाहणे आणि म्हणूनच आनंद मिळवण्याची

शक्यता नाहीशी होणे हा एक (नावडता असला तरी) हेडॉनिक ट्रेडमिल इफेक्ट दूर करणारा सर्वांत प्रभावी उपाय आहे. माझ्या मैत्रिणीने मला सांगितले की, १९९० च्या दशकात जेव्हा ती रशियामध्ये राहत होती, तेव्हा तिथे कित्येक आठवडे गरम पाणी येत नसे. ती म्हणाली की, ज्या दिवशी गरम पाणी यायला सुरुवात व्हायची, त्या दिवशीच्या आनंदाची तुलना कशाशीही करता येणार नाही. आता ती अमेरिकेला परत आल्यापासून तिला जेव्हा हवे तेव्हा गरम पाणी मिळते, तेव्हा ती या गोष्टीचा विचारदेखील करत नाही.

'हेडॉनिक ट्रेडमिल', म्हणजे नेहमी खर्च करणे हा आनंद मिळवण्याचा हमखास मार्ग नसला, तरी पैशाने आनंद मिळवायला मदत होते. माझ्या वडिलांना जेव्हा घराभोवती हिरवळ राखायला माणूस ठेवणे परवडू लागले, त्या दिवसाची आठवण ते अजूनही सांगतात. आयुष्यातल्या काही महत्त्वाच्या गोष्टी फुकटात मिळत नसतात.

माझ्या पहिल्या सिद्धान्ताच्या अनुषंगाने पैशांचा परिणाम मोजण्याचा अजून एक मार्ग म्हणजे आत्मविकासाच्या वातावरणात पैशांचा काय परिणाम होतो ते पाहणे. आनंदाच्या दृष्टीने तसे करणे खूप महत्त्वाचे आहे. आपल्याला आध्यात्मिक प्रगती हवीच असते आणि काही लोकांनी कितीही नाकारले, तरी भौतिक प्रगतीदेखील आपल्याला समाधान देत असते.

आपण 'बदल' होण्याविषयी बरेच संवेदनशील असतो. आपण आपल्या भूतकाळाबरोबर आपल्या आजच्या परिस्थितीची तुलना करतो आणि झालेला बदल चांगला असल्यास आपण आनंदी होतो. एका पाहणीत जेव्हा लोकांना विचारले गेले की, त्यांना जिथे पहिल्या वर्षी तीस हजार डॉलर्स, दुसऱ्या वर्षी चाळीस हजार डॉलर्स आणि तिसऱ्या वर्षी पन्नास हजार डॉलर्स पगार मिळेल अशा ठिकाणी नोकरी करायला आवडेल की जिथे पहिल्या वर्षी साठ हजार डॉलर्स, दुसऱ्या वर्षी पन्नास हजार डॉलर्स आणि तिसऱ्या वर्षी चाळीस हजार डॉलर्स असा पगार असेल अशी नोकरी आवडेल? जरी तीन वर्षांनी त्यांना दीड लाख डॉलर्सऐवजी एक लाख वीस हजार डॉलर्स मिळणार होते, तरी बहुतांश लोकांनी पहिला पर्याय निवडला. त्यांचा निर्णय तर्कशून्य वाटला, तरी ज्यांनी पहिला निर्णय स्वीकारला, त्यांना आनंदाकरता विकासाची गरज असते हे समजले होते. लोक त्यांच्या परिस्थितीत होणाऱ्या तुलनात्मक बदलाबद्दल बरेच संवेदनशील असतात; मग त्याने परिस्थिती चांगली होवो अथवा वाईट!

आनंदाकरता विकासाची जाणीव इतकी महत्त्वाची असते की, बरेचदा लोक शिखरावर असण्यापेक्षा शिखराकडे वाटचाल करणे अधिक पसंत करतात. कोणा एका शास्त्रज्ञाने किंवा सायकॉलॉजिस्टने नव्हे, तर एक कादंबरीकार लिसा ग्रनवाल्डने

आनंदविषयक तत्त्वाचा सारांश एका वाक्यात सुरेखरीत्या सांगितला आहे - 'बेस्ट इज गुड अँड बेटर इज बेस्ट!'

पालकांना आव्हान वाटणारी एक गोष्ट जी मी खरे तर एप्रिल महिन्यात करायला हवी होती ती म्हणजे माझ्या मुलींकरता किती गोष्टी विकत आणायच्या याची मर्यादा आखून घेणे. उदा. मी एलिझाकरता दृष्टिभ्रमावरचे एक मोठे पुस्तक आणले होते. माझ्या अपेक्षेप्रमाणे तिला ते पुस्तक खूप आवडले. तिचे ते पुस्तक खूपदा पाहून झाले, मैत्रिणींबरोबर पाहून झाले, स्वत:च्या बेडशेजारी ठेवून झाले. मला ते पुस्तक आणल्याचा खूप आनंद झाला. नंतर थोड्याच दिवसांनी मी एका दुकानात गेले असताना तिथे मला स्वस्तातली लहान मुलांची पुस्तके दिसली, ज्यात दृष्टिभ्रमावरचे अजून एक पुस्तक होते. एलिझाला आधीचे पुस्तक आवडले असल्याने मी ते पुस्तकदेखील विकत घेणार होते; पण मी स्वत:ला थांबवले. एलिझाकडे आधीच तीनशे पानांचे दृष्टिभ्रमावरचे पुस्तक होते. या पुस्तकात फारसे काही नवीन असण्याची शक्यता नव्हती. शिवाय एकाच विषयावरची दोन पुस्तके पाहून एखादे वेळी एलिझाचा पहिल्या पुस्तकातला आनंद कमी झाला असता आणि मग ते तितके आश्चर्यचकित करणारे वाटले नसते.

एलिझाच्या शाळेच्या मुख्याध्यापिकेने चार वर्षांच्या मुलाची एक गोष्ट सांगितली. या मुलाकडे खेळण्यातली एक निळी गाडी होती. तो ती गाडी सगळीकडे घेऊन जायचा. सारखा त्या गाडीशी खेळत बसायचा. नंतर एकदा त्याची आजी त्याला भेटायला आली असताना तिने त्याच्याकरता दहा गाड्या आणल्या आणि त्या मुलाने गाड्या खेळणे एकदम बंद केले. आजीने विचारले, "तू आता गाड्या का खेळत नाहीस? तुला तुझी निळी गाडी तर किती आवडत होती." तो मुलगा म्हणाला, "मला एवढ्या गाड्या आवडत नाहीत."

तुमच्याकडे जर एखादी आवडती गोष्ट असेल किंवा एखादी गोष्ट तुम्हाला हवी असेल तर ती गोष्ट भरपूर प्रमाणात असल्याने तुम्ही जास्त आनंदी होणार आहात असा विचार करण्याची चूक होणे सहज शक्य आहे.

आवश्यक गोष्टी खरेदी करा

जेव्हा मी लोक आणि पैसे यांचा संबंध अधिक लक्षपूर्वक पाहायला सुरुवात केली तेव्हा मला लोकांच्या खरेदीच्या दोन पद्धती लक्षात आल्या - जरुरीपेक्षा कमी खरेदी करणारे आणि जरुरीपेक्षा जास्त खरेदी करणारे. मी जरुरीपेक्षा कमी खरेदी करणाऱ्यांपैकी आहे.

मी खरेदी लांबणीवर टाकते किंवा कमीतकमी वस्तूंची खरेदी करते. कॉंटॅक्ट

लेन्सचे सोल्युशन, जे मी दिवसातून दोनदा वापरते, एका वेळी मी त्याची एक छोटी बाटली विकत आणते. मी वुलन कोट किंवा स्विमिंग सूट गरज पडेपर्यंत विकत घेत नाही. ज्या गोष्टींचा वापर एखाद्या विशिष्ट कारणाकरता केला जातो, त्या गोष्टी विकत घेण्याबाबत मी साशंक असते. उदा. सूट ठेवण्याची हँगरबॅग, हाताला लावायचे क्रीम, हेअर कंडिशनर, रेनबूट्स, क्लीनेक्सचे कागदी रुमाल (लोक टॉयलेट पेपरला का नाही नाक पुसत?). मी बरेचदा वस्तू विकत घ्यायचे ठरवते आणि मग विचार करते, 'घेऊ पुन्हा कधीतरी' किंवा 'आम्हाला याची खरंच गरज आहे का?' माझ्या कमी खरेदी करण्याच्या स्वभावामुळे गरज लागल्यावर घरात वस्तू नसतात आणि या गोष्टीने मला बरेचदा ताण येतो. मी कित्येकदा रात्री-अपरात्री औषधांच्या दुकानात गेलेली आहे. माझ्या अवतीभवती कामातून गेलेल्या, नेमक्या उपयोगाच्या नसलेल्या, कितीतरी जुनाट आणि फुटक्यातुटक्या वस्तू पसरलेल्या असतात.

माझ्या ज्या मैत्रिणी गरजेपेक्षा जास्त वस्तू खरेदी करतात, त्यांचे तळघर पाहून मी आश्चर्यचकित होते. हे लोक सावकाश संपणाऱ्या गोष्टींचेसुद्धा साठे करून ठेवतात. उदा. शाम्पू, खोकल्यावरचे औषध. कधी लागली तर हाताशी असावीत या उद्देशाने हे लोक महागडी उपकरणे आणि गॅजेट्स घेऊन ठेवतात. हे लोक ट्रीपच्या आधी किंवा सण साजरा करण्यापूर्वीदेखील बरीच खरेदी करतात. हे लोक 'एक्सपायरी डेट' उलटून गेली म्हणून दूध, औषधे, अगदी सूपसुद्धा सरळ फेकून देतात. एखादी वस्तू गिफ्ट द्यायला किती चांगली आहे असा विचार करून हे लोक ती वस्तू खरेदी करतात; पण ती वस्तू कोणाला द्यायची आहे हे न ठरवताच! माझ्याप्रमाणेच हे लोकदेखील ताण सहन करत असतात. जास्तीची कामे केल्यामुळे आणि भरपूर प्रमाणात अनावश्यक गोष्टी गोळा केल्यामुळे हे लोक त्रस्त असतात.

या दोन प्रकारच्या लोकांबद्दल मी माझ्या ब्लॉगवर लिहिताक्षणी कित्येक लोकांनी त्यावर प्रतिक्रिया दिल्या. काही कमी खरेदी करणारे होते तर काही जास्त खरेदी करणारे. माझ्या वर्णनाप्रमाणे स्वत:ला ओळखणे त्यांना अजिबात अवघड गेले नाही.

> मी जास्त खरेदी करणाऱ्यांपैकी आहे. कमी खरेदी केली की, मला ताणयेतो आणि मी व्यवस्थितपणात कोठेतरी कमी पडते आहे असे मला वाटते. जेव्हा माझ्या मुलींना पुरेसे स्टॉकिंग्जचे जोड असतील, घरात दोन आठवडे पुरतील इतके पेपर टॉवेल्स असतील, एक पूर्ण बाटली शाम्पू शिल्लक असेल, तेव्हा मी शांत असते. टिश्यू पेपर्स संपलेत, दूध संपले आहे, डायपर्स नाहीत असे झाले की, एखाद्या आईकरता ही नामुष्कीची

गोष्ट आहे असे मला वाटते. सगळे सामान वेळच्या वेळी आणून घर भरून ठेवण्याने मला समाधान वाटते.

मी कमी खरेदी करणाऱ्यांपैकी आहे. मी पंधरा वर्षं जुना पायजमा इलॅस्टिक तुटेपर्यंत वापरला.

मी खूपच कमी खरेदी करणाऱ्यांपैकी आहे. हा पर्याय असण्यापेक्षा मला याचे वेड आहे हे समजेपर्यंत या गोष्टीबदल मला माझा अभिमान वाटत असे. माझ्याकडे जास्तीची टूथपेस्ट, साबण कधीतरीच असतात. अगदी संपेपर्यंत मी या गोष्टी खरेदी करत नाही. बहुधा मी एक कलाकार असल्याने माझा हा काटकसरी स्वभाव तयार झाला असावा. आता ही सवय सुटणे अवघड आहे; पण मी नुकतेच कधी नव्हे ते दोनऐवजी सहा पेपर टॉवेल्सचे रोल्स आणि तीन नवे नॅपकिन्स विकत आणले हे सांगायला मला आनंद होतो आहे. अचानकपणे मला एकदम श्रीमंत झाल्यासारखे वाटू लागले आहे. या छोट्या गोष्टीतून मला झालेला बालिश आनंद पाहून माझे मलाच आश्चर्य वाटते.

. . . .

कमी खरेदी करण्याची माझी सवय मी विचारपूर्वक काढून टाकली आणि गरजेच्या गोष्टी आणून ठेवू लागले तर मी अधिक आनंदी होणार आहे हे मला माहीत होते. उदा. मी टॉयलेट पेपर्स पूर्णपणे संपल्यानंतरच आणण्याची सवय बंद केली. माझ्या अनुभवानुसार एखादा तरी टॉयलेट पेपरचा रोल दुसरीकडे कोठेतरी ठेवलेला असू द्यावा म्हणजे मग एकदम संपण्याची वेळ येत नाही आणि मनात कुठेतरी नोंद राहते.

मी जेमीला हा प्रॉब्लेम सांगितला. ''आपण वॉलमार्टच्या पॉलिसीप्रमाणे वागत आहोत.'' तो म्हणाला. ''आपण आपले सगळे भांडवल खेळते ठेवत आहोत आणि साठा करण्यावर पैसा खर्च करत नाही.''

''हं.'' मी म्हणाले, ''पण यापुढे आपण काही अनावश्यक गोष्टींचा साठा करण्यात पैसे गुंतवणार आहोत.''

मर्यादितपणा हा सुज्ञ लोकांकरता चांगला असेल; पण मला टॉयलेट पेपर्स आणून ठेवायचे आहेत. या असल्या छोट्या कटकटींमुळे आनंदावर मोठा परिणाम होतो. सॅम्युअल जॉन्सनने म्हटल्याप्रमाणे- 'छोट्याछोट्या वस्तूंची सतत गरज असणाऱ्या अवस्थेत जगणे म्हणजे अगदी छळवाद जरी नसला, तरी ती एक सततची डोकेदुखी असते.'

मला अजून एक गोष्ट पाहिजे होती आणि ती म्हणजे पांढरे टी-शर्टस. मी जवळजवळ रोज पांढरे टी-शर्टस् वापरते. मी जेव्हा माझ्या आईबरोबर असते, तेव्हाच मला शॉपिंगला जायला आवडते आणि म्हणूनच आई कॅन्सस सिटीहून येईपर्यंत मी माझी टी-शर्टस् खरेदी लांबवत होते. मला मऊ कापडाचे, पण पातळ नसलेले, ताणले जाऊ शकणारे, 'व्ही' आकाराचा गळा असलेले आणि लांब बाह्यांचे पांढरे टी-शर्टस् हवे होते. हे असे विशिष्ट टी-शर्टस् शोधणे आणि विकत घेणे हे माझ्याकरता एक मोठे दिव्य होते; पण माझी आई गांगरून गेली नाही. तिने माझे निकष ऐकताक्षणी 'ब्ल्यू मिंगडेल्स' दुकानात जाण्याचा निर्णय घेतला.

दुकानात पाऊल टाकताच मी एकदम गांगरून गेले; पण माझी आई विचारपूर्वक एका विभागातून पुढच्या विभागात जात राहिली. तिने तिचे पांढरे टी-शर्टस् शोधण्याचे काम पद्धतशीरपणे सुरू केले आणि मी ती माझ्या हातात देत असलेले पांढरे टी-शर्टस् गोळा करत तिच्यापाठोपाठ हिंडू लागले. तिचे तिथले सगळे पांढरे टी-शर्टस् निवडून झाल्यावर मी ते सगळे घालून पहिले. ते अंदाजे वीसतरी टी-शर्टस् असतील. मी त्यातले आठ विकत घेतले.

माझी आई माझ्या पांढऱ्या टी-शर्टच्या मोहिमेत जरी उत्साहाने सहभागी झाली असली, तरी जेव्हा तिने कॅश काउंटरपाशी वेगवेगळ्या रंगांतल्या टी-शर्टचा गठ्ठा पाहिला तेव्हा ती मला म्हणाली, "तुला यातला एखादा रंगीत किंवा वेगळ्या स्टाइलचा टी-शर्ट नको आहे? तू खूपच पांढरे टी-शर्टस् घेतलेस."

"अं..." मी गडबडले. खरेच मला इतक्या पांढऱ्या टी-शर्टची गरज होती का? मला एक सिद्धान्त आठवला. त्या सिद्धान्तानुसार लोकांना प्रत्यक्षात जितकी विविधता आवडते, त्यापेक्षा जास्त विविधता त्यांना आवडेल असे वाटत असते; जेव्हा लोकांना पुढच्या काही आठवड्यांकरता काय खायला आवडेल असे विचारले असता, त्यांनी अनेकविध पदार्थांची नावे सांगितली; परंतु प्रत्यक्षात मात्र पुढचे काही आठवडे त्यांनी त्यांचा आवडता पदार्थच वारंवार खाणे पसंत केले.

दुकानात असताना वेगवेगळ्या रंगाचे कपडे घेण्याची कल्पना मला चांगली वाटत होती; पण मला माझ्या अनुभवांवरून माहीत आहे की, मला नेहमी त्याच त्याच गोष्टी घालायला आवडतात - व्ही गळ्याचा पांढरा टी-शर्ट, काळी योगाची पँट किंवा जीन्स आणि माझे स्पोर्टस शूज.

'आवश्यक गोष्टी खरेदी करा' हे माझे तत्त्व आठवून "मला फक्त पांढरे टी-शर्टस् हवेत." असे मी ठामपणे सांगितले.

माझ्या टी-शर्ट खरेदीने प्रेरित होऊन मी आमच्या मिक्सरचे बिघडलेले भांडे बदलून आणले. आमच्या घराच्या पत्त्याचा स्टँप बनवून घेतला. माझ्या कमी खरेदी करण्याच्या स्वभावामुळे मला जास्त वेळा दुकानात जावे लागायचे हा विरोधाभास

माझ्या लक्षात आला आणि जास्त खरेदी केल्यास मला कमी वेळा दुकानात जावे लागेल हे मला समजले. ज्या गोष्टी कधी ना कधीतरी लागणारच अशा गोष्टी मी विकत घेऊ लागले. उदा. सेल, बँड-एड, दिवे, डायपर. जी गोष्ट मी वर्षानुवर्षे पुढे ढकलत होते, त्या बिझनेस कार्डस्‌चीदेखील मी ऑर्डर दिली. एकदा एका मीटिंगमध्ये मला कोणीतरी सुरेखसे बिझनेस कार्ड दिले. ते कार्ड मला आवडल्याने मी आवश्यक ती माहिती मिळवून, अगदी तसेच्या तसे बिझनेस कार्ड स्वत:करता बनवून घेतले.

बिझनेस कार्ड ऑर्डर करताना मला जाणवले की, मी नुसतीच कमी खरेदी करणाऱ्यांपैकी नसून मी आत्मसंतुष्टही आहे. आत्मसंतुष्ट वर्गाच्या विरुद्ध आहे पारखून खरेदी करणारा वर्ग. आत्मसंतुष्ट वर्ग म्हणजे त्यांना हवी ती वस्तू दिसली की, ते लगेच निर्णय करतील. असे नाही की ते सामान्य प्रतीची गोष्ट निवडतील, त्यांचे निवडीचे निकष उच्चदेखील असू शकतात; पण गरज भागवणारी गोष्ट दिसताच (उदा. हॉटेल, पास्ता सॉस, बिझनेस कार्ड) ते पटकन निर्णय करतात आणि संतुष्ट होतात. पारखून खरेदी करणाऱ्या वर्गातल्या लोकांना सर्वोत्तम निर्णय करायचा असतो. त्यांना त्यांचे सर्व निकष पूर्ण करू शकेल अशी सायकल किंवा बॅकपॅक दिसली, तरी जोपर्यंत ते इतर सर्व पर्याय डोळ्यांखालून घालत नाहीत, तोवर ते निर्णय करू शकत नाहीत. कारण त्यांना उत्तम पर्याय निवडण्यामध्ये खरा इंटरेस्ट असतो.

आत्मसंतुष्ट वर्गातले लोक पारखून खरेदी करणाऱ्या वर्गातल्या लोकांपेक्षा जास्त आनंदी असतात असे एका पाहणीमध्ये दिसून आले आहे. पारखून खरेदी करणाऱ्या वर्गातील लोक निर्णय घेण्याकरता खूप वेळ आणि कष्ट खर्च करतात आणि तरीसुद्धा आपण योग्य निर्णय घेतला आहे की नाही याबद्दल ते साशंक असतात. माझी आई थोड्या फार प्रमाणात उत्तम गोष्टी खरेदी करणाऱ्या वर्गातली आहे. काही ठरावीक वेळी ती उत्तम गोष्टी खरेदी करणाऱ्या वर्गात मोडते. तिला पर्याय निवडायला, वस्तू पारखून घ्यायला खूप आवडते. आता माझ्या बहिणीच्या लग्नात माझ्या दोन्ही मुली 'फ्लॉवर गर्ल' (ख्रिश्चन लग्नात वधूच्या पुढ्यात फुले उधळणाऱ्या मुली) होणार आहेत. मला खात्री आहे की, माझ्या आईला या दोघींकरता उत्तम ड्रेस शोधून काढायला आवडेल. या उत्तम गोष्टी खरेदी करणाऱ्या वर्गातल्या लोकांनासुद्धा कधीकधी हे सगळे खूप दमवून टाकते; पण उत्तमातले उत्तम शोधण्याची हौस त्यांना स्वस्थ बसू देत नाही. आत्मसंतुष्ट आणि उत्तम गोष्टी खरेदी करणारे या दोन वर्गांमध्ये फरक असण्याचे कारण भलेमोठे न्यू यॉर्क शहर हेदेखील असू शकते. तुम्ही जर उत्तम गोष्टी खरेदी करणाऱ्या वर्गातले असाल आणि न्यू यॉर्कमध्ये राहत असाल, तर बेडरूमकरता फर्निचर घ्यायला किंवा अगदी लाकडी हँगर्स घ्यायलादेखील तुम्हाला महिनोन्‌महिने लागतील; पण उत्तम गोष्टी

खरेदी करणाऱ्या वर्गातल्या अगदी उत्साही व्यक्तीचेसुद्धा कॅन्सस सिटीतले सगळे पर्याय झटक्यात पाहून संपतील.

बरेच लोक या दोन्हीचे मिश्रण असतात. मी मात्र कोणत्याही आत्मसंतुष्ट वर्गातच मोडते आणि दर वेळी निर्णय घेण्यापूर्वी जास्त शोधाशोध न केल्याबद्दल स्वत:ला दोष देते. लॉ स्कूलमधल्या माझ्या मैत्रिणीने स्वत:करता नोकरी शोधण्याआधी पन्नास लॉ फर्म्समध्ये इंटरव्ह्यू दिला होता. मला वाटते, मी फक्त सहा लॉ फर्म्समध्ये इंटरव्ह्यू दिला होता. शेवटी आम्ही दोघी एकाच फर्ममध्ये कामाला लागलो. जेव्हापासून मी स्वत:ला आत्मसंतुष्ट वर्गातील समजू लागले तेव्हापासून मला माझ्या निर्णय घेण्याबाबत आळशी आणि बेफिकीर वाटण्यापेक्षा जास्त समाधानी वाटू लागले, मी स्वत:ला दूरदर्शी म्हणवू शकले. एकाच गोष्टीकडे दुसऱ्या दृष्टिकोनातून बघण्याचे हे एक उत्तम उदाहरण होते.

वस्तू वापरून टाका

मला वस्तूंना, कल्पनांना चिकटून राहण्याची सवय आहे. जोपर्यंत ब्लेड्सची धार पूर्णपणे जात नाही, तोवर मी ते वापरत राहते. माझा टूथब्रश जोवर पिवळसर आणि झिजल्यासारखा दिसत नाही, तोवर मी तो वापरते. माझ्याकडे कितीतरी फिकट झालेल्या खाकी पँट्स आणि कॉटनचे शर्टस् आहेत. अशा झिजलेल्या, डाग पडलेल्या किंवा वापरता न येणाऱ्या वस्तू घरात ठेवून देणे चांगले नव्हे. मला जुन्या वस्तू जपून ठेवायला आवडतात, त्यांचा काहीही उपयोग नसला आणि तसे करण्यात काही अर्थ नसला तरी! आता त्या पांढऱ्या टी-शर्टचेच उदाहरण घ्या ना. टी-शर्ट विकत आणण्याचे दिव्य मी पार पाडले होते. आता ते वापरण्याचे दिव्य मला करावे लागणार होते. मी जेव्हा ते टी-शर्ट पिशवीतून बाहेर काढून कपाटात ठेवू लागले (अगदी दुकानात घालतात तशी घडी घालणे मी कधीच शिकू शकले नाही.) तेव्हा मला ते जसे आहेत तसेच जपून ठेवावेसे वाटू लागले; पण मग कपडे फेकून देणे हे जितके वाया घालवण्यासारखे आहे, तितकेच असलेले कपडे न वापरणे हेदेखील वाया घालवण्यासारखेच आहे.

हॅपिनेस प्रोजेक्टचा एक भाग म्हणून मला वस्तू पुजून ठेवणे बंद करायचे होते; रेलचेल या संज्ञेवर विश्वास ठेवायचा होता. परिणामी, मी त्या वस्तू वापरणार तरी होते किंवा कोणाला देऊन तरी टाकणार होते किंवा टाकून देणार होते. मला वस्तूंचा हिशेब ठेवण्याची यातायात सोडून देऊन वस्तू वापरायच्या होत्या.

काही वर्षांपूर्वी माझ्या वाढदिवसाला माझ्या बहिणीने मला स्टेशनरीचा एक सुंदर बॉक्स दिला होता. मला तो आवडला असला, तरी मी तो अजून वापरायला काढला नव्हता. मी जेव्हा मुलींच्या आजी-आजोबांना फोटो वगैरे पाठवत असे तेव्हा

खरे तर त्यातली स्टेशनरी वापरायला हवी होती; पण मी ती 'जपून' ठेवत होते. त्यांचा अजून चांगला उपयोग काय होणार होता? खरेच मी तो बॉक्स पुजून न ठेवता वापरायला हवा.

कोणत्या गोष्टी वापरून टाकता येतील या दृष्टीने मी माझे घर धुंडाळायला सुरुवात केली. ज्या गोष्टी नीट चालत नव्हत्या; पण पूर्ण मोडल्याही नव्हत्या त्यांचा निर्णय करणे अवघड होते - एक कॅमेरा ज्याचे 'झूम' होणे बंद झाले होते, बरोबर प्रिंट न करणारा लेबलमेकर. मला वस्तू वाया गेलेल्या आवडत नाहीत; पण या वस्तू दुरुस्त करण्यास जो वेळ आणि पैसा लागणार होता, त्यापेक्षा नवीन वस्तू आणणे फायद्याचे होते आणि त्या वस्तू तशाच मोडक्या अवस्थेत वापरणे मला आवडणार नव्हते म्हणून मी त्या बदलून टाकल्या.

माझे ध्येय काही फक्त माझ्या वस्तूंपुरतेच मर्यादित नव्हते तर माझ्या कल्पनांच्या बाबतीतसुद्धा होते. उदा. मला माझ्या ब्लॉगवर लिहिण्यासाठी कधी एखादा चांगला विषय सुचत असे तेव्हा मी स्वतःच्या मनाशी विचार करत असे की, चांगली कल्पना आहे, लिहू कधीतरी यावर. का? का उशीर करावा? मला भविष्यात अजून अनेक कल्पना सुचतील हे समजायला हवे. म्हणजेच आत्ता माझ्याकडे जे काही उत्तम आहे, ते मी वापरायला हवे. सर्जनशीलतेसाठी एखाद-दुसऱ्या कल्पनेपेक्षा भरपूर कल्पना असणे आवश्यक असते.

वस्तू वापरून टाकणे म्हणजे काटेकोरपणे वागणे नव्हे. एकदा मी आणि जेमी 'ज्यूनबग' हा सिनेमा बघत होतो. प्रेमाचे स्वरूप आणि आनंद या विषयावर हा एक चांगला सिनेमा आहे. एकदा सिनेमा पाहून झाल्यावर मला त्यातले काही आवडलेले प्रसंग पुन्हा एकदा पाहावेसे वाटले; पण मग विचार आला की, हा वेळेचा अपव्यय तर होणार नाही ना! त्यावर उत्तर म्हणून मला माझाच 'वापरून टाका' हा संकल्प आठवला आणि तो मी वेळेकरतादेखील वापरायचे ठरवले. कधीकधी वेळ घालवायला मी काही गोष्टी करते त्या नंतर उपयुक्त ठरल्या आहेत. मी सिनेमातले हवे ते प्रसंग पुन्हा एकदा पाहिले.

'वापरून टाका'चा अर्थ आहे की, हिशेबी राहू नका; प्रेम आणि दानत यांची मोजदाद करू नका. हे माझ्या फेब्रुवारीतल्या संकल्पाशी मिळतेजुळते होते - 'स्तुतीची आणि कौतुकाची अपेक्षा करू नका.' मला सारखी माझी स्तुती करून घेण्याची आणि सतत परतफेडीची अपेक्षा करण्याची सवय काढून टाकायची होती. सेंट थेरेसा ऑफ लिसाँने लिहून ठेवले आहे, 'जेव्हा एखादी व्यक्ती प्रेम करते तेव्हा ती व्यक्ती प्रेमाची मोजदाद करत नाही.' मी तर खूपच हिशेबी होते. मला नेहमी परतफेडीची अपेक्षा असायची, विशेषतः जेमीकडून!

'मी काल इलिनॉरला अंघोळ घातली, म्हणून आज तू ...'

'मी तुला दुपारचे झोपू दिले, म्हणून तू ...'

'आता मला विमानाची तिकिटे काढायची आहेत. म्हणून तू ...'

नाही! अशी परतफेडीची अपेक्षा करू नका. देत राहा! अभिनेत्री सारा बर्नहार्टने म्हटल्याप्रमाणे, 'तुम्ही दिलेत की तुम्ही श्रीमंत होता.' एका पाहणीनुसार हे तिचे म्हणणे शब्दश: खरे असल्याचे सिद्ध झाले आहे - देणगी देणारे लोक देणगी न देणाऱ्यांपेक्षा जास्त श्रीमंत होतात. वेगवेगळ्या प्रकारची आकडेमोड करून एक संशोधक अशा निष्कर्षाला येऊन पोहोचला की, दान आणि जास्त मिळकत यांचा फक्त संबंधच नसून दान अधिक मिळकतीला कारणीभूत ठरते. या आश्चर्यकारक परिणामाचे स्पष्टीकरण देताना असे म्हटले जाते की, दान दिल्यामुळे मेंदूला उत्तेजना मिळते आणि जे लोक दान करतात, ते नेतेपदाला पोहोचण्याची बरीच शक्यता असते.

माझ्या घरात हे निश्चितपणे खरे होते. देत राहिल्याने प्रेम आणि जिव्हाळा वाढीस लागतो आणि हिशेबी राहण्याने घरात रागाचे आणि चिडचिडीचे वातावरण तयार होते. हा महत्त्वाचा; पण सहज विसरला जाऊ शकेल असा संकल्प लक्षात राहण्याकरता मी एक खुणेची वस्तू सांभाळली आहे. माझी आजी जाण्यापूर्वी मी जेव्हा तिला शेवटची भेटायला गेले होते तेव्हा मी तिची एक सेंटची बाटली आठवण म्हणून आणली. ती बाटली तिच्या ड्रेसिंग टेबलावर कोण जाणे किती काळ तशीच पडून होती. ती बाटली बॉक्समध्येच होती आणि उघडून पाहिली असता मला ती पूर्ण भरलेली दिसली. मी आजीला त्या सेंटविषयी काहीही विचारले नाही; पण मला खात्री आहे की, तिला कोणीतरी तो सेंट काही वर्षांपूर्वी दिलेला असणार आणि आजीने ती बाटली 'जपून' ठेवलेली असणार; पण कशाकरता? आजी गेल्यावर मी ती बाटली माझ्या घरी घेऊन आले आणि ती माझ्या ऑफिसमध्ये ठेवून दिली. ती सेंटची बाटली मला आठवण करून देणार होती - 'वापरून टाक.'

मी त्या सेंटच्या बाटलीबद्दल माझ्या ब्लॉगवर लिहिले आणि कित्येक वाचकांनी त्यांच्या वापरून टाकण्याबद्दलच्या अनुभवांबद्दल लिहिले.

तुमची गोष्ट ऐकून मला माझी आई गेल्यानंतर तिच्या घरात काही चांगले नॅपकिन्स सापडले होते त्याची आठवण झाली. मी त्या घरी बरीच वर्षे होते; पण मला ते नॅपकिन्स कधी दिसले नव्हते. एखादे वेळी तिने ते 'जपून' ठेवले असावेत. तिने ते कशाकरता जपले असावेत याचा मला काही अंदाज नाही; पण तिने ते कधीच वापरले नाहीत. आता ते नॅपकिन्स माझे आहेत आणि पुढच्या वेळी जर कोणी जेवायला येणार असेल तर मी निश्चितपणे ते वापरणार आहे. त्यावरून आठवले, मी

उद्याच कोणाला तरी जेवायला बोलावले आहे.

आयुष्य खूप छोटे आहे. या अशा चांगल्या गोष्टी जपून ठेवण्यापेक्षा वापरून टाकणे उत्तम! कारण काय माहीत, एखादे वेळी उद्या येणारही नाही.

या जगात माझ्याप्रमाणेच दुसरेही कोणीतरी असे वागत आहे, यावर माझा विश्वासच बसत नाही. मी या गोष्टीला अनेक वर्षे तोंड देते आहे. मला आता समजले आहे की, त्यामुळे मी माझ्या उदास वाटण्यात भर घालत होते. मला असे वाटायचे की, आपण आपल्या चांगल्या गोष्टी पुढच्या वाईट दिवसांसाठी (किती हा निराशावादी सूर !!!) जपून ठेवल्या पाहिजेत. आणखी वाईट गोष्ट म्हणजे माझे हे म्हणणे मी माझ्या मुलींवरही लादत होते (खेळण्यामधली बॅटरी संपवू नकोस.) आता मात्र मी ताळ्यावर आले आहे. उद्या कोणी पाहिलाय?

मला खूप मोठा धडा मिळाला आहे. मी लहान असताना मला माझ्या आजी-आजोबांनी चित्रकलेशी संबंधित गोष्टींचा एक मोठा बॉक्स दिल होता. अप्रतिम रंग, ब्रश, पेपर्स, क्रेयॉन्स वगैरे. मी तो बॉक्स 'जपून' ठेवला होता. जेव्हा मी मोठेपणी चांगला चित्रकार होईन तेव्हा मला ते सगळे सामान वापरायची इच्छा होती. कारण अर्थातच मला तो खजिना असा वाया जाऊ द्यायचा नव्हता (लहान असताना तुम्हाला असे वाटते की, मोठेपणी तुम्ही जास्त कुशल बनणार आहात; त्यामुळे तोही विचार काही चुकीचा नव्हता.) एक दिवस मला तो बॉक्स सापडेना, म्हणून मी माझ्या आईला विचारले असता ती म्हणाली की, तू त्या बॉक्सला कधीच हात लावला नाहीस म्हणून मला वाटले की, तुला तो बॉक्स आवडत नसावा. तिने तो बॉक्स जुन्या बाजारात देऊन टाकला होता. मी एकदम खालीच कोसळलो. मी तो बॉक्स कधीच विसरणार नाही. कधीकधी 'नंतर' कधी उगवतच नाही.

काही गोष्टी सोडून द्या

कधीकधी ज्या गोष्टींनी तुम्हाला आनंद होतो त्याच गोष्टी दु:खही देतात. उदा. सिगारेट ओढणे, जास्तीचा एक केक खाणे, एखादा अभिजात सिनेमा पाचव्यांदा पाहण्यासाठी पहाटे ३ पर्यंत जागणे... आणि सगळ्यात महत्त्वाची गोष्ट म्हणजे - शॉपिंग. बऱ्याच लोकांना शॉपिंग करून खूप आनंद होतो; पण घरी पोहोचल्यावर

तो आनंद मनाला लागलेल्या टोचणीमध्ये आणि अपराधी भावनेमध्ये बदलतो.

मला कमी खरेदी करायला आवडत असले, तरी जेव्हा कधी मला खरेदीचा मूड येतो तेव्हा माझी मैत्रीण मला म्हणते की, माझ्या अंगात शॉपिंगचे वारे संचारले आहे. आम्ही जेव्हा या नवीन घरी राहायला आलो होतो तेव्हा प्रथमच मला माझे छोटेसे ऑफिस थाटायला एक छोटीशी खोली मिळाली होती. माझे ऑफिस सजवण्याकरता मी वेड्यासारखा खर्च करत होते. मी एक खुर्ची, पेन-पेन्सिल-पेपर्स ठेवायला स्पेशल बॉक्सेस, टेबलावर ठेवायचा लाकडी ऑर्गनायझर, वेगवेगळ्या प्रकारची पाकिटे आणि जर्नल्स, पोस्ट-इट, रंगीत रबर-बँड्स, फोनकरता हेडफोन्स, लॅपटॉपकरता जास्तीची बॅटरी... जे जे आठवेल ते ते घेत सुटले होते.

जेव्हा मी पेपर क्लिप्स ठेवायला एक पक्ष्याच्या आकाराचा मॅग्नेटिक बॉक्स खरेदी केला तेव्हा मला प्रथमच मी जरा जास्तच खरेदी करते आहे अशी अपराधी भावना टोचू लागली. मी 'काही गोष्टी सोडून देण्याचा' निर्णय घेतला. मला जे खरोखर आवश्यक होते, ते सगळे माझ्याकडे होते. म्हणून मी स्वत:करता नियम बनवला की, आता ऑफिसकरता खरेदी पूर्णपणे बंद. स्वत:ला 'नाही' सांगण्याने आणि अशी खरेदी थांबवल्याने मला बरे वाटले. आता पुरे झाले!

मी जेव्हा ब्लॉगवर 'काही गोष्टी सोडून द्या' या संकल्पाबद्दल माझे अनुभव लिहिले, तेव्हा कोणीतरी म्हटले की, 'स्वत:ला 'नाही', 'नको' किंवा 'कधीच नाही' असे सांगण्यापेक्षा सकारात्मक गोष्टीकडे लक्ष देणे जास्त फायद्याचे ठरते. तुम्हाला जे हवे आहे ते ठरवा आणि अतिरेक टाळा नाहीतर तुम्ही लवकरच पूर्वपदाला याल.'

ही एक लक्षात ठेवण्यासारखी गोष्ट आहे; पण ही दर वेळी योग्य असेल असे मला वाटत नाही. मी जेव्हा काहीतरी सोडून द्यायचा प्रयत्न करते तेव्हा मला ते थोडेथोडे सोडण्यापेक्षा पूर्णपणे सोडून देणे जास्त सोपे जाते. तसेच कधीकधी असे म्हणायला बरे वाटते की, 'मी आता ते थांबवणार आहे', 'यापुढे अजिबात नाही', 'एखादे वेळी उद्या; पण आज नाही.' हॅपिनेस विषयातले तज्ज्ञ असे सांगतात की, फक्त निर्णय करण्याने आणि त्यावर ठाम राहाण्याने आनंद मिळतो कारण त्यातून तुम्हाला स्वत:वर ताबा असण्याची, स्वत:च्या कार्यक्षमतेची आणि जबाबदारीची जाणीव होते. विशेषत: जेव्हा आर्थिक प्रश्न उद्भवतात, तेव्हा तुमच्या आर्थिक आघाडीवर प्रतीकात्मक का होईना, नियंत्रण ठेवल्याने तुमचा मूड चांगला होतो कारण परिस्थिती ताब्यात ठेवण्याकरता, सुधारण्याकरता तुम्ही पावले उचललेली असतात. नवीन घरी आल्यावर सतत होणाऱ्या खर्चाची जेव्हा मला काळजी वाटू लागली तेव्हा एखाद्या बाबीवरचा खर्च पूर्णपणे बंद करणे ही गोष्ट खूप दिलासा देणारी ठरली. (हा निर्णय काटकसर करण्याच्या दृष्टीने उपयुक्त नव्हता कारण स्टेपलर आणण्याचे मी टाळत होते; पण डायनिंग टेबलाकरता खुर्च्या विकत घेत

होते. तरीसुद्धा मानसिकदृष्ट्या हा निर्णय परिणामकारक ठरला.)

मी माझ्या ब्लॉगच्या वाचकांना त्यांनी स्वत:चा आनंद वाढवण्यासाठी असा एखादा खर्च थांबवला आहे का असे विचारले असता, बऱ्याचजणांनी कोणकोणत्या गोष्टी सोडून दिल्या आहेत ते सांगितले - एअरपोर्टवर सिनॅबॉनचे (बेकरी पदार्थ बनवणारी प्रसिद्ध अमेरिकन कंपनी) पदार्थ विकत घेणे, (ते महाग असतात आणि तब्येतीला अपायकारकही असतात.) स्वत:ची गाडी असणे, लॉटरीची तिकिटे विकत घेणे, मासिके विकत घेणे (आता मी मासिके आणि वर्तमानपत्रे फक्त ऑन-लाइनच वाचतो.) आणि नवा सेलफोन फक्त जुन्या सेलफोनच्या बदल्यातच विकत घेणे.

मी दीड वर्षापूर्वी जेव्हा या नवीन घरी राहायला आलो, तेव्हा मी केबलकरता पैसे भरले नाहीत. म्हणजेच माझ्याकडे कोणतेही चॅनेल्स दिसत नाहीत. तेव्हापासून टीव्ही म्हणजे फक्त 'नेटफ्लिक्स' (टीव्हीचे कार्यक्रम इंटरनेटद्वारे प्रक्षेपित करणारी कंपनी) किंवा काहीही नाही. हा काटकसरीचा उपाय आहे आणि त्याला एक तत्त्वाची जोड आहे. जेव्हा इतक्या प्रमाणात काटकसर आवश्यक नसेल, तेव्हा मी माझ्या निर्णयाचा फेरविचार करेन आणि भविष्यात केबलकरता पैसे भरले तरी कमी वेळा टीव्ही पाहीन.

विकतच्या पाण्याच्या बाटल्या, ऑफिसमध्ये मिळणारे गोड पदार्थ, शुक्रवार - शनिवार सोडून हॉटेलमध्ये खाणे हे सगळे आम्ही आता सोडून दिले आहे. परिणामी, माझे आणि माझ्या बायकोचे वजन कमी व्हायला लागले आहे आणि आमचे पैसेदेखील वाचत आहेत.

'ई-बे'च्या वेबसाइटवर आता अजून काही खरेदी करणार नाही. सुरुवातीला त्यात मजा वाटली; पण हळूहळू ते माझ्या हाताबाहेर जाऊ लागले. गरज नसलेल्या गोष्टीसुद्धा मी खरेदी करू लागलो. मला इंटरनेटवर काही ना काही शोधून काढायची आवड होती. मात्र, त्याचा माझ्या आर्थिक स्थितीवर परिणाम होऊ लागला होता. एक दिवस मी त्या वेबसाइटला गेलो खरा, पण अचानकपणे 'आता पुरे!' असे मी मनाशी ठरवून टाकले. माझ्या निर्णयाने माझ्या मनाला खूप मोठा दिलासा मिळाला. शिवाय माझा यात किती वेळ जात होता याचाही मला पत्ता नव्हता.

काही वाचकांनी पैशाशी संबंधित नसलेल्या गोष्टीसुद्धा कळवल्या, ज्या सोडून

दिल्याने त्यांना आनंद मिळाला आहे. उदा. सुट्टीच्या दिवशी दुपारपर्यंत झोपणे, टी-एम-झेड.कॉम (फिल्मी वर्तुळातली बातम्या आणि गॉसिपिंगबद्दलची वेबसाइट) पाहणे, सीरिअल खाणे, सनबाथ घेणे.

एखादी गोष्ट सोडून दिल्याने कसा आनंद होतो याबद्दल मला एक गोष्ट सांगायची आहे. अंदाजे पाच वर्षांपूर्वी मला एका प्राण्यांच्या निवारा केंद्रात नोकरी मिळाली. नोकरीला सुरुवात करण्यापूर्वी मी मांसाहारी होतो. जसजसा मी तिथे काम करू लागलो, तसतसा एकीकडे मी प्राण्यांचे रक्षण करतो आहे आणि दुसरीकडे मी त्यांचे भक्षण करतो आहे ही भावना मला अस्वस्थ करू लागली. माझे वागणे सुसंगत नव्हते आणि मुख्य म्हणजे माणुसकीला धरून नव्हते. माझे काही सहकारी व्हिगन (प्राण्यापासून तयार झालेले काहीही न खाणारे) होते. मीदेखील त्यांच्यासारखाच व्हिगन झालो. मी आता मांस, मासे, अंडी, दूध, दुधाचे पदार्थ काहीही खात नाही. मी लोकरीपासून किंवा प्राण्यांच्या कातडीपासून बनवलेले कोणतेही कपडे विकत घेत नाही. मी गॅरी टाऊबचे 'गुड कॅलरीज, बॅड कॅलरीज' पुस्तक वाचले आहे. माझ्या डाएटचा माझ्या तब्येतीवर काय परिणाम झाला हे मला माहीत नसले, तरी माझे वागणे मात्र माझ्या नैतिक मूल्यांना धरून आहे हे मला माहीत आहे. माझा दिवस कसाही गेला, तरी निदान मुक्या प्राण्यांना मी त्रास देत नाही या भावनेने मी शांत झोपी जातो.

मी साखर खाणे सोडून दिले आहे जे माझ्याकरता निश्चितच अवघड होते. मला गोळ्या-चॉकलेट्स खायला आवडतात. माझी गोळ्या-चॉकलेट्स खाण्याची सवय सोडणे मला खूप जड जाईल असे मला वाटले होते; पण एक दिवस अचानक मी गोळ्या-चॉकलेट्स खाणे पूर्णपणे सोडून द्यायचे ठरवले आणि तसे जाहीरही करून टाकले. मला वाटले तितके ते जड गेले नाही. आज थोड्या खाते, उद्या एकच खाते, थोडीफार तडजोड करते... अशी काही भानगडच मी ठेवली नाही. (तरी मला अजून माझ्या कोऱ्या कॉफीची सवय व्हायचीय म्हणा!) पाच-सहा सॅकरीनच्या गोळ्यापासून इथवर येऊन पोहोचले. चौतीस दिवसांनी विचार केला, याचा काही फायदा आहे का? आहे तर! हे माझे स्वत:चे आणि एकुलते एक आयुष्य आहे.

अर्थातच प्रत्येकाची निवड वेगवेगळी असेल. मला स्टेशनरीची खरेदी करणे सोडल्याने आनंद झाला याचा अर्थ असा नाही की, इतरांनी पण तसेच करावे. 'काहीतरी सोडून द्या' हा संकल्प जरी टोकाचा, कडक शिस्तीचा वाटला, तरी एखादी गोष्ट सोडून दिल्याने चांगले वाटते.

सॅम्युअल बटलर लिहितो, 'चांगल्याकडे किंवा वाईटाकडे तुमची वाटचाल होत असताना आनंद आणि दुःख दोन्ही तुमच्याबरोबरच असतात. तुम्ही आयुष्यात किती उंचावर आहात अथवा केवढे खोल गर्तेत आहात यावर ते अवलंबून नसते तर तुम्ही कोणत्या दिशेला वाटचाल करत आहात यावर ते अवलंबून असते.' हे विधान आनंद आणि पैसा यांच्यातले नाते उलगडून सांगणारा महत्त्वाचा मंत्र आहे.

परंतु लोक पैसा कसा खर्च करतात, पैशांबद्दल काय विचार करतात यामध्ये इतक्या प्रमाणात विविधता आहे की, याबद्दल ढोबळमानाने विधान करणे सर्वस्वी अशक्य आहे. आता ब्लेंडरचेच उदाहरण घ्या ना! मी जेव्हा माझा ब्लेंडर बदलला तेव्हा मी जास्त क्षमतेचा महाग ब्लेंडर विकत घेतला. मी रोजच्या रोज 'स्मूदी' (फळे किंवा भाज्यांचा घट्टसा रस) बनवत असल्याने हा ब्लेंडर माझ्याकरता आनंदाची गोष्ट होती; पण जी व्यक्ती कधी स्वयंपाकच करत नाही, तिच्याकरता हा ब्लेंडर म्हणजे मोठा खर्च वाटेल. ती व्यक्ती तो ब्लेंडर कधीच वापरणार नाही आणि या खरेदीने त्या व्यक्तीच्या आनंदात काहीही भर पडणार नाही. जर पैसा हा तुमचा आनंद वाढवणारा ठरायला हवा असेल तर तो आयुष्यातल्या अशा गोष्टींकरता वापरला जायला हवा, ज्या गोष्टी तुमचा आनंद वाढवतात.

'पैसा हा उत्तम सेवक आहे; पण वाईट मालक आहे' अशा अर्थाची एक इंग्लिश म्हण आहे.

या महिन्यात जेव्हा मी पैशांसंदर्भातली कोडी समजून घेत होते, तेव्हा एका क्षणी मला माझा हॅपिनेस प्रोजेक्ट एकाएकी निरर्थक वाटू लागला.

ती शनिवारची सकाळच वाईट होती. आमचा सगळ्यांचाच मूड खराब होता. जेमीने मला उशिरापर्यंत झोपू दिले होते. ही एक चांगली गोष्ट वगळता, मी माझ्या बेडरूममधून बाहेर पडल्यापासून माझी सकाळ वाईट जायला सुरुवात झाली होती. माझी कॉफी पिऊन होताच जेमीने मला "जिमला जाऊ का?" असे विचारले. मी त्याला 'हो' म्हटले; पण मी मनातून चिडले होते. तो गेल्यावर, एलिझा आणि इलिनॉर पाचच मिनिटे शांतपणे खेळल्या असतील आणि त्या दोघींची भांडणे, आरडाओरडा, रडारड सुरू झाली.

सगळ्यात कहर म्हणजे इलिनॉरचा दंगा सुरू झाला - जमिनीवर गडाबडा लोळणे, लाथा झाडणे, हाताच्या मुठी जमिनीवर आपटणे, किंचाळणे या सगळ्याला

सुरुवात झाली. का? तर "एलिझा माझ्याकडे बोट दाखवतेय." नंतर रडतरडत एलिझा या सगळ्यात सामील झाली. "माझी काहीही चूक नाही, इलिनॉरने रडलेलं मला आवडत नाही."

माझे सगळे संकल्प एकाच वेळेस माझ्या डोळ्यांसमोर नाचू लागले; पण त्या क्षणी मला 'सकाळच्या वेळी गाणे म्हणा', 'खुळेपणा करा', 'तुमच्या प्रेमाचे दाखले द्या' यांपैकी काहीही करण्याची इच्छा नव्हती. उलट या वेळी माझीच कोणीतरी काळजी घ्यावी असे मला वाटत होते. मी माझे संकल्प इतक्या कसोशीने पाळत होते; पण त्याचा काही उपयोग होता का? नाही. माझ्यात काहीच बदल झाला नव्हता; पण मी जर माझे संकल्प पाळणे सोडून दिले, तर माझ्यापुढे काय पर्याय शिल्लक राहिले? मी जमिनीवर बसून गळा काढून रडू शकते, मी मुलींपासून दूर जाऊ शकते, मी बेडवर पडून पुस्तक वाचू शकते; पण असे वागून मी आनंदी होणार आहे का? नाही.

थोडा वेळ असाच गेला. आम्ही कोणीच आपापल्या जागेवरून उठलो नाही. जेमी जिमला गेल्यामुळे मी त्याच्यावर चिडले होते. दोघी रडत राहिल्या. मी वाटेतच उभी राहिले.

"काय मूर्खपणा आहे हा?" मी ओरडले. "तुम्ही दोघींनी आधी रडणं बंद करा. काहीही झालेलं नाही आणि तरीही तुम्ही रडत आहात." दोघी आणखी रडू लागल्या. दोघींना एक एक फटका देण्याची माझी इच्छा मी दाबून धरली.

"माझ्यावर ओरडू नकोस!" एलिझा किंचाळली. "माझी काहीही चूक नाही." इलिनॉरने जमिनीवर लोळतालोळता दिशा बदलली की, जेणेकरून आता ती भिंतीला लाथा मारू शकेल.

मला तातडीने काहीतरी करणे भाग होते. मी माझ्यातली सगळी सहनशीलता एकवटत म्हणाले, "रडण्याने माणसाला तहान लागते. मी आत्ता दोघींकरता एकएक ग्लास पाणी आणते." (दोघींना पाणी प्यायला खूप आवडते.)

मी किचनमध्ये गेले. प्रथम मी माझ्याकरता डाएट कोकचा एक कॅन उघडून घेतला आणि मग दोन ग्लासांत पाणी भरले. एक दीर्घ श्वास घेऊन मी आवाजात उत्साह आणत म्हणाले, "कोणाला तहान लागली आहे? कोणाला जोडीला बदाम हवे आहेत?" आणि मी आशा केली की, आता परिस्थिती बदलेल.

दोघीही किचनमध्ये नाटकीपणे वास घेतल्यासारखे फिरू लागल्या. दोघींनी पाणी प्यायले आणि बदाम खाल्ले, अचानकपणे सगळ्यांचा गेलेला मूड थोड्याफार प्रमाणात परत आला.

"एलिझा, तू आज ब्रेकफास्ट घेतलास का?" मी विचारले.

"नाही." ती म्हणाली. "आम्ही उठल्याबरोबर आमच्या खेळण्यांबरोबर खेळायला

सुरुवात केली.''

यापुढे दोघींना असे भुकेलेले ठेवायचे नाही याची मी मनात नोंद केली. मी स्वत:शीच जोरजोरात हसू लागले आणि मुली खाताखाता माझ्याकडे पाहत राहिल्या.

वाईट वेळ निघून गेली होती; पण उरलेला शनिवारसुद्धा काही फारसा चांगला गेला नाही. एलिझा आणि इलिनॉर कुरकुरत राहिल्या; मी आणि जेमी तणतणत राहिलो. त्या दिवशी प्रत्येकजण मला चिडायला लावत होता.

त्या दिवशी दुपारी मी मुलींना किचनभर पसरलेले क्रेयॉन्स उचलायला सांगत होते आणि माझ्या लक्षात आले की, जेमी दिसत नाही. मी जेमीला दोन-चार वेळा हाक मारली आणि मग त्याला शोधू लागले. त्याला आमच्या बेडवर गाढ झोपलेला पाहून माझा पार चढला. माझ्या डोक्यात हिशेब सुरू झाले. मला उशिरापर्यंत झोपायला मिळाले, तसे त्याला जिमला जायला मिळाले. आता त्याला दुपारची झोप मिळते आहे तर मग मला काय मिळणार? माझे अंतर्मन मला हिशेब करायचे नाहीत असे सांगत होते; पण मी त्याकडे सपशेल दुर्लक्ष केले.

माझ्या हॅपिनेस प्रोजेक्टमुळे बरे वाटण्यापेक्षा मला वाईट वाटत होते. खरे तर मला माझ्या सगळ्या चुका दिसत होत्या. मी कसे वागायला पाहिजे हे जाणवत होते; पण मी तसे वागू शकत नव्हते. मला तसे वागताही आले नसते. उडत गेले सगळे संकल्प! का मी हे सगळे संकल्प पाळत होते? त्यातले बरेचसे संकल्प तर इतरांना आनंदी करत होते. माझ्या प्रयत्नांचे कोणालाच कौतुक नव्हते. कोणी त्याची दखलसुद्धा घेत नव्हते. विशेषत: जेमीवर मी नाराज होते. त्याने माझ्या रिसर्चबद्दल चौकशी केली? आवरलेल्या कपाटांबद्दल त्याने एकदातरी कौतुक केले? छानछान ई-मेल्सबद्दल, मागे लागणे थांबवल्याबद्दल कधी कौतुक केले? नाही!

माझ्या शेजारच्या खोलीतून मुलींचा आवाज येत होता. 'माझं आहे', 'नाही, माझं आहे', 'पण मी आधी खेळत होते', 'मला ढकलू नकोस', 'तू मला धक्का दिला आहेस' वगैरे वगैरे.

मी तरातरा जेमीकडे गेले. ''ऊठ! तू काय हे नुसतंच ऐकत बसणार आहेस का? हा आरडाओरडा, ही मारामारी ऐकून तुला मजा वाटते का?''

जेमीने डोळे चोळत माझ्याकडे बघितले. त्याच्या चेहऱ्यावर जे भाव होते त्याचा अर्थ मी असा लावला की, 'आधी तू शांत होण्याची मी वाट पाहत आहे.'

''नुसता पडून राहू नकोस. हा तुझादेखील प्रॉब्लेम आहे.'' मी त्याला फटकारले.

''काय प्रॉब्लेम आहे?''

''एलिझा आणि इलिनॉरचा आवाज बघ. दिवसभर त्या कटकट करताहेत. आता तूच हा प्रश्न सोडव.''

''सॉरी, मी तुला मदत केली नाही.'' तो म्हणाला. ''मला खरं तर काय करावं

तेच कळत नाही.''

"आणि त्यामुळे तो प्रश्न मी सोडवावा अशी तू वाट पाहत बसलास?''

"हो अर्थातच!'' तो हसून म्हणाला. त्याने माझ्याकडे पाहून हात पसरले. (माझ्या फेब्रुवारीतल्या रिसर्चनुसार हा एक समझोत्याचा प्रयत्न आहे हे मला माहीत होते.)

"तू मला गोल्ड स्टार देत आहेस?'' मी त्याच्याशेजारी झोपत म्हणाले.

"हो!'' तो म्हणाला. मुलींचे ओरडण्याचे आवाज मोठे होत गेले आणि अचानकपणे थांबले. "घरात किती आनंदी वाटते आहे!'' आम्ही दोघेही हसू लागलो.

"आपण सगळे आनंदात आहोत ना? जरी मी एक आळशी आणि झोपाळू नवरा असलो तरी?''

"हो बहुतेक!'' मी म्हटले आणि त्याच्या छातीवर डोके ठेवले.

"चला, आपण सगळे बागेत जाऊ या. आपल्याला घराबाहेर पडायची गरज आहे.'' तो उठला आणि मुलींना जोरात म्हणाला, "चला, बूट घाला दोघी. आपण बागेत जाणार आहोत!''

या त्याच्या बोलण्याचे स्वागत थोड्याशा कुरबुरीने झाले. "मला बूट घालायचे नाहीत!'' "मला बागेत जायचं नाही.'' दोघी म्हणू लागल्या.

"आपण बागेत तर जाणार आहोतच. चला, मी तुम्हा दोघींना तयार व्हायला मदत करतो.'' जेमी म्हणाला.

असे अजून अनेक दिवस येणार होते. हा त्यातलाच एक होता. हॅपिनेस प्रोजेक्ट म्हणजे काही जादूची छडी नव्हती. त्या रात्री मी एक संकल्प पाळण्यात यशस्वी झाले – 'लवकर झोपा'. दुसऱ्या दिवशी सकाळी मला काही गोष्टी थोड्या सुधारलेल्या वाटल्या. मात्र, माझा मूड पूर्ववत व्हायला बरेच दिवस जावे लागले; पण निदान मी माझे संकल्प पुन्हा नव्याने पाळायला सज्ज झाले.

८

ऑगस्ट

स्वर्गसुखाची कल्पना करा

शाश्वत मूल्ये

- आपत्काळाचे अनुभव वाचा
- कृतज्ञतेचे क्षण लिहून ठेवा
- आध्यात्मिक गुरूचे अनुकरण करा

पैशाने आनंद विकत घेण्यास मदत होते यावर माझा पूर्ण विश्वास होता; परंतु पैशाबद्दल सतत विचार करणे मला मनात कोठेतरी खात होते, मी माझी मलाच लोभी आणि संकुचित मनोवृत्तीची वाटत होते. जुलै संपेपर्यंत मी पैशांचा, ऐहिक विषयांचा विचार सोडून आध्यात्मिक मार्गाकडे वळल्यावर मला थोडे बरे वाटले.

आम्ही ऑगस्ट महिन्यात ट्रीपसाठी बाहेर पडणार असल्याने मला हा महिना आयुष्यातील शाश्वत गोष्टींचा विचार करण्यासाठी योग्य वाटला. रोजच्या रूटीनमधून बाहेर पडल्याने मला माझ्या आयुष्याला आकार देणारी उच्च मूल्ये अधिक स्पष्टपणे तपासून पाहता येणार होती. या शाश्वत सुखाच्या कल्पनेद्वारे मला काय मिळवायचे होते हे मला सर्वांत आधी शोधून काढायला हवे होते.

मी धार्मिक वातावरणात वाढले नाही. लहान असताना मी जेव्हा माझ्या आजोळी

नेब्रास्काला जात असे, तेव्हा मी संडे स्कूलला (लहान मुलांना धर्माची माहिती सांगणारी चर्चमधील शाळा) जात असे. आमच्या घरात ईस्टर आणि ख्रिसमस खूप थाटामाटात साजरे होत असत; पण तितकेच. नंतर जेमीबरोबर माझे लग्न झाले. जेमी ज्यू होता. त्याचे लहानपणही माझ्यासारखेच सौम्य धार्मिक वातावरणात गेले होते. आणि आमचे लग्न झाल्यापासून आमच्या 'आंतरधर्मीय' घरात तर त्याहूनही कमी धार्मिक वातावरण आहे. आम्ही माझ्या आई-वडिलांबरोबर ख्रिश्चन सण साजरे करतो आणि जेमीच्या आई-वडिलांबरोबर ज्यू लोकांचे सण साजरे करतो (याचा आमच्या दोघांच्याही आई-वडिलांना खूप आनंद होतो, कारण एकच सण दरवर्षी आलटूनपालटून माझ्या किंवा त्याच्या आई-वडिलांबरोबर साजरा करण्याची परिस्थिती उद्भवत नाही.) सगळे सण आम्ही धर्मनिरपेक्ष पद्धतीने, पारंपरिक कर्मकांडे टाळून साजरे करतो.

तथापि, मला नेहमीच धर्म म्हणजे काय आणि धर्मनिष्ठ लोकांच्या भावना काय असतात हे जाणून घ्यायची उत्सुकता वाटत आली आहे. मी स्वत:ला श्रद्धाळू आणि अज्ञेयवादी (परमेश्वराविषयी काहीही समजणे शक्य नाही असे मानणारी) समजते. माझा श्रद्धेवर विश्वास आहे आणि माझ्या वाचनामुळे मी 'श्रद्धा' या भावनेला समजू लागले आहे. मी जरी स्वत:ला आध्यात्मिक वृत्तीची मानत नसले, तरी मला अध्यात्माच्या पायऱ्या (उन्नती, विस्मय, कृतज्ञता, क्षणस्थ वृत्ती, मृत्यूविषयी चिंतन) आनंद मिळवण्याकरता आवश्यक आहेत, हे समजू लागले होते.

मी जेव्हा जेमीला ऑगस्ट महिन्याचे माझे लक्ष्य 'शाश्वत मूल्ये' आहे असे सांगितले, तेव्हा तो म्हणाला, "म्हणजे तू आता कर्मकांडं करू लागणार आहेस की काय?"

मी लगेच विचारात पडले.

"मला वाटत नाही." मी उत्तरले. "म्हणजे कशी?"

"मला अंदाज नाही." तो म्हणाला. "पण शाश्वत मूल्यांचा शोध घेणं एखादे वेळी घरच्यांकरता त्रासदायक ठरेल असं मला वाटतं."

"नाही." मी त्याला दिलासा देत म्हणाले. "मी काही टीपॉयवर एखादी कवटी वगैरे आणून ठेवणार नाही. मी वचन देते."

मला माझे मन क्षणिक आणि उथळ विचारांपासून दूर, शाश्वत आणि त्रिकालाबाधित मूल्यांकडे वळवायचे होते. मला माझ्यात एक समाधानी आणि कृतज्ञ वृत्ती निर्माण करायची होती. मला आत्ताच्या क्षणामधील, रोजच्या आयुष्यामधील जादू अनुभवायची होती. मला माझ्या आनंदापेक्षा इतरांच्या आनंदाला अधिक महत्त्व द्यायचे होते. बरेचदा रोजच्या धावपळीत आणि स्वत:च्याच काळज्यांमध्ये ही श्वाश्वत मूल्ये हरवून जातात.

आध्यात्मिक गोष्टींवर लक्ष केंद्रित केल्याने तुम्हाला अधिक आनंद मिळणार आहे का? वेगवेगळ्या संशोधनांमधून याचे उत्तर 'होय' असे मिळाले आहे. शास्त्रशुद्ध अभ्यासानंतर असे दिसून आले आहे की, आध्यात्मिक मनोवृत्तीचे लोक जास्त आनंदी असतात, ते शारीरिक आणि मानसिकदृष्ट्या जास्त निरोगी असतात, ते ताण-तणावांवर चांगल्या पद्धतीने नियंत्रण ठेवू शकतात, त्यांचे वैवाहिक जीवन चांगले असते आणि ते दीर्घायुषी होतात.

आपत्काळाचे अनुभव वाचा

सन ५२४ मध्ये, तुरुंगात मृत्युदंडाची वाट बघत असताना तत्त्वज्ञ बोएथियस लिहितो– "स्वर्गाची कल्पना करा आणि निदान आतातरी अर्थशून्य गोष्टींच्या मागे लागणे बंद करा. अर्थात माझ्या प्रसन्नतेला असणारी आव्हाने माझ्या शिक्षेपेक्षा नगण्य आहेत; पण मला माझ्यात असा दृष्टिकोन विकसित करायचा आहे की, ज्यामुळे माझे चित्त छोट्याछोट्या कटकटींपासून, अपयशांमुळे ढळणार नाही. मला स्वत:ला खंबीर बनवायचे आहे म्हणजे मी येणाऱ्या संकटांना धैर्याने सामोरे जाईन. त्याकरता 'मृत्यूची कल्पना करा' अशी धार्मिक आणि तात्त्विक विद्वानांची शिकवण आहे. भगवान बुद्धांनी दिलेल्या सल्ल्याप्रमाणे सर्व प्रकारच्या मेडिटेशनमध्ये डेथ मेडिटेशन (मृत्यूचे ध्यान) श्रेष्ठ आहे (तिबेटी संकल्पना). परंतु मला डेथ मेडिटेशन कसे करायचे हे माहीत नव्हते."

मध्ययुगीन काळातल्या साधूंनी त्यांच्या मठीमध्ये मृत्यूची आठवण करून देण्याकरता हाडांचे सांगाडे ठेवलेले असत. सोळाव्या शतकातल्या चित्रकारांनी ('व्हॅनिटाज' या नावाने ओळखल्या जाणाऱ्या शैलीत) काही अशी चित्रे रंगवली आहेत, ज्यात आयुष्याची क्षणभंगुरता आणि मृत्यूची अटळता दाखवण्याकरता मेण ओघळणाऱ्या मेणबत्त्या, वाळूचे घड्याळ, कुजलेली फळे, बुडबुडे यांचा समावेश होता. मी मरणाविषयी आणि त्याबरोबर येणाऱ्या संकटांबद्दलची जागरूकता अंगी बाणवण्याकरता काय करू शकते? – मी काही टीपॉयवर कवटी आणून ठेवणार नव्हते.

मृत्यूची जाणीव मनात जागी ठेवण्याकरता मी मला पटेल असा उपाय करायचा ठरवला – जे लोक मरणाशी सामना करत आहेत अशांचे अनुभव वाचायचे.

मी लायब्ररीत जाऊन बरीचशी पुस्तके घेऊन आले आणि जे लोक एखाद्या असाध्य रोगाशी किंवा मृत्यूशी सामना करत होते, अशा लोकांचे अनुभव वाचायला सुरुवात केली. परंतु नंतर नंतर मी कोणत्याही प्रकारच्या आपत्तीला (घटस्फोट, अर्धांगवायू, व्यसनाधीनता इत्यादी) तोंड देणाऱ्या लोकांचे अनुभव वाचायला सुरुवात केली. मला असे वाटले की, या सगळ्या लोकांनी इतक्या वेदना सहन करून जे

अनुभव मिळवले आहेत, ते अनुभव मला (कोणत्याही दिव्यातून न जावे लागता) उपयोगी पडतील. जगात अनेक प्रकारचे विस्तृत ज्ञान असते, ते सगळेच मला माझ्या स्वत:च्या अनुभवातून घेण्याची इच्छा नव्हती.

ऑगस्ट हा स्वच्छ सूर्यप्रकाशाचा आणि सुट्टीचा काळ होता, जो खरे तर या पुस्तकांमधल्या अप्रिय विषयाशी पूर्णपणे विसंगत होता; पण बहुधा म्हणूनच एक उत्तम पार्श्वभूमी असल्यासारखा भासत होता. या काळात मी माझ्या घरातल्या लोकांबरोबर असल्याने मला दुसऱ्यांची दु:खे, त्यांचे वाईट अनुभव समजून घेणे सोपे गेले.

एकदा आम्ही सगळे समुद्रकिनारी ट्रीपला जायला निघालो होतो. मी व जेमी बॅगेत वस्तू भरत होतो. आधीच भरलेल्या बॅगेत मला पुस्तके कोंबताना पाहून जेमी म्हणाला, ‘‘आपण सगळें ट्रीपला गेल्यावर तू ही असली पुस्तकं वाचत बसणार आहेस?’’ पुस्तकांची नावे पाहत त्याने साशंकतेने विचारले - ‘स्टॅन मॅक ऑन कॅन्सर’, ‘जीन ओ केली फॉर ब्रेन ट्युमर’ आणि ‘मार्था बेक ऑन हॅविंग अ बेबी विथ डाउन सिंड्रोम’.

‘‘मला माहीत आहे की, ही सगळी पुस्तके निराशावादी वाटतात; पण ही पुस्तकं दु:खी वाटली, तरी ती खरं तर उभारी देणारी पुस्तकं आहेत.’’

‘‘असतील!’’ त्याने खांदे उडवले. ‘‘मी ‘अ ब्राइट शायनिंग लाय’ आणि ‘मिडलमार्च’ ही पुस्तकं घेतोय.’’

आमची ट्रीप संपली तेव्हा मी सगळी पुस्तके वाचून संपवली होती. टॉलस्टॉयचे म्हणणे होते की, ‘सगळी आनंदी कुटुंबे एकसारखीच असतात,’ अर्थात मी या विधानाशी सहमत नव्हते; पण हे खरे होते की, आनंदी नसणाऱ्या प्रत्येक कुटुंबाचे आनंदी नसण्याचे कारण वेगवेगळे असू शकते. मी वाचलेल्या सगळ्या आठवणींमधून जवळपास सारख्याच तीव्रतेची आयुष्य उद्‌ध्वस्त करून टाकणारी परिस्थिती दिसून येत असली, तरी प्रत्येकाची सहन करण्याची, तोंड देण्याची पद्धत वेगळीवेगळी होती.

या सगळ्या वाचनाचा परिणाम असा झाला की, मला माझ्या सर्वसामान्य असण्याबद्दलसुद्धा खूप कृतज्ञता दाटून आली. रोजचे आयुष्यदेखील स्थिर आणि शाश्वत वाटू लागले; परंतु या सर्व लेखकांनी मला हेदेखील जाणवून दिले की, एका साध्या फोननेदेखील माझे आयुष्य बदलून जाणार होते. एका विशिष्ट क्षणाला ज्या लोकांचे आयुष्य उद्‌ध्वस्त झाले होते, त्यांची एका मागोमाग एक कथने माझ्या डोळ्यांसमोर तरळू लागली. गिल्डा रॅडनर लिहिते– ‘२१ ऑक्टोबर १९८६ रोजी मला समजले की, मला ओव्हॅरियन कॅन्सर झाला आहे. संध्याकाळी सात वाजता फोन आला होता. ट्युमर जीवघेणा आणि ऑपरेशन न करता येणारा होता.’

कॉर्नेलियस रायनच्या आठवणीप्रमाणे– '२३ जुलै १९७० रोजी एका सुरेख सकाळी मी हे मान्य करायला सुरुवात केली की, आता लवकरच मी मरणार आहे. एका निदानामुळे सगळेच बदलले होते.'

हे अनुभव वाचल्यानंतर मला माझ्या विनातक्रार चालणाऱ्या शरीराबद्दल नव्याने आणि अधिक तीव्रतेने कृतज्ञता वाटू लागली. मी नीट खाऊ शकते, नीट चालू शकते, स्वत:ची स्वत: बाथरूमला जाऊ शकते. मी ट्रीपला गेलेली असल्याने माझ्या रोजच्या खाण्याच्या सवयी बदलल्या होत्या. मी चिप्स, मिल्कशेक, चीज सँडविच आणि इतर अनेक असे पदार्थ खात होते की, जे मी सहसा नेहमीच्या आयुष्यात खात नसे. एके दिवशी सकाळी मला माझे वजन वाढल्याचे पाहून उदास वाटू लागले; परंतु मी नुकतेच एका प्रॉस्टेट कॅन्सरमधून वाचलेल्या माणसाचे अनुभव वाचले असल्याने मला पुढच्याच क्षणी माझ्या शरीराबद्दल खूप प्रेम वाटू लागले. माझ्या वजनाबद्दल सारखे असमाधान वाटून घेण्यापेक्षा मी निरोगी, वेदनामुक्त, भीतीमुक्त, उत्साही असल्याबद्दल मी आनंदी राहायला हवे.

सर्व धर्मांच्या शिकवणुकीत, तत्त्वज्ञानात आणि आजारपणामुळे (किंवा इतर कशामुळेही) दु:खी असणाऱ्या लोकांच्या अनुभवकथनात एक समान धागा आढळतो आणि तो म्हणजे– आत्ताच्या क्षणात आयुष्य पूर्णपणे आणि कृतज्ञतेने जगा हा उपदेश! बरेचदा आपल्यावर एखादे संकट आल्यानंतरच आपल्याला जाणवते की, आपण किती सुखी होतो. विल्यम एडवर्ड हार्टपोल लेकी म्हणतो की, 'आपल्यापैकी बऱ्याचजणांच्या आयुष्यात असे क्षण येतात जेव्हा वाटते की, निसटून गेलेला भूतकाळ पुन्हा जगायला मिळण्याकरता मी वाट्टेल ती किंमत मोजायला तयार आहे, अगदी तो भूतकाळ आपण तेव्हा परिपूर्णतेने जगलो नव्हतो तरी.'

जसजसे हे सामान्य जीवन किती मौल्यवान आहे हे मला समजत गेले, तसतशी ज्या क्षणांची मी साधी दखलसुद्धा घेतली नाही असे असंख्य क्षण पकडून ठेवायची मला प्रबळ इच्छा झाली. मी सहसा कधी भूतकाळाचा विचार करत नाही; परंतु मला मूलबाळ असल्याने गतकाळाबद्दल खूपच उदासवाणे वाटू लागले. आज मी इलिनॉरला बाबागाडीत घालून फिरवत आहे, एक दिवस ती मला व्हीलचेअरमध्ये बसवून फिरवेल तेव्हा मला माझ्या आत्ताच्या आयुष्याची आठवण होणार आहे का? हॉरसची एक ओळ माझ्या डोक्यातून जाता जाईना– 'निघून जाणारी वर्षे आपल्याकडून एकापाठोपाठ एक गोष्टी हिरावून घेतात.'

मी वन सेंटेन्स जर्नल बनवायचे ठरवले. मला माहीत आहे की, मी रोज सकाळी पंचेचाळीस मिनिटे घालवून एखाद्या सुंदर वहीमध्ये एखादा काव्यात्मक उतारा लिहू शकणार नाही (आणि माझे हस्ताक्षर इतके खराब आहे की, जरी मी लिहिले, तरी मी ते नंतर वाचू शकणार नाही.) पण मी रोज रात्री कॉम्प्यूटरमध्ये एक-दोन ओळी

लिहू शकते.

मी या जर्नलमध्ये रोजचे आयुष्य सुंदर करणारे अनेक क्षण– जे सहजपणे विस्मरणात जातात– ते लिहीत गेले. अशा प्रकारे भावना व्यक्त केल्याने आणि त्या पुन:पुन्हा आठवल्याने त्यातून मिळालेल्या आनंदाची परिणामकारकता अनेक पटींनी वाढली.

हा उन्हाळासुद्धा जेव्हा असाच निघून जाईल, तेव्हा माझ्याकडे लक्षात राहतील न राहतील असे अनेक सुंदर क्षण पुन:पुन्हा आठवण्याची एक युक्ती असेल - जेमीने बनवलेला एक नवीन 'पाय' (एक प्रकारचा केक), एलिझाने एकटीने केलेली पहिली ग्रोसरी खरेदी, इलिनॉरने पुढ्यातल्या स्पॅघेटीकडे बोट दाखवत 'मो पजामा, प्लीज' म्हटले होते, (तिला 'परमजान चीज' म्हणायचे होते.) तो क्षण विसरण्याची मी कल्पनाच करू शकत नाही; पण कधीतरी तो क्षणदेखील विस्मरणात जाणार आहे.

ट्रीपच्या शेवटच्या दिवशी आमचे सगळे आवरून झाले होते आणि आम्ही अगदी निघायच्या तयारीत होतो. मी आणि जेमी वर्तमानपत्र वाचतावाचता आमच्या फेरीबोटीची वाट पाहत होतो. तितक्यात इलिनॉरला तिथल्या तीन पायऱ्यांवर वर-खाली करण्याची हुक्की आली. तिला मदत लागेल म्हणून मी तिच्याजवळ जाऊन उभी राहिले. मनात विचार आला की, तिथे नुसतेच उभे राहण्यापेक्षा वर्तमानपत्राची एखादी पुरवणी घेऊन वाचावी आणि त्या क्षणी मला जाणवले की, 'हाच तो क्षण आहे वर्तमानात जगण्याचा!'

हा इलिनॉरबरोबरचा तिच्या लहानपणीचा काळ माझ्याकरता मौल्यवान असणार आहे, क्षणभंगूर असणार आहे. इतकी उत्साही, लाघवी इलिनॉर किती तन्मयतेने, चिकाटीने त्या लाकडी पायऱ्या वर-खाली वर-खाली करत होती. वर सूर्य चमकत होता, फुले फुललेली होती; ती तिच्या गुलाबी ड्रेसमध्ये खूपच गोड दिसत होती. या सर्व क्षणांपासून दूर जाऊन मला वर्तमानपत्र का वाचायचे होते? आत्ताच ती मोठी होऊ लागली होती, ती परत एकदा छोटे बाळ होणार नव्हती.

हा विचार माझ्या डोक्यात याआधीही आला होता; पण मला अचानक जाणवले की, हाच माझा तिसरा सिद्धान्त आहे - 'दिवस मोठे असतात; पण वर्षे छोटी असतात.' हा एखाद्या फॉरच्यून कुकीतला संदेश वाटतो; पण हे खरे आहे. प्रत्येक दिवस, आयुष्यातील प्रत्येक टप्पा हा मोठा वाटतो; पण वर्षे पटापट पुढे सरकतात. मला वर्तमानात रमायचे आहे. हा ऋतू, आयुष्यातील ही वेळ. एलिझाबरोबरच्या कित्येक गोष्टी आता मागे पडल्या आहेत – टीव्हीवरचे 'विगल्स'सारखे लहान मुलांचे कार्यक्रम, 'पॅट द बनी'सारखी पुस्तके, शाळा-शाळा, डॉक्टर-डॉक्टरसारखे खेळ! एक दिवस - आणि तो दिवस काही फार लांब नव्हता – मी अशीच इलिनॉरच्या लहानपणीच्या आठवणी काढत असेन. हे क्षणदेखील असेच निसटून

जाणार आहेत, हे जाणवल्यापासून माझ्या मनात कडू-गोड भावनांचा कल्लोळ उठला होता. त्या क्षणाला मृत्यू आणि क्षणभंगुरता यांची अटळता माझ्या मनात कायमची कोरली गेली.

मी या क्षणाची माझ्या वन सेंटेन्स जर्नलमध्ये नोंद करून ठेवली आणि आता मी तो कायम लक्षात ठेवीन. 'घरी जाण्याकरता सर्व तयारी झाली होती – बोटीची वाट पाहत होतो - इलिनॉरला जिना चढउतार करण्यात खूपच मजा वाटत होती - जेमीने आणलेल्या पांढऱ्या हॅटमध्ये ती कमालीची गोड दिसत होती. तिचा आवडता टूथब्रश तिने हातात घट्ट धरला होता; पण प्रत्येक गोष्ट बदलते, प्रत्येक क्षण निघून जातो.' (कधीकधी मी जर्नलमध्ये लिहिताना एक ओळीचा नियम धाब्यावर बसवते हं!).

मी जेव्हा माझ्या ब्लॉगवर या वन सेंटेन्स जर्नलचा उल्लेख केला, तेव्हा आलेला उत्साहवर्धक प्रतिसाद पाहून मी चकित झाले. माझ्याप्रमाणेच कित्येकांना जर्नल लिहायची ऊर्मी दाबून ठेवावी लागत होती कारण त्यांना ही कल्पना आवडली असली, तरी एकूणच जर्नलमध्ये सातत्याने लिखाण करणे जमेल की नाही याची त्यांना भीती होती; पण ही अशी संक्षिप्त स्वरूपात जर्नलमध्ये आपले विचार आणि अनुभव लिहून ठेवण्याची कल्पना सगळ्यांना खूप आवडली. शिवाय भरपूर लिहिण्याचे बंधन नसल्याने ही कल्पना सगळ्यांनीच उचलून धरली.

अनेक लोकांनी त्यांची स्वत:ची 'वन सेंटेन्स जर्नल' लिहिण्याची पद्धत सांगितली. एका वाचकाने त्याचे हे वन सेंटेन्स जर्नल भविष्यात त्याच्या तीन मुलांना द्यायचे ठरवले होते. तो कामानिमित्त खूप प्रवास करत असे; त्यामुळे तो त्याच्या ब्रीफकेसमध्ये एक छोटी डायरी ठेवायचा आणि दर वेळी विमानात बसल्यावर (जोवर विमानात लोक अजून चढत असत तोवरच फक्त) तो त्यांच्या घरात सध्या काय चालू आहे या विषयावर लिहायचा. मला वाटते, ही खूप उत्तम कल्पना आहे कारण या उपायाद्वारे त्याने त्याचा फुकट जाणारा वेळ आनंदी, सर्जनशील आणि काहीतरी चांगले निर्माण करण्याकरता वापरला. दुसऱ्या एका वाचकाने लिहिले की, एलिझाबेथ गिल्बर्ट या लेखिकेला ओप्रा विन्फ्रेच्या कार्यक्रमात पाहिल्यानंतर तिने एलिझाबेथसारखेच हॅपिनेस जर्नल लिहायचे ठरवले ज्यात ती प्रत्येक दिवसाची आनंदी गोष्ट लिहून ठेवत असे. अजून एक वाचक, जो उद्योजक होता, तो कामाविषयी जर्नल लिहीत असे; ज्यात तो कामाविषयीचे महत्त्वाचे प्रसंग, कार्यक्रम, प्रॉब्लेम किंवा शोध लिहून ठेवायचा. त्याच्या मते हा त्याच्याकरता एक महत्त्वाचा स्रोत होता, कारण त्याने एखादी परिस्थिती कशी हाताळली होती आणि त्यातून तो काय शिकला हे जेव्हा त्याला आठवायचे असे, तेव्हा त्याची डायरी त्याच्याकरता हजर असायची. 'मी एकटा काम करतो आणि मी हे असे कामाविषयीचे जर्नल लिहिले नसते, तर मी

त्याच चुका पुन:पुन्हा करत राहिलो असतो. शिवाय या जर्नलमुळे माझी कंपनी सुरू केल्यापासून मी कोठवर आलो हे मला दिसून येते आणि मला माझ्या प्रगतीची जाणीव होत राहते.'

हे असे आपत्तीला तोंड देणाऱ्या लोकांचे अनुभव वाचल्यावर मला वन सेंटेन्स जर्नलच्या जोडीला अजून एक गोष्ट करावीशी वाटली, जी थोडीशी अप्रिय होती. मला आठवले की, मला आणि जेमीला काही आर्थिक आणि कायदेशीर बाबी पूर्ण करायला हव्या आहेत. या सगळ्या अनुभवकथनांमधून एखाद्या दु:खद प्रसंगी रुक्ष व्यवहार करणे कसे अवघड असते, यावर भर दिलेला होता.

"आपल्याला आपलं मृत्युपत्र अपडेट करायला हवं." मी जेमीला म्हणाले.

"ओके, करू या." त्याने उत्तर दिले.

"आपण गेली कित्येक वर्षं हे नुसतं म्हणतोय; पण आता आपण खरोखरच करायला हवं."

"ओके!"

"आपल्याला ते कधीच करावंसं वाटणार नाही; त्यामुळे आपण एकदा ठरवून ते काम करायला हवं."

"हो, बरोबर आहे तुझं, आपण अपॉइंटमेंटच घेऊन टाकू या." तो म्हणाला.

आम्ही ठरवल्याप्रमाणे केले. बापरे! 'लास्ट विल अँड टेस्टमेंट' (शेवटचे मृत्युपत्र आणि संबंधित करार) हे शब्द वाचणे म्हणजे मृत्यूची आठवण करून देणारी गोष्ट होती. हे काम रोमँटिक नसले, तरी त्या वकिलाच्या ऑफिसमध्ये मला आधी कधीही वाटले नव्हते तितके जेमीबद्दल प्रेम वाटू लागले. तो अजून जिवंत आहे, धडधाकट आहे या गोष्टीबद्दल माझ्या मनात कृतज्ञता दाटून आली. समोर पडलेले मृत्युपत्र हा एक निरर्थक कागद वाटू लागला.

आमच्या लग्नाचा वाढदिवस जवळ येत चालला होता. आम्ही दरवर्षी लग्नाच्या वाढदिवसादरम्यान आमच्या महत्त्वाच्या कागदपत्रांचा आढावा घेतला पाहिजे, असे मला वाटले. (जरी ते थोडे निष्ठुरतेचे वाटत असले तरी) आमची मृत्युपत्रे अपडेट केलेली आहेत का? आमच्या आर्थिक व्यवहारांची एकमेकांना माहिती आहे का? मला माहीत होते की, मी टॅक्सची आणि इन्शुरन्सची माहिती कोठे ठेवते ते जेमीला माहीत नाही किंवा मुलींचे जन्मदाखले कोठे ठेवले आहेत ते त्याला ठाऊक नाही. मी ते त्याला सांगायला हवे. दरवर्षी लग्नाच्या वाढदिवसादरम्यान अशा प्रकारे आर्थिक आणि कायदेशीर बाबींचा आढावा घेणे चुकीचे वाटून घेण्यापेक्षा याच्याकडे 'कौटुंबिक कर्तव्य' या दृष्टिकोनातून बघितले पाहिजे.

एके दिवशी रात्री मी बेडवर पडून जोन डिडिऑनचे 'द इयर ऑफ मॅजिकल थिंकिंग' वाचत होते आणि शेजारीच जेमी गाढ झोपला होता. या पुस्तकामध्ये

लेखिकेने तिच्या नवऱ्याच्या मृत्यूनंतरच्या पहिल्या वर्षाचे वर्णन केले होते. माझे पुस्तक वाचून संपल्यावर माझ्या शेजारी शांतपणे झोपलेल्या, आत्तातरी तब्येतीने चांगला असलेल्या जेमीकडे पाहून देवाचे खूपखूप आभार मानावेसे वाटले. मग जेव्हा तो इलिनॉरचा डायपर बदलण्याचे काम माझ्यावर ढकलतो, तेव्हा माझी का चिडचिड होते? त्याने माझ्या ई-मेलला उत्तर पाठवले नाही तर मी का तक्रार करत राहते? हे सोडून द्यायला हवे.

हे अनुभव वाचल्यानंतर त्यानंतरच्या माझ्या प्रतिक्रियेमुळे मला थोडे अपराधी वाटले. हे असे दु:खद प्रसंग वाचून स्वत:ला अशा प्रसंगांना तोंड द्यावे लागत नाही म्हणून निर्धास्त वाटणे चूक होते का? एका दृष्टीने विचार करता या अशा तुलनेमध्ये विकृत आनंद असतो. जसे की, दुसऱ्याच्या दु:खात आपला आनंद शोधणे; पण त्याच वेळी त्यांच्या दु:खाबद्दल, वेदनेबद्दल सहानुभूती बाळगणे; परंतु माझे सध्याचे नशीब चांगले असल्याने मला जी सुटकेची भावना होत होती, तीच भावना या लेखकांनी जागवण्याचा प्रयत्न केला होता. आहे ते सामान्य आयुष्य गोड मानून जगायचे आणि स्वत:च्या तब्येतीची काळजी घ्यायची या गोष्टींवर या लेखकांनी पुन:पुन्हा भर दिला होता. (डॉक्टरांकडे जाऊन नियमित तपासणी करा, शरीरातील महत्त्वाच्या बदलांकडे दुर्लक्ष करू नका, तुमचा मेडिकल विमा काढलेला असू द्या - याही गोष्टींवर भर दिला आहे.)

हे सगळे खरे असले तरी, जर मला काही गंभीर आजार झाला तर मला वाटत नाही की, ही पुस्तके मला उभारी देऊ शकतील. तेव्हा कदाचित मी ही पुस्तके वाचूही शकणार नाही. जेमी तर ही पुस्तके कधीच वाचू शकणार नाही. त्याला असंख्य वेळा हॉस्पिटलमध्ये जावे लागत असल्याने त्याला इतरांच्या आयुष्यात आलेले कटू अनुभव वाचावेसे वाटत नाहीत.

कृतज्ञतेचे क्षण लिहून ठेवा

आपत्तीमधून गेलेल्यांचे अनुभव वाचल्यावर मला अशा कोणत्याही आपत्तीला तोंड द्यावे लागले नाही या वस्तुस्थितीबद्दल खरोखर कृतज्ञ वाटू लागले. संशोधनानुसार, आपण स्वत:ला इतरांच्या तुलनेत जोखत असल्यामुळे आपण आपल्या आनंदाची तुलना आपल्यापेक्षा चांगली परिस्थिती असलेल्या लोकांबरोबर करतो की वाईट परिस्थिती असलेल्या लोकांबरोबर करतो, यावर आपला आनंद अवलंबून असतो. एका पाहणीनुसार जे लोक त्यांच्या बोलण्याचा शेवट 'बरे झाले, मी.... नव्हतो' असा करतात आणि जे लोक 'जर मी.... असतो तर' असा बोलण्याचा शेवट करतात, अशा दोन प्रकारच्या लोकांचा आयुष्यातील समाधानाबाबतचा दृष्टिकोन कमालीचा भिन्न असतो. ११ सप्टेंबर २००१ च्या दहशतवादी हल्ल्यानंतर

लोकांनी (सहानुभूतीच्या खालोखाल) जास्तीतजास्त कोणती भावना अनुभवली असेल तर ती होती – कृतज्ञता.

कृतज्ञ असणे हे आनंदी राहण्याकरता आवश्यक आहे. अभ्यासाद्वारे असे दिसून आले आहे की, मनात सातत्याने कृतज्ञतेची भावना बाळगणारे लोक जास्त आनंदी असतात आणि आयुष्यात जास्त समाधानीदेखील असतात. त्यांना निरोगी असल्यासारखे वाटते आणि ते व्यायाम करण्यामध्ये जास्त वेळ घालवतात. कृतज्ञतेमुळे द्वेषापासून सुटका होते कारण तुमच्याकडे जे आहे त्याबद्दल तुम्ही जेव्हा कृतज्ञ असता, तेव्हा तुम्हाला दुसरे काहीतरी किंवा अधिक काहीतरी हवे असण्याची भावना सतावत नाही. त्यामुळे तुम्हाला तुमच्या ऐपतीप्रमाणे जगणे सोपे जाते आणि इतरांना औदार्य दाखवता येते. कृतज्ञ राहण्याने सहनशीलता वाढीस लागते. जेव्हा तुम्ही एखाद्याशी कृतज्ञ असता तेव्हा तुम्ही त्याच्यावर नाराज होत नाही. नैसर्गिक सौंदर्याबद्दल कृतज्ञ वाटणे स्वाभाविक असल्यामुळे कृतज्ञता तुम्हाला निसर्गाशी जोडते.

परंतु मला कृतज्ञ राहणे अवघड जात असे. मी गोष्टी गृहीत धरत असे. इतरांनी माझ्याकरता काय केले आहे हे मी विसरून जात असे. माझ्या अपेक्षा फार असत. यावर उपाय म्हणून मी अनेक तज्ज्ञांनी सांगितलेला 'कृतज्ञता लिहून ठेवा' या मार्गाचा अवलंब करायचे ठरवले. दर दिवशी मी ज्या गोष्टींबद्दल कृतज्ञ आहे अशा तीन गोष्टी लिहून मी ठेवायचे ठरवले. बरेचदा मी जेव्हा माझे वन सेंटेन्स जर्नल लिहीत असे, त्याच वेळी हे ग्रॅटिट्यूड जर्नल लिहायला सुरुवात केली. (ही वेगवेगळी कामे मला आनंद देत होती; पण त्याच वेळी मला बिझी ठेवत होती.)

हे जर्नल लिहायला लागून आठवडा झाला असेल तेव्हा मला जाणवले की, माझा आनंद ज्या गोष्टींवर अवलंबून आहे, त्या महत्त्वाच्या गोष्टींचा उल्लेख करण्याचा मी इतके दिवस विचारच केला नाही. मी आयुष्यात बऱ्याच गोष्टी गृहीत धरत आले आहे - मी एका शांत समाजात, लोकशाहीच्या वातावरणात राहत आहे, मला माझ्या आई-वडिलांचे प्रेम आणि आधार सतत मिळतो आहे, माझे काम मला आवडत आहे, माझ्या मुली निरोगी, सुदृढ आहेत, माझे सासू-सासरे जवळ राहत असल्याने माझी सोय होते, सांगायची गरज नाही; पण मला माझ्या सासू-सासऱ्यांजवळ राहायला आवडते - जे काहीजणींना नकोसे असते. मला स्वतंत्र घरापेक्षा फ्लॅटमध्ये राहायला आवडते; त्यामुळे घराभोवतीच्या बागेची काळजी घ्यावी लागत नाही, साचलेला बर्फ काढावा लागत नाही, वर्तमानपत्र उचलायला फाटकापर्यंत जावे लागत नाही, कचरा फूटपाथपर्यंत आणून ठेवायला लागत नाही. आता मला कोणत्याही परीक्षांचा अभ्यास करावा लागणार नव्हता याकरतादेखील मी कृतज्ञ आहे. तसेच मी या जर्नलमध्ये आयुष्यातल्या मूलभूत गोष्टींबद्दल आभार मानले आणि आत्तापर्यंत मला ज्या समस्यांना तोंड द्यावे लागले नाही, त्याबद्दलही आभार मानले.

उदा. एका सकाळी, जेमी त्याच्या लिव्हर स्पेशालिस्ट डॉक्टरकडे रूटीन तपासणीकरता गेला होता; पण त्याने मला दुपारपर्यंत फोन केला नाही. शेवटी मीच त्याला फोन केला, "मग काय म्हणाले डॉक्टर?"

"काही फरक नाही!" त्याने अनवधानाने उत्तर दिले.

"काही फरक नाही म्हणजे?"

"म्हणजे काहीही फरक पडलेला नाही."

इतर वेळी मी या वाक्यावर फारसा विचार केला नसता; परंतु कृतज्ञतेचा आणि आपत्तीतून गेलेल्या लोकांच्या अनुभव-वाचनाचा विचार डोक्यात असल्याने मला हा दिवस खूप आनंदाचा वाटला. कोणतीही वाईट बातमी नाही हीच किती चांगली बातमी होती. ही बातमी मी माझ्या जर्नलमध्ये ठळक अक्षरांत नोंदवली. मी इतरही अशा काही घटनांचे आभार मानले, जिथे मी थोडक्यात बचावले होते – एका बर्फाळ पुलावर माझी गाडी घसरताघसरता वाचली होती; एकदा एलिझा तिच्या तंद्रीत, मी तिला पकडायच्या आत ट्रॅफिकमध्ये धावत गेली होती.

ब्लॉग वाचकांनीदेखील त्यांची हॅपिनेस डायरी कोणकोणत्या प्रकारे लिहिली आहे ते सांगितले :

मी काही महिन्यांपूर्वी माझे ग्रॅटिट्यूड जर्नल लिहायला सुरुवात केली. माझे जर्नल म्हणजे कॉम्प्यूटरवर लिहिलेला माझा खासगी ब्लॉग. मला ज्या गोष्टी मनाला खातात किंवा माझ्या हातून ज्या काही चुका झाल्या आहेत, ते लिहिण्यात माझा बराचसा वेळ जातो; पण ज्या गोष्टींबद्दल मी कृतज्ञ आहे, त्याबद्दल मी फार कमी वेळा लिहिले आहे.

माझ्या मते ग्रॅटिट्यूड जर्नल ही एक उत्तम गोष्ट आहे – आणि ते फक्त लिखित स्वरूपातच असायची गरज नाही. मी दोन आठवडे लिहिण्याचा प्रयत्न केला; पण मला ते दर वेळी ओढूनताणून केल्यासारखे वाटले. आता माझ्या मेडिटेशनचा एक भाग म्हणून मनातल्या मनात ज्या गोष्टींबद्दल मी कृतज्ञ आहे, त्याची उजळणी करतो आणि कृतज्ञतेची भावना रुजवतो. कृतज्ञतेची भावना लिहिण्यापेक्षा मनोमन रुजवण्याची क्रिया ही एक चांगली गोष्ट आहे. मी याबद्दल थायलंडमध्ये खूप ऐकले आहे, जिथे लोक नित्यनेमाने देवळात जातात आणि त्यांच्या धर्माच्या शिकवणीनुसार सत्कृत्य करून पुण्य गोळा करतात. मी एक-दोनदा तिथे गेलो आहे. तिथे काय करायचे, कसे वागायचे असे मी तिथल्या लोकांना विचारले. दर वेळी ते सांगत की, तुम्ही भक्तिभावाने प्रार्थना करा आणि

तुम्हाला जे काही मिळाले आहे त्याबद्दल कृतार्थ भाव व्यक्त करा आणि खरेच या सर्व गोष्टींनी माझ्यात खूप बदल झाला. माझे वरवरचे कृतज्ञ वाटणे जाऊन माझ्यात खरी समृद्ध करणारी भावना वाढीस लागली आहे.

माझ्या आयुष्यात एक वेळ अशी आली होती, जेव्हा काहीच चांगले घडत नव्हते. माझा स्वाभिमान गळून पडला होता, माझा स्वत:वरचा विश्वास उडाला होता. तेव्हा ग्रॅटिट्यूड जर्नलमध्ये ज्या गोष्टींबद्दल मी कृतज्ञ आहे त्याची नोंद करायला सुरुवात केली. मी कृतज्ञ आहे कारण मी नेमाने व्यायाम करतो, अगदी कधीकधी मला इच्छा नसली तरीही! दोन वर्षांपूर्वी मी सिगारेट ओढणे सोडून दिले आहे, म्हणून मी कृतज्ञ आहे. माझ्या वडिलांच्या वाढदिवसाकरता मी जंगी पार्टीचे आयोजन केले म्हणून मी कृतज्ञ आहे. यातून एखादे वेळी मी स्वत:चेच कौतुक करतोय असे वाटेल; पण जर्नल लिहिल्यामुळे मी स्वत:चा तिटकारा करण्यापासून बचावलो आहे.

परंतु ग्रॅटिट्यूड जर्नल लिहायला लागल्यापासून दोन आठवड्यांनी मला जाणवले की, कृतज्ञता व्यक्त करून आनंद वाढत असला, तरी माझ्या जर्नलचा मला तितकासा परिणाम जाणवत नव्हता. ते मला जाचक आणि दिखाऊ वाटू लागले आणि माझ्यात कृतज्ञतेचा भाव निर्माण होण्याऐवजी मला हे काम त्रासदायक वाटू लागले. नंतर मी एके ठिकाणी वाचले की, ग्रॅटिट्यूड जर्नल रोज लिहिण्यापेक्षा आठवड्यातून दोनदा लिहिले तर ते जास्त अर्थपूर्ण होते; पण तोवर मी त्या कामाने कंटाळले होते. मी ते करणे सोडून दिले.

ग्रॅटिट्यूड जर्नलची कल्पना मला न रुचल्यामुळे मला माझ्यातली कृतज्ञतेची भावना जागवण्याकरता आता दुसरे काहीतरी करणे भाग होते. कॉम्प्यूटर सुरू व्हायला जो वेळ लागतो, त्या वेळात एखादा कृतज्ञतेचा विचार आठवायचा अशी सवय मी स्वत:ला लावून घेतली आणि कॉम्प्यूटरमध्ये पासवर्ड लिहितानाचा क्षण कृतज्ञतेचा समजायचा, अशी सांगड घालून टाकली. हे अशा प्रकारचे कृतज्ञतेचे मेडिटेशन करण्याचा परिणाम ग्रॅटिट्यूड जर्नलसारखाच होत असे आणि तो मला त्रासदायकही वाटत नसे (मला लक्षात आले की, जर 'मेडिटेशन' हा शब्द कोणत्याही कृत्यानंतर जोडला, तर ती कृती एकदम आध्यात्मिक आणि उच्च मनोवृत्तीची वाटू लागते. म्हणजे बसची वाट पाहताना मी स्वत:ला सांगायचे की, हे 'प्रतीक्षा मेडिटेशन' आहे किंवा औषधांच्या दुकानात मोठी रांग असेल, तर ते 'रांगेतले मेडिटेशन' आहे असे म्हणायची). मी माझा रोजचा दिवस कृतज्ञतेने

जगण्याचा अधिक प्रयत्न करू लागले. मुलींना झोपवताना ही भावना मला जास्त सहजपणे जाणवू लागली. मी इलिनॉरला दुधाचा सिपर कप देऊन तिला मांडीवर जोजवत राही. जेमीने एलिझाकरता हॅरी पॉटरचे पुस्तक वाचून दाखवले की, मी तिला पंधरा-वीस मिनिटे कुशीत घेऊन पडून राही आणि तेव्हा आम्ही गप्पा मारत असू. मी बदलणाऱ्या ऋतूंचीही जाणीवपूर्वक दखल घेऊ लागले. सिमेंटच्या जंगलामधून दिसणाऱ्या आकाशाचा बदलता रंग, प्रकाशाचे खेळ, आजूबाजूची फुलझाडे मी अधिक निरखून पाहू लागले. सॅम्युएल जॉन्सन म्हणतो, 'होय खरेच, प्रत्येक वर्षी जग जे नवे वाटते, त्यात आणि निसर्गाच्या नवनवीन रूपांत निश्चितपणे शब्दांत न पकडता येणारी जादू आहे.'

मला जेव्हा कृतज्ञतेची भावना जाणवत नसे, तेव्हा मी माझ्या तिसऱ्या तत्त्वानुसार 'जसे वागायला हवे तसे वागा' वागून त्यावर उपाय मिळवला. मी माझ्या तक्रारी कृतज्ञतेमध्ये बदलू शकणार होते का? मला जेव्हा इलिनॉरला तिच्या डॉक्टरकडे न्यावे लागायचे, तेव्हा मी स्वत:ला सांगत असे की, मला इलिनॉरला डॉक्टरकडे नेण्यात कृतज्ञ वाटत आहे. आणि मजा म्हणजे – याचा उपयोग होई. दुसऱ्या कोणी तिला डॉक्टरकडे नेले असते तर मी कितीतरी निराश झाले असते. एकदा पहाटे तीन वाजता मी जागी झाले आणि चार वाजता झोपायचा प्रयत्न करणे सोडून देऊन स्वत:ला म्हटले की, पहाटे चारला उठून मला छान वाटत आहे. मी उठले, स्वत:करता चहा केला आणि माझ्या शांत, अंधाऱ्या ऑफिसकडे निघाले. मी माझी आवडती संत्र्याच्या वासाची मेणबत्ती लावली आणि आता मला निदान दोन तासतरी कोणी डिस्टर्ब करणार नाही, हे माहीत असल्याने तिथेच बसले. माझा दिवस हताशपणे किंवा थकल्यासारखा सुरू करण्यापेक्षा मी माझा दिवस शांतपणे आणि यशस्वीपणे सुरू केला. एका तक्रारीचे रूपांतर मी कृतज्ञतेमध्ये केले होते. जादू!

अधिक कृतज्ञ कसे व्हावे याचा विचार करण्यात मी बराच वेळ घालवत होते. एका रविवारी तळपत्या उन्हात आम्ही चौघे आणि जेमीचे आई-वडील असे सगळे स्विमिंग पूलपाशी बसलो होतो. एलिझा मला सांगत होती, "मी आत्ता काय विचार करतेय सांगू? उन्हाळा सुरू आहे, मी स्विमिंग पूलमध्ये आहे, मी सात वर्षांची आहे, मी एक खूप छान स्विमिंग सूट घातला आहे आणि माझी आजी मला विचारते आहे की, मला काही खायला किंवा प्यायला हवं आहे का?" तिच्या म्हणण्याचा अर्थ असा होता की, आयुष्य याहून चांगले असूच शकत नाही. "तुला काय म्हणायचं आहे ते मला पुरतं समजलं आहे." मी उत्तरले.

आध्यात्मिक गुरूचे अनुकरण करा

आध्यात्मिक मार्ग अवलंबण्याची जास्तीतजास्त वापरली जाणारी पद्धत म्हणजे

एखाद्या आध्यात्मिक गुरूचा मार्ग अनुसरणे, जेणेकरून आपल्याला आपल्या धर्माचे आकलन होईल. उदा. ख्रिश्चन लोक थॉमस ए. केम्पसिसचे 'इमिटेशन ऑफ ख्राईस्ट' वाचतील आणि विचार करतील, 'अशा वेळी येशू ख्रिस्त काय करेल?' मला वाटते की, धर्मनिरपेक्ष जगात, लोक नेहमी आत्मिक उन्नतीकरता चरित्रे वाचत असतात, ज्याद्वारे त्यांना जगातील थोर लोकांच्या आयुष्याचा अभ्यास करता येईल आणि त्यातून बोध घेता येईल. मग ते विन्स्टन चर्चिल असोत, अब्राहम लिंकन असोत, ओप्रा विन्फ्रे असो की वॉरेन बफे असोत. त्याच कारणाकरता बहुधा मला चरित्रे लिहायची इच्छा आहे. आता मलादेखील एखादा आध्यात्मिक गुरू शोधून त्यांचे अनुकरण करावेसे वाटले; पण कोणता गुरू? मी माझ्या ब्लॉग वाचकांना ते कोणत्या आध्यात्मिक गुरूची भक्ती करतात असे विचारले.

मी दोन झेन मास्टरकडून बरेच काही शिकलो आणि मी त्यांचीच स्तुती करतो. (जरी मी झेन प्रथा पाळत नाही.) नॉर्मन फिशर म्हणजे बुद्धी, सहनशीलता आणि व्यवहारज्ञान यांचा संगम होय. माझी आवडती ज्यू झेन ग्रँडमदर (माझी आजी नव्हे) म्हणजे बुद्धी, वक्तृत्व आणि सरळ स्वभाव यांचा संगम असलेली सिल्व्हिया बुरस्टाइन आणि माझ्या धर्मातील व्यक्ती- राबाय् चार्ल्स क्रोलहॉफ.

व्हिन्सेंट व्हॅन गॉग. मला माहीत आहे तुम्ही काय म्हणाल. जो माणूस स्वतःचा कान कापून घेऊ शकतो, तो आध्यात्मिक गुरू कसा? (सर्वांत आधी हे माहीत असू द्या की, त्याने त्याचा कान कापून घेतला नव्हता.) तुम्ही फक्त त्यांनी थिओला लिहिलेली पत्रे वाचा आणि मग तुम्हाला कळेल की, तो किती आध्यात्मिक होता. शिवाय त्याच्या आयुष्यापासून, त्याच्या विचारांपासून, तत्त्वांपासून, कल्पनांपासून प्रेरणा मिळवण्यासाठी आणि त्या बुद्धिमान माणसाची चिकाटी पाहण्यासाठी तुम्ही त्याची पेंटिंग्ज पाहा, आध्यात्मिक प्रवास पाहा, त्याचा आत्मविश्वास पाहा, स्वयंप्रेरणा पाहा.

चार्ल्स डार्विन. त्याने– हे जग जसे दिसते तसे ते का दिसते– हे शोधून काढण्यात आयुष्य वेचले. तो शिकवत बसला नाही, त्याने दाखवून दिले. त्याचे सखोल ज्ञान हे प्रदीर्घ विचार आणि अथक परिश्रम यांच्या मिश्रणातून आले होते. सामान्य परिस्थितीत गेलेले त्याचे बालपण, त्याने 'बिगल' नावाच्या बोटीतून केलेला जगप्रवास, जगाला हादरवून

सोडणारे शोध प्रसिद्ध करण्यापूर्वी हेतुत: शास्त्रीय जगतात मिळवलेला मान, त्याच्या शोधांना पुष्टी देण्याकरता मिळवलेली असंख्य उदाहरणे – या सगळ्याची माहिती सांगणारी अनेक चरित्रे आज उपलब्ध आहेत. त्यावरून असे दिसून येते की, तो एक चांगला माणूसही होता. जो कोणी जगाकडे इतक्या स्पष्टपणे पाहू शकतो, त्यालाच जगात अत्युच्च मान मिळतो.

ॲनी लॅमॉट. कारण ती प्रामाणिक आहे आणि मी जरी ज्यू नसले, तरी राबाय् वायन डॉसिक.

दोन नावे डोळ्यांसमोर येतात : डॉ. ॲन्ड्र्यू वाइल, जे इंटिग्रेटिव्ह मेडिसीन पद्धतीने (रुग्णाला केंद्रस्थानी ठेवून त्याच्या तब्येतीवर मानसिक, भावनिक, सामाजिक, आध्यात्मिक आणि पर्यावरणाचे होणारे परिणाम अभ्यासण्याची पद्धत) उपचार करणारे डॉक्टर आहेत. त्यांनी या विषयावर अनेक पुस्तके लिहिली आहेत. लोक मानसिक, शारीरिक आणि आध्यात्मिक उपचारांनी कसे बरे होऊ शकतात यावर ते नेहमी चर्चा करतात आणि त्यांचा सल्ला मला नेहमीच पटतो. दुसरी व्यक्ती आहे नॅटली गोल्डबर्ग – 'रायटिंग डाउन द बोन्स', लेखन कसे करावे या विषयावरच्या सुप्रसिद्ध पुस्तकाची लेखिका. यात तिने लिखाणाकरता झेन पद्धतीचा वापर कसा करावा हे सांगितले आहे. तिच्या म्हणण्यानुसार झेन पद्धत इतरही अनेक बाबतींत लागू पडते. माझ्या मते, 'स्वत:ला माफ करा' असे तिच्या सल्ल्याचे मुख्य सूत्र असते.

मी खरे तर निसर्गाला आपला आध्यात्मिक शिक्षक मानेन. (मला 'गुरू' ही संज्ञा मान्य नाही.) पाश्चिमात्य लोकांच्या मते माणूसच फक्त अध्यात्म शिकवू शकतो; परंतु साकल्याने विचार करता असे जाणवते की, कोणताही सजीव प्राणी, कोणतीही नैसर्गिक गोष्ट शिक्षक असू शकते. आपण जेव्हा निसर्गाकडे पाहतो, ऐकतो तेव्हा आपण खूप काही शिकू शकतो.

व्हिक्टर फ्रँक.

मला माहीत नाही की, मला आध्यात्मिक गुरू मिळाला आहे की नाही, परंतु सेंट पॉल यांच्या कवितांचा आणि त्यांच्या वृत्तीचा माझ्या मनावर पगडा आहे. माझ्या नवऱ्याला जॉर्ज ऑर्वेलच्या आयुष्यातून प्रेरणा मिळते.

दलाई लामा. त्यांचा नुसता फोटो पाहून मला आनंद होतो. मी त्यांचा अनुयायी नाही; परंतु ते माझ्या विचारांना खाद्य पुरवतात.

मी एक व्यक्ती निवडली आहे आणि त्या व्यक्तीच्या विविधरंगी आयुष्यामधून माझा खूप काही शिकण्याचा मानस आहे. आपले राष्ट्रपिता – बेन फ्रँकलिन. मी नुकतीच विकिपीडियावर त्यांची माहिती वाचली. त्यात सांगितले आहे की, ते विविध विषयांमध्ये व्यासंगी होते, लेखक, प्रिंटर, उपहासात्मक लेखक, राजकारणातील विचारवंत, शास्त्रज्ञ, संशोधक, स्थानिक चळवळीतील कार्यकर्ते, परराष्ट्र संबंधांतले राजनीतीज्ञ आणि मुत्सद्दी होते. त्यांनी या सगळ्या गोष्टी केल्याचे मी वाचले होते; पण हे सगळे त्यांनी कसे काय केले, ते माहीत नाही. मला त्याबद्दल अधिक माहिती मिळवायला हवी.

लामा नॉरलाऱ्हा रिनपोच. हे दलाई लामांप्रमाणे एक तिबेटी बौद्ध आहेत. गेली पंचवीस वर्षे ते माझे मेडिटेशनचे गुरू आहेत. ते स्वत: प्रेरणादायी आहेत; परंतु अनुकरण करणे त्यांच्या शिकवण्याच्या पद्धतीत बसत नाही. माझ्यातला 'मी' शोधण्याकरता ते मला मार्गदर्शन करतात.

हे थोडे विचित्र वाटेल; पण मी डॅन सॅव्हेज (सेक्सविषयक सल्लागार) यांचे नाव घेईन. ते लौकिकार्थाने आध्यात्मिक गुरू नाहीत. ते अश्लील बोलण्याकरता प्रसिद्ध आहेत; परंतु ते प्रामाणिकपणा, प्रेम, आदर या गुणांबद्दल सल्ला देतात. त्यांची काही वाक्ये लक्षात ठेवण्याजोगी आहेत – 'हे एक नाते आहे, शपथेवर दिलेली साक्ष नाही.' असे म्हणतात ना की, आपल्याला जे करायला आवडते ते आपण निवडत नाही, फक्त आपण ते करत राहतो... मी डॅन यांची इतकी स्तुती केली नसती; पण मला खरेच त्यांच्याबद्दल खूप काही वाटते.

हेन्री डेव्हिड थोरोचे नाव अचानक माझ्या मनात आले. तसेच निसर्ग. सेंट बर्नाडच्या सुविचारात हे व्यवस्थित सांगितले गेले आहे – 'तुम्हाला पुस्तकांपेक्षा जंगलामध्ये काहीतरी जास्त सापडेल. तुम्ही गुरूकडूनही शिकणार नाही असे काहीतरी झाडे आणि दगड तुम्हाला सांगून जातील.' मला वाटते, मी सेंट बर्नाडबद्दल अजून वाचायला हवे.

हर्मन हेस. मी त्यांना कधी आध्यात्मिक गुरू या भावनेने पाहिले नाही; पण ते तसे असावेत. माझ्याकडे त्यांची सर्व पुस्तके, आठवणी, कविता

यांचा संग्रह आहे. त्यांचा एक सुविचार तुम्हालासुद्धा आवडेल - 'आनंद म्हणजे कसा (क्रिया) आणि काय (वस्तू) नाही. आनंद ही एक प्रतिभा आहे.' वस्तू नाही.'

मदर तेरेसा आणि ग्लोरिया स्टायनेम.

असिसीचे सेंट फ्रान्सिस यांनी ज्या गोष्टी शत्रूसमान वाटतील त्यांचादेखील स्वीकार करण्याविषयी शिकवले. त्यांनी एखाद्या परिस्थितीचा तिरस्कार करण्यापेक्षा त्या परिस्थितीकडे वेगळ्या दृष्टिकोनातून पाहायला शिकवले. उदा. त्यांच्या शिकवणुकीमुळे डासांचा तिरस्कार करण्याऐवजी ते पक्ष्यांचे अन्न आहेत आणि त्यांच्या जगण्यालाही अर्थ आहे, हे मी लक्षात घेऊ लागलो. मला अजूनही डास आवडत नाहीत; पण आता मी त्यांचा पूर्वीसारखा तिरस्कार करत नाही. मला सेंट फ्रान्सिस यांच्या अनेक गोष्टी पटतात आणि मी त्यांचे अनुकरण करण्याचा प्रयत्न करतो.

जे आनंदाच्या शोधात आहेत अशा लोकांना मी सल्ला देतो– एखाद्या आध्यात्मिक गुरूचे भक्त होण्यापेक्षा मी त्यांना त्यांच्या आवडत्या व्यक्तीचे अनुकरण करायला सांगतो. मग ती व्यक्ती इतिहासातली असो, साहित्यातली असो, सिनेमातील असो, व्यक्तिगत ओळखीमधील असो, राजकारणातील असो, घरातील असो, मार्गदर्शक असो किंवा एखादी गाजलेली व्यक्ती असो. ती व्यक्ती कोण आहे याने फारसा फरक पडत नाही, फक्त त्या व्यक्तीची तुम्ही प्रशंसा करत असलात की झाले. एकदा ती व्यक्ती निवडून झाली की, मी त्यांना विचारतो, तुम्हाला त्या व्यक्तीचे कोणते गुण आवडले? (दिसणे बाजूला ठेवा, प्लीज!) मग मी त्यांना सांगतो (हे सांगणे कार्ल युंगसारखे वाटेल; पण उपयोगी आहे.) की, या लोकांमधले जे गुण त्यांना आवडले आहेत, ते त्यांच्या स्वत:मध्येही आहेत, फक्त तुम्ही त्यांचा कधी वापर केला नाही.

त्यांच्यात हे गुण सुप्त अवस्थेत असतात; त्यामुळेच ते इतरांच्या या गुणांची स्तुती करतात. एकदा का त्यांनी या स्वत:च्या गुणांचा वापर करायला सुरुवात केली की, त्यांचे लक्ष लोकांच्या वेगळ्याच गुणांकडे जाऊ लागते आणि अशा तऱ्हेने संतुलित मनाच्या आणि आनंदाच्या दिशेने त्यांचा विकास होणे चालूच राहते.

तुम्ही दुसऱ्यांच्या कोणत्या गुणांची स्तुती करता यावरून तुमच्या खोलवर दडलेल्या पण व्यक्त न झालेल्या गुणांची ओळख पटते.

या सगळ्या सूचना कुतूहल निर्माण करणाऱ्या होत्या. जोडीला मी अनेक लोकांची अनेक पुस्तके वाचत होते; परंतु मला लिसाँच्या सेंट थेरेसाबद्दल जी ओढ वाटली, ती इतर कोणाबद्दलही वाटली नाही. जेव्हा थॉमस मर्टनच्या 'द सेव्हन स्टोरी माउंटन' या पुस्तकात मी सर्वांत प्रथम सेंट थेरेसाबद्दलची माहिती ऐकली, तेव्हा मला तिच्याबद्दल जाणून घ्यायची उत्सुकता वाटली. तऱ्हेवाईक आणि एखाद्या संन्याशाप्रमाणे असणाऱ्या मर्टनने कौतुकाने तिची 'लिटल फ्लॉवर' अशी स्तुती केली आहे; त्यामुळे मला तिचे 'स्टोरी ऑफ अ सोल' नावाचे आध्यात्मिक अनुभव सांगणारे पुस्तक वाचण्याची उत्सुकता वाटली. त्या पुस्तकाने मला इतकी भुरळ घातली की, लवकरच सेंट थेरेसाच्या विचारांनी मला पछाडून टाकले. मी तिची एकापाठोपाठ एक अशी अनेक पुस्तके विकत आणली. 'स्टोरी ऑफ अ सोल' या पुस्तकाची तर मी कितीतरी पारायणे केली आहेत.

एक दिवस जेव्हा मी सेंट थेरेसाचे नव्याने बाजारात आलेले चरित्र माझ्या पुस्तकांच्या शेल्फमध्ये कोंबून ठेवू लागले तेव्हा जेमी अविश्वासाच्या सुरात म्हणाला, "अजून तू सेंट थेरेसावरची किती पुस्तके विकत आणणार आहेस?" कॅथॉलिक संतांच्या व्यतिरिक्त अजूनही असे अनेक विषय आहेत, जे जेमीला फारसे आवडत नाहीत.

मी शेल्फकडे पाहिले आणि माझ्याकडे सेंट थेरेसाची (चरित्रे, इतिहास आणि विश्लेषणात्मक) किती पुस्तके आहेत ते मी मोजू लागले. मी तब्बल सतरा पुस्तके विकत आणली होती आणि त्यातले प्रत्येक पुस्तक मी वाचले होते. माझ्याकडे एक व्हिडिओ कॅसेटही होती आणि निव्वळ तिच्या फोटोंचे पुस्तक मी ७५ डॉलरला विकत घेतले होते (आठवते ना? स्वतःवर थोडा खर्च करा.) आता मला समजले. मला आध्यात्मिक गुरू मिळाला होता. सेंट थेरेसाला मी आध्यात्मिक गुरू मानू लागले होते. मी या कॅथॉलिक संतिणीकडे, एका फ्रेंच स्त्रीकडे, जी वयाच्या अवघ्या चोविसाव्या वर्षी मरण पावली, त्यांपैकी नऊ वर्षे तिने फक्त वीस नन (ख्रिश्चन साध्वी) बरोबर काढली, जी 'लिटल फ्लॉवर' (छोटे फूल) या नावाने ओळखली जायची, जी तिच्या 'साध्या मार्गा'बद्दल प्रसिद्ध पावली, तिच्याकडे का ओढली गेले?

मी यावर क्षणभर विचार केल्यावर मला उत्तर मिळाले.

माझ्या रोजच्या आयुष्यात मी जर छोटेछोटे बदल केले तर माझे आयुष्य अधिक आनंदी होणार आहे – हे गृहितक तपासायला तर मी माझा हॅपिनेस प्रोजेक्ट सुरू केला होता. मला माझे चालू असलेले आयुष्य झुगारून द्यायचे नव्हते जसे की कोठेतरी दुसरीकडे राहायला जायचे किंवा नवऱ्यापासून दूर जायचे वगैरे. मी टॉयलेट

पेपर वापरणे सोडून देणार नव्हते किंवा शॉपिंग करणे सोडून देणार नव्हते किंवा भासमान गोष्टींचे प्रयोग सोडून देणार नव्हते. मी माझे करिअर आधीच बदलले होते. मी माझे आहे ते आयुष्य न बदलता आयुष्यात बदल आणू शकेन, माझ्या किचनमध्येच माझा आनंद शोधू शकेन अशी मी आशा केली होती.

प्रत्येकाचा हॅपिनेस प्रोजेक्ट वेगळ्या स्वरूपाचा असेल. कोणाला त्यांच्या आयुष्याचे संपूर्ण परिवर्तन करावेसे वाटेल. मी दुसऱ्यांची नाट्यपूर्ण साहसे वाचून आनंदी झाले होते; पण मला माहीत होते की, हा काही माझा मार्ग नाही. मला आयुष्य आनंदी करण्याकरता रोजच्या आयुष्यात छोटे बदल करायचे होते, जो सेंट थेरेसाने सांगितलेला मार्ग होता.

थेरेसा मार्टिनचा जन्म १८७३ मध्ये आलेनकॉन, फ्रान्समध्ये झाला. तिच्या वडिलांनी लग्नाआधी संन्यासी होण्याचा आणि तिच्या आईने नन होण्याचा प्रयत्न केला होता; परंतु त्या दोघांना धर्मसत्तेकडून नकार देण्यात आला. तिच्या पाच बहिणी नन झाल्या आणि थेरेसा संत झाली. थेरेसाने पंधराव्या वर्षी लिसाँ येथील कारमेलाइट कॉन्व्हेंटमध्ये (ख्रिस्ती तपस्विनींचा मठ) प्रवेश मिळवण्याचा प्रयत्न केला (तिच्या दोन बहिणी आधीपासून तिथे शिकत होत्या.) पण ती खूपच लहान असल्याने बिशपने (चर्चमधील मुख्य धर्मोपदेशक) तिला परवानगी नाकारली. ती पोपची (लिओ – तेरावे) परवानगी मिळवायला रोमला गेली; परंतु पोपनेदेखील बिशपचेच म्हणणे उचलून धरले. नंतर बिशपचे मत बदलले. जेव्हा थेरेसा कॉन्व्हेंटमध्ये होती, तेव्हा तिची मोठी बहीण, पॉलिनच तिची 'मदर' होती. तिने थेरेसाला तिच्या बालपणीची गोष्ट लिहायला सांगितली. ती गोष्ट म्हणजेच 'स्टोरी ऑफ अ सोल'चा पाया ठरली. सन १८९७ मध्ये वयाच्या अवघ्या चोविसाव्या वर्षी थेरेसाचा टी.बी.मुळे दुर्दैवी मृत्यू झाला.

ती जिवंत असताना तिच्या शाळेबाहेर अथवा घरातल्या व्यक्तींशिवाय कोणालाही ती माहीत नव्हती. तिच्या मृत्यूनंतर तिच्या आठवणी संपादित करून त्याची आवृत्ती तिचा मुत्युलेख म्हणून कारमेलाइट कॉन्व्हेंटकडे आणि चर्चच्या अधिकाऱ्यांकडे पाठवण्यात आली. सुरुवातीला फक्त दोन हजार प्रती छापण्यात आल्या, परंतु या पुस्तकाची लोकप्रियता झपाट्याने वाढली. थेरेसाने या पुस्तकाला स्वत:ला साजेसे एक नाव दिले होते– 'स्प्रिंगटाइम स्टोरी ऑफ अ लिटल व्हाइट फ्लॉवर' तिच्या मृत्यूनंतर फक्त दोनच वर्षांत तिच्या थडग्यापाशी तिच्या स्मृती जागवण्यासाठी तिच्या भक्तांची इतकी गर्दी होऊ लागली की, त्या स्थळाचे रक्षण करण्यासाठी पहारेकरी नेमावे लागले. (हे समजणे खरेच अवघड आहे की, इतक्या लहान वयात, इतके कमी आयुष्य अनुभवलेल्या व्यक्तीमध्ये इतकी मोठी आध्यात्मिक ताकद कशी काय असू शकते – पण त्याचा प्रत्यय मलाही येतो आहे.)

१९२५ मध्ये, तिच्या मृत्यूनंतर अठ्ठावीस वर्षांनी, प्रचलित नियम बाजूला सारून तिला 'सेंट' ही पदवी बहाल करण्यात आली. १९९७ मध्ये तिच्या जन्मशताब्दीला पोप जॉन पॉल (दुसरे) यांनी तिला 'डॉक्टर ऑफ द चर्च' ही उपाधी दिली, ज्यामुळे तिची सेंट ऑगस्टाइन आणि सेंट थॉमस ॲक्विनाजसारख्या तेहतीस श्रेष्ठ संतांमध्ये गणना केली जाऊ लागली.

माझ्याकरता तिच्या पुस्तकातील आवडीचा भाग म्हणजे तिने ज्या छोट्याछोट्या आणि साध्या कृतींतून संतपद प्राप्त केले, त्या सर्व कृती वाचणे. मोठ्या व्यक्तींनी महान कार्य करून संतपद मिळवलेले असते; तर हे छोट्या आत्म्याने, छोट्या व्यक्तीने छोट्या मार्गाने मिळवलेले संतपद होते. तिने असे लिहिले आहे, 'कामातून प्रेम व्यक्त होत असेल तर मग मी माझे प्रेम कसे व्यक्त करू? मोठी कामे करणे मला शक्य नाही. माझे प्रेम व्यक्त करण्याकरता मी एवढेच करू शकते... प्रत्येक छोटा त्याग, प्रेमळ दृष्टिक्षेप, प्रेमाचे शब्द आणि प्रेमाच्या छोट्या कृती.'

थेरेसाच्या आयुष्यात किंवा मृत्यूमध्ये वरवर पाहता काहीच उल्लेखनीय नव्हते. ती एक साधे, प्रसिद्धीचा लवलेश नसलेले आयुष्य जगली. तिने क्वचितच तिच्या कॉन्व्हेंटच्या बाहेर पाऊल टाकले असेल. ती जरी चर्चिलच्या एकच वर्ष आधी जन्मली असली (ती जेव्हा कॉन्व्हेंटच्या हॉस्पिटलमध्ये शेवटच्या घटका मोजत होती, तेव्हा चर्चिल मलाकंद फिल्ड फोर्स, ब्रिटिश इंडियातर्फे लढाईत कामगिरी बजावत होता,) तरी ती वेगळ्याच काळातली विलक्षण व्यक्ती वाटत होती. थेरेसाला कोणत्याही प्रकारे कौटुंबिक त्रास सहन करावा लागला नाही किंवा आभाळाएवढ्या आपत्तींना तोंड द्यावे लागले नाही. तिला प्रेमळ आई-वडील लाभले होते आणि समृद्धीच्या वातावरणात तिचे लाड पुरवणारे हळुवार संगोपन केले गेले होते. जरी थेरेसाने तिच्या 'स्टोरी ऑफ अ सोल'मध्ये असे म्हटले असले की, तिला योद्धा व्हायचे आहे, पाद्री व्हायचे आहे, ख्रिस्ती धर्माचा प्रचारक व्हायचे आहे, चर्चतर्फे मिळणारी डॉक्टर ही उपाधी मिळवायची आहे, चर्चच्या संरक्षणाकरता हुतात्मा व्हायचे आहे, तरी तिने कधी मोठी साहसे केली नाहीत. अपवाद एकच आणि तो म्हणजे तिने पोपकडे याचना करण्यासाठी घेतलेली धाव. ती तिच्याच गावात स्वत:च्या आई-वडिलांबरोबर, भावंडांबरोबर संपूर्ण आयुष्य राहिली. तिला येशू ख्रिस्ताकरता रक्त सांडायचे होते, यातना सहन करायच्या होत्या. तिने तसे केलेही ... पण निराळ्या पद्धतीने, छोट्या मार्गांनी... लढाईत नेत्रदीपक यश मिळवून नाही पण टीबीचा दुर्दैवी आघात सहन करत– रक्ताच्या उलट्या करत आणि शारीरिक हाल सहन करत.

पोप पायस (अकरावे) याने तिला संतपद बहाल करताना म्हटले की, रोजच्या सामान्य जीवनाच्या बाहेर न जाता तिने एखाद्या वीरांगनेचे कृत्य केले आहे (थेरेसाविषयी

वाचून मला संत कसा बनतो, संतपद कसे ठरवले जाते यासंबंधीची सर्व माहिति वाचायला मिळाली.) मी तिच्या संतपदाने प्रभावित होऊ शकले नाही; पण रोजच्या जीवनातील कामे नीट पार पाडणे ही गोष्ट मी अंगिकारू शकत होते. आपल्याला वीराचे अथवा वीरांगनेचे कृत्य म्हटले की, काहीतरी भव्यदिव्य काम असेल असे वाटते. उदा. एड्सच्या रोग्यांना वाचवण्याकरता युगांडाला जाणे किंवा डेट्रॉइटमधील दीनवाण्या बेघर लोकांचे दस्तावेजीकरण करणे. थेरेसाच्या उदाहरणावरून दिसून येते की, रोजचे आयुष्यदेखील अनेक सुसंधींनी भरलेले असते.

माझे आवडते उदाहरण : थेरेसाला तिच्या बरोबरीची 'थेरेसा ऑफ सेंट ऑगस्टाइन' नावाची एक नन अजिबात आवडत नसे. तिचे नाव न घेता थेरेसा तिचे वर्णन करी, 'एका सिस्टरला मला प्रत्येक गोष्टीत शिस्त लावायची सवय होती – तिच्या कृतीतून, शब्दांतून आणि तिच्या स्वभावातून.' तिला टाळण्याऐवजी थेरेसा सतत तिला शोधत राही आणि तिच्याशी असे वागे की, जणू ती थेरेसाची सर्वांत आवडती व्यक्ती आहे. हे नाटक इतके बेमालूम जमले की, एके दिवशी तिने न राहवून विचारले, "मला एक सांग – तुला माझ्यात इतकं काय आवडतं की, तू दर वेळी माझ्याकडे पाहून हसतेस?"

थेरेसाच्या मृत्युनंतर श्रद्धांजली वाहताना ही नावडती नन स्वत:वर खूश होत म्हणाली, "निदान माझ्या बाबतीत मी असं म्हणू शकते की, मी तिला तिच्या आयुष्यात खूप आनंदी ठेवलं होतं." पुढची तीस वर्षे या थेरेसा ऑफ सेंट ऑगस्टाइनला हे माहीत नव्हतं की, 'स्टोरी ऑफ अ सोल' या पुस्तकात वर्णन केलेली नावडती नन ती स्वत:च होती. एकदा रागाच्या भरात एका धर्मगुरूने तिला खरे काय ते सांगून टाकले. अर्थात, ही एक छोटी गोष्ट आहे; पण अशा सद्‌गुणी व्यक्तीशी मैत्री होण्याकरता काय भाग्य लागते ते त्यांनाच कळेल ज्यांनी सतत तक्रार करणारा सहकारी, आत्ममग्न राहणारा रूम पार्टनर, ढवळाढवळ करणारे सासू-सासरे सहन केले असतील.

माझ्या हॅपिनेस संशोधनामुळे 'स्टोरी ऑफ अ सोल'मधील एका वाक्याने माझे लक्ष वेधून घेतले. 'देवावरील आणि चर्चमधल्या इतर ननवरील (माझ्याशी इतके प्रेमाने वागल्याबद्दल) प्रेमासाठी, मी आनंदी दिसण्याचा आणि तशी राहण्याचा प्रयत्न करेन.' थेरेसा सदैव आनंदी आहे असे दाखवण्यात कमालीची यशस्वी ठरली. तिचे हसणे इतके सहजपणे फुलत असे की, बरोबरीच्या ननना हा तिचा सद्‌गुण आहे हे ओळखता आले नाही. एक सिस्टर म्हणाली, "थेरेसामध्ये हा गुण उपजत होता तरी या सद्‌गुणाचे कोणतेही श्रेय तिला मिळाले नाही." आयुष्याच्या शेवटच्या दिवसांत अजून एका सिस्टरने असे पाहिले की, थेरेसाला हॉस्पिटलमध्ये भेटायला येणाऱ्या लोकांना ती इतकी हसवत असे की, तिला वाटले, थेरेसाचा हसूनहसून

जीव जातो की काय; इतकी ती आनंदी होती – जेव्हा खरे तर थेरेसा प्रचंड वेदना सहन करत होती.

बुद्ध लोक भावनांचे 'कुशल' आणि 'अकुशल' असे वर्गीकरण करतात. त्याचाच अर्थ आहे क्षमता आणि कष्ट. लोकांना असे वाटते की, जो आनंदात दिसतो तो खरेच आनंदात असतो, जरी आनंद स्वभावत: उत्स्फूर्त आणि सहज वाटत असला, तरी बरेचदा आनंदी दिसण्याकरता बरेच कौशल्य पणाला लागते.

जेव्हा मला जाणवले की, माझ्या आनंदी असण्याने दुसरी व्यक्ती आनंदी होऊ शकते तेव्हा मीही सेंट थेरेसाच्या पावलावर पाऊल टाकत, मी आनंदात आहे असे दाखवायचे ठरवले. मला खोटे वागायचे नव्हते; पण माझ्या टीकेची धार कमी होण्याकरता मी प्रयत्न करू शकत होते. जे पदार्थ मला फारसे आवडत नसत, ज्या गोष्टी मी आसुसून केल्या नसत्या किंवा ज्या सिनेमात, पुस्तकात, कार्यक्रमात मी खोड काढत असे, अशा सगळ्यांबद्दल मी मनापासून उत्साह दाखवू शकत होते आणि कौतुक करण्याजोगे मला नेहमीच काही ना काहीतरी सापडत गेले.

तसेच मी माझा आनंद मोठ्या प्रमाणात व्यक्त करायला हवा आहे, असे मला जाणवले. उदा. जेव्हा मी लिहिलेले केनडींचे चरित्र प्रकाशित झाले तेव्हा घरातल्या अनेक व्यक्तींनी माझ्यावर नानाविध प्रश्नांचा भडिमार केला. आता मागे वळून पाहताना मला जाणवते, त्यांना वाटले होते की, त्या प्रश्नांवर मी 'मला इतका आनंद झाला आहे म्हणून सांगू, मला माझे पुस्तक बाजारात आलेले पाहून खूप उत्साही वाटतं आहे, सगळं कसं माझ्या मनासारखं होतं आहे, मला स्वर्ग दोन बोटं उरला आहे' अशी काहीतरी प्रतिक्रिया देईन; परंतु माझा स्वभाव असमाधानी, चिडचिडा, परिपूर्णतेचा हट्ट धरणारा आणि काळजी करणारा आहे आणि मी इतक्या सहजासहजी उत्तेजित होत नाही. आता मागे वळून पाहताना जाणवते की, त्या वेळेला आनंदाने वागणे हे फक्त माझ्याकरताच नव्हे तर इतरांकरताही एक चांगली गोष्ट ठरली असती. मला हेही माहीत आहे की, त्यांच्यापैकी एकजण जरी आनंदात असेल, तरी मला खूप आनंद होतो. एकदा माझ्या मुली एका मोठ्या टी-पार्टीची तयारी करत होत्या तेव्हा मी एलिझाला उत्साहाने माझ्या आईला सांगताना ऐकले की, 'बनी, कित्ती मजा येते आहे ना?' त्यावर आई म्हणाली, 'हो तर, मज्जाच मज्जा', हे ऐकून मीच किती आनंदून गेले होते.

हॅपिनेस प्रोजेक्ट करताना मला बरेचदा जो अनुभव येत असे, तोच याही वेळी आला. टीका करणे, बारीकसारीक चुका काढणे या गोष्टी सोडून द्यायचा मी निश्चय केला तेव्हा कोठे मला जाणवले की, मला असे वागण्याची कितीतरी वेळा ऊर्मी येत येते; पण माझ्या घरातील व्यक्ती आणि मित्र-मैत्रिणी, जे माझ्यावर खूप प्रेम करतात, त्यांच्याकरता मी आनंदी दिसण्याचा आणि तसे राहण्याचा प्रयत्न करू लागले.

थेरेसाएवढीच; पण माझ्याजवळची आदर्श व्यक्ती म्हणजे माझे वडील, जॅक क्राफ्ट. माझ्या बहिणीच्या मैत्रिणी त्यांना 'स्मायलिंग जॅक क्राफ्ट' म्हणायच्या. त्यांचा सगळ्यात चांगला गुण म्हणजे ते सतत आनंदी आणि उत्साही असतात आणि वागतात आणि याचा इतर सगळ्यांवर खूप प्रभाव पडतो. थोड्याच दिवसांपूर्वी आम्ही कॅन्सस सिटीला गेलो होतो. माझे वडील कामावरून घरी आल्यावर माझी आई म्हणाली, "आज रात्री पिझ्झा आणू या." माझे वडील म्हणाले, "ग्रेट! मी आणू का जाऊन?" मला माझे वडील माहीत आहेत. त्यांना जरी मनातून पिझ्झा नको असेल किंवा आणायला जायचे नसेल, तरी त्यांनी हेच उत्तर दिले असते. असा निरंतर उत्साह असणे सोपे वाटत असले, तरी मी जेव्हा तशी वृत्ती माझ्यामध्ये आणण्याचा प्रयत्न केला तेव्हा मला जाणवले की, ते खूपच अवघड आहे. अवघड वागणे सोपे असते; पण सोपे वागणे अवघड असते.

आनंदी असण्याचा देखावा करणे एक आव्हान आहे आणि आनंदी राहणे हे त्याहूनही मोठे आव्हान आहे. त्याहीपुढे जाऊन मला अजून एक गोष्ट जाणवली की, बऱ्याच लोकांना आनंदी व्हायचे नसते किंवा स्वत:ला आनंदी वाटू द्यायचे नसते. ही वस्तुस्थिती मान्य करायला मला बराच वेळ लागला. (आणि जर ते आनंदी नसल्याचा देखावा करत असतील, तर त्यांना आनंद कधीच मिळणार नाही.) मी यात नैराश्यग्रस्त व्यक्तींना गृहीत धरले नाही. नैराश्य हा एक गंभीर आजार असून तो आनंदी असणे अथवा नसणे या व्याख्येपलीकडचा आहे. नैराश्य हे एक वेगळेच प्रकरण आहे; मग ते नोकरी जाणे, संसारात जोडीदाराचा मृत्यू होणे यांसारख्या परिस्थितीमुळे आलेले असो अथवा मेंदूतील केमिकलच्या असंतुलनामुळे आलेले असो अथवा इतर कोणत्याही कारणामुळे आलेले असो; परंतु नैराश्याचा आजार न झालेले बरेचसे लोकदेखील आनंदी नसल्याचे दिसून येते आणि काहींना तसेच राहायला आवडते.

का? तर कारणे बरीच आहेत.

काहींच्या मते 'आनंदी असणे' हे काही महत्त्वाचे ध्येय नाही, ती एक नगण्य गोष्ट आहे. अमेरिकन लोक आनंद या विषयावर जरा जास्तच विचार करतात. अतिसमृद्धी आणि टीव्ही बघण्याचा अतिरेक यांचा हा एकत्रित परिणाम आहे. त्यांना असे वाटते की, आनंदी असणे ही नीतिमूल्यांचा अभाव असल्याची खूण आहे आणि आनंदी नसणे हे प्रगल्भतेचे लक्षण आहे.

एकदा एका पार्टीत एकजण म्हणाला, "प्रत्येकजण स्वत:मध्ये मग्न असतो, प्रत्येकजण परिपूर्ण आयुष्य जगण्याच्या मागे असतो. हे अगदी आपल्या घटनेतदेखील लिहिलेले आहे. प्रत्येकाला वाटते की, त्यांनी आनंदी असले पाहिजे; पण 'आनंद' हा आयुष्यातला मुख्य मुद्दा नाही."

मी म्हटले, "आपल्या देशाने आता समृद्धीची एक पातळी गाठली आहे म्हणून लोक आता त्यांची ध्येये उच्च मूल्यांवर केंद्रित करत आहेत. लोकांना आनंदी होण्याची इच्छा आहे ही नावाजण्यासारखी गोष्ट नाही का? जर 'आनंद' हा मुख्य मुद्दा नाही तर मग दुसरा कोणता मुद्दा मुख्य आहे?"

"सामाजिक न्याय, शांतता किंवा पर्यावरणाची काळजी यांसारख्या ध्येयांकरता काम करत राहणे हे आनंद मिळवण्यापेक्षा जास्त महत्त्वाचे आहे."

मी धाडस करत म्हणाले, "पण, तुम्हाला इतरांना मदत करणे, इतरांच्या भल्याकरता काम करणे हे जास्त महत्त्वाचे का वाटते? ते निश्चितच महत्त्वाचे आहे; पण का? दारिद्र्यात जगणाऱ्या मुलांबद्दल किंवा आफ्रिकेतील मलेरियाबद्दल का काळजी केली जाते? कारण तुम्हाला ते लोक निरोगी, सुरक्षित आणि समृद्ध जीवन जगायला हवे आहेत – आणि पर्यायाने आनंदी? जर त्यांचा आनंद इतका महत्त्वाचा आहे तर मग तुम्हाला तुमचा स्वतःचा आनंद का महत्त्वाचा नाही? शिवाय..." मी बोलणे चालूच ठेवले, "संशोधनाने असे सिद्ध झाले आहे की, आनंदी लोक इतरांना मदत करण्याची जास्त शक्यता असते. ते सामाजिक प्रश्नांबाबत जास्त जागरूक असतात. ते जास्त समाजसेवा करतात आणि समाजोपयोगी कार्याला जास्त आर्थिक मदत करतात. शिवाय तुमच्या अपेक्षेप्रमाणे ते स्वतःच्याच व्यक्तिगत समस्यांमध्ये अडकून पडलेले नसतात; त्यामुळे आनंदी असण्याने तुम्ही पर्यावरणाकरता किंवा अजून कोणत्याही उद्दिष्टाकरता काम करण्याची जास्त शक्यता असते."

तो उपहासाने हसला आणि मी हॅपिनेस प्रोजेक्टच्या शिकवणीनुसार योग्य प्रतिसाद दिला - म्हणजेच वाद घालत न बसता, विषय बदलला. तथापि, त्याने आनंदावर टीका करणारा सर्वांत गंभीर मुद्दा उपस्थित केला होता खरा - जगात इतकी दुःखे, वेदना असताना आपण आनंदी असणे बरोबर नाही.

दुसरे कोणी दुःखी आहे म्हणून आपण आनंदी होणे नाकारणे हे म्हणजे गरीब देशात लहान मुले उपाशी आहेत म्हणून तुम्ही पानात अन्न टाकू नका अशा प्रकारचे झाले. तुम्ही आनंदी नसल्याने दुसऱ्या कोणालाही आनंद होणार नाही – खरे तर याच्या उलटच होईल, कारण आनंदी लोक जास्त परोपकारी असतात. माझा दुसरा सिद्धान्त आहे :

स्वतःला आनंदी करण्याचा उत्तम मार्ग म्हणजे इतरांना आनंदी करा.
इतरांना आनंदी करण्याचा उत्तम मार्ग म्हणजे स्वतः आनंदी राहा.

काही लोक 'प्रखर बुद्धिमत्तेच्या अभावा'शी आनंदाचा संबंध जोडतात. एक

माणूस सॅम्युएल जॉन्सन यांना म्हणाला होता, ''डॉ. जॉन्सन, तुम्ही तत्त्वज्ञ आहात. मीदेखील कधी काळी तत्त्वज्ञ होण्याचा प्रयत्न केला होता; पण कसा कोण जाणे, आनंदी स्वभाव नेहमी आड यायचा.'' कल्पनाशक्ती, अस्सलपणा किंवा विवेकबुद्धी या गोष्टी आत्मसंतुष्ट मध्यमवर्गीय आनंदाशी पूर्णपणे विसंगत असतात, असा काही लोकांचा वादाचा मुद्दा आहे; पण जरी उदास, निराशावादी लोक हुशार वाटत असले, तरी संशोधन असे सांगते की, आनंद आणि बुद्धिमत्ता यांचा परस्परांशी काहीही संबंध नाही.

हल्ली अतिआनंदी नसणे हे फॅशनेबल समजले जाते. आनंदी होण्याकरता खुळेपणा करण्याची, निरागस असण्याची आणि इतरांच्या वागण्याने आनंदी होण्याची मानसिकता लागते. उत्साही राहायला आणि मौजमजा करायला एनर्जी लागते, विनय लागतो आणि सहभागी होण्याची मानसिकता लागते. त्याच्या तुलनेत उपहासाची ढाल पुढे करणे, नकारात्मक टीका करणे किंवा तात्त्विक उदासीनतेत मग्न राहणे या गोष्टी सोप्या असतात. उपहास आणि आयुष्याबद्दलच्या विरक्तीमुळे लोक फास्ट फूड, कंट्री क्लब मेंबरशिप, पेट्रोल पिणाऱ्या गाड्या, रिॲलिटी टीव्ही शो यांपासून अंतर राखून असतात.

मला एक अशी व्यक्ती भेटली जी सेलिब्रिटी लोकांचा मूर्खपणा आणि त्यांच्याविषयीचे गॉसिप वाचणाऱ्या लोकांबद्दल सतत तिरस्काराने बोलत असे; पण तिचे बोलणे ऐकून असे वाटत असे की, तीदेखील या सगळ्यात रस घेत आहे. या ठिकाणी सॅम्युएल जॉन्सनचे अलेक्झांडर पोप यांच्याबद्दलचे निरीक्षण मला खूप समर्पक वाटते. 'पोपने देवावर केलेली टीका इतके वेळा चर्चिली गेली आहे की, ती आता खरी वाटत नाही.' खरे तर जी गोष्ट आपल्याला आवडत नाही, त्याबद्दल आपण फारसा विचार करत नाही; परंतु गॉसिपिंग करणाऱ्यांना खजील करण्याकरता आणि स्वत:ला गॉसिपिंग कसे आवडत नाही हे दाखवण्याकरता उपहासात्मक बोलत राहणे ही तिची पद्धत होती.

काही लोक दुसऱ्यांवर वर्चस्व गाजवण्याकरता आनंदी नसण्याचा स्वभाव अंगीकारतात. त्यांना असे वाटते की, ते आनंदी नाहीत हे दाखवल्याने त्यांना विशेष वागणूक मिळेल जसे की, त्यांच्यावर दया दाखवणे, त्यांच्याकडे खास लक्ष देणे. ती वागणूक सतत मिळत राहावी म्हणून हे लोक आनंदी नसण्याला घट्ट चिकटून बसतात. मला माहीत आहे की, मीदेखील एकदा माझ्या फायद्याकरता आनंदी नसल्याचे दाखवले होते. उदा. जर जेमीने मला त्याच्याबरोबर बिझनेस डिनरला बोलावले आणि 'मी आनंदाने येईन. मला खरेच यायची इच्छा आहे' असे खोटे सांगण्यापेक्षा मी जर त्याला प्रामाणिकपणे सांगितले, 'मला खरं तर यायचे नाही; पण तुझी इच्छा असेल तर मी येईन' आणि मी त्याच्याबरोबर गेले तर मला जास्त

गोल्ड स्टार मिळणार आहेत असे मला वाटते. मी जर तक्रार केली नाही, माझी नाखुशी दाखवली नाही, तर जेमी माझा समजूतदारपणा गृहीत धरेल.

काही लोक आनंदी नसल्याच्या स्वभावाचा वर्षानुवर्षे फायदा करून घेतात. एकदा माझी एक मैत्रीण मला म्हणाली, ''माझी आई नेहमी सांगत असते की, माझ्याकडे आणि माझ्या भावाकडे लक्ष देण्याकरता ती घरी राहिली आणि स्वत:ची पीएच.डी. पूर्ण करू शकली नाही. ती उदास बसायची, सतत रागावलेली असायची आणि दर वेळी ती हे बोलून दाखवायची. ती तिची नाराजी आम्हाला आणि वडिलांना ताब्यात ठेवण्याकरता वापरायची; आम्हाला सगळ्यांनाच अपराधी वाटत राही.''

आनंदी नसणे हे नि:स्वार्थी आहे आणि आनंदी असणे स्वार्थी आहे हा समज चुकीचा आहे. आनंदी असल्याचे दाखवणे हे जास्त नि:स्वार्थीपणाचे आहे. त्याला एनर्जी लागते, उदारता लागते आणि प्रसन्न राहण्याची सवय असावी लागते. तरीसुद्धा प्रत्येकजण आनंदी व्यक्तीला गृहीत धरतो. कोणीही त्याच्या भावनांची कदर करत नाही किंवा त्याचा उत्साह कायम ठेवायला मदत करत नाही. तो स्वावलंबी असतो, तो इतरांकरता आधार असतो आणि आनंद हा उत्स्फूर्त समजला जात असल्यामुळे त्याला त्याचे श्रेयदेखील मिळत नाही. थेरेसाला श्रेय मिळाले नव्हते, अगदी तिच्या सहकारी नन्सकडूनसुद्धा! तिच्या प्रचंड कष्टांबद्दल ती इतकी आनंदी असायची की, तिला तसे वागायला कष्ट पडत नाहीत असे सगळेजण समजायचे. मला माझ्या वडिलांसारख्या काही सुदैवी व्यक्ती माहीत आहेत ज्या मुळातच आनंदी वृत्तीच्या आहेत. आता मला प्रश्न पडला आहे की, आनंदी राहणे खरेच इतके सोपे असते का?

अंधश्रद्धा बाळगणारे अजून असे काही लोक आहेत ज्यांना आनंद व्यक्त केला की, दृष्ट लागेल अशी भीती वाटते. वास्तविक 'जरा काही चांगले होऊ लागले की, दृष्ट लागते' ही जगातल्या सर्वच माणसांची समजूत आहे, जी प्रत्येक संस्कृतीमध्ये दिसून येते. मी जेव्हा हॅपिनेस प्रोजेक्ट करत होते, तेव्हा मलासुद्धा या भीतीने पछाडले होते. मला वाटे, माझ्या आनंदाकडे कोणाचेतरी लक्ष वेधून घेऊन मी एखादा धोका पत्करत आहे का?

अशीही एक अंधश्रद्धा आहे की, तुम्ही जर आधीच त्रास आणि दुर्दैवी घटना यांची कल्पना केलीत तर तुम्ही ते टाळू शकता. भीती आणि काळजी उपयुक्त ठरू शकते, कारण वाईट परिणामांचा अंदाज घेण्याने कोणत्या उपाययोजना करायच्या यावर विचार करता येतो. उदा. सीटबेल्ट लावणे किंवा व्यायाम करणे; परंतु काही लोकांकरता 'भविष्यात काय होईल याची काळजी' हेच त्यांच्या आनंदी नसण्याचे कारण असते. आणि तरीही त्यांना सतत काळजी करणे योग्य वाटते. उदा. जेमीच्या 'हिपॅटायटिस-सी'बद्दल फारशी काळजी न वाटण्याने मला कुठेतरी अपराधी वाटते.

आम्हाला मिळणारी प्रत्येक माहिती मी जपून ठेवते, जेमीबरोबर त्याच्या बहुतेक सगळ्या अपॉइंटमेंट्सना मी जाते, मला आता 'हिपॅटायटिस-सी'बद्दल बरीच माहिती मिळाली आहे; पण जोपर्यंत काही प्रॉब्लेम उद्‌भवत नाही, तोपर्यंत मी त्याचा फारसा विचार करत नाही. कधीकधी त्यामुळे माझी ही अलिप्तता हा माझा बेजबाबदारपणा वाटतो. मी जास्त काळजी करायला नको का? परंतु माझ्या काळजी करण्याने जेमीच्या लिव्हरमध्ये काहीही फरक पडणार नाही. भीतीचा बागुलबुवा करून जेमी आणि मी, दोघेही दुःखी झालो असतो (याउलट काही लोक असे समजतात की, तुम्ही जर दुःखी राहिलात तर भयंकर गोष्टी घडतात... उदा. कॅन्सर वगैरे. हे असे समज नवीन नाहीत. १६६५ मध्ये लंडनला आलेल्या प्लेगच्या महाभयंकर साथीमध्ये लोक असे समजत होते की, उत्साही राहिल्याने इन्फेक्शन पळून जाईल.)

शेवटचा प्रकार - काही लोक आनंदी नसतात कारण ते आनंदी राहण्याकरता कष्ट घेत नाहीत. आनंदी राहण्याकरता एनर्जी आणि शिस्त आवश्यक असते. दुःखी राहणे सोपे असते. जे लोक दुःखी राहतात ते दयनीय होतात, त्यांना निश्चितपणे त्या अवस्थेत अडकल्यासारखे वाटू लागते आणि कसे वाटायला हवे हेच त्यांना कळत नाही. असे असले तरीही, त्यांच्या दुःखी असण्याचा परिणाम आजूबाजूच्या इतर लोकांवर होत असतो, ते स्वतःदेखील सहन करत असतात – दुर्दैवाने सकारात्मक भावनांपेक्षा नकारात्मक भावनेचा 'भावनिक संसर्ग' जास्त होतो.

तत्त्वज्ञ, शास्त्रज्ञ, संत आणि अगदी भोंदूबाबादेखील या सगळ्यांनी आनंदी कसे राहायचे याबाबत मार्गदर्शन केले आहे; पण ज्यांना आनंदी व्हायचेच नाही, त्यांना या सल्ल्याने काहीही फरक पडत नाही. तुम्ही आनंदी आहात असे तुम्हाला वाटत नसेल, तर तुम्ही आनंदी नाही आहात. पब्लिलियस सायरसच्या म्हणण्याप्रमाणे, 'कोणतीही व्यक्ती जर स्वतःला आनंदी समजत नसेल, तर ती व्यक्ती आनंदी नाही.' जर तुम्हाला वाटले, तुम्ही आनंदी आहात तर तुम्ही आनंदी आहात. म्हणूनच थेरेसा म्हणते, 'मी नेहमी आनंदी दिसण्याचा आणि मुख्य करून आनंदी राहण्याचा प्रयत्न करते.'

या महिन्याच्या संकल्पामागे आणि माझ्या संपूर्ण हॅपिनेस प्रोजेक्टमागे एक महत्त्वाचा उद्देश होता की, जेव्हा कधी वाईट बातमी देणारा फोन वाजेल, तेव्हा मला त्याला धैर्याने तोंड देता यावे – आणि तो फोन कधीतरी वाजणारच होता.

महिन्याच्या शेवटी एक दुसरीच वाईट बातमी येऊन थडकली.

माझ्या आईचा फोन होता. "तू एलिझाबेथशी एवढ्यात बोललीस का?" तिने विचारले.

"नाही, जवळजवळ आठवडा झाला मी तिच्याशी बोलले नाही." मी म्हणाले. "काय झाले?"

"तिला डायबेटीस झालाय."

"डायबेटीस?"

"हो. टाइप २, असं त्यांना वाटतंय; पण त्यांची अजून खात्री झालेली नाही. त्यांच्या हे वेळीच लक्षात आलं ही एक चांगली गोष्ट झाली. तपासणीत तिची ब्लड शुगर खूपच जास्त आली होती."

"तिला कसं काय समजलं? आता काय होणार? तिला डायबेटीस का झाला असावा?" डायबेटीस संदर्भातली बरीच ऐकीव माहिती माझ्या डोक्यात थैमान घालू लागली – आहारातील आणि जीवनशैलीतल्या बदलांना टाइप २ देत असलेला प्रतिसाद, संशोधनाकरता पैशाचे वाटप या विषयावरून डायबेटीस वर्तुळात टाइप १ आणि टाइप २ च्या समर्थकांमधील वाढते टेन्शन, माझ्या सहावीतल्या मैत्रिणीचे पोटात इन्शुलिनची इंजेक्शन्स् घेणे, आईने तिला जेवढे माहीत होते, ते सगळे मला सांगितले. मग मी माझ्या बहिणीला फोन करून सगळे परत सांगायला सांगितले.

पुढचे काही आठवडे बातम्या सतत बदलत होत्या. सुरुवातीला जरी डॉक्टरांना तो टाइप २ डायबेटीस वाटत असला, तरी सर्वसाधारणपणे तो ज्यांना होतो त्यांच्या लक्षणांमध्ये एलिझाबेथ कुठेच बसत नव्हती - ती तरुण होती, सडपातळ होती, सुदृढ होती. या निदानाने तिला मोठा धक्का बसला होता; पण दोन गोष्टी दिलासा देणाऱ्या होत्या. एक म्हणजे, जरी तिला कधी सुस्तावल्यासारखे वाटले, तरी तिची शुगर नियंत्रणाखाली येताच तिला खूपच चांगले वाटत असे. शिवाय, तिला टाइप १ डायबेटीस नाही या गोष्टीने आम्हाला दिलासा मिळाला होता, कारण त्यात रोज इंजेक्शन घ्यावे लागते आणि आहाराने आणि व्यायामाने त्यामध्ये काहीही बदल होत नाही; पण शेवटी तो टाइप १ डायबेटीस निघाला.

लोकांना जेव्हा मोठा मानसिक धक्का बसतो, तेव्हा त्यांचे मन त्यांना परिस्थितीतील सकारात्मक गोष्टी पाहायला शिकवते. आता यापुढे काय चांगल्या गोष्टी करता येतील याचा शोध घ्यायला मी सुरुवात केली. माझ्या कानात विविध संकल्प ऐकू येऊ लागले. मी कृतज्ञतेने आणि साकल्याने विचार करून वागायचे ठरवले. "त्यांनी वेळीच निदान केले ही किती नशिबाची गोष्ट आहे," मी एलिझाबेथला म्हटले, "तू नीट खाणार आहेस आणि व्यायाम करणार आहेस. तू हे नियंत्रणाखाली आणशीलच. तुला याची सवय होईल आणि तू मस्त मजेत जगशील."

एलिझाबेथने ती दुसऱ्यांपेक्षा भाग्यवान आहे अशी समजूत करून घेतली.

"हो." ती म्हणाली "समजा, अजून दुसरं काही झालं असतं तर? अजून काहीही वाईट होऊ शकलं असतं; पण डायबेटीस हा पूर्णपणे ताब्यात ठेवता येणारा

आजार आहे.'' मात्र, आम्ही दोघींनी 'डायबेटीस झालाच नसता तर', या विषयावर बोलायचे टाळले.

कॉलेज संपल्यानंतर माझ्या रूम पार्टनरला गाडीचा एक खूप मोठा अपघात झाला. मी तिला बघायला हवाईला गेले. तिच्या डोक्यामध्ये स्क्रू लावून तिच्या मानेभोवती धातूच्या पट्ट्या जोडल्या होत्या.

''किमान तू जिवंत आहेस याचाच आनंद आहे. हो ना?'' मी म्हणाले.

''खरं तर मी अपघातात सापडायलाच नको होतं.''

सकारात्मक गोष्टींवर लक्ष केंद्रित करणे सोपे नसते; पण मला वाटते की, माझ्या संकल्पांमुळे मला ही बातमी पचवणे शक्य झाले. मला डायबेटीस झाला असता तर मला वाटते, या संकल्पांनी मला जास्तच मदत केली असती. अठराव्या शतकातील एक प्रसिद्ध समाधी-लेख सांगतो :

मित्रांनो, जाताजाता लक्षात ठेवा,
आज तुम्ही जसे आहात, तसा मीदेखील कोणे एके काळी होतो.
आज मी जसा आहे, तसेच तुम्ही एक दिवस होणार आहात.
माझ्या मागोमाग येण्याची तयारी ठेवा.

माझी हॅपिनेस प्रोजेक्टमागची खरी भावना! मी स्वत:ला बजावत असते की, मला माझे संकल्प पाळलेच पाहिजेत, कारण पुन्हा एकदा फोन वाजणार आहे.

९

सप्टेंबर

आवड जोपासा

पुस्तके

- कादंबरी लिहा
- वेळ काढा
- परिणामांची चिंता करू नका
- नवीन तंत्रज्ञान आत्मसात करा

ट्रीपहून परत आल्यानंतर मला माझी नेहमीची लायब्ररी नवीन वाटू लागली. ही लायब्ररी माझ्या घरापासून हाकेच्या अंतरावर होती. सुरेख बिल्डिंग, पुस्तकांनी भरलेल्या कपाटाच्या रांगाच रांगा, इंटरनेटची सोय, लहान मुलांकरता मोठा विभाग आणि शांत स्टडी रूम्स... जिथे बसून मी लिखाण करत असे. या स्टडी रूम्समध्ये एकदम टोकाची शांतता असे. एक दिवस मी माझ्या लॅपटॉपचा आवाज बंद करायला विसरले होते आणि लायब्ररीत मी माझा लॅपटॉप सुरू केल्यावर त्यातून ट्यून बाहेर पडताच सर्वांनी माझ्याकडे टाकलेले नापसंतीचे कटाक्ष मला अजूनही आठवत आहेत. माझ्याकरता लायब्ररी गृहीत धरणे सहज शक्य होते. मी गेल्या सात वर्षांत तिथे अगणित वेळा गेले आहे. ट्रीपमुळे मधले काही दिवस न गेल्यामुळे माझे लायब्ररीवर किती प्रेम आहे ते मला जाणवत होते. (यावरून हॅपिनेस विषयातील एका तज्ज्ञाचा सल्ला

सिद्ध होतो की, आनंद वाढवण्याकरता एखाद्या गोष्टीपासून काही काळ दूर जाऊन पाहा.)

लायब्ररीत परत आल्याने झालेला आनंद आणि सप्टेंबर महिना म्हणजे शैक्षणिक वर्षाची सुरुवात या दोन्ही गोष्टी लक्षात घेता, हा महिना पुस्तकांविषयीचा असणार हे सयुक्तिक होते. माझा या महिन्याचा संकल्प होता 'आवड जोपासा'. माझ्यापुरता याचा अर्थ होता की, पुस्तकाशी संबंधित सर्व काही करणे. मला लिहायला आणि वाचायला आवडते आणि माझे कामही लेखन-वाचनाशी निगडित आहे. तरीही या गोष्टींकरता मला वेळ मिळायचा नाही.

खूप वर्षांपूर्वी डोरोथिया ब्रँड या लेखिकेने एक इशारा दिला होता की, लेखक लोक शब्दप्रधान गोष्टी करण्यात बरेच रमतात, उदा. वाचणे, बोलणे, टीव्ही पाहणे, नाटक-सिनेमे पाहणे. तिने असे सुचवले होते की, त्याऐवजी लेखकांनी स्वत:ला भाषेशी संबंध नसलेल्या गोष्टीत गुंतवून घ्यावे. उदा. संगीत ऐकणे, म्युझियम पाहणे, पत्ते खेळणे किंवा एकट्याने दूरवर फिरायला जाणे. मला ते पटले आणि मी तो सल्ला अधूनमधून पाळायला सुरुवात केला; पण जेव्हा मी हॅपिनेस प्रोजेक्टची तयारी करत होते, तेव्हा एकदा एका पुस्तकाच्या दुकानात असताना मला साक्षात्कार झाला की, मला वाचणे, लिहिणे आणि पुस्तके तयार करणे सगळ्यात जास्त आवडते. प्रामाणिकपणे सांगायचे झाले तर मी त्याकरता इतर कोणत्याही गोष्टी सोडून दिल्या असत्या, इतक्या मला या गोष्टी आवडतात.

काही दिवसांपूर्वी माझी एक मैत्रीण (जी तीन मुलांची आई आहे.) मला म्हणाली, "सुट्टीच्या दिवशी आम्ही सगळ्यांनी सकाळी कमीतकमी दोन तास आणि दुपारी कमीतकमी दोन तास जर घराबाहेर खेळण्यात घालवले, तर तो दिवस आम्हाला खूप आवडतो."

मी म्हणाले, "सुट्टीच्या दिवशी दुपारपर्यंत आम्ही सगळेजण नाइट-ड्रेसमध्ये लोळत, पुस्तके वाचत पडलो तर तो दिवस मला खूप आवडतो." हे खरे असले तरी मला याचे वाईट वाटत असे. का? तिला जे वाटत होते ते बरोबर आहे असे मी का समजत होते? माझ्या 'नुसते वाचन करत' लोळत पडण्यामागे मला अपराधी का वाटावे? खरे तर हीच एक गोष्ट मी विनासायास करू शकते. मला असे वाटत असे की, मी कोणीतरी वेगळी असायला हवी होते, जिला अनेक गोष्टींत रस आहे; पण मी तशी नाही. आता मला माझ्या लेखन-वाचनाची आवड जोपासण्याबाबत अधिक विचार करण्याची वेळ आली होती. माझ्या मैत्रिणीप्रमाणे बाहेर खेळण्यापेक्षा मला लेखन-वाचनाने जास्त आनंद मिळणार होता. अर्थात इलिनॉर मोठी होईपर्यंत सकाळी वाचन करणे म्हणजे एक अशक्य कोटीतली गोष्ट होती; पण इलिनॉरच्या जन्माआधी आम्ही सकाळी वाचत असू आणि भविष्यातही आम्ही पुन्हा तसेच करू,

याची मला खात्री आहे.

या महिन्याच्या माझ्या 'आवड जोपासा' या संकल्पाकरता मला माझी नेमकी आवड काय आहे हे ओळखायला हवे होते. त्याचे उत्तर तयार होते. त्याच्यापुढची पायरी होती की, त्याकरता वेळ बाजूला काढणे, माझ्या रोजच्या आयुष्यात ती आवड सामावून घेण्यासाठी वेगवेगळे मार्ग शोधणे आणि मुख्य म्हणजे कोणत्यातरी निरर्थक मापदंडाशी स्वत:च्या कार्यक्षमतेचे मोजमाप करणे थांबवणे. शिवाय लॅपटॉपवर एखादा लेख बुकमार्क कसा करायचा ते तंत्र मला शिकायचे होते.

प्रत्येकाला माझ्यासारखी पुस्तकाची आवड असणार नाही. कोणाला फुटबॉल आवडेल तर कोणाला प्रायोगिक नाटक, कोणाला राजकारण तर कोणाला अजून काही! आवड कोणतीही असो; परंतु हॅपिनेस प्रोजेक्ट असे सांगतो की, आवडीकरता वेळ काढणे आणि ती आवड रिकाम्या वेळात (जो प्रत्यक्षात बऱ्याच लोकांकडे नसतो.) करण्यापेक्षा त्या आवडीकरता रिकामा वेळ काढल्याने, त्याला प्राधान्य देण्याने तुमच्या आनंदामध्ये कमालीची भर पडते.

माझ्या ब्लॉगमुळे माझ्या लक्षात आले की, बऱ्याच लोकांना 'तुम्हाला कशाची आस आहे?' असे विचारले की, ते गोंधळतात. हा प्रश्न गहन आणि हतबल करून टाकणारा आहे असे वाटते. आस ओळखण्याची एक सोपी युक्ती म्हणजे - काम असो वा मजा, तुम्हाला सातत्याने करावीशी वाटणारी गोष्ट. तुम्ही दहा वर्षांचे असताना काय केल्याने आनंदी होत होतात? किंवा सध्या शनिवारी दुपारी तुम्हाला काय करायला आवडते? यावरून तुम्हाला कोणत्या गोष्टीची आस असू शकते याचा अंदाज करता येईल. (एका ब्लॉग वाचकाने तर अजून सोपी युक्ती सांगितली. तो म्हणाला, माझ्या फिजिक्सच्या शिक्षकांनी सांगितले आहे की, तुम्ही टॉयलेट सीटवर बसल्यावर ज्याचा विचार करता तीच तुमची आस आहे. कारण तुम्हाला त्या वेळीदेखील त्याच गोष्टीचा विचार करावासा वाटतो.) 'इतरांना काहीही वाटो, तुम्हाला जे करावेसे वाटते ते करा' हा उपयुक्त मंत्र आहे, कारण त्यामुळे तुम्ही तुमच्या मनातल्या स्वत:च्या प्रतिमेऐवजी स्वत:चे वास्तवातले वागणे तपासून पाहत असता आणि त्यामुळे कशाला प्राधान्य द्यायला हवे, हे तुम्हाला स्पष्टपणे उमगते.

कादंबरी लिहा

या महिन्याचा माझा सगळ्यात महत्त्वाकांक्षी प्रोजेक्ट होता - एक कादंबरी लिहिणे. तीस दिवसांत. मला मॅरेथॉनमध्ये पळण्याची किंवा गिर्यारोहण करण्याची कधीही इच्छा नव्हती; परंतु एका महिन्यात कादंबरी लिहिणे या विचाराने, तसल्या साहसांमध्ये जी थरारकता असते, ती अनुभवण्याची उत्कट इच्छा मला निर्माण झाली. मला बघायचे होते की, मी हे करू शकते का?

काही दिवसांपूर्वी मला माझी एक मैत्रीण भेटली. ती मला म्हणाली की, ती महिनाभरात एक कादंबरी लिहिते आहे.

"खरंच?" मी कुतूहलाने विचारले. "कसं काय?"

"मला ख्रिस बॅटीचं 'नो प्लॉट, नो प्रॉब्लेम' नावाचं पुस्तक मिळालं आहे. त्यात सांगितल्याप्रमाणे कोणतीही पूर्वतयारी न करता तुम्ही कादंबरी लिहायला सुरुवात करू शकता. तुम्ही ती कादंबरी एडिट करायची नसते आणि एका दिवसात १६६७ शब्द लिहिले की, तीस दिवसांत पन्नास हजार शब्दांची एक कादंबरी तयार होते."

"पन्नास हजार शब्द?" मी विचारले. "एवढे शब्द एखाद्या कादंबरीकरता पुरेसे असतात का?"

"हो, 'कॅचर इन द राय' किंवा 'द ग्रेट गॅटस्बी' इतकी मोठी कादंबरी होईल एवढे निश्चित असतात."

"खरंच? मग मीसुद्धा लिहून पाहायला हरकत नाही." मी पुटपुटले.

"ख्रिस बॅटीने 'नॅशनल नॉव्हेल रायटिंग मंथ' नावाचा उपक्रम सुरू केला आहे. दरवर्षी नोव्हेंबर महिन्यात हा उपक्रम राबवला जातो. संपूर्ण अमेरिकेतून अनेक लोक यात भाग घेतात."

आम्ही 'बार्न्स अँड नोबेल' या पुस्तकांच्या दुकानाजवळच उभे होतो. तिथून ते पुस्तक आत्ता लगेच विकत घेण्याचे ठरवत मी म्हणाले, "मी खरंच ही कल्पना मनापासून राबवून पाहणार आहे."

मी ख्रिस बॅटीचे 'नो प्लॉट, नो प्रॉब्लेम' पुस्तक विकत घेतले आणि मला माझ्या कादंबरीकरता विषय सुचला. मॅनहॅटनमध्ये दोन व्यक्तींचे प्रेमप्रकरण. लॉरी कोल्विन, रोक्साना रॉबिनसन आणि इतर कादंबरीकारांचे वैवाहिक आयुष्याच्या मध्यावर येणाऱ्या प्रॉब्लेम्सबद्दलचे लिखाण मी वाचले होते. वैवाहिक आयुष्याच्या मध्यावर होणाऱ्या प्रेमप्रकरणासारख्या प्रॉब्लेममुळे लोकांच्या आयुष्यावर काय परिणाम (आनंदी अथवा दुःखी करणारे) होतात यावर मला भाष्य करायचे होते. एकाच सामाजिक वर्तुळात राहून दोघेजण त्यांचे प्रेम प्रकरण गुप्त कसे ठेवतील याची आखणी करायला मजा येईल, असे मला वाटले आणि जोडीला न्यू यॉर्क शहराबद्दलही लिहिता येईल असा मी विचार केला.

एक सप्टेंबरला मी पहिल्याच पानावर 'हॅपिनेस' असे शीर्षक लिहून माझे पहिले वाक्य लिहिले - 'विचार केल्यावर तिच्या लक्षात आले की, तिचे मायकेल हर्मनबरोबरचे प्रकरण कधी सुरू झाले ते तिला बरोबर आठवत आहे. लिसा आणि अँड्र्यूच्या घरी, १८ सप्टेंबरला, रात्री ८ वाजता, कॉकटेल पार्टीकरता जमलो असताना...' आणि हळूहळू १६६७ शब्द गोळा होऊ लागले.

कादंबरी लिहिणे हे मोठे काम होते; परंतु माझ्या रूटीनमध्ये लिखाण बसवणे

मला वाटले होते त्यापेक्षा मला सोपे गेले. इतर लोकांपेक्षा मला हे सोपे जाण्याचे कारण मी पूर्ण वेळ लेखिका होते; पण तरीसुद्धा मला माझा वर्तमानपत्रे आणि मासिके वाचण्याचा, कॉफीसाठी कोणालातरी भेटण्याचा, सटरफटर वाचनाचा किंवा फुटकळ कामे करण्याचा वेळ कमी करावा लागला होता. माझ्या ब्लॉगवरच्या पोस्ट जाणवण्याइतपत छोट्या झाल्या होत्या.

पहिल्या दहा दिवसांनंतर माझ्या पुढ्यात एक नवाच प्रश्न उभा राहिला. - मी माझ्या कथानकाचा शेवट गाठला. मी कादंबरीत कोणते प्रसंग घालायचे यावर फारसा विचार केलेला नव्हता. एमिली आणि मायकेलचे एकत्र जेवण, त्यांच्या प्रेमप्रकरणाची सुरुवात, प्रेमप्रकरणाचा शेवट... पंचवीस हजार शब्द होण्यापूर्वीच माझा कथेतला बराचसा भाग लिहून झाला होता. बॅटीच्या पुस्तकात म्हटले होते की, मला शक्यतो काही अडचण येणार नाही. कसे कोण जाणे पण मी लिहीत राहिले. प्रत्येक दिवशी या ना त्या प्रकारे १६६७ शब्द लिहीत, मी माझी कादंबरी पूर्ण केली. ३० सप्टेंबर रोजी मी शेवटचे वाक्य लिहिले - 'तिने तिचे शॉपिंग वेगळ्या दुकानात केले. समाप्त!' एकूण ५०,१६३ शब्द झाले होते. माझी कादंबरी खऱ्या कादंबरीइतकी मोठी झाली होती. फ्लॅनरी ओक्रूरची 'वाइज ब्लड' आणि चक पालाहनिकची 'फाइट क्लब' या माझ्या आवडत्या कादंबऱ्यांएवढी मोठी.

माझ्या रोजच्या कामांच्या यादीत या मोठ्या कामाची भर पडली होती. मला त्याने आनंद मिळाला होता का? निश्चितच! मिळाला होता. ही कादंबरी लिहिण्यात खूप वेळ आणि एनर्जी खर्च झाली असली, तरी मला खूप आनंद मिळाला होता. असा मोठा प्रोजेक्ट हाताळल्याने आणि एका महिन्यात शेवटपर्यंत निभावून नेल्यामुळे माझ्या आयुष्यातील आत्मविकासाच्या वातावरणात मोलाची भर पडली होती. लक्ष देऊन काम केल्यास कमी कालावधीत मी किती मोठे काम करू शकते याची जाणीव मला उत्साही करत होती. तसेच, मी नेहमी कादंबरी फुलवण्याकरता नवनवीन कल्पना शोधत राहिल्यामुळे माझ्यासमोर नित्य नव्या रूपात जग उलगडत जात होते. जसे की, एके दिवशी दुपारी मी लायब्ररीतून परत येत असताना मला एका दफनभूमीपाशी खूप लोक जमा झालेले दिसले. लगेच माझ्या मनात विचार आला की, माझ्या कादंबरीत हा प्रसंग बरोबर बसवता येईल.

अत्यंत गुंतागुंतीची कल्पना, जी मांडायला एखादे वेळेस शेकडो पाने लागू शकतील, ती नेमक्या शब्दांत मांडता येणे हा लेखनातला सर्वांत मोठा आणि नेमका आनंद असतो. मला माझ्या कादंबरीची कल्पना ज्या क्षणाला सुचली, तो नेमका क्षण मला बरोबर आठवतो आहे. आम्ही आमच्या जवळपास राहणाऱ्या जोडप्यांसोबत एका पार्टीला गेलो होतो. तिथे मी माझ्या ओळखीच्या एका माणसाला एका स्त्रीबरोबर रंगून जाऊन (निश्चितच निरागसपणे) गप्पा मारताना पाहिले आणि माझ्या

मनात विचार आला, 'यांचे एकमेकांबरोबर प्रेमप्रकरण चालू असेल तर? ते कसे वागतील? त्यांचे पुढे काय होईल?' या कादंबरीआधी, सुचलेल्या कल्पनांवर पुस्तके लिहून काढायला मला नेहमी अनेक वर्षे लागत असत. ही कादंबरी फारशी चांगली नसेलही; पण मी ती एका महिन्यात पूर्ण केली होती.

फेब्रुवारीत अधिक सौजन्याने वागण्याचा प्रयोग करताना मला जाणवले होते की, क्रॅश कोर्स पद्धत वापरण्यात बरेच फायदे असतात. स्कॉट मॅकक्लाउडनेदेखील अशीच एक कल्पना मांडली होती. त्याच्या 'मेकिंग कॉमिक्स' या पुस्तकामधून त्याने '२४ अवर कॉमिक्स' नावाची कल्पना मांडली होती - २४ तासांत २४ पानी कॉमिकचे पुस्तक चित्रे काढून तयार करायचे. मजकूर काहीही नाही. काहीही तयारी नाही. त्याच्या मते ज्यांना त्यांची कल्पनाशक्ती प्रत्यक्षात उतरवायला अवघड जाते, त्यांच्याकरता हे क्रॅश कोर्स पद्धतीचे धक्कातंत्र उपयोगी पडते. या पद्धतीमुळे माझ्यासुद्धा कल्पनाशक्तीला चालना मिळाल्यासारखे वाटले, कारण जेव्हा मला कादंबरी लेखनाची जबरदस्त हुक्की येत असे, त्या वेळी फक्त लिहायला सुरुवात करणे आणि लिहीत राहणे एवढा एकच उपाय असतो. (ही व्यावसायिक समस्या कमी चर्चिली गेली असली, तरी ती बहुतेक सर्व लेखकांना भेडसावत असते.)

परंतु आश्चर्य म्हणजे ही 'हॅपिनेस' कादंबरी लिहिणे माझ्याकरता मजेची गोष्ट होती. इतर वेळी मी जेव्हा लिखाण करत असते, तेव्हा मी स्वतःला सतत प्रश्न विचारत असे. कादंबरी लेखनाला वाहिलेल्या या महिन्यात मात्र मी स्वतःला अजिबात प्रश्न विचारत बसले नाही आणि त्यामुळे मला माझ्यातल्याच टीकाकारापासून सुटका मिळाली. माझी एक मैत्रीण मला म्हणाली, "जास्तीतजास्त काय होईल? तुझ्या कादंबरीला लोक फालतू म्हणतील; म्हणू देत, हरकत नाही." माझ्या कादंबरी लिहिण्यामुळे मला माझा मार्च महिन्यातला संकल्प आठवला - 'धडपडण्यातदेखील मजा असते'. मी जेव्हा माझा शेवटचा ५०,१६३ वा शब्द लिहिला, तेव्हा मला माझी कादंबरी कमी-जास्त करण्याचा, पुन्हा तपासून पाहण्याचा जबरदस्त मोह झाला; परंतु मी स्वतःला थांबवले. मी ती कादंबरी पुन्हा वाचलीदेखील नाही. वाचेन कधीतरी!

कादंबरी लेखनामुळे मला आत्मविकासाचे वातावरण मिळाले, जे माझ्या मते आनंदाकरता अत्यंत आवश्यक असते. माझे हे मत मला अधिकाधिक पटू लागले होते. म्हणूनच मी माझ्या पहिल्या सिद्धान्तामध्ये ते समाविष्ट केले होते; पण सुरुवातीला जाणवले होते त्यापेक्षा त्याचे महत्त्व बरेच जास्त होते हे आता लक्षात येत होते. एखादे मोठे कार्य पार पाडल्याचे समाधान ही आयुष्यातील सर्वांत मोठी उल्लेखनीय गोष्ट असते. मी जेव्हा माझ्या ब्लॉग वाचकांना विचारले की, एखादे मोठे काम करून त्यांना आनंद मिळाला आहे का? तेव्हा बऱ्याच वाचकांनी त्यांच्या

प्रतिक्रिया कळवल्या :

मी एक मोठे काम हाती घेतले होते आणि ते पूर्ण केल्यावर माझे मलाच आश्चर्य वाटले. मी 'यु-ट्यूब'वर 'हंड्रेड डे रिॲलिटी चॅलेंज' नावाच्या एका स्पर्धेत सहभागी झालो होतो. मी शंभर दिवस दररोज व्हिडिओ ब्लॉग बनवत होतो. तत्पूर्वी मी कधी यु-ट्यूबकरता व्हिडिओज बनवले नव्हते; परंतु माझ्याकडे व्हिडिओ कॅमेरा होता. रोज एका सकारात्मक गोष्टीवर लक्ष केंद्रित करून ते इतरांबरोबर शेअर करायचे बंधन मी स्वत:ला घालून घेतले. प्रत्येक दिवशी व्हिडिओ क्लिप बनवणे हे आठवड्यातून एकदा करण्यापेक्षा सोपे जाते, कारण ती रोजची सवय बनलेली असते. मला व्हिडिओबनवण्यापासून ते माझ्या पोस्ट केलेल्या व्हिडिओला लोकांनी दिलेल्या प्रतिक्रियांमुळे नव्या ओळखी होईपर्यंत सगळ्या गोष्टींतून भरपूर आनंद मिळाला.

मी या वर्षी ट्रायथलॉनसाठी (पोहणे +पळणे +सायकल चालवणे या स्पर्धा) स्वत:ला शारीरिकदृष्ट्या तयार करायचे ठरवले होते. मी एका टीममध्ये सहभागी झालो, मी ८ आठवडे रोज व्यायाम केला आणि एक ट्रायथलॉन पूर्ण होताच मी दुसऱ्या ट्रायथलॉनकरता नाव नोंदवले. खरे तर मी बेडवर लोळत वाचन करणारा माणूस आहे; परंतु चाळीशी गाठायच्या आत ट्रायथलॉनचे आव्हान पेलून दाखवावे असे मला नेहमी वाटायचे. माझ्या चाळिशीला अजून दोन वर्षे आहेत. ट्रायथलॉनचे ट्रेनिंग खूपच अवघड होते; पण तरीही कोणाचा जर ट्रायथलॉन करण्याचा विचार असेल, तर माझा त्यांना हाच सल्ला असेल की, त्यांनी हे जरूर करून पाहावे.

मी सात महिन्यांच्या आत इटालियन भाषा शिकायचे ठरवले होते. मला एक संधी चालून आली आणि ती मी स्वीकारली. मी जेव्हा ही भाषा शिकायला सुरुवात केली, तेव्हा मला या भाषेचा अजिबात गंध नव्हता. फक्त सात महिन्यांच्या आत मी त्यात पारंगत होईन असेही मला वाटले नव्हते. माझा या क्षणी निम्माच कोर्स पूर्ण झाला आहे आणि तरी मी आत्तासुद्धा एखाद्या इटालियन व्यक्तीशी संवाद साधू शकतो. एखादी भाषा शिकणे हे खूप मोठे काम असते आणि त्यामुळे कितीतरी वेळा मला हे मधेच सोडून द्यावेसे वाटले; पण यात मजा आहे, उत्सुकता आहे.

माझ्या नैराश्याच्या आजारातून बाहेर पडल्यावर, नंतरच्या सहा आठवड्यांत मी एक छोटीशी लाकडाची बोट बांधली. माझ्या नैराश्यावर मिळवलेल्या विजयाचे प्रतीक म्हणून आणि माझ्या नैराश्यावरच्या उपचाराचा एक भाग म्हणून मी ही बोट बांधली. बोट बांधून पूर्ण होताच मला खूप आनंद झाला. मी जेव्हा जेव्हा ही बोट चालवली ते प्रसंग आता अविस्मरणीय झाले आहेत. जोडीला मी एका सेलिंग क्लबमध्ये नाव घातले ज्यामुळे मला अनेक शांत आणि सुंदर ठिकाणी जाण्याचा योग आला; चांगल्या लोकांशी ओळखी झाल्या. या सर्व गोष्टींनी माझ्या आनंदात भर पडली.

सध्या मी माझ्या आठवणी लिहिते आहे. मला माझ्या लेखनाकडे जास्त लक्ष देता यावे म्हणून मी पार्ट-टाइम नर्सचे काम करायला सुरुवात केली आहे. यातून मला खूप आनंद मिळतो आहे. आत्ता माझे निम्मे हस्तलिखित लिहून झाले आहे. एका जीवघेण्या आजारातून गेल्यामुळे मी हे लिखाण करायला उद्युक्त झाले. मी महिनोन्‌महिने कुबड्या घेऊन चालत होते आणि तेव्हा मला माहीत नव्हते की, मी परत कधी चालू शकणार आहे की नाही. मला कायमचे अपंगत्व येण्याची दाट शक्यता होती. इतक्या मोठ्या आपत्तीमधून गेल्यावर तुम्ही अनेक गोष्टी सोडून द्यायला शिकता आणि तुम्हाला अनुभवाने समजते की, तुमची स्वप्ने, तुमचे छंद, तुमच्या आवडीनिवडी पूर्ण करण्याकरता आयुष्य खूप छोटे आहे. मी सध्या माझी स्वप्ने पूर्ण करत आहे.

जसजशी मी मोठी होत आहे, तसतसे मला समजायला लागले आहे की, आनंदाकरता स्वतःच्या आवडीचे काम करणे किती आवश्यक असते. माझ्या आवडीच्या कामातून भरपूर पैसे मिळवणे, हे माझे ध्येय आहे. मी बावीस वर्षांची आहे. कॉर्पोरेट विश्वात काम करण्याचा मला दोन वर्षांचा अनुभव आहे; पण माझी आवड दागिने डिझाइन करण्याची आणि बनवण्याची आहे. मी छोट्या प्रमाणात सुरुवात केली आहे. सध्या मी घरातल्यांकरता आणि मैत्रिणींकरता दागिने तयार करते. मी नुकतेच स्वतःचे ऑनलाइन दुकान सुरू केले आहे. मला खूप दिवसांपासून दागिने बनवणे आवडत होते; परंतु हल्लीहल्लीच मला माझे स्वप्न पूर्ण करण्याचे धाडस दाखवता आले. आत्ता जरी माझ्या व्यवसायाचा जम बसला नसला, तरी लवकरच तो बसेल. माझे ध्येय खूप दूर आहे या भावनेने कधीकधी मला उदास वाटते; परंतु मला आयुष्यात काय हवे आहे हे

माहीत असल्यामुळे मी माझ्या ध्येयाकडे उत्साहाने, न कंटाळता वाटचाल करते आहे. स्वत:च्या आवडीच्या कामाकरता कष्ट घेणे ही अत्यंत समाधानाची गोष्ट असते आणि त्यातून तुम्हाला भरपूर आनंदही मिळतो.

कोणाला नवीन पदार्थ करून बघायला आवडेल, कोणाला कँपिंगला जायला आवडेल, कोणाला साठीचा वाढदिवस प्लान करायला आवडेल किंवा क्रिकेटची मॅच बघायला आवडेल. मला कादंबरी लिहायला आवडते.

वेळ काढा

वाचन ही माझ्यासाठी सगळ्यात महत्त्वाची आणि आनंदाची गोष्ट असली, तरी मी त्याच्यावर कधी फारसा विचार केला नव्हता. मला वाचनाकरता जास्त वेळ काढायला हवा होता. 'जास्त पुस्तके म्हणजेच जास्त आनंद' या हिशेबाने मी मनात येईल तेव्हा वाचायचे ठरवले. सॅम्युअल जॉन्सनच्या मते, 'आपण वाचनात पूर्णपणे रंगून गेलो नाही, तर आपले निम्मे लक्ष मन केंद्रित करण्यावरच जाते आणि निम्मेच लक्ष वाचनाकडे लागते.' या विधानाला शास्त्रानेदेखील आधार दिलेला आहे. वाचलेल्या गोष्टी लक्षात ठेवण्याकरता कशाची मदत होते याबाबत तिसरी-चौथीतल्या विद्यार्थ्यांवर संशोधन केले असता असे निष्पन्न झाले की, मजकूर वाचनीय असण्यापेक्षा मजकूर मुलांच्या आवडीचा असणे महत्त्वाचे असते – तीसपट महत्त्वाचे!

हॅपिनेस रिसर्चकरता मी जी पुस्तके वाचली, त्यात जॉनथन हाइडचे 'द हॅपिनेस हायपॉथिसीस', ॲनी लॅमॉटचे 'प्लॅन बी' आणि टॉलस्टॉयची काही चरित्रे होती. मी लेझ्ली लेविझच्या 'द प्रायव्हेट लाइफ ऑफ अ कंट्री हाउस १९१२-१९३९' या पुस्तकाला त्यात समाविष्ट केले. तसेच जेव्हा मला वाचनाचा मूड येई, तेव्हा कोणतेही नवीन पुस्तक वाचण्याऐवजी मी विल्यम मेकपीस थॅकरेचे 'व्हॅनिटी फेअर', चारलेट यंगचे 'द हेयर ऑफ रेड क्लिफ' आणि लॉरा इंग्वॉल वाइल्डर यांची पुस्तके पुन:पुन्हा वाचली. माझी ही पक्की धारणा आहे की, पुन:पुन्हा वाचन म्हणजेच उत्तम वाचन! अजून कोणती पुस्तके वाचायची आहेत याची मी यादी बनवायला सुरुवात केली. मी लोकांना त्यांच्या आवडीची पुस्तके विचारू लागले (त्यामुळे आमच्यातले नाते दृढ व्हायलाही मदत झाली. मी लोकांनी सुचवलेली पुस्तके यादीत समाविष्ट करत असल्याचे पाहून लोकांनी मोठ्या आस्थेने मला मदत केली.) बालसाहित्य वाचनाच्या आमच्या ग्रुपमधल्या एकाने सांगितल्यावरून मी 'स्लाइटली फोकस्ड' या ब्रिटिश त्रैमासिकाची वर्गणी भरून टाकली. त्यात लोक त्यांच्या आवडत्या पुस्तकावर लेख लिहीत असत. मी त्याच जोडीला 'द वीक'मधील पुस्तक विभागात सुचवलेली पुस्तके लिहून ठेवू लागले.

माझ्या पुस्तक वाचनातील महत्त्वाचा अडथळा 'काय वाचायचे?' हा नसून 'कधी वाचायचे?' हा होता. पुस्तक वाचनाकरता पुरेसा वेळ काढणे जरुरीचे होते. मी कितीही वाचले, तरी मला ते कमीच वाटत असे. अर्थातच जेव्हा कोणी कोणत्याही कामाला वेळ पुरत नाही असे म्हणतो तेव्हा त्याला पहिला सल्ला हाच मिळतो की, टीव्ही कमी पाहा. बरोबरच आहे म्हणा. सर्वसाधारणपणे अमेरिकन माणूस दिवसाला चार ते पाच तास टीव्ही पाहतो.

"आपण खूप टीव्ही पाहतो असं तुला वाटतं का?" मी जेमीला विचारले.

"नाही, आपण तर फारच कमी टीव्ही पाहतो." जेमी म्हणाला.

"हं! कधीकधी आपण जास्त बघतो म्हणा! तुला काय वाटतं? आठवड्याला पाच ते सहा तास पाहतो का आपण? पण आपण फक्त डीव्हीडी किंवा रेकॉर्ड करून ठेवलेले कार्यक्रम पाहतो."

"मला नाही वाटत की, आपण टीव्ही पाहणं पूर्णपणे सोडून द्यावं." तो म्हणाला. "तुम्ही जर वेड्यासारखा टीव्ही पाहत नसाल, तर टीव्ही हे करमणुकीचं एक उत्तम साधन आहे."

त्याचे म्हणणे बरोबर होते. मुली झोपल्यावर एखादा शो पाहणे ही सुखावह गोष्ट होती. एकाच खोलीत बसून पुस्तक वाचण्यापेक्षा एकत्र टीव्ही पाहण्याने जास्त सोबत असल्यासारखे वाटते. मला वाटते, आम्ही दोघे मिळून एकच अनुभव घेत असल्यामुळे आम्हाला ते जास्त आरामदायी वाटत असावे.

मात्र, जी पुस्तके वाचताना मला मजा आली नाही ती पुढे न वाचण्याचे मी ठरवून टाकले. पूर्वी मला याचा अभिमान वाटत असे की, मी हाती आलेले प्रत्येक पुस्तक अथपासून इतिपर्यंत वाचते; आता यापुढे ते होणार नव्हते. जसे मी प्रत्येक पुस्तक वाचून संपवत असे, तसेच मी विकत आणलेले प्रत्येक पुस्तक जपून ठेवत असे; त्यामुळे आमच्या घरात जिथे तिथे पुस्तकांचे गठ्ठे पडलेले असत. एक दिवस मी निर्दयपणे बरीच पुस्तके गोळा केली आणि रद्दीत टाकून दिली. तसेच ज्या पुस्तकांत अन्याय दाखवला गेला आहे अशी पुस्तके न वाचण्याची (किंवा अशा कल्पनेवर आधारित नाटके अथवा सिनेमे न बघण्याची) माझी सवय मी मान्य करून टाकली. मी स्वत:ला 'ऑलिव्हर ट्विस्ट', 'ऑथेल्लो', 'टू किल अ मॉकिंगबर्ड', 'अटोनमेंट', 'अ पॅसेज टू इंडिया', 'बर्मीज डेज', 'क्राइम अँड पनिशमेंट', 'ऑर्थर अँड जॉर्ज' अशी पुस्तके वाचायला कधीच भाग पाडू शकले नसते. काही हरकत नाही.

परिणामांची चिंता करू नका

मला वाचताना नोट्स काढायला आवडतात. बरेचदा नोट्स काढायला काहीही

कारण नसते. मी नेहमीच पुस्तकांवर खुणा करते, जगावेगळ्या याद्या करते, वेगवेगळ्या विषयांवरची उदाहरणे गोळा करते, उतारे लिहून घेते. कोणत्यातरी अगम्य कारणाकरता, मला कोणतेही दीर्घकाळ चालणारे रिसर्च प्रोजेक्ट करायला आवडते. (ज्याची कोणत्याही प्रकारे आखणी केलेली नसते.) दुसऱ्या भाषेत असे काही शब्द असतात, ज्यांना इंग्लिशमध्ये प्रतिशब्द नसतो अशा शब्दांची यादी करण्याचा मला कधीकधी अनावर मोह होतो. तर कधीकधी काही शब्दप्रयोग असे असतात की, ज्यांना ऐतिहासिक अथवा पौराणिक संदर्भ असतात; त्यांचीदेखील मी यादी बनवते. यांसारखे बरेच लिखाण माझ्याकडे आहे.

नोट्स काढण्यासाठी खूप वेळ आणि कष्ट लागत असत आणि म्हणून बरेचदा मी माझी इच्छा गुंडाळून ठेवत असे. या नोट्स काढायला काहीही अर्थ नसे आणि हे असे करणे म्हणजे स्वत:चे लाड पुरवणे असे मला वाटे; परंतु या महिन्याचा संकल्प तडीस नेण्याच्या दृष्टीने आणि स्वत:चे पहिले तत्त्व 'स्वत:च्या वृत्तीप्रमाणे वागा' लक्षात ठेवून मी कोठेही अपराधीपणाची भावना मनात न आणता, परिणामांची चिंता न करता नोट्स काढायला सुरुवात केली.

एकदा मी स्वत:ला म्हटले होते, 'तुला जितक्या नोट्स काढायच्या आहेत तितक्या काढ. का? कशाकरता? कसलाही विचार करू नकोस.' आणि त्या सगळ्या नोट्स नंतर खूपच उपयोगी पडल्या. माझे पहिले पुस्तक 'पॉवर, मनी, फेम, सेक्स' हे अशा प्रचंड नोट्सच्या ढिगाऱ्यातूनच जन्माला आले होते. मी कोणत्याही कारणाशिवाय वर्षानुवर्षे नोट्स काढत असल्यामुळे मी माझ्या 'प्रोफेन वेस्ट' या पुस्तकात (विषय होता, लोक आपल्या मालकीच्या वस्तू का नष्ट करतात?) नेमकी आणि भरपूर उदाहरणे घालू शकले होते. मला नोट्स काढणे हे कधीच काम वाटले नाही आणि जरी ते महत्त्वाचे असले, तरी मला ते कधी प्रकर्षाने जाणवले नाही.

तुमची आवड आनंददायी करण्याचा एक उपाय म्हणजे परिणामांची कधी चिंता करू नका. तुम्ही कोणत्याही प्रकारे निष्कर्षाचा किंवा योग्य-अयोग्यतेचा विचार न करता एखाद्या गोष्टीत यश मिळवण्याकरता प्रयत्नांची पराकाष्ठा करू शकता किंवा फुटकळ गोष्टी करणे, कुठेतरी खुडबुड करणे, उचकापाचक करणे यात वेळ घालवू शकता. लोकांना प्रश्न पडेल की, तुम्हाला जुन्या, मोडक्या गाडीमध्ये खुडबुड करून काय मिळणार आहे? पण त्याने तुम्हाला काहीही फरक पडता कामा नये. आत्मविकासाचे वातावरण तुम्हाला आनंद देईल; पण त्याच वेळेला लक्षात ठेवा की, कधीकधी या प्रगतीचे मोजमाप केले नाही, तरीदेखील आनंद मिळतो. यात आश्चर्य वाटण्यासारखे काही नाही. बरेचदा परस्परविरोधी सत्ये आपापल्या जागी योग्यच असतात.

मला पुस्तके लिहिण्यात आनंद आहे. लहानपणी मी खूपदा 'ब्लँक बुक' लिहिण्यात वेळ घालवला आहे. मी व्यावसायिक लेखिका होण्याआधी दोन अत्यंत फालतू कादंबऱ्या लिहिल्या. घरच्यांना किंवा मित्र-मैत्रिणींना गिफ्ट म्हणून द्यायला आयुष्यभर मी छोटीछोटी पुस्तके बनवली आहेत. एलिझाबरोबर केलेल्या प्रोजेक्ट्सपैकी माझे आवडते प्रोजेक्ट्स आठवायचे म्हटले, तर ते पुस्तक बनवण्याचेच आहेत.

उदा. आम्ही एलिझाच्या निवडक चित्रांचे पुस्तक बनवले होते. तिने प्रत्येक चित्राकरता एक नाव सुचवले, मी ते टाइप केले, मग आम्ही ती नावे कापून त्या त्या चित्राखाली चिकटवली; त्याच्या रंगीत कॉपीज काढल्या आणि त्याला स्पायरल बाइंडिंग करून घेतले. झाले पुस्तक तयार! हा एक गमतीशीर प्रोजेक्ट होता. त्यातून एक छान आठवण तयार झाली, आजी-आजोबांकरता एक गिफ्ट तयार झाले. एलिझाच्या वाढीतला एक टप्पा अशा प्रकारे जपता आला आणि मला मनात किंचितही अपराधी न वाटता तिच्या चित्रांचा गठ्ठा टाकून देता आला. (पण जेव्हा मी माझ्या ब्लॉगवर या प्रोजेक्टविषयी लिहिले, तेव्हा एका वाचकाला मोठा धक्का बसला. 'तू खरोखरच तुझ्या मुलीने काढलेली चित्रं टाकून दिलीस? माझा विश्वास बसत नाही. मी तुझ्यासारख्याच त्याच्या कॉपीज काढल्या असत्या; पण मूळ चित्रं एखाद्या स्क्रॅपबुकमध्ये जपून ठेवली असती. मूळ चित्रांची जागा कोणीही घेऊ शकत नाही. खरं तर हे वाचून मला खूप आश्चर्य वाटलं.')

हल्लीच मी पुस्तक बनवून देणाऱ्या 'लुलू.कॉम' या वेबसाइटबद्दल वाचले आणि माझे कुतूहल चाळवले गेले. त्यांनी म्हटले होते की, मी खऱ्याखुऱ्या पुस्तकासारखे पुस्तक तीस डॉलरच्या आत छापून घेऊ शकते. मी हे जेमीला सांगताच तो हेटाळणीच्या सुरात म्हणाला, "कोण कशाला वापरेल असलं पुस्तक?"

"तुला असं म्हणायचं आहे का की, कोणाच्या घरात पुस्तक तयार होण्याइतकी कागदपत्रं असतील, जी त्यांना पुस्तकाच्या रूपात छापून घ्यावीशी वाटतील?'' मी विचारले.

"होय.'' तो उत्तरला.

"तू चेष्टा तर करत नाहीस ना? माझ्याकडे आहेत ना.'' मी म्हणाले. "जर खरंच असं पुस्तक बनवता आलं, तर मी डझनभर पुस्तकं छापून घेईन.'' आतातरी कोणताही विशिष्ट हेतू मनात न धरता घेतलेल्या या सगळ्या नोट्सचे मला काहीतरी करता येईल. मी सुरुवातीला एक प्रयोग म्हणून, एलिझाच्या पहिल्या अठरा महिन्यांच्या नोंदी एका जर्नलमध्ये लिहून ठेवल्या होत्या; त्याचे पुस्तक करून घेतले. (नकळतपणे लिहिले गेलेले हे अजून एक पुस्तक) लवकरात लवकर

प्रोजेक्ट पूर्ण करण्याची घाई आणि उत्सुकता बाळगत, आता काम संपवूनच उठायचे हा निर्धार करून मी कॉम्प्यूटर सुरू केला; पण फक्त वीस मिनिटांत माझे काम संपले.

थोड्या दिवसांनी जेव्हा ते पुस्तक घरी आले, तेव्हा ते माझ्या कल्पनेपेक्षाही उत्तम निघाले. माझे बेबी जर्नल! खऱ्याखुऱ्या पुस्तकाच्या स्वरूपात! आता अजून काय करू? 'चरित्रात्मक पुस्तकांचे स्वरूप' या विषयावर गोळा केलेल्या कोट्‌सचे मी एक पुस्तक बनवले. नंतर मी गोळा केलेल्या वेगवेगळ्या विषयांचे आवडते कोट्‌स (ज्यांचे कोणत्याही प्रकारचे वर्गीकरण नाही.) एकत्र करून त्याचे पुस्तक बनवले. मी सतत संभाव्य पुस्तकांबद्दल स्वप्ने रंगवू लागले. हॅपिनेस विषयावरचा रिसर्च संपल्यावर मी हॅपिनेस विषयावरच्या कोट्‌सचे पुस्तक छापायचे ठरवले. एखादे वेळेस मी त्यात उदाहरणादाखल फोटोदेखील घालेन. माझ्या ब्लॉग पोस्ट्‌सचे मी पुस्तक करेन. मी माझी 'हॅपिनेस' कादंबरी छापून घेईन. मी माझे स्वतःचे 'वन सेंटेन्स जर्नल' छापून घेईन आणि मी मुलींकरता त्याच्या कॉपीज बनवून घेईन. माझ्या मनात हॅपिनेस विषयाशी संबंधित पुस्तकांच्या अनेक उत्तम कल्पना होत्या. मी जर त्या व्यावसायिक प्रकाशकांकडून छापून घेऊ शकणार नसेन, तर मी माझे पुस्तक स्वतः छापून प्रकाशित करेन.

तसेच मला शटरफ्लाय नावाच्या फोटो सर्व्हिस वेबसाइटवरून असे समजले की, मी फोटोबुक तयार करू शकते. फोटोबुक करायला शिकणे हे मोठे जिकिरीचे काम होते; पण शेवटी मला ते जमले आणि मी माझ्याकरता, तसेच दोन्ही आजी-आजोबांकरता एक/एक फोटोबुक ऑर्डर केले आणि प्रत्येकाला सुरेख फोटोंनी भरलेले एक देखणे फोटोबुक मिळाले. फोटोबुक महाग असले, तरी त्यायोगे मी माझे अनेक संकल्प पाळत होते याचे मला समाधान वाटले - 'नवे तंत्रज्ञान आत्मसात करा', 'स्वतःचे लाड पुरवा', 'आनंददायी आठवणींचा खजिना तयार करा', 'ज्यामुळे तुमचे ध्येय गाठले जाईल अशा गोष्टींची खरेदी करा.'

शिकण्याच्या खडतर टप्प्यातून मी बाहेर पडले की, माझ्याकरता सगळे सुकर होते. नवे तंत्रज्ञान आत्मसात करण्यातल्या नावीन्याने आणि आव्हानांनी मला प्रचंड समाधान दिले (अधूनमधून मी निराश झाले असले तरी) आणि मला माझी पुस्तकांची आवड जोपासण्याचा एक नवा मार्ग मिळवून दिला.

आतापर्यंतच्या सर्व महिन्यांमध्ये सप्टेंबर महिन्याचा संकल्प पूर्णत्वास नेणे हे सगळ्यात सोपे आणि आनंददायी काम होते. यावरून हे पुन्हा एकदा सिद्ध झाले की, मला काय आवडले पाहिजे हे ठरवण्यापेक्षा मला काय आवडते किंवा आवडत नाही हे मान्य केले तर मला जास्त आनंद होणार आहे. जेव्हा मी नोट्‌स काढणे,

पुस्तकात खुणा करणे अशा लहानपणापासून करत आलेल्या गोष्टींपासून स्वत:ला परावृत्त न करण्याचे ठरवले, तेव्हा मी जास्त आनंदी झाले. मायकल डी मॉंटेनच्या मते, 'माणसाच्या नैसर्गिक आणि सहज प्रवृत्ती सर्वांत सुंदर असतात. अशा प्रवृत्तींशी सुसंगत असणाऱ्या कामांमधून यशस्वी कारकीर्द निर्माण होत असते.'

मला माझी नैसर्गिक प्रवृत्ती मान्य करायला हवी होती; पण त्याच वेळी मला स्वत:ला प्रवृत्तदेखील करायचे होते. हे परस्परविरोधी विधान वाटत असले, तरी आवडीचा अभाव आणि अपयशाची भीती यातला फरक मला माहीत आहे. मार्च महिन्यात माझ्या ब्लॉगसंदर्भात मी हे अनुभवले होते. मी ब्लॉग सुरू करायला कचरत होते तरी मला मनातून माहीत होते की, मला ब्लॉग चालवायला आवडणार आहे. जेव्हा मला जाणवले की, लहानपणी वेगवेगळ्या प्रकारच्या माहितीने, कोट्सने भरलेली, मजकुराला चित्रांची जोड दिलेली 'ब्लँक बुक' बनवण्यात आणि ब्लॉग चालवण्यात खूपच साधर्म्य आहे तेव्हा मी नवीन 'ब्लँक बुक' बनवण्याचा विचार सोडून दिला. मे महिन्यापासून हे 'ब्लँक बुक' बनवायला मला मजा वाटत होती आणि या ब्लँक बुकने मला माझ्या लहानपणीचा आनंद पुन्हा मिळवून दिला होता; पण ती गोष्ट करण्याचा मला आता कंटाळा आला होता. आता त्याची जागा माझ्या ब्लॉगने घेतली होती, जिथे मी मला आवडणाऱ्या फुटकळ माहितीचा, कोट्सचा संग्रह करू शकते.

महिन्याच्या शेवटच्या दिवशी मला एक महत्त्वाची गोष्ट जाणवली. माझा चौथा सिद्धान्त! मी आणि जेमी एका व्यक्तीबरोबर जेवायला गेलो होतो, ज्याच्याशी आमची जुजबी ओळख होती. त्याने मला विचारले की, सध्या मी काय करते? मी त्याला माझ्या हॅपिनेस प्रोजेक्टविषयी सांगताच तो किंचित नापसंतीच्या सुरात म्हणाला की, त्याचे मत जॉन स्टुअर्ट मिलसारखे आहे. त्याने जॉन स्टुअर्ट मिलचे वाक्य मिलच्याच शब्दांत सांगितलेले पाहून मी चकित झाले - 'तुम्ही आनंदी आहात की नाही हे स्वत:लाच विचारा आणि त्या क्षणी तुमचे आनंदी असणे संपुष्टात येईल.'

सतत आनंदाचा विचार करण्यामुळे माझा असाही तोटा झाला होता की, माझे विचार पक्के बनत चालले होते. मला टेबलावर मुठी आपटून 'नाही, नाही, अजिबात नाही' असे ओरडावेसे वाटत होते; पण मी प्रत्यक्षात मान हलवून हलक्या सुरात म्हणाले, "हो, बरेचजण असा विचार करतात खरं; पण मी त्यांच्याशी सहमत नाही."

मी त्या व्यक्तीच्या चेहऱ्यावर 'जॉन स्टुअर्ट मिल विरुद्ध ग्रेचेन रुबिन' असे भाव वाचले. हं... कोण जास्त बरोबर होते? माझ्या मते तरी, जेव्हा मी माझ्या आनंदाचा फारसा विचार करत नव्हते, त्यापेक्षा आनंदावर विचार करायला लागल्यापासून मी

अधिक आनंदी झाले आहे. मिल बहुधा संशोधक मिहाय चिकसेटमिहाय याने वर्णन केलेल्या 'वाहवत जाणे' या अवस्थेबद्दल बोलत असावा. हे खरे आहे की, या अवस्थेत लोक त्यांच्या कामात तल्लीन होऊन जातात आणि जेव्हा आव्हान आणि कौशल्य यांचा अचूक समतोल साधला जातो, त्या क्षणी ते लोक स्वत:लादेखील विसरून जातात; परंतु मला वाटते की, मिलला असे म्हणायचे असेल की, (किंवा लोकांचा असा समज असेल की,) स्वत:च्या आनंदाचा विचार केल्यास तुम्ही स्वत:मध्ये मग्न होता आणि तुम्ही इतर लोकांचा, कामाचा किंवा तुमच्या समाधानापलीकडे इतर कशाचाही विचार करत नाही किंवा मिलचे म्हणणे असे असावे की, इतर ध्येयांची (जसे की, प्रेम किंवा काम) पूर्तता करण्याचा परिणाम म्हणून आनंद प्राप्त होतो; पण आनंद हे ध्येय असता कामा नये.

अर्थात आनंदी व्हायचे असेल तर नुसते वाट बघत बसणे उपयोगाचे नाही. आनंद मिळवण्याकरता त्या दिशेने पावले उचलण्याची गरज असते – अधिक प्रेमाने वागून, आवडते काम शोधून आणि इतर गोष्टी करून; पण माझ्याकरता, स्वत:ला 'मी आनंदी आहे का?' असे विचारणे म्हणजे माझ्या कृतींमधून विचारपूर्वकपणे आनंद निर्माण करण्याकरता उचललेले महत्त्वाचे पाऊल होते. तसेच मला माझा आनंद ओळखता आल्याने, मी त्याचे महत्त्व समजू शकले. आनंद हा जसा बाह्य-परिस्थितीवर अवलंबून असतो, तसाच तुम्ही त्या परिस्थितीकडे कसे पाहता यावरही तो अवलंबून असतो.

मी या प्रश्नाचा वर्षभर विचार करत होते. अखेर मला माझा चौथा सिद्धान्त सापडला. 'जोवर तुम्ही आनंदी आहात असे तुम्ही स्वत: समजत नाही, तोवर तुम्ही आनंदी नसता.' हेच दुसऱ्या शब्दांत सांगायचे म्हटले तर 'तुम्ही आनंदी आहात असे जर तुम्हाला वाटत असेल, तरच तुम्ही आनंदी असता.'

मग जॉन स्टुअर्ट मिल काहीही म्हणो, आनंदाचा विचार करत राहिले पाहिजे.

१०

ऑक्टोबर

लक्षपूर्वक काम करा

क्षणस्थ

- 'कोन'च्या मदतीने चिंतन करा
- नियम पडताळून पाहा
- नवीन प्रकारे मनाला प्रवृत्त करा
- फूड डायरी लिहीत जा

जेव्हा मी लोकांना माझ्या हॅपिनेस प्रोजेक्टबद्दल सांगत असे, तेव्हा बऱ्याच- जणांनी मला 'बुद्धिझम' (बौद्ध धर्म) समजून घेण्याचा सल्ला दिला. (त्या खालोखाल दुसरी प्रतिक्रिया होती, 'मग तू रोज रात्री वाइनची आख्खी बाटली पितेस की काय?') अनेकजणांनी मला दलाई लामांचे 'द आर्ट ऑफ हॅपिनेस' हे पुस्तक सुचवले.

मला 'बुद्धिझम' या विषयाबद्दल नेहमीच कुतूहल होते आणि म्हणूनच मला गौतम बुद्धाचे जीवन आणि बौद्ध धर्म या दोन्ही गोष्टी जाणून घ्यायच्या होत्या. मला बौद्ध धर्माच्या शिकवणुकीबद्दल आदर असला, तरी त्यात सांगितलेल्या विरक्तीच्या मार्गामुळे मला त्या धर्माबाबत आत्मीयता वाटत नव्हती. या धर्माच्या शिकवणुकीनुसार जगात प्रेम आणि वचनबद्धता यांना निश्चित महत्त्व असले, तरी हे बंधच आपल्याला जीवनातल्या दुःखाशी बांधून ठेवतात. (जे खरेतर सत्य आहे.) त्याऐवजी

मी पाश्चिमात्य संस्कृतीची उपासक आहे, ज्यामध्ये तीव्र आवड आणि सखोल बांधिलकी यांची जोपासना करण्याची परंपरा आहे. मला विरक्ती नको होती, मला आसक्ती हवी होती. मला कशापासून सुटका नको होती, उलट आहे त्या गोष्टींमध्ये खोलात शिरायचे होते. तसेच पाश्चिमात्य संस्कृती प्रत्येक व्यक्तीच्या अभिव्यक्तीवर आणि परिपूर्णतेवर भर देते; जे पौर्वात्य संस्कृतीमध्ये नाही.

तथापि, बुद्धिझमचा अभ्यास करण्याने मला त्यातील संकल्पना आणि त्यांचे महत्त्व समजले, ज्या माझ्याकडून आधी दुर्लक्षित राहिल्या होत्या. त्यातली सर्वांत महत्त्वाची संकल्पना होती 'क्षणस्थ राहणे' - स्वत:मध्ये जाणीव आणि निर्णयविरहित जागरूकता निर्माण करणे.

माझ्या अनेक सवयी या क्षणस्थ वृत्तीच्या विरुद्ध आहेत. एकाच वेळी अनेक कामे करण्याच्या माझ्या सवयीने मी वर्तमानातल्या अनुभवांपासून दूर ओढली जाते. बरेचदा मी यंत्रवत वागते - घरी आल्यावर मी एका ठिकाणाहून दुसऱ्या ठिकाणी कशी गेले हे मला आठवत नाही. (बरेचदा गाडी चालवताना मला रस्त्यांकडे नीट लक्ष दिल्याचे आठवत नाही आणि या गोष्टींची मला भीती वाटते.) बरेचदा मी वर्तमानातला क्षण जागरूकपणे जगण्यापेक्षा काळजीत बुडून गेलेली असते किंवा भविष्याची स्वप्ने रंगवत असते. लक्ष न देण्याच्या माझ्या सवयीमुळे बरेचदा माझ्या हातून वस्तू फुटतात किंवा सांडतात. एखाद्या कार्यक्रमाला गेले असताना, मला जर कोणाची ओळख करून दिली गेली, तर पुढच्याच क्षणाला मी त्या व्यक्तीचे नाव विसरते. अन्नाची चव जाणवेपर्यंत माझे जेवण संपलेले असते.

सप्टेंबर महिन्यात मला एक हादरवून टाकणारा अनुभव आला, ज्यामुळे मला क्षणस्थ राहण्याचे महत्त्व आणखी समजले. वीकेंडचे दोन दिवस मजेत घालवल्यानंतर (दोन दिवसांत तीन बर्थडे पार्ट्यांना गेल्यानंतर) त्या रात्री मी मुलींना झोपवून पॅसेजमध्ये आले. ई-मेल्स चेक करायला मी माझ्या टेबलाकडे जात असताना वाटेत मला असे वाटले की, माझा आत्मा माझ्या शरीरापासून काही दिवस दूर गेला होता आणि आता तो परत माझ्या शरीरात प्रवेश करत आहे. मी पंधरा दिवस स्वत:पासून दूर असल्यासारखे वाटले. जरी मी माझे रोजचे, नेहमीचेच आयुष्य जगत होते, तरी त्या क्षणी मी ज्या पॅसेजमध्ये उभी होते, तो रोजचाच पॅसेज मला अनोळखी वाटू लागला. ही खूपच धीर खचवणारी गोष्ट होती. मी जर आत्ताच घरी येते आहे तर इतके दिवस मी कुठे होते? मला वर्तमानात जगण्याची कला शिकून घ्यायलाच हवी होती.

क्षणस्थ राहण्याचे अनेक फायदे आहेत. शास्त्रज्ञांच्या मते त्यामुळे मन शांत होते, मेंदूची कार्यक्षमता वाढते, वर्तमानातले अनुभव स्पष्टपणे आणि ठळकपणे जाणवतात, आरोग्याला घातक असणाऱ्या सवयींपासून सुटका होते, मनाचे त्रास

कमी होतात आणि मूड चांगला होतो; त्यामुळे ताणतणाव कमी होतात आणि वेदनांची तीव्रता कमी होते; त्यामुळे लोक जास्त आनंदी होतात, त्यांची घाबरण्याची आणि बचावात्मक पवित्रा घेण्याची प्रवृत्ती कमी होते आणि ते इतर लोकांशी मिळून मिसळून वागतात.

क्षणस्थ राहण्याचा प्रभावी मार्ग म्हणजे मेडिटेशन करणे. बौद्ध लोकांनी (आध्यात्मिक कारणाकरता) आणि सर्व हॅपिनेस तज्ज्ञांनी मेडिटेशनची शिफारस केली आहे; पण मी अजून मेडिटेशनला सुरुवात केलेली नाही. (मी आठवड्यातून दोन वेळा योगासनांच्या क्लासला जाते; पण तिथे मेडिटेशन शिकवत नाहीत.)

"तू अजून मेडिटेशन करत नाहीस, यावर माझा विश्वास बसत नाही." माझी मैत्रीण चिडून म्हणाली. "तू जर हॅपिनेस या विषयाचा अभ्यास करतेस, तर तुला मेडिटेशन करून पाहणं अत्यंत गरजेचं आहे." तिने स्वत: दहा दिवसांचा विपश्यनेचा कोर्स केला होता. "तुला मेडिटेशन करावंसं वाटत नाही, याचाच अर्थ तुला त्याची नितांत आवश्यकता आहे."

"कदाचित तू बरोबर सांगते आहेस." मी निश्वास टाकत म्हटले. "पण माझ्या हातून हे होतच नाही, मला त्याचं अजून आकर्षण वाटत नाही."

प्रत्येकाचा हॅपिनेस प्रोजेक्ट निराळा असतो. मी आठवड्यातून सहा वेळा माझ्या ब्लॉगवर उत्साहाने पोस्ट टाकत असे, जे काम एखाद्याला आवाक्याबाहेरचे वाटेल; परंतु माझ्या मैत्रिणीने आग्रह केल्याप्रमाणे रोज फक्त १५ मिनिटे शांत बसणे मला जमत नव्हते. दुसऱ्या एका मैत्रिणीने मला मी जास्तीतजास्त वेळ निसर्गाच्या सान्निध्यात घालवावा याबद्दल भरभरून सांगितले. दोन्ही सल्ल्यांचा माझ्यावर काहीही परिणाम झाला नाही. मी जेव्हा माझ्या हॅपिनेस प्रोजेक्टचे प्लॅनिंग करत होते तेव्हा मी ठरवले होते की, सर्व गोष्टी आधी करून पाहायच्या, कशालाही नाही म्हणायचे नाही; परंतु लवकरच मला जाणवले की, मेडिटेशन हा माझा प्रांत नव्हे आणि मला त्याबद्दल ओढ वाटत नाही. भविष्यात कधी मी 'हॅपिनेस प्रोजेक्ट - भाग दोन' केला तर त्या वेळी मी मेडिटेशन करेन; पण सध्यातरी मी सहजसाध्य मार्गांनी आनंद मिळवायचा, असे ठरवले आहे.

क्षणस्थ राहण्यासाठी मेडिटेशन सोडून अजून अनेक उपाय आहेत. मी स्वत:ला माझा संकल्पांचा तक्ता वापरण्याची सवय लावून घेतली होती, ज्यायोगे मी माझे विचार आणि माझ्या कृती यांचा लक्षपूर्वक आढावा घेत जास्तीतजास्त प्रकारे वर्तमानात जगत असे. रात्रीच्या शांत वेळी जेव्हा मला कोणी डिस्टर्ब करणार नाही तेव्हा मी एकटी बसून संकल्पांचा तक्ता भरत असे. माझा स्वभाव लक्षात घेता, ही स्वत:ला पारखून घेण्याची वेळ, मला सगळ्या जगाशी संवाद साधण्यापेक्षा स्वत:च्या विवेकबुद्धीशी हितगुज केल्यासारखी वाटे. या महिन्यात मी लक्ष केंद्रित करणे आणि

वर्तमानात जगणे या गोष्टी साध्य करण्याकरता इतर उपाय शोधणार होते. मी स्वत:ला वेगळ्या पद्धतीने विचार करायला प्रवृत्त करणार होते - रोजच्या यंत्रवत वागण्यातून स्वत:ला बाहेर काढणार होते आणि माझ्या सुस्तावलेल्या मनाला जागे करणार होते.

'कोन'च्या मदतीने चिंतन करा

मी मेडिटेशनचा मार्ग अवलंबला नसला, तरी बुद्धिझममध्ये होणाऱ्या प्रतिमांच्या वापराने माझे लक्ष वेधून घेतले. गौतम बुद्धाचे अस्तित्व दाखवण्यासाठी कधीकधी रिक्त आसन, पावलांची जोडी, वृक्ष, अग्नी अशी प्रतीके वापरली जातात. याचा अर्थ बुद्ध या नश्वर जगाच्या पलीकडे पोहोचला आहे. मला बुद्धिझममध्ये आढळणाऱ्या वेगवेगळ्या याद्या आवडल्या - त्रिरत्न, धम्मचक्र, आर्य सत्य, बौद्ध धर्माची आठ प्रतीके (अष्टमंगल, शंख, कमळ, छत्र, श्रीवत्स, सुवर्ण मत्स्य, ध्वज, निधानकुंभ).

अर्थात मला सगळ्यात जास्त कुतूहल 'झेन कोन'बद्दल वाटले. 'कोन' म्हणजे ज्याचा तर्कसंगत अर्थ लावता येत नाही असा प्रश्न अथवा विधान. झेन बौद्ध भिक्षुक ज्ञान-साधनेकरता या कोनांचा वापर करत मेडिटेशन करतात. ते कोनांमार्फत कार्यकारण भाव न शोधता, आपल्या सभोवतालचे जग समजून घेण्याचा प्रयत्न करतात. सर्वांत प्रसिद्ध कोन आहे, 'दोन हातांनी टाळी वाजवल्यावर आवाज येतो; मग त्यातल्या एका हाताचा आवाज कसा असेल?' दुसरा आहे 'तुम्हाला बुद्ध भेटला तर त्याला मारून टाका.' किंवा 'तुमचे पालक जन्माला येण्यापूर्वी तुमचा चेहरा कसा होता?' कोनाचा अर्थ कार्यकारण भाव लावून सांगता येत नाही किंवा शब्दात पकडता येत नाही. या कोनांवर लक्ष केंद्रित करण्याने क्षणस्थ राहायला मदत होते, कारण पारंपरिक तर्कशास्त्राचा वापर करून या कोनांच्या अर्थाचे आकलन होत नाही.

कोन ही संकल्पना समजल्यावर माझ्या लक्षात आले की, माझ्याकडेदेखील माझे स्वत:चे अनेक कोन आहेत. फक्त मी त्यांच्याकडे कधी या दृष्टीने पाहिले नव्हते. वर्षानुवर्षे मी कोड्यात टाकणाऱ्या वाक्यांची यादी बनवत होते. (माझ्या उगाचच नोट्स काढण्याचे आणखी एक उदाहरण) कधीकधी मी त्यांचा अर्थ लावायचा प्रयत्नही करत असे. माझ्याकडची भलीमोठी यादी पाहून मीच चकित झाले.

त्या यादीतली माझी काही आवडती वाक्ये...

रॉबर्ट फ्रॉस्ट : बाहेर पडण्याचा मार्ग आतून असतो.

जे.एम.बारी : आपण उद्ध्वस्त होण्याकरताच प्रस्थान ठेवतो.

सेंट थेरेसा ऑफ लिसाँ : मी सगळ्यांची निवड करेन.

फ्रान्सिस बेकन/ हर्क्युलस : 'स्वच्छ' प्रकाश नेहमी चांगला असतो.

गर्ट्रूड स्टाइन : मला खोलीतून बाहेरचे सुंदर दृश्य दिसायला हवे; पण मला त्याच्याकडे पाठ करून बसायला आवडते.

टी.एस.इलियट : 'ते काय आहे?' असे विचारू नको. आपण जाऊन पाहू या.

वर्जिनिया वूल्फ : तिला नेहमी असे वाटत असे की, एक दिवस जगणेदेखील धोकादायक आहे.

ही सगळी वाक्ये मला बरेचदा आठवत आणि कधीही आठवत असत... सबवेच्या प्लॅटफॉर्मवर वाट पाहत असताना किंवा कॉम्प्यूटर स्क्रीनकडे एकटक बघत असताना आणि आश्चर्याची गोष्ट म्हणजे कित्येकदा ती आजूबाजूच्या परिस्थितीला चपखलपणे लागू होत असत.

ज्या एका वैयक्तिक कोनचा मी बरेचदा विचार करत असे तो कोन म्हणजे सॅम्युअल जॉन्सनने उद्धृत केलेली एक स्पॅनिश म्हण आहे- "ज्याला इंडिज लोकांची संपत्ती हवी आहे, त्याला ती स्वत: वाहून आणली पाहिजे." हे मला बॉजवेलच्या 'लाइफ ऑफ सॅम्युअल जॉन्सन' या पुस्तकात सापडले. मी हे वाक्य अनेक वर्षांपूर्वी वाचले होते आणि मी या वाक्याचा बरेचदा विचार करत असे. बऱ्याच दिवसांनी मला हेन्री डेव्हिड थोरोच्या जर्नलमध्ये त्याचा संदर्भ सापडला, ज्यात तो सॅम्युअल जॉन्सनची री ओढताना म्हणतो, 'जंगलाचे सौंदर्य आपल्यापासून दूर कोठेतरी आहे असे समजणे चूक आहे... लॅब्रेडॉरच्या (कॅनडामधील एक ठिकाण) जंगलाचे सौंदर्य कॉकर्डच्या (थोरोचे जन्मस्थान) एखाद्या कोपऱ्यातही सापडेल.'

कालांतराने मला या दोन्ही कोनांचा अर्थ समजू लागला, ज्याचा माझ्या हॅपिनेस प्रोजेक्टवर खूप मोठा प्रभाव पडला. मोठ्या कष्टाने मी लायब्ररीच्या पायऱ्या चढत होते, तेव्हा माझ्या मनात विचार चालू होते, 'जिला इंडीज् लोकांचा आनंद मिळेल, तिला तो आनंद मिळायला हवा.' मी आनंदाकरता बाहेर कोठेही शोध घेण्याची गरज नव्हती. याचे इंगित इंडीजमध्ये नव्हते की लॅब्रेडॉरमध्ये नव्हते तर माझ्याच जवळ होते. जर मला आनंदी व्हायचे असेल तर माझा स्वभाव आनंदी होण्याचा असायला हवा.

माझ्या कोनांचा सखोल विचार करून मला साक्षात्कार (जो झेन तत्त्वानुसार निरंतर ज्ञानप्राप्तीचा मार्ग आहे.) होणार नव्हता; पण त्यामुळे माझ्या कल्पनाशक्तीला चालना मिळाली. कोनांनी मला नेहमीचे सरळ आणि साचेबद्ध अर्थ लावायचे सोडून द्यायला शिकवले आणि नव्या पद्धतीने विचार करायला प्रवृत्त केले; त्यामुळे मोठे गहन प्रश्न हाताळल्यानंतर बुद्धीला जो आनंद होतो, तसा आनंद मला होऊ लागला.

नियम पडताळून पाहा

स्वत:ला यंत्रवत विचार आणि कृती करण्यापासून परावृत्त करणे हे क्षणस्थ राहण्यामधले एक आव्हान होते. आयुष्य जसे वाट्याला येईल तसे जगण्यापेक्षा मी नकळतपणे ज्या गोष्टी गृहीत धरल्या होत्या, त्या गोष्टी मला पारखून घ्यायच्या होत्या.

कॉग्निटिव्ह सायन्सचा (मनोविज्ञान) अभ्यास करताना मला 'ह्युरिस्टिक' नावाची संकल्पना समजली. ह्युरिस्टिक म्हणजे साधी सोपी व्यावहारिक तत्त्वे, जी तुम्ही पटकन एखादा प्रश्न सोडवण्यासाठी किंवा निर्णय घेण्यासाठी वापरता. उदा. 'रेकग्निशन ह्युरिस्टिक' म्हणजे जेव्हा तुमच्या पुढ्यात दोन वस्तू असतात आणि त्यातली एक वस्तू तुम्हाला ओळखू येते आणि एक ओळखता येत नाही, अशा वेळी तुम्ही जी वस्तू ओळखता, ती जास्त किमतीची आहे असे तुम्ही गृहीत धरता. जर तुम्ही म्युनिक शहराबद्दल ऐकले असेल; पण मिंडन शहर तुम्हाला माहीत नसेल तर तुम्ही म्युनिक शहर हे जर्मनीमधील मोठे शहर आहे असे गृहीत धरता. तुम्ही जर 'राइस क्रिस्पी' सीरिअलबद्दल ऐकले असेल; पण तुम्हाला 'वाइल्ड ओट्स' सीरिअल माहीत नसतील, तर तुम्ही असे गृहीत धरता की, 'राइस क्रिस्पी' हा जास्त लोकप्रिय ब्रँड आहे.

सर्वसाधारणपणे ह्युरिस्टिक उपयोगी पडतात, परंतु कधीकधी अंत:प्रेरणा आपल्याला दगा देते. आता 'ॲव्हेलेबिलीटी ह्युरिस्टिक' पाहा हं! लोक एखादी घटना घडणार आहे की नाही याचे भाकीत त्यांना त्या संदर्भातील एखादे उदाहरण किती सहज आठवता येते, यावरून वर्तवतात. बरेचदा ते बरोबर निघते; (म्हणजे मॅनहॅटनला चक्रीवादळ येऊन थडकणार की नाही) पण कधीकधी उदाहरणे इतक्या स्पष्टपणे आठवतात की, त्यामुळे ती घटना घडण्याची शक्यता प्रत्यक्षात जेवढी असते, त्यापेक्षा कितीतरी जास्त आहे असे त्यांना वाटते आणि अंदाज चुकतात. उदा. माझी एक मैत्रीण कोणत्याही पदार्थात कच्चे अंडे घातलेले न खाण्याबद्दल अतिसावध असते. जेव्हा तिच्या सासूने तिच्या मुलांना बिस्किटे बनवायचे कच्चे पीठ खायला दिले होते तेव्हा तिच्या संतापाचा कडेलोट झाला. का? तर म्हणे हिच्या मावशीला पंचवीस वर्षांपूर्वी 'साल्मनेला'चा (विषाणूंद्वारे अन्नातून विषबाधा) संसर्ग झाला होता; पण माझी हीच मैत्रीण गाडी चालवताना सीटबेल्ट मात्र लावत नाही.

जरी ह्युरिस्टिकच्या व्याख्येत चपखलपणे बसले नाहीत, तरी माझे स्वत:चे निर्णय घेण्याचे आणि प्राधान्य ठरवण्याचे खास नियम होते ज्यांना मी 'माझे नीतिनियम' म्हणत असे. माझे वडील नेहमी या नियमांविषयी बोलत असत. उदा. मी जेव्हा कॉलेज संपल्यानंतर नोकरीला लागले तेव्हा माझे वडील म्हणाले, "एक

नियम लक्षात ठेव, तू जर संभाव्य चुकांची जबाबदारी घ्यायला तयार असशील तर लोक तुझ्यावर कामाची जबाबदारी टाकतील.'' नकळत मी माझ्या या नीतिनियमांच्या मदतीने स्वत:चे निर्णय घेऊ लागले. हे नियम माझ्या डोक्यात इतक्या झटदिशी चमकून जातात की, ते ओळखण्याकरता मला बरेच कष्ट घ्यावे लागतील; पण मी वारंवार वापरत असलेले माझे नीतिनियम शोधून काढले आहेत.

- माझ्या मुलींना माझे सर्वांत जास्त प्राधान्य असेल.
- रोज थोडा व्यायाम करा.
- छोट्या अथवा मोठ्या कोणत्याही गोष्टीत जेमीला जास्त प्राधान्य आहे.
- ओठावर पटकन होकार यायला हवा, नकार कधीच नाही.
- रोज थोडे काम हातावेगळे करा.
- शक्य तितक्या वेळा शाकाहार करा.
- बऱ्याचजणांना जितके माहीत असते, तितके मलासुद्धा माहीत आहे.
- मी घाईत आहे.
- बोलावलेल्या प्रत्येक समारंभांना हजेरी लावण्याचा प्रयत्न करा.
- माझे पालक बरेचदा बरोबर असतात.
- सर्वव्यापकता ही चोखंदळपणाची नवीन व्याख्या आहे.
- जर एखादा मजकूर लिहावा की नाही असे वाटत असेल, तर तो लिहू नका.
- जेव्हा काय करावे? असा प्रश्न पडेल, तेव्हा काम करा.

माझ्या या नियमांकडे पाहिल्यावर जाणवते की, बऱ्याच नियमांचा समतोल साधणे अवघड होते. मुली, जेमी आणि काम या सगळ्यांना मी एकाच वेळी कसे काय प्राधान्य देऊ शकणार होते? तसेच, जेमीला जमतील तितके समारंभ टाळायचे असतात. आता आमच्यात वाद का होतात ते समजले असेलच!

माझे काही नीतिनियम बरेच उपयोगी होते. एक नीतिनियम मी आईकडून शिकले आहे – 'एखादी गोष्ट चुकली की, त्याचीच पुढे एक सुंदर आठवण बनते.' हा एक खूप दिलासा देणारा वास्तववादी नियम आहे. उदा. माझ्या आईने आमच्या लग्नाच्या वेळी अगदी बारीकसारीक गोष्टींमध्येदेखील खूप कष्ट घेतले होते – अगदी आमच्या निमंत्रणपत्रिकेवर कॅन्सस सिटीचे प्रतीक म्हणून गाय आणि रुबी स्लीपर्स छापून घेण्यापर्यंत! आमचे लग्न थाटामाटात उत्तमरीत्या पार पडले; पण त्याला एकच छोटा अपवाद होता - 'ऑर्डर ऑफ सर्व्हिसेस'मध्ये कंपोझरच्या नावाचे स्पेलिंग चुकले होते. आता ती एक गमतीशीर आठवण बनून राहिली आहे. यामुळे मला नेहमी माझे आणि माझ्या आईचे लग्नाच्या तयारीचे दिवस आठवतात. (बहुतेक

सगळी तयारी तिनेच केली होती.) त्या एका चुकीमुळे माझ्या लग्नातली इतर सगळी मजा माझ्या डोळ्यांसमोरून तरळून जाते. शेकर्स नावाच्या धार्मिक पंथाचे लोक त्यांनी बनवलेल्या वस्तूंमध्ये जाणीवपूर्वक एखादी त्रुटी ठेवत असत, कारण त्यांच्या मते माणसाने परिपूर्णतेचा ध्यास घेऊ नये. ते काम देवावर सोडावे. सदोष गोष्टी कधीकधी निर्दोष गोष्टींपेक्षा जास्त परिपूर्ण वाटतात.

माझे काही नीतिनियम मात्र उपयोगाचे नव्हते. 'मी घाईत आहे' हा विचार दिवसातून दहा वेळातरी माझ्या डोक्यात येत असे. या विचारातून नेहमीच काही चांगले घडत असेल असे मला वाटत नाही. मी हा नियम बदलून 'माझ्याकडे महत्त्वाची कामे करायला भरपूर वेळ आहे' असा विचार करण्याचा प्रयत्न केला. माझे नीतिनियम कोणताही विचार न करता वापरण्याऐवजी, मी ते तपासून बघायला सुरुवात केली. माझ्या निर्णयांमध्ये जर माझे प्राधान्य विचारात घेतले जात असेल तरच तो नीतिनियम वापरायचा असे मी ठरवून टाकले.

असा विचार फक्त मी एकटीने केला होता का? जेव्हा मी माझ्या मैत्रिणींना विचारले की, त्यांचे असे काही नीतिनियम आहेत का तेव्हा त्यांना बरोबर माहीत होते की, मी काय विचारते आहे. त्यांनी सांगितलेल्या नीतिनियमांची काही उदाहरणे :

- नेहमी 'हॅलो' म्हणायची सवय ठेवा.
- अशा वेळी माझ्या आईने काय केले असते, असा विचार करा.
- पाच वाजता उठू नका आणि आठ वाजता झोपू नका (सकाळ असो वा संध्याकाळ)
- कंटाळा पळवून लावा.
- बदल चांगल्याकरताच असतो.
- महत्त्वाच्या गोष्टी आधी करा.
- आयुष्य अनुभवसंपन्न बनवा.
- जे होते ते चांगल्याकरताच!
- वस्तू वापरा तरी नाहीतर फेकून तरी द्या.
- बाहेर हॉटेलमधील जेवणापेक्षा घरचे जेवण कधीही चांगले असते.

मी माझ्या बहिणीकडून एक महत्त्वाचा नीतिनियम शिकले. ती म्हणाली "ग्रुपमध्ये राहिल्याने लोक यशस्वी होतात."

लॉस एंजेलिसमध्ये टीव्हीकरता लेखन करण्याचे काम म्हणजे प्रचंड स्पर्धात्मक आणि असूयेच्या वातावरणातले काम असते. जेव्हा तुमच्या सहकाऱ्याला यश मिळते तेव्हा स्पर्धा आणि स्वत:च्या कुवतीबद्दलची शंका यांच्या मिश्रणातून येणाऱ्या

अस्वस्थतेला मी आणि जेमी 'अजब भावना' म्हणतो. जेव्हा एलिझाबेथच्या मित्राला एका सिनेमाची पटकथा लिहायला मिळाली आणि तो सिनेमा पुढे खूप गाजला तेव्हा मी एलिझाबेथला विचारले, "तुझ्या मित्राला इतकं यश मिळालेलं पाहून तुला 'अजब' वाटतं का?"

ती म्हणाली, "थोडेफार! पण मी स्वत:ला सांगत असते की, ग्रुपमध्ये राहिल्याने लोक यशस्वी होतात. त्याच्याकरता यशस्वी होणं चांगली गोष्ट आहे आणि त्याचं यश कदाचित मलाही यशस्वी होण्यासाठी मदत करेल."

याच्याविरुद्ध, माझी एक मैत्रीण सांगते की, तिच्या भावाचा नशिबाकडे पाहण्याचा दृष्टिकोन म्हणजे 'एकास लाभ दुसऱ्यास तोटा' या म्हणीप्रमाणे आहे. कोणाचे काही चांगले झाले की, त्याला त्याचे चांगले होण्याची शक्यता कमी झाल्यासारखे वाटते; त्यामुळे त्याला दुसऱ्या कोणाचे चांगले झाले की आनंद होत नाही.

आता ग्रुपमध्ये राहिल्याने लोक यशस्वी होतात की नाही हा वादाचा मुद्दा आहे. मला तरी हे खरे आहे असे वाटते आणि हे खरे असले किंवा नसले, तरी हा नीतिनियम माणसाला आनंदी करतो. मन मोठे असणे ही निश्चितच कौतुकास्पद गोष्ट आहे; पण जेव्हा कधी तुम्हाला तुम्ही कोत्या मनाचे आहात असे वाटत असेल तेव्हा 'ग्रुपमध्ये राहिल्याने लोक यशस्वी होतात' या वाक्याचा उपयोग होतो.

जेमीचा एक नीतिनियम खूपच उपयोगी आहे. तो म्हणतो, "पहिली गोष्ट कधीच योग्य नसते." जेव्हा त्याच्या मित्राला नोकरी मिळत नाही किंवा पाहिजे ते घर मिळत नाही तेव्हा जेमी सांगतो, "पहिली गोष्ट कधीच योग्य नसते. थोडी वाट बघ आणि शेवटी तुला वाटेल की, पहिली गोष्ट मिळाली नाही ते चांगलंच झालं." पुन्हा सांगते, हा नीतिनियम वस्तुत: खरा आहे की नाही हा मुद्दा महत्त्वाचा नाही. (मला जाणवले की, त्याच्या या दृष्टिकोनात 'तुमची हरवलेली वस्तू सगळ्यात शेवटी शोधलेल्या जागेत का सापडते?' यासारखा तार्किक दोष आहे.) परंतु अशा पद्धतीने विचार करण्याने आनंद वाढतो.

असे नीतिनियम गोळा करणे हा गमतीचा आणि उपयोगाचा भाग होता. मी माझे नीतिनियम पडताळून पाहत असल्याने, मी ते अधिक जागरूकतेने वापरू लागले होते. कोणताही विचार न करता माझे नीतिनियम लावण्यापेक्षा, माझ्या नीतिमूल्यांना लक्षात घेत विचारपूर्वक वागल्याने मी माझा आनंद वाढेल असे निर्णय घेण्यात यशस्वी झाले.

नवीन प्रकारे मनाला प्रवृत्त करा

क्षणस्थ कसे राहता येईल यावर विचार करताना माझ्या लक्षात आले की, मी नेहमीपेक्षा वेगळ्या पद्धतीने विचार केला तर माझा वर्तमानात जगण्याचा अनुभव

अधिक समृद्ध होईल आणि मला माझी नव्याने ओळख होईल. त्याकरता मी अनेकविध उपाय शोधून काढले.

सर्वांत प्रथम मला माझ्या मनात कोणकोणत्या भावना रुजवायच्या आहेत, याच्या चिठ्ठ्या मी संपूर्ण घरभर लावून ठेवल्या. माझ्या लॅपटॉपवरची चिठ्ठी होती 'एकाग्रता आणि निरीक्षण'. बेडरूमच्या दारावर चिठ्ठी होती 'शांत मन - प्रसन्न चित्त'. मी बाथरूमच्या दारावर चिठ्ठी लावली 'नाजूक आणि खेळकर वृत्ती' जेमीने ती चिठ्ठी बदलून लिहिले 'हलके आणि मृदू'. मला हसू आवरेना. मी माझ्या ऑफिसच्या दारावर लिहिले 'उत्साही आणि सृजनशील' जोडीला मी मे महिन्यात आणलेल्या खेळण्यातल्या ब्ल्यू बर्डचा आवाज सुरू केला. त्याच्या गाण्याने माझ्या मनात कृतज्ञतेचे भाव जागृत झाले असते. माझ्या एका ब्लॉगच्या वाचकाने अशाच प्रकारचा उपाय शोधून काढला होता.

मी रोज दिवसातून अगणित वेळा कॉम्प्यूटरमध्ये पासवर्ड टाइप करत असते. मी दिवसातून अनेक वेळा माझ्या ई-मेल्स चेक करते आणि मी माझा पासवर्ड कधीच कॉम्प्यूटरमध्ये सेव्ह करत नसल्याने मला तो दर वेळी टाइप करावा लागतो.

एक दिवस माझ्या लक्षात आले की, मी जो पासवर्ड लिहिते, तो सारखा वापरल्यामुळे माझ्या मनावर एखाद्या मंत्रासारखा कोरला जात असणार. समजा, माझा पासवर्ड आहे 'टेनिस' (मी टेनिस खेळते बरं का!) मी जरी टेनिसचा सारखा विचार करत नसले, तरी मला कळून चुकले होते की, हा माझा आवडता खेळ आहे; त्याकरता, माझ्या नोकरी खालोखाल मी जास्तीतजास्त वेळ देते आणि कष्ट घेते.

नंतर मी माझा आहे तो पासवर्ड बदलून माझे उद्दिष्टच पासवर्ड म्हणून लिहायचे ठरवले; त्यामुळे मला माझ्या उद्दिष्टांची सतत आठवण होत राहील. 'तुमच्या आजूबाजूची जागा अशा गोष्टींनी भरून टाका की, जे तुम्हाला तुमच्या ध्येयाची, तुमच्या स्वप्नांची सारखी आठवण देत राहील' या कल्पनेशी ही पासवर्डची कल्पना मिळतीजुळती आहे. किंवा मनात सतत सकारात्मक विचार घोळवत ठेवण्याच्या कल्पनेसारखी आहे.

नंतर मी माझे मन वेगळ्या पद्धतीने प्रवृत्त करण्याच्या हेतूने हिप्नॉसिसचा उपाय करून पाहायचे ठरवले. माझी एक मैत्रीण सहजपणे हिप्नॉटिझमच्या

प्रभावाखाली येत असे आणि हिप्नोटाइझ झाल्यानंतर तिने कायकाय केले याच्या अनेक सुरस कथा सांगत असे; त्यामुळे माझ्याही मनात हिप्नॉसिसबद्दल उत्सुकता निर्माण झाली. ऑक्टोबर महिन्यात मी ओल्ड ग्रीनविच, कनेक्टिकटला जाऊन थडकले, जिथे मला माझ्या योगा शिक्षकांचा चुलत भाऊ पीटर भेटणार होता; तो हिप्नॉटिस्ट आहे.

मी हिप्नॉटिझमबद्दल काय विचार केला होता कोणास ठाउक. हिप्नॉटिझमचे पुरस्कर्ते असा दावा करतात की, हिप्नॉटिक अवस्थेत मन शांत, एकाग्र आणि संवेदनशील असल्याने ते सूचना पाळायला आणि लक्ष केंद्रित करायला तयार असते आणि म्हणूनच लोकांना चुकीच्या सवयी मोडायला आणि नव्या सवयी बिंबवायला हिप्नॉसिस मदत करत किंवा मला असेही वाटले की, हिप्नॉटिझमनंतर होणारे बदल हे मी जानेवारीत अनुभवलेल्या 'हॉथ्रॉन इफेक्ट'प्रमाणे असावेत (लोकांना त्यांच्याकडे कुणीतरी अधिक लक्ष देत असल्याचे जाणवले तर त्यांची कार्यक्षमता वाढते.) किंवा 'प्लासिबो इफेक्ट' (उपचार लागू पडतो कारण तो लागू पडणे अपेक्षित असते.) हिप्नॉटिझमच्या मागचे तंत्र काही का असेना, मला हिप्नॉसिसचा प्रयोग करून पाहावासा वाटला.

मी ओल्ड ग्रीनविचमध्ये पोहोचल्यावर पीटरच्या गाडीत जाऊन बसले आणि मला जाणवले की, आपण या व्यक्तीबद्दल फारशी माहिती गोळा केलेली नाही. एका छोट्या गावात, एखाद्या अनोळखी व्यक्तीच्या गाडीत बसायला, त्याच्या छोट्या घरातल्या ऑफिसमध्ये जायला मला थोडे विचित्र वाटले; परंतु सुदैवाने पीटर खूपच सभ्य होता.

सुरुवातीला पीटरने माझ्याकडून मन शांत करण्याचे बरेच प्रकार करून घेतले. नंतर हिप्नॉटिझमद्वारे मला काय साध्य करायचे आहे (ते त्याने मला लिहून आणायला सांगितले होते.) त्या मुद्द्यांवर आम्ही चर्चा केली. मी अनेक छोटी मोठी उद्दिष्टे लिहून नेली होती, अगदी मध्यरात्री उठून अबरचबर खाणे बंद करण्यापासून ते रोजच्या रोज कृतज्ञता व्यक्त करण्यापर्यंत. नंतर आमचा हिप्नॉसिसचा प्रयोग सुरू झाला. सुरुवातीला पीटरने मला मी हळूहळू जड होत आहे अशी कल्पना करायला सांगितले आणि तसे करत असताना मला नजरेने आकडे गिरवायला सांगितले. मग माझा डावा हात हवेत उंचावला जात आहे अशी कल्पना करायला सांगितले. (प्रत्यक्षात माझा हात एक इंचही हलला नव्हता.) नंतर त्याने मला सावकाशपणे माझ्यात जे बदल हवे आहेत त्याबद्दल सूचना द्यायला सुरुवात केली.

- जेव्हा मला चिडल्यासारखे होत असेल तेव्हा मी स्वत:ला खेळकर

राहण्याविषयी बजावेन. मी माझे म्हणणे चिडून सांगण्यापेक्षा शांतपणे आणि खेळकरपणे मांडल्याने ते अधिक प्रभावी होईल.

- जेव्हा मला इतर लोकांच्या वागण्याचा राग येतो (उदा. दुकानदार, नर्स, क्लार्क इत्यादी) तेव्हा मी सहकार्याचा, मैत्रीचा सूर लावून त्यांच्याशी बोलेन. लोकांना माफ करायला हवे, हे मी लक्षात ठेवीन.
- मी जेव्हा माझा कॉम्प्यूटर सुरू करेन किंवा खायला घेईन किंवा चालायला बाहेर पडेन, तेव्हा मी आनंदी राहीन आणि माझ्या तब्येतीबद्दल कृतज्ञ राहीन. मला माझे आवडते काम करायला मिळाल्याबद्दल, माझे कुटुंब छान असल्याबद्दल, आयुष्य आरामशीर असल्याबद्दल मी कृतज्ञ राहीन आणि यातूनच माझ्या मनात खेळकरपणा, उत्साह आणि मृदू भावना वाढीस लागतील.
- मी जेव्हा इतरांना बोलताना ऐकेन तेव्हा मी त्यांचे बोलणे मनापासून ऐकण्याचा प्रयत्न करेन, म्हणजे मला त्यांचे मुद्दे समजतील, त्यांच्या विनोदांना दाद देता येईल आणि मी त्यात पूर्णपणे रंगून जाईन. मी त्यांच्या बोलण्यात अडथळे आणणार नाही किंवा मला कधी बोलायला मिळते आहे याची अस्वस्थपणे वाट पाहत बसणार नाही.
- अपशब्दांचा आणि 'तुला माहीत आहे?' किंवा 'अमक्यातमक्यासारखे' अशा शब्दांचा अतिवापर करणे मी बंद करेन. जेव्हा मी अशा पद्धतीने बोलत आहे असे मला जाणवेल तेव्हा मी आधी एक दीर्घ श्वास घेईन, माझ्या बोलण्याचा वेग कमी करेन आणि माझे शब्द विचारपूर्वक निवडेन.
- रात्रीच्या जेवणानंतर मी किचनमधील दिवे बंद करेन आणि पुन्हा किचनकडे फिरकणार नाही. माझे मध्यरात्रीचे खाणे मी बंद करेन. मला भूक लागलीच तर मी प्रथम फळे आणि भाज्यांची निवड करेन.

नंतर पीटरने उलट्या क्रमाने आकडे म्हटले आणि मला मनात ताजेतवाने झाल्याची भावना आणायला सांगितले. हा संपूर्ण कार्यक्रम फक्त वीस मिनिटे चालला होता. पीटरने हे सर्व संभाषण एका ऑडिओ कॅसेटवर रेकॉर्ड करून दिले आणि मला रोज ती टेप ऐकायला सांगितले. शिवाय हेही सांगितले की, 'कॅसेट ऐकताना तुझे मन शांत आणि एकाग्र असायला हवे, तू अजिबात झोपाळलेल्या अवस्थेत असता कामा नये. झोपायला जाण्यापूर्वी ही कॅसेट कधीच ऐकू नकोस.'

"याचा खरंच फायदा होईल?" मी न राहवून विचारले.

"मला याचे अत्यंत चांगले परिणाम पाहायला मिळाले आहेत." त्याने खात्रीपूर्वक सांगितले.

घरी आल्यावर मी माझा जुना वॉकमन बाहेर काढला, त्यात नवीन सेल घातले आणि मी रोज ती टेप ऐकू लागले. त्या टेपमध्ये सांगितल्याप्रमाणे, ती ऐकताना प्रत्येक वेळी मी त्यात ठरवून दिलेल्या उद्दिष्टांप्रमाणे वागल्याचे कल्पनाचित्र रंगवू लागले.

जेमी माझी थट्टा करू लागला. त्याच्या मते हा सगळा प्रकार हास्यास्पद होता. "तुला बदकाचा आवाज काढायला सांगितला तर कसा काढशील?" अशा स्वरूपाचे विनोद तो करू लागला. त्याचे चिडवणे हसण्यावारी नेणे मला शक्य होते; पण मला थोडे हिरमुसल्यासारखे झाले. मला वाटले होते की, हिप्नॉसिस हा स्वत:ला सुधारण्याचा सोपा आणि जवळचा मार्ग आहे; परंतु त्या टेपवर लक्ष केंद्रित करणे बरेच कटकटीचे काम होते.

मी प्रयत्नांची पराकाष्ठा केली आणि माझ्या मते त्याचा उपयोग झाला. उदा. एक दिवस मी शटरफ्लायच्या वेबसाइटवर पाच तास घालवून, एक फोटोबुक तयार केले होते. थोड्या वेळाने शेवटच्या क्षणी जेव्हा मी काही बदल करायला पुन्हा त्या अकाउंटला लॉग-इन केले तेव्हा मला ते फोटोबुक गायब झालेले दिसले. मी फक्त किंचाळायचीच बाकी होते. मी त्यांच्या कस्टमर सर्व्हिसला फोन करत असताना जणू माझ्या कानात कोणाचातरी शांत आवाज ऐकू आला. 'मी मैत्रीचा आणि सहकार्याचा सूर लावेन'. मी तसेच केले. (अर्थात, त्याचा उपयोग झाला आणि माझी फाइल माझ्या अकाउंटला परत दिसू लागली.) तसेच मी साखरेचे बकाणे भरणे बंद केले. काहीही ना? पण हो, मी तशी बकाणे भरत असे. माझ्याकरता हिप्नॉसिसचा परिणाम म्हणजे मी त्या हिप्नॉटिझमला किती वश झाले हा नसून मी क्षणस्थ राहायला शिकले हा होता. माझ्या हिप्नॉसिसच्या टेपमुळे मी माझे विचार आणि वृत्ती यांबद्दल अधिक जागरूक झाले आणि या एक प्रकारच्या मानसिक सरावाने मी त्यात बदल घडवून आणू शकले. एकूण हा हिप्नॉसिसचा प्रयोग छान होता. त्याचा उपयोग झाला होता.

आता मी माझ्या पुढच्या प्रयोगासाठी 'हास्ययोग' करून पाहायचे ठरवले. एका भारतीय डॉक्टरने सुरू केलेल्या योग आणि हास्य या एकत्रित प्रकाराचा आता सगळ्या जगामध्ये प्रसार झाला आहे. हास्ययोग ही आनंद निर्माण करणारी कृती आहे असे वारंवार माझ्या कानावर येत होते. हास्ययोगामध्ये टाळ्या वाजवणे, मंत्र म्हणणे, श्वसनाचे प्रकार आणि हलके व्यायाम प्रकार या योगविद्येमधून आलेल्या गोष्टींचा समावेश आहे; ज्यामुळे मन आणि शरीर शांत होते आणि त्याला जोड दिली आहे उद्युक्त केलेल्या हास्याची, ज्याचे रूपांतर शेवटी खऱ्या खऱ्या हसण्यात होते.

न्यू यॉर्क शहरात राहण्याचा फायदा म्हणजे येथे सतत कोणता ना कोणता सेल चालू असतो. मी माझ्या घराजवळच एक हास्ययोगाचा क्लास शोधून काढला आणि एका संध्याकाळी मी तिथे दाखल झाले. आधी आमच्याकडून श्वसनाचे काही प्रकार आणि उद्युक्त केलेल्या हास्याचे प्रकार करून घेतले गेले. नंतर आम्ही सिंहमुद्रा केली. होहोहो - हाहाहा - असा हसण्याचा व्यायाम केला. हसण्याचा आणि रडण्याचा व्यायाम प्रकार केला आणि जोडीला इतरही अनेक व्यायाम प्रकार केले. मी खात्रीपूर्वक सांगू शकते की, क्लास संपल्यावर तिथे आलेल्या प्रत्येकाचा मूड चांगलाच सुधारला होता. दोघेजण तर हसूनहसून लोळायला लागले होते. मी नाही हं! आमचा प्रशिक्षक चांगला होता, जाणकार होता. सगळे लोक आनंदी झाले होते. व्यायाम विशिष्ट उद्दिष्टपूर्तीकरता केले जात होते; पण मला विलक्षण संकोचल्यासारखे झाले होते.

मी क्लासमध्ये प्रवेश करतानाच ठरवले होते की, मी निदान तीन वेळा या क्लासला जायचा प्रयत्न करेन; परंतु क्लास संपताच माझ्या लक्षात आले की, हास्ययोग हा काही माझा प्रांत नव्हे. नावीन्य आणि आव्हान याप्रमाणे हसणेदेखील आनंदाचा महत्त्वाचा घटक असला, अनेक लोकांनी जरी याची स्तुती केली असली, आणि क्षणस्थ राहण्याकरता हा उत्तम व्यायाम प्रकार असला, तरी...!

मग मी चित्रकलेकडे वळले. हायस्कूल सोडल्यानंतर मी कधीही चित्रकला किंवा पेंटिंग केले नव्हते; त्यामुळे चित्रकलेच्या क्लासला जाणे म्हणजे माझ्या मनाचा जो भाग बराच काळ निद्रित राहिला होता, त्याला जागे करण्यासारखे होते. तसेच क्षणस्थ राहण्याची सवय करणे म्हणजेच जर निरपेक्ष वृत्ती निर्माण करणे असेल, तर मला चित्रकला हे एक चांगले आव्हान ठरेल, असे मला वाटले. माझ्या चित्रकलेतल्या कौशल्याबद्दल (जे मुळातच नाही!) मत न बनवणे ही अवघड बाब होती.

मी 'ड्रॉइंग ऑन द राइट साइड ऑफ द ब्रेन' नावाच्या चित्रकलेच्या क्लासबद्दल वाचले होते. या क्लासचा असा दावा होता की, दृश्य माहिती मेंदूत कशी काम करते ती पद्धत ते बदलू शकतात, जेणेकरून प्रत्येक व्यक्ती चित्र काढायला शिकू शकते. हेच तर हवे होते. मी जसा हास्यक्लब शोधून काढला, तसाच हा क्लासदेखील मला मॅनहॅटनमध्ये शोधता येईल असे मला वाटले आणि तसेच झाले. या प्रोग्रॅमचे न्यू यॉर्कमधले मुख्य प्रशिक्षक त्यांच्या स्वत:च्या घरामध्ये हे क्लासेस चालवत होते. 'स्वत:चे लाड पुरवा' या संकल्पाने प्रेरित होऊन मी या क्लासला नाव घातले आणि रोज सब-वेने प्रवास करून, पाच दिवस ९.३० ते ५.३० जाऊन मी हा क्लास पूर्ण केला.

नावीन्य आणि आव्हान असले की, आनंदाला उधाण येते; परंतु दुर्दैवाने नावीन्य आणि आव्हान त्यांच्या जोडीला निराशा आणि थकवाही आणतात. मला क्लास

चालू असताना थोडे घाबरल्यासारखे, हिम्मत खचल्यासारखे आणि प्रतिकूल वातावरणात असल्यासारखे वाटले, तर कधीकधी मी एकदम काळजीने व्याकूळ झाले. मला रोज रात्री गळून गेल्यासारखे वाटत असे आणि जोडीला पाठ दुखत असे. मला हे इतके अवघड का वाटत असे काय माहीत? पण डोळा बारीक करून पाहणे, अंगठ्याच्या हिशेबाने माप घेणे, कर्णाच्या रेषेत उभी रेघ मारणे या गोष्टी माझ्या शारीरिक आणि भावनिक परीक्षा पाहत होत्या. हा ताण असह्य झाल्याने आमच्या क्लासमधील एक माणूस तीन दिवसांनी क्लास सोडून निघून गेला. तथापि, काहीतरी नवे शिकणे, व्यक्तिमत्त्व विकासाच्या दृष्टीने प्रयत्न करणे या माझ्याकरता समाधानाच्या गोष्टी होत्या.

हे मी क्लासच्या पहिल्या दिवशी काढलेले माझे चित्र आहे. नंतर मी माझ्या मैत्रिणीला जेव्हा हे चित्र दाखवले तेव्हा ती म्हणाली, "कबूल कर की तुझ्या चित्रकलेत जोरदार प्रगती दिसावी म्हणून तू सुरुवातीला मुद्दाम असं फालतू चित्र काढत आहेस ना?" खरे तर - नाही. मी हे खूप प्रयत्नांनी काढलेले चित्र आहे.

हे क्लासच्या शेवटच्या दिवशी काढलेले माझे चित्र आहे. माझ्या शिक्षकांनी मला सगळ्या अवघड ठिकाणी मदत केलेली आहे. खरे तर हे चित्र माझ्या चेहऱ्याशी इतके काही साधर्म्य दाखवत नाही; पण निदान ते एका व्यक्तीचे चित्र आहे असेतरी वाटते.

चित्रकलेमुळे माझ्या मेंदूच्या वापरात नसलेल्या भागाला चालना मिळाली. शिवाय मी क्लासला गेल्यामुळे माझ्या क्षणस्थ राहण्याच्या प्रयत्नांना पुष्टी मिळाली. शहराच्या अपरिचित भागात नेहमीपेक्षा वेगळ्या वेळी जाण्यामुळे मी माझ्या आजूबाजूच्या परिसराबद्दल अधिक जागरूक झाले. न्यू यॉर्क शहर किती सुंदर आणि समृद्ध आहे याची मला पुन्हा एकदा प्रचिती आली. माझ्या रोजच्या दिवसांपेक्षा या दिवसांचा नूर काहीतरी वेगळाच होता. नव्या लोकांना भेटून मला छान वाटले. तसेच क्लासचा फायदासुद्धा झाला. मी माझ्या हाताचे चित्र काढले, मी खुर्चीचे चित्र काढले, मी स्वत:चे जे चित्र काढले ते हुबेहूब माझ्यासारखे दिसत नसले, तरी निदान ते एका व्यक्तीचे चित्र आहे असेतरी वाटत होते.

हा माझा चित्रकलेचा क्लास म्हणजे माझ्या अनुभवांच्या बोलांपैकी एकाचे उत्तम उदाहरण होय - 'ज्या कृतीमधून तुम्हाला बरेचदा आनंद मिळतो, ती कृती तुम्हाला दर वेळी आनंद देईलच असे नाही.' तसेच ज्या गोष्टी केल्यावर दीर्घकाळ आनंद होतो, त्या गोष्टी थोडा वेळ केल्यावर मला आनंद झाला नाही आणि कधीकधी तर त्या अजिबातच आनंदी वाटल्या नाहीत.

चित्रकलेनंतर मी संगीताकडे वळले. माझ्या मेंदूतला अजून एक सुप्त विभाग. रिसर्चनुसार तुमचा मूड चांगला करायला आणि एखादा विशिष्ट मूड जागृत करायला संगीत ऐकणे हा जलद आणि सोपा मार्ग आहे. संगीतामुळे मेंदूमधील आनंद निर्माण करणाऱ्या भागाला उत्तेजना मिळते आणि त्यामुळे शरीर शांत होते. एका पाहणीद्वारे हे सिद्ध झाले आहे की, वैद्यकीय उपचार चालू असताना पेशंटला त्याच्या पसंतीचे संगीत ऐकवल्यास पेशंटचा हार्ट रेट, ब्लड प्रेशर आणि काळजीचे प्रमाण कमी होते.

तथापि, 'स्वत:च्या वृत्तीप्रमाणे वागा' याला अनुसरून मी एक गोष्ट मान्य करून टाकली आणि ती म्हणजे मला संगीतामध्ये गम्य नाही. मला संगीत आवडावे अशी मला खूप इच्छा होती; पण मला आवडत नाही हे खरे! मात्र, अधूनमधून मला एखादे गाणे ऐकायला आवडते. सध्या मला 'रेड, हॉट, चिली, पेपर' या अल्बममधील 'अंडर द ब्रिज' या गाण्याने वेड लावले आहे.

एक दिवस कॉफी शॉपमध्ये बसून लिहीत असताना बरेच दिवसांनी मला माझ्या आवडीचे गाणे ऐकायला मिळाले. फॅटबॉय स्लिमचे 'प्रेज यू'. मी घरी जाऊन माझ्या आयपॉडमध्ये ते गाणे घातले आणि त्या रात्री माझे ऑफिस आवरताना मी ते ऐकले. त्या गाण्याने जेमीबद्दलच्या हळुवार भावनांनी माझे मन भरून गेले. आम्ही दोघेही अनेक चांगल्या-वाईट प्रसंगांमधून गेलो आहोत. मी जेमीची योग्य पद्धतीने स्तुती करायला हवी होती, अशी चुटपुट लागून राहिली. हा फेब्रुवारी महिन्यातला एक उत्तम उपक्रम होऊ शकला असता.

किशोर वयातील 'ब्लॉक्स'बरोबर खेळण्यातली मजा पुन्हा अनुभवण्यासाठी मोठे झाल्यावर पुन्हा ब्लॉक्स खेळणारा कार्ल युंग मला आठवला. मी लहान असताना माझ्या आवडत्या गाण्यावर खोलीभर फिरत, नाच करत असे. जेव्हा मला वाचता येत नव्हते, तेव्हा मी आईला 'द नटक्रॅकर सूट'च्या रेकॉर्डवर ओळखीची खूण करून ठेवायला सांगितली होती, म्हणजे मला ती रेकॉर्ड ओळखता येईल; परंतु मोठी झाल्यावर मी नाच करणे सोडून दिले. बहुधा मी परत खोलीभर नाच करायला पाहिजे.

मी नाच करताना मला कोणी बघू नये असे मला वाटायचे. तशी संधी मिळायला मला बरीच वाट पाहावी लागली. घरात एकटे असणे ही माझ्याकरता किती दुर्मिळ गोष्ट आहे, हे मला तोपर्यंत कधी जाणवले नव्हते. शेवटी एका रविवारी दुपारी मी जेमीला सांगितले की, तो जेव्हा मुलींना घेऊन त्याच्या आई-वडिलांकडे जाणार आहे तेव्हा मी घरातच थांबेन. घर रिकामे झाल्यावर मी आमच्या बेडरूममध्ये गेले, दिवे बंद केले, पडदे बंद केले आणि माझा आयपॉड सुरू केला. मी किती खराब नाचते आहे किंवा मी किती बावळट दिसते आहे अशा प्रकारचे स्वत:वरच टीका करणारे विचार मला दाबून ठेवावे लागणार होते.

पण मला मजा आली. तो एक बावळटपणा असला तरी त्याने मला उत्साही वाटले. मी संगीत या विषयाबद्दल अधिक विचार करू लागले. मला असे वाटले होते की, 'स्वत:प्रमाणे वागा' या उक्तीला अनुसरून मला संगीत आवडत नाही हे मी ओळखले होते; पण प्रत्यक्षात सत्य थोडे वेगळे होते. मला वाटत होते की, मला संगीत आवडत नाही; पण मला संगीतातली 'माझी आवड' आवडत नव्हती. मला वाटायचे की, मला उच्च अभिरुची असलेले जाझ किवा रॉक किंवा क्लासिकल संगीत आवडावे; पण मला बरेचदा रेडिओवर लागणारे संगीत आवडत असे. हं... स्वत:च्या वृत्तीप्रमाणे वागा.

संगीत ऐकणे आणि संगीताच्या तालावर नाच करणे या दोन गोष्टींनी माझ्या क्षणस्थ राहण्याच्या प्रयत्नांना पुष्टी मिळाली. कॉफी शॉपमध्ये बसून लिहीत असताना मी 'आबा'चे 'टेक अ चान्स ऑन मी' लक्षपूर्वक ऐकत असे. आताशा मी संगीताचा अधिकाधिक आस्वाद घेऊ लागले होते. आजूबाजूच्या वातावरणाला मी देत असलेल्या वाढत्या प्रतिसादामुळे मी आपोआप वर्तमानात जगू लागले. चालू असलेल्या गाण्याकडे दुर्लक्ष करण्यापेक्षा मी संगीताला जगण्याचा एक महत्त्वाचा घटक करून घेतले.

फूड डायरी लिहीत जा

क्षणस्थ राहण्याचे तत्त्व मला अजून एका गोष्टीकरता वापरायचे होते आणि ती

गोष्ट म्हणजे माझ्या खाण्याच्या सवयी. एका निष्कर्षानुसार, खाण्याबद्दल नुसते जागरूक असण्यानेदेखील लोक जास्त पोषक आहार घेतात. क्षणस्थ राहून खाण्यासाठी फूड डायरी लिहिणे आवश्यक आहे याबद्दल तज्ज्ञांचे एकमत आहे. आपण नकळत किती खात आहोत हे त्याची नोंद ठेवल्याशिवाय लक्षात येत नाही. उदा. सहकाऱ्याच्या टेबलाशेजारून जाताना दर वेळी दोन-तीन छोटी चॉकलेट्स उचलून तोंडात टाकणे किंवा टेबल आवरताना उरलेले अन्न संपवायचा प्रयत्न करणे. एका अभ्यासात असे दिसून आले की, जे फूड डायरी लिहीत होते त्यांनी, डायरी न लिहिणाऱ्यांच्या तुलनेत दुपटीने वजन घटवले.

माझ्या खाण्याच्या सवयी चुकीच्या असल्याने कितीतरी दिवस मला अपराधी वाटत असे. मला योग्य आहार घ्यायचा होता आणि डाएट न करता मला माझे वजन कमी करायचे होते. (यात नवीन काहीच नाही ना! जवळजवळ दहापैकी सात अमेरिकन म्हणतात की, त्यांना योग्य आहार घेऊन वजन कमी करायचे आहे.) मला माझ्या खाण्याची नोंद ठेवणे सोपे वाटले आणि माझ्या अनेक संकल्पांपैकी हा संकल्प सोपा असेल असा मी तर्क बांधला. मी माझ्याकरता एक छोटी वही घेऊन आले.

एकदा लंचला मी जेव्हा माझ्या या नवीन संकल्पाविषयी माझ्या मैत्रिणीशी बोलले, तेव्हा ती म्हणाली, "मी फूड डायरी लिहिते." तिने मला तिचे कॅलेंडर दाखवले. त्यावर तिने तिचे रोजचे खाणे बारीकसारीक तपशिलांसह लिहून ठेवले होते. "मी खाऊन झालं रे झालं की यात नोंद करते."

"असं म्हणतात की, फूड डायरी लिहिल्याने योग्य आहार घेण्याची सवय लागते आणि वजनदेखील कमी होतं." मी म्हणाले, "आणि म्हणूनच मी आता हे करून पाहणार आहे."

"ही खरंच एक चांगली गोष्ट आहे. मी कितीतरी वर्षं फूड डायरी लिहिते आहे."

तिच्या बोलण्याने मला ही कल्पना उत्तम असल्याची खात्री पटली. माझी ही मैत्रीण सडपातळ आणि तंदुरुस्त होती आणि मला माहीत असणाऱ्या लोकांपैकी संतुलित आहार घेणारी होती. (आणि थोडी विक्षिप्तदेखील होती.) मी नुकतेच तिला लंचची ऑर्डर देताना ऐकले होते.

"मला ग्रीन सॅलड, सोबत सॅलड ड्रेसिंग नको, ऑलिव्ह नको... जोडीला ग्रिल्ड चिकन आणि वाफवलेली ब्रोकली." पदार्थ टेबलावर येताच तिने सॅलडवर चिकन आणि ब्रोकली ठेवले. भरपूर प्रमाणात असलेले हे जेवण चविष्ट आणि सकस होते. मी तसेच सॅलड मागवले; पण चिकन आणि ब्रोकली सोडून. जेवायला सुरुवात करण्यापूर्वी आम्ही त्यावर स्वीटनर भुरभुरले. (ही युक्ती तिने मला शिकवली. थोडे

विचित्र वाटेल; पण ड्रेसिंगऐवजी स्वीटनर हा चांगला उपाय होता. हे म्हणजे मीठ घालण्यासारखे झाले. म्हणजे त्याची चव जाणवत नाही; पण स्वाद येतो.)

''मला डाएट करायला आवडत नाही.'' मी तिला सांगितले.

''मलासुद्धा!'' ती म्हणाली. ''पण तू फूड डायरी लिहीत जा. आठवडाभरात तू काय काय खाल्लंस हे पाहणं मोठं रंजक असेल.''

मी तसे करण्याचा प्रयत्न केला; पण मला डायरी लिहायचे लक्षातच राहायचे नाही. एखादी सवय लागायला एकवीस दिवस लागतात हे मी अनेकदा वाचले होते; पण मला तेही लागू होत नव्हते. मी बरेच दिवस प्रयत्न करून पाहिला; पण एका दिवसात काय काय खाल्ले हे लक्षात ठेवणे मला अभावानेच जमले होते. क्षणस्थ राहता न येण्याचा तोटा म्हणजे तुम्हाला तुमची वर्तमानातली नोंद ठेवणे अवघड जाते. तथापि, फूड डायरी लिहिण्याचा प्रयत्न हा एक चांगला उपक्रम ठरला; त्यामुळे मी माझ्या तोंडात टाकल्या जाणाऱ्या अबरचबर खाण्याबद्दल जागरूक झाले - ब्रेडचा तुकडा, इलिनॉरचे राहिलेले पदार्थ!

सगळ्यात महत्त्वाचे म्हणजे मी किती अबरचबर खाते हे मला समजले. मी समजत होते त्यापेक्षा मी कितीतरी जास्त अबरचबर खात होते - बिस्किटे, केक, छोटीछोटी चॉकलेट्स आणि इतर फुटकळ खाणे. माझ्या असल्या खाण्याच्या सवयीला माझ्या एका मैत्रिणीने 'चटपटीत खाण्याची हौस' असे नाव ठेवले. मला जेव्हा दिवसा भूक लागते तेव्हा नीट शांतपणे बसून खायला (जसे की सूप किंवा सॅलड) मला वेळ नसतो. अशा वेळी पटकन काहीतरी तोंडात टाकणेच सोपे जाते. शिवाय हे पदार्थ खूप चमचमीत आणि चटकदार असतात. मी कधीही चॉकलेट चिप कुकी विकत घेणार नाही; पण त्याचेच लो कॅलरी प्रकार खायचा मला मोह होतो.

हे सगळे अबरचबर पदार्थ पोषकतेच्या दृष्टीने कमी असतात, त्यात खूप कॅलरीज् असतात हे मला माहीत होते आणि तरीही मी ते खात होते आणि या माझ्या सवयीने मला रोज अपराधी वाटत असे. मी दर वेळी स्वतःला दोष देत असे. जेव्हा मी हे पदार्थ विकत घेत असे तेव्हा मी एकीकडे स्वतःला असे न करण्याबद्दल बजावत असे; पण दुसरीकडे मी पुनःपुन्हा तेच करत असे. खरे तर मी यापूर्वीदेखील असे खाणे सोडून देण्याचा प्रयत्न केला होता. आता माझ्या फूड डायरीने (थोडीफारच लिहिली असली तरी) मला मी किती अबरचबर खाते ते दाखवून दिले होते.

अबरचबर खाणे मी एका दमात सोडून दिले आणि मला बरे वाटले. या अन्नाला मी मेजवानी समजत होते आणि न जाणो किती प्रकारच्या वाईट भावनांना जन्म देत होते - अपराधीपणा, स्वतःकडे दुर्लक्ष, लाज वाटणे. मात्र, आता या भावना नष्ट झाल्या होत्या. जुलै महिन्यात जेव्हा मी पैशांचा विचार करत होते तेव्हा

'सोडून द्या' हा संकल्प पाळल्यामुळे मला कमालीचे समाधान मिळाले होते. कोणाला माहीत होते की, स्वत:ला काही गोष्टी नाकारणे एवढे सुखकारक असेल?

मी काय करते आहे ते माझ्या बहिणीला सांगितल्यावर ती विचार करत म्हणाली, ''पण तू तर अत्यंत संतुलित आहार घेतेस, मग सगळेच वरचे खाणे का सोडून देत आहेस? आठवड्यातून दोन-चार अबरचबर गोष्टी तू खाऊ शकतेस.''

''नाही, मी तसे करू शकत नाही.'' मी तिला सांगितले. ''मी कशी आहे ते मला माहीत आहे.'' जेव्हा अबरचबर खाण्याचा प्रश्न येतो, तेव्हा मी सॅम्युअल जॉन्सनसारखी आहे. तो म्हणतो, 'माझ्याकरता पथ्य सोपे आहे; पण संयम अवघड आहे.' म्हणजे दुसऱ्या शब्दांत सोडले तर मी सगळेच सोडून देईन; पण मी अधूनमधून स्वत:चे लाड पुरवून घेऊ शकत नाही.

माझी अबरचबरची व्याख्या वेगळी आहे. मी अजूनही डाएट कोक आणि फ्रेस्का भरपूर पिते. मी अजूनही भरपूर प्रमाणत स्वीटनर वापरते. मी बऱ्यापैकी गोळ्या खाते. मला या गोष्टी अन्नपदार्थच वाटतात, वरचे खाणे वाटत नाही; परंतु मी 'चटपटीत खाणे' खात नाही आणि हीच तर खरी सुरुवात आहे. ती कसर भरून काढण्याकरता मी केळी, बदाम, ओट्स, ट्युना सँडविच, पीटा ब्रेड आणि सालसा अशा गोष्टी खात राहते.

माझ्या अबरचबर खाण्याच्या अनुभवाने मला दाखवून दिले की, क्षणस्थ राहण्याच्या सवयीने चुकीच्या सवयी कशा मोडून काढता येतात. मी काय खाते याची मला पूर्ण जाणीव झाल्यावर मला माझे पर्याय निवडणे सोपे गेले. तत्पूर्वी दिवसातून दोन-तीन वेळा मी विचार न करता कोपऱ्यावरच्या दुकानातून खाणे विकत घेत होते; पण माझी चूक समजताच मला तसे करणे थांबवावेसे वाटू लागले. आणि जेव्हा मी माझी अबरचबर खाण्याची सवय सोडली तेव्हा कोठे मला मीच माझ्या आनंदात बाधा आणत होते, हे समजले. दररोज स्वत:ला दोष देऊन मला बोचणी लागत असे, मी अस्वस्थ होत असे; कारण मला मनातून माहीत होते की, मी चुकीचा आहार घेत आहे. जेव्हा मी ती सवय सोडली तेव्हा माझ्या मनात निर्माण होणाऱ्या वाईट भावनांचा ससेमिराही थांबला.

ऑक्टोबर महिन्याचा 'क्षणस्थ राहा' हा संकल्प खूपच मनोरंजक आणि फलदायी निघाला आणि त्याने माझ्या आनंदात बरीच भर पडली. त्याहून महत्त्वाचे म्हणजे माझे वाढते भान मला माझ्या संकल्पांशी संबंधित नसलेल्या पण एका महत्त्वाच्या साक्षात्काराकडे घेऊन गेले – मी 'आनंद' या विषयात तज्ज्ञ होण्याऐवजी त्याबद्दल चक्क दादागिरी करणारी होऊ लागले होते.

जेव्हा लोक नकारात्मक विचार करत, सहजपणे निराश होत किंवा उत्साही

आणि कृतज्ञ दिसत नसत तेव्हा त्यांना लेक्चर देण्याची मला खुमखुमी येई, जी मी बरेचदा थांबवू शकत नसे. जून महिन्यातला 'लोकांना माफ करा' हा संकल्प पाळण्याऐवजी मी इतरांबद्दल धाडकन मते बनवू लागले होते.

हॅपिनेस या विषयाची पुरस्कर्ती होण्याच्या इच्छेमुळे माझे रूपांतर हस्तक्षेप करणाऱ्या व्यक्तीमध्ये झाले. जेव्हा एका माणसाने मला सांगितले की, त्याला हवा-पाण्याच्या गप्पा मारायला आवडत नसत आणि म्हणून तो पार्टीमधील कंटाळवाणा वेळ घालवायला डोक्यात अवघड गणिते सोडवतो तर एका तरुणीने सांगितले की, डेंटिस्ट लोकांना कमी वेळ काम करून जास्त पैसे मिळतात हे पाहून तिने डेंटल स्कूलला प्रवेश घेतला आहे; पण तिला फुलांची खरी आवड असल्यामुळे ती एक दिवस फुलांशी संबंधित काहीतरी करणार आहे तेव्हा मी महत्प्रयासाने स्वत:ला आवरले. मला त्यांना असे सांगावेसे वाटले की, 'नाही! तुम्ही चूक करत आहात आणि ते का चूक आहे ते मी तुम्हाला सांगते.' मी हॅपिनेस विषयाचा हिरिरीने पुरस्कार करत राही. एखाद्याला झेनचे स्वरूप उलगडून सांगताना मी वुडी ॲलनच्या सिनेमातल्यासारखी खरोखरच हमरीतुमरीवर येई. 'तुम्ही विरक्तीच्या तत्त्वाला फारच चिकटून बसलेले दिसताहात' असे मी तुच्छतेने म्हणे. मी मध्येमध्ये व्यत्यय आणत राही. मी बोलण्याची थांबत नसे. हॅपिनेस प्रोजेक्टच्या कल्पनेने मी इतकी झपाटले होते की, मी खरोखरच लोकांना जोरजोरात वाद घालून, आरडाओरडा करून गप्प बसवत असे.

विशेषत: मी माझ्या मित्र-मैत्रिणींना घरातला पसारा आवरण्याविषयी आग्रह करत असे. माझ्या घरातला पसारा आवरून झाला होता आणि मला अव्यवस्थित असलेले कपाट आवरल्याने जो आनंद मिळतो त्याचे जणू वेडच लागले होते. "ऐक!" एके रात्री जेमी मला सावध करत म्हणाला, "तुझं म्हणणं बरोबर असतं; पण जेव्हा तू लोकांना त्यांचं कपाट आवरण्याचा आग्रह करतेस, तेव्हा तू त्यांना दुखावत असतेस."

"पण जेव्हा मी त्यांना तो पसारा आवरायला मदत करते, तेव्हा त्यांना ते आवडतं." मी म्हणाले.

"हे सुचवणं योग्य आहे; पण आग्रह करू नकोस. तुझा हेतू चांगला आहे; पण न जाणो तू कोणालातरी दुखावून बसशील." जेमी म्हणाला.

मला एकदम आठवले की, काही दिवसांपूर्वी मी एका मैत्रिणीच्या घरात शिरताच– तिला पाहिजे तेव्हा पसारा आवरायला मदत करायला मी तयार आहे– असे सांगितले. तेव्हाच मला वाटले होते की, बहुतेक तिला माझी सूचना थोडी उद्धटपणाची वाटली होती. "ठीक आहे, तू बरोबर आहेस." मी जेमीपाशी कबूल केले. "मी थोडं सबुरीने घेईन."

मी माझ्या बहिणीला फोन केला. ''माझ्या हॅपिनेस विषयावरच्या बोलण्याने तुला त्रास होतो का?'' मी विचारले.

''अजिबात नाही.'' ती म्हणाली.

''तुला मी अधिक आनंदी झाल्यासारखी वाटते का?''

''निश्चितच!''

''कशावरून म्हणते आहेस तू?''

''हं... तू खूप शांत झाली आहेस, खेळकर झाली आहेस आणि तुझी चिडचिड कमी झाली आहे. नाही म्हणजे तशी काही तू फार चिडचिड करत नव्हतीस म्हणा.'' तिने घाईघाईने पुस्ती जोडली. ''पण तरी... तुला माहीत आहेच!''

''मी शांत राहण्याचा प्रयत्न करते; पण तू म्हणालीस त्याप्रमाणे तुला जर माझ्यात फरक जाणवत आहे, तर त्याचा अर्थ मला वाटलं होतं त्यापेक्षा मी जास्त चिडचिड करत होते तर...''

''तसंच तुला वेगवेगळ्या गोष्टींमध्ये आता आनंद शोधता यायला लागलाय.''

''म्हणजे काय?''

''म्हणजे बघ, आपण माझ्या लग्नात एलिझाचे केस कसे बांधायचे या विषयावर चर्चा करत होतो. पूर्वी अशा गोष्टींनी तू ताण वाढवून घ्यायचीस; परंतु आता तू या गोष्टींची विशेष काळजी वाटून न घेता तिला हवे तसे केस बांधायला परवानगी देतेस. असो. मी तुला हे सांगितलं का? की, तू मला तुझे काही संकल्प करून पाहायला प्रेरणा दिली आहेस?''

''खरंच? मस्त! काय करते आहेस तू?'' माझ्या हॅपिनेस प्रोजेक्टने दुसऱ्या कोणालातरी प्रेरणा मिळाल्याचे पाहून मी एकदम रोमांचित झाले.

''एक तर मी आता जास्त व्यायाम करते, पिलाटे, हायकिंग, कार्डिओ! मला आधी कोणताही छंद नव्हता; परंतु आता मी व्यायाम हाच माझा छंद आहे असं समजून चालणार आहे. म्हणजे... एकच गोष्ट दुसऱ्या दृष्टिकोनातून पाहणं; त्यामुळे तंदुरुस्ती तर वाढेलच शिवाय आत्मविकासाचे वातावरणही तयार होईल. तसंच बरीच वर्षं माझे डेंटिस्ट मला माझ्या एका दातावर ट्रीटमेंट करून घेण्याकरता सुचवत होते. ते 'रेंगाळणारं काम' मी पूर्ण केलं. आता मी जास्तीतजास्त वेळा घरीच जेवते, ते स्वस्त आहे आणि आरोग्यासाठीही चांगलं आहे. शिवाय आता वीकेंडला ज्या गोष्टींनी मला आनंद होतो त्या गोष्टी करायला मी जास्त वेळा बाहेर पडते.''

''आणि हे सगळं केल्यामुळे तुला जास्त आनंद मिळतो, बरोबर?''

''हो, अगदी बरोबर. याचा निश्चितच फायदा होतो. खरं तर मीसुद्धा चकित झाले आहे.''

११

नोव्हेंबर

मन समाधानी ठेवा

मनोवृत्ती

- मनमुराद हसा
- मॅनर्स पाळा
- सकारात्मक प्रतिसाद द्या
- आसरा शोधा

माझ्या हॅपिनेस प्रोजेक्टचे वर्ष जवळजवळ संपत आले होते आणि नोव्हेंबर महिन्यातील संकल्पांमध्ये मला उरलेल्या गोष्टी कोंबायला लागणार होत्या. सुदैवाने ज्या गोष्टी राहिल्या होत्या, त्या सगळ्या एकाच प्रकारात मोडत होत्या. मी माझ्या कृतींकडे लक्ष देण्यापेक्षा माझ्या वृत्तींवर लक्ष देऊ लागले होते. मला खेळकर, प्रेमळ आणि उदार मनोवृत्ती अंगी बिंबवायची होती. मी जर तशी झाले तर मला माझे सगळे संकल्प सहजपणे पाळता येणार होते.

सॅम्युअल पीप्स नावाच्या एका ब्रिटिश डायरी लेखकाने हॅपिनेसच्या स्वरूपाबद्दल वेळोवेळी लिहून ठेवले आहे. २३ फेब्रुवारी १६६२ रोजी त्याने लिहिले आहे, 'देवाच्या कृपेने मी आज २९ वर्षांचा झालो आहे. माझी प्रकृती उत्तम आहे. मला अजून जगायला आणि संपत्ती गोळा करायला आवडेल. माझे मन जर समाधानी असेल तर मी जगातला

आनंदी माणूस म्हणून गणला जाईन, ज्याकरता मी देवाचे आभार मानले पाहिजेत. तर मग मी आता प्रार्थना करतो आणि झोपायला जातो.' ('झोपायला जातो'....ही पीप्सची लेख संपवण्याची खास पद्धत होती.)

पीप्सच्या एका वाक्याने माझे लक्ष वेधून घेतले - 'जर माझे मन समाधानी असेल' या वाक्यात दडलेला मतितार्थ लक्षात न येणे सहज शक्य होते. जो स्वत:ला आनंदी समजत नाही, तो कधीच आनंदी होऊ शकत नाही; त्यामुळे जर मन समाधानी नसेल, तर माणूस आनंदी होऊ शकणार नाही. हाच होता माझा चौथा सिद्धान्त.

मी समाधानी होते का? नाही. माझी असमाधानी राहण्याची वृत्ती होती. माझा स्वभाव महत्त्वाकांक्षी, असमाधानी, अस्वस्थ, सहजपणे आनंदी न होणारा होता. कधीकधी ही वृत्ती उपयोगी पडत असे कारण त्यामुळे मी माझे काम प्रयत्नांची पराकाष्ठा करत अधिक चांगल्या पद्धतीने करू शकत असे, माझी ध्येये गाठू शकत असे; परंतु माझ्या आयुष्यातील बऱ्याच ठिकाणी ही वृत्ती उपयोगाची नव्हती. जेमीने एकदा माझ्या आवडत्या फुलाचे रोप आणून मला चकित केले होते आणि मी त्याची कुंडी कशी जास्त मोठी आहे यावर वाद घातला होता. एकदा आम्ही दुकानातून चुकीच्या आकाराचे दिवे आणले होते तेव्हा मी प्रचंड वैतागले होते. अशा गोष्टी मी सहजपणे सोडून देऊ शकत नसे.

हसण्यापेक्षा तक्रार करणे सोपे असते, विनोद करण्यापेक्षा आवाज चढवणे सोपे असते, समाधानी असण्यापेक्षा मागण्या करत राहणे सोपे असते. समाधानी राहण्याने माझे वागणे बदलेल, अशी मी आशा करू लागले. मी माझ्या स्वभावातले अनेक दोष शोधून काढले जे मला बदलायला हवे होते.

पहिली गोष्ट म्हणजे मी जास्त हसले पाहिजे. जास्त हसण्याने मी जास्त आनंदी होणार होते आणि त्यामुळे माझ्या आजूबाजूचे लोकही जास्त आनंदी होणार होते. गेली काही वर्षे मी जास्तच उदास झाले होते. मी जास्त हसत नव्हते किंवा माझ्या चेहऱ्यावर स्मितहास्यदेखील येत नव्हते. लहान बाळ सर्वसाधारणपणे दिवसातून चारशे वेळा हसते आणि मोठी व्यक्ती सतरा वेळा. मी तो सतरा आकडा तरी गाठला असेन की नाही याबद्दल शंका आहे.

हसऱ्या वृत्तीच्या जोडीला, मी अधिक प्रेमळ व्हायला हवी होते. प्रेमळपणा हा मी चांगला; पण कमी महत्त्वाचा सद्गुण समजत होते (विश्वासार्हता, कर्तव्यनिष्ठ... त्या प्रकारचा) परंतु बौद्ध धर्मात प्रेम आणि प्रेमळ वृत्तीवर दिलेला भर पाहून मला समजले की, मी एका महत्त्वाच्या गुणाकडे दुर्लक्ष करत आहे. मला प्रेमळपणा अंगी बाणवायचा होता; परंतु हे ध्येय खूप संदिग्ध होते - वाखाणण्याकरता सोपे; पण कृतीत उतरवायला अवघड असे हे ध्येय होते. माझ्या रोजच्या जीवनात मी प्रेमळपणे

वागण्याकरता कोणते उपाय करावेत बरे?

मी माझे मॅनर्स सुधारण्याचा महत्त्वाचा संकल्प हाती घेतला. माझे मॅनर्स जितके चांगले असायला हवेत, तितके ते चांगले नव्हते. मॅनर्स म्हणजे फक्त डायनिंग टेबलवरचे नव्हे (अर्थात, तेसुद्धा काही चांगले नव्हतेच म्हणा!) तर मी इतरांचा विचार करते हे माझ्या वागण्यातून दाखवायलाही मी कमी पडत होते. कदाचित नुसते नम्र वागण्याने प्रेमळपणा निर्माण होत नसावा; परंतु नम्र वागण्याने निदान माझ्यातला प्रेमळपणातरी दिसून येईल आणि एखादे वेळी या वरवरच्या वागण्याचे रूपांतर प्रत्यक्षातल्या प्रेमळपणात होईल. मला माझा न्यू यॉर्क शहराचा टेंभा मिरवणे सोडून द्यायचे होते. मी जेव्हाजेव्हा आई-वडिलांना भेटायला कॅन्सस सिटीला जाते, तेव्हा मला जाणवते की, अमेरिकेच्या मध्य पूर्व भागात राहणारे लोक जास्त मैत्रीपूर्ण वागतात. कॅन्सस सिटीमधील लोकांचे जीवन घाईगडबडीचे नसते (एका पाहणीनुसार, न्यू यॉर्कमध्ये अमेरिकेतले सर्वांत जास्त वेगात चालणारे लोक आहेत.) दुकानातील क्लार्क जास्त मदत करणारे आणि गप्पिष्ट असतात, ड्रायव्हर लोक रस्ता ओलांडणाऱ्यांकरता जास्त वेळ थांबतात. (न्यू यॉर्कमधले ड्रायव्हर गाडीच्या बंपरने तुम्हाला जवळजवळ धक्काच मारतील की काय असे वाटते.) भरभर चालण्यापेक्षा किंवा उद्धटपणे बोलण्यापेक्षा मला आनंदी होण्याकरता वेळ काढायचा होता.

तसेच मला टीका करणे सोडून द्यायचे होते, तत्काळ मत बनवणे थांबवायचे होते आणि मला असेच नको, तसेच नको हा कुरकुरा स्वभाव सोडून द्यायचा होता. मला वाढवताना माझ्या पालकांनी उत्साही आणि सकारात्मक राहण्यावर इतका भर दिला होता की, मी आणि माझी बहीण कधीकधी तक्रारही करत असू की, तुम्हाला आम्हा दोघींना दिखाऊ आणि बेगडी बनवायचे आहे. आता मोठे झाल्यावर समजते की, आमच्या पालकांनी ज्या उपरोधिक आणि अर्थहीन नकारात्मक वागण्यावर बंदी घातली होती; त्यामुळे घरातले वातावरण किती चांगले राहिले होते.

सर्वांत शेवटचे म्हणजे स्वत:ला उत्साही आणि प्रसन्न ठेवण्याकरता– स्वत:ला ज्या विषयांमुळे त्रास होतो किंवा राग येतो– त्यापासून दूर राहण्याचा मी संकल्प केला.

माझा स्वभाव बदलण्याच्या कामी हा अख्खा महिना लागणार की काय असे मला वाटू लागले; परंतु शोपेनहॉवरचे लेख वाचल्यावर (जो स्वत: त्याच्या निराशावादी स्वभावाकरता प्रसिद्ध होता.) मला उत्साही राहण्याचे महत्त्व समजले. 'जो कोणी उत्साही आणि आनंदी असतो, त्याला तसे राहण्यासाठी नेहमीच एक चांगले कारण असते; ते कारण म्हणजे तो मुळातच तसा असतो. इतर सगळे गुण जरी एकत्र केले, तरी ते या गुणाची जागा घेऊ शकत नाहीत. माणूस तरुण, देखणा, श्रीमंत आणि प्रतिष्ठित असू शकतो; पण तो आनंदी आहे का हे ओळखायचे असेल तर

आपण त्याला विचारतो की, तो उत्साही आहे का?' माझा हा महिना उत्साहीपणावर असणार होता.

मनमुराद हसा

आत्तापर्यंत मला माझ्या तिसऱ्या तत्त्वाच्या सामर्थ्याची खात्री पटली होती - 'जशी भावना हवी तशी कृती करा' मला जर आनंदी आणि खेळकर वाटायला हवे होते तर मी त्याप्रमाणे वागायला हवे होते; जसे की मनमुराद हसणे.

हसणे ही आनंददायी गोष्ट आहेच; पण हसण्याचे अजून बरेच फायदे आहेत. हसण्यामुळे प्रतिकारशक्ती वाढते, ब्लड प्रेशर कमी होते आणि कॉर्टिसॉलची (तणाव वाढला की वाढणारे एक प्रकारचे हार्मोन) पातळी कमी होते; वेदना सहन करण्याची शक्ती वाढते. हसणे हा सामाजिक बंध जोडणारा दुवा आहे. हसणे तणाव निवळायला आणि सामाजिक नात्यांमधील ताण कमी करायला (नोकरीमध्ये, वैवाहिक नात्यामध्ये, अनोळखी व्यक्तींमध्ये) मदत करते. जेव्हा लोक एकत्रितपणे हसतात तेव्हा ते एकमेकांशी जास्त बोलतात, एकमेकांना स्पर्श करतात आणि जास्तीतजास्त वेळा नजरेला नजर देतात.

मी मनमुरादपणे हसण्याकरता, मजेशीर गोष्टी शोधण्याकरता आणि इतरांच्या विनोदबुद्धीला दाद देण्याकरता निमित्त शोधायचे ठरवले होते. नुसते नम्रपणे हसणे बंद, इतरांच्या विनोदाचा भर ओसरण्याच्या आत स्वत:ची गोष्ट सांगायला सुरुवात करणे बंद, स्वत:च्या थट्टेला विरोध करणे बंद. दुसऱ्यांना हसवणे हा आयुष्यातील सर्वांत चांगला आनंद आहे. जेव्हा मी जेमीच्या विनोदांना हसते, तेव्हा जेमीसुद्धा आनंदी होतो. मी हसताना इलिनॉर आणि एलिझाबेथ माझ्या चेहऱ्याकडे टक लावून पाहत राहतात, त्याने तर मला अगदी भरून येते.

एक दिवस सकाळी इलिनॉर तोच तो 'नॉक नॉक'चा जोक दहाव्यांदा सांगू लागली आणि सांगता सांगता अचानक मला जाणवले की, तिचा खालचा ओठ थरथरू लागला आहे.

"काय झाले परी?" मी विचारले.

"तू हसली नाहीस!" तिने भोकाड पसरले.

"मला परत सांग." मी म्हटले. तिने परत तो जोक सांगितला आणि मी हसले.

मुख्य म्हणजे मला माझ्यावरच हसायचे आहे. मी स्वत:कडे खूप गंभीरपणे पाहते. क्वचित प्रसंगी, जेव्हा मी माझ्यावर हसले होते तेव्हा मला खूप आनंद झाला होता.

एकदा मी जेव्हा एका सूपबारमध्ये संथ गतीने पुढे सरकणाऱ्या रांगेमध्ये सूप घ्यायला (आताशा मी अबरचबर खाणे सोडून दिले आहे बरे!) उभी होते तेव्हा हाच

विषय माझ्या डोक्यात घोळत होता. माझ्या पुढच्या दोन वयस्कर बायका त्यांचे सूप निवडायला बराच वेळ घेत होत्या.

"मी हे मसालेदार डाळींचे सूप घेऊ का?" एकीने दुसरीला विचारले. तिने तिच्या सॅम्पल कपमधून चमचाभर सूप पिऊन पाहिले आणि ती म्हणाली, "नको, नको; हे सूप खूपच मसालेदार आहे. मला जरा मसालेदार सॉसेजचे सूप देता का?"

काउंटरपलीकडच्या माणसाने दुसऱ्या एका सॅम्पल कपमध्ये दुसरे एक सूप ओतले आणि तो कप त्याने त्यांच्यासमोर ठेवला. "हे सूपदेखील खूपच मसालेदार आहे." ती बाई उद्गारली.

त्या माणसाने काहीही न बोलता खांदे उडवले. मी त्या माणसाच्या मनात काय चालू होते ते सांगू शकत होते. तो म्हणत असेल, "अरे देवा, त्यासाठीच तर त्या सूपवर 'मसालेदार' असे लिहिले आहे ना?"

या सगळ्या प्रकरणातील माझी सहनशक्ती पाहून मला माझा अभिमान वाटत होता; परंतु माझ्यामागच्या लोकांचे पुटपुटणे ऐकल्यावर माझ्या लक्षात आले की, इतर लोक काही तितके सहनशील नाहीत.

तितक्यात ती चव घेणारी स्त्री वळली आणि तिच्या बरोबरीच्या मैत्रिणीला म्हणाली, "काय बाई तरी मी. मी त्या 'कर्ब युअर एन्थुझिआझम' या (विनोदी टीव्ही सीरिअल) कार्यक्रमातील वाटते का? थांबवा रे कोणीतरी मला." आणि ती जोरजोरात हसू लागली. मीसुद्धा माझे हसू दाबू शकले नाही. माझ्या मागचे लोकदेखील हसू लागले. त्या स्त्रीच्या स्वत:वर हसण्याच्या स्वभावाने चिडचिड्या वातावरणाचे रूपांतर एका क्षणात एका खेळकर प्रसंगात झाले.

परंतु स्वत:वर किंवा इतर कोणत्याही गोष्टीवर हसण्याकरता उपाय शोधणे ही अवघड गोष्ट होती. हसण्याकरता काय करावे ते मला कळेना. मी टीव्हीवर विनोदी कार्यक्रम पाहायचे ठरवले. विनोदी कार्यक्रमांच्या डीव्हीडी भाड्याने आणायचे ठरवले; परंतु हे सगळे मला वेळखाऊ आणि मारून मुटकून केलेले उपाय वाटले. मला माझ्या हसण्याच्या प्रयत्नांचेच टेन्शन यायला नको होते. माझ्यात इतकी का कमी विनोदबुद्धी होती ज्यामुळे असे हे टोकाचे, मुद्दाम ठरवून केलेले उपाय करायला लागावेत? शेवटी मी स्वत:ला बजावले, 'पूर्णपणे ऐकून घे आणि मग हास.' लोकांना त्यांच्या विनोदावर जो भला मोठा प्रतिसाद अपेक्षित असतो, तो देण्याकरता मी पुरेसा वेळ देऊ लागले.

चेस्टरनट बरोबर होता - 'खेळकर राहणे अवघड असते.' विनोदबुद्धी जोपासायलाही एक प्रकारची शिस्त आवश्यक असते. एलिझाची गुंतागुंतीची आणि न संपणारी कोडी ऐकायला, त्यातल्या नेमक्या विनोदी शब्दांवर हसायला जबरदस्त इच्छाशक्ती लागते. इलिनॉरच्या हजार वेळा उशीमागून डोकवायच्या खेळाला हसून प्रत्युत्तर

द्यायला सहनशक्ती लागते; परंतु मला हसताना पाहण्यात मुलींना खूप मजा वाटायची आणि त्यांचा तो आनंदच माझ्यासाठी पर्वणी असायचा. बरेचदा बळेबळे आणलेल्या हास्याचे रूपांतर खऱ्या हसण्यात होऊन जायचे.

तसेच ज्या गोष्टी मला मजेशीर वाटायच्या, त्याकडे मी जास्त लक्ष द्यायला सुरुवात केली. उदा. मला काही काही वाक्यांची खूप गंमत वाटायची, 'एक्स इज द न्यू वाय' (नव्या अमुकअमुक गोष्टीने जुन्या तमुकतमुक गोष्टींची जागा घेतली आहे.) मग मी मजा म्हणून एक यादी करायला सुरुवात केली. (या यादीने माझा 'परिणामांची चिंता करू नका' हा संकल्पदेखील पाळला गेला.) :

झोप ही सेक्सची नवी व्याख्या आहे.
ब्रेकफास्ट ही लंचची नवी व्याख्या आहे.
हॅलोवीन ही ख्रिसमसची नवी व्याख्या आहे.
मे महिना ही सप्टेंबर महिन्याची नवी व्याख्या आहे.
कमकुवतपणा ही सामर्थ्याची नवी व्याख्या आहे.
सोमवार ही गुरुवारची नवी व्याख्या आहे. (ऑफिस सुटल्यावर काय करायचे याचे प्लॅनिंग करण्यासाठी.)
तीन नंबर ही दोनची नवी व्याख्या आहे. (किती मुले असावीत.)
आता चाळिशी ही तिशीची नवी व्याख्या आहे आणि अकरावे वर्ष हे आता जुन्या तेराव्या वर्षासारखे मानले जाते.

मला या गोष्टी का गमतीशीर वाटल्या, ते माहीत नाही.

जेव्हा एका पुस्तक परीक्षणात माझ्या पुस्तकाचा उल्लेख 'स्टंट नॉन-फिक्शन' अशा नव्या पुस्तक-प्रकारात केला गेला, तेव्हा मला स्वत:वर हसण्याची अजून एक संधी मिळाली.

"हे बघ!" जेमीच्या तोंडापुढे पेपर नाचवत मी म्हणाले. "मी एका नव्या पुस्तक-प्रकाराचा हिस्सा आहे आणि साधासुधा प्रकार नाही, तर 'स्टंट' प्रकार."

"यात स्टंट काय आहे?"

"वर्षभर काहीतरी करून दाखवायचं!"

"मग त्यात काय चूक आहे?"

"थोरो नाही का वर्षभराकरता वाल्डेन पाँडला राहायला गेला होता? खरे तर तो दोन वर्षांकरता गेला होता; पण ते महत्त्वाचे नाही."

"पण त्यामुळे माझा प्रोजेक्ट एकदम मठ्ठ आणि इतरांची नक्कल करणारा वाटतो ना?" मी आकांताने विचारले. "शिवाय, त्यामुळे मी ('स्टंट नॉन-फिक्शन'

या प्रकारामध्ये) 'हॅपिनेस' या विषयावर लिहिणारी एकुलती एक लेखिका आहे हेही सिद्ध होत नाही ना! मठ्ठ, इतरांची नक्कल करणारी आणि... उथळ!''

मग मला आठवले, बचावात्मक किंवा चिंताग्रस्त वाटणे हा काही आनंदाचा मार्ग नाही. मनमुराद हसले पाहिजे, स्वत:ची खिल्ली उडवली पाहिजे; मला जसे वाटायला हवे तसे वागले पाहिजे आणि विचारांची चौकट बदलली पाहिजे.

''ठीक आहे,'' मी एकदम खेळकरपणाचा सूर लावत म्हटले, ''माझ्याही नकळत मी एका नव्या प्रवाहाचा हिस्सा बनले आहे. मला डॉटकॉमच्या लाटेवर स्वार होता आलं नाही. मला आयपॉड कसा वापरायचा ते जेमतेम माहीत आहे. मी 'प्रोजेक्ट रन अवे' (फॅशनवर आधारित असलेला टीव्हीवरचा रिॲलिटी शो) पाहत नाही; पण एकदा का होईना सध्या ज्याची चलती आहे ते मी करून पाहिलं आहे.'' मी प्रयत्नपूर्वक स्वत:च्या चेहऱ्यावर हसू खेळवले आणि मला लगेच बरे वाटू लागले. जेमीही हसू लागला आणि शिवाय त्याला आता मला उदासीनतेच्या भावनेतून बाहेर काढावे लागणार नाही या जाणिवेने तो सुखावला.

नुसत्या हसण्यापेक्षा मनमुराद हसण्याने अनेक गोष्टी साध्य होतात. हसून प्रतिसाद देण्याकरता मला माझा अहंकार, माझे बचावात्मक धोरण, माझा आत्मकेंद्रितपणा सगळे काही गुंडाळून ठेवावे लागले. एकदा सेंट थेरेसाने मनसोक्त हसायचे ठरवले होते, तेव्हाचा एक किस्सा मला आठवला. तिच्या आयुष्यातील तो एक महत्त्वाचा क्षण होता. थेरेसाच्या असामान्य संतपणाचा सामान्यपणे वागल्यामुळे घडलेला नमुनेदार प्रसंग. वरकरणी साधी वाटणारी ती घटना म्हणजे तिच्या आध्यात्मिक जीवनाला कलाटणी देणारा प्रसंग होता. दर ख्रिसमसला तिला शूजमध्ये लपवलेली गिफ्ट्स उघडायला मजा वाटत असे (फ्रेंच लोक अमेरिकन लोकांप्रमाणे मोज्यांमध्ये गिफ्ट्स ठेवत नाहीत). ती चौदा वर्षांची असताना, एका ख्रिसमसला तिला तिच्या वडिलांचा तक्रारीचा सूर ऐकू आला, ''चला, सुदैवानं आता हे शेवटचंच वर्ष!'' कौतुकात वाढलेल्या थेरेसाला ते प्रेमाचा अभाव असलेले शब्द ऐकून इतर वेळी खूप वाईट वाटले असते किंवा रडू कोसळले असते; पण त्याऐवजी तिने जिन्यामध्ये उभी असताना, तिच्याच भाषेत सांगायचे तर 'संपूर्ण परिवर्तन' अनुभवले. तिने तिचे अश्रू थोपवले आणि गिफ्ट्सकडे तिरस्काराने बघण्याऐवजी किंवा स्वत:च्या खोलीत रुसून बसण्याऐवजी तिने धावत खाली जाऊन आनंदाने सगळी गिफ्ट्स उघडली. तिचे वडीलदेखील तिच्याबरोबर हसू लागले. थेरेसाला जाणवले की, वडिलांच्या त्या बोलण्यावर हसणे ही तिने संतवृत्तीमुळे दिलेली प्रतिक्रिया योग्य होती.

मॅनर्स पाळा

माझ्या संशोधनाचा एक भाग म्हणून मी 'न्यू कॅसल पर्सनॅलिटी असेसर टेस्ट' (व्यक्तिमत्त्वाची चाचणी) दिली. डॅनियल नेटलच्या 'पर्सनॅलिटी' या पुस्तकात मला त्याचा संदर्भ मिळाला. त्या टेस्टच्या रिझल्टनुसार मी मॅनर्स पाळणे खूप जरुरीचे होते. ही टेस्ट खूप छोटी असते. फक्त बारा प्रश्न. नुकतीच उदयाला आलेली 'बिग फाइव्ह' नावाची पद्धत (ही सर्वसमावेशक, विश्वसनीय आणि उपयुक्त शास्त्रशुद्ध चौकट आहे.) वापरून या टेस्टमार्फत व्यक्तिमत्त्वाचे अचूक मूल्यमापन करता येते. या टेस्टनुसार लोकांचे व्यक्तिमत्त्व पाच वेगवगळ्या दृष्टिकोनांतून पाहिले जाते आणि प्रत्येक प्रकारात ती व्यक्ती किती मार्क मिळवते त्यानुसार ठरवता येते.

१. बहिर्मुख : बक्षिसाला प्रतिसाद देणारे
२. संवेदनशील : भीतीला प्रतिसाद देणारे
३. विवेकी : प्रतिबंधाला प्रतिसाद देणारे (नियोजन, स्वयंशिस्त)
४. सहृदय : दुसऱ्याचा विचार करणारे
५. प्रयोगशील : मनाच्या कक्षा रुंद असणार

मला नेहमी वाटायचे की, 'बहिर्मुख' म्हणजे मुळात 'मित्रत्व'. परंतु या पद्धतीनुसार, 'बहिर्मुख' वर्गात जास्त मार्क मिळवणाऱ्या लोकांना नेहमी जोरदार सकारात्मक प्रतिसाद मिळतो आणि त्यामुळे ते आनंदी, आशावादी, उत्साही आणि उल्लसित राहतात. संवेदनशील हा शब्द मी अनेक वेळा ऐकलेला असूनही मला त्याचा अर्थ नीट कळलेला नव्हता. आता कळते की, ज्या लोकांची संवेदनशीलता जास्त असते, ते लोक नकारात्मक भावनांना (भीती, काळजी, अपराधीपणा, घृणा, दु:ख, शरम) सहजासहजी बळी पडतात.

बारा प्रश्नांची उत्तरे देऊन झाल्यावर मी माझ्या मार्कांची बेरीज केली.

बहिर्मुख - कमी ते मध्यम
संवेदनशील - कमी ते मध्यम
विवेकी - जास्त
सहृदय - कमी
प्रयोगशील - जास्त

मला माझा रिझल्ट खूपच योग्य वाटला. एप्रिल महिन्यातल्या सब-वे प्रवासात

मला समजले होते की, जेव्हा मी तटस्थ असते तेव्हा मी आनंदीही नसते किंवा दु:खीही नसते. मी 'कमी ते मध्यम' या वर्गात मोडणारी आहे; मी खूपच विवेकी आहे. प्रयोगशीलतेमध्ये मला जास्त मार्क्स मिळाल्याचे पाहून आनंद झाला. मला तिथे किती मार्क्स मिळतील याचा मला अंदाज नव्हता. विशेष म्हणजे, सहृदयपणात कमी मार्क्स मिळालेले पाहून मला आश्चर्य वाटले नाही, ते मला माहीतच होते. माझ्या काही मैत्रिणींना मी माझ्या सहृदयपणामधील कमी गुणांबद्दल सांगितले तेव्हा खऱ्या मैत्रिणींप्रमाणे त्यांचे सगळ्यांचे एकच मत पडले. 'अजिबात नाही, तू सहृदय आहेस.' त्यांच्या या निष्ठावान प्रतिक्रियेवरूनच समजते की, बहुतेक त्या माझ्यापेक्षा जास्त सहृदय आहेत.

टॉलस्टॉयने लिहून ठेवले आहे की, 'निरंतर प्रेमाएवढी दुसरी कोणतीही गोष्ट आपले किंवा इतरांचे आयुष्य सुंदर बनवू शकत नाही.' रोजच्या जीवनात प्रेमळपणा चांगल्या शिष्टाचाराच्या स्वरूपात येतो. सहृदयपणामधले माझे कमी गुण माझ्यातल्या निष्काळजीपणाच्या सवयीमधून दिसत होते - मी फुटपाथवरच्या लोकांना डावलून पुढे जाते, सब-वेमध्ये माझी जागा दुसऱ्या कोणालातरी जास्त गरजेची आहे की नाही हे बघण्याची मी तसदी घेत नाही, मी कुणालाच 'पहले आप!' किंवा 'नाही नाही, तुम्ही बसू शकता' असे म्हणत नाही, मी समोरच्याला मदतीचा हात पुढे करतेच असे नाही.

मुख्य म्हणजे मला बोलताना मी जास्त सहृदय आणि प्रेमळ आहे असे दाखवण्याकरता चांगले मॅनर्स वापरायला हवे होते. मलाच सगळे समजते, असा मला फाजील आत्मविश्वास होता. उदा. 'कादंबरीकार अँजेरा थिर्कलाच्या कादंबऱ्यांचे एक वैशिष्ट्य असे आहे की, ती तिच्या कादंबऱ्यांमध्ये, अँथनी ट्रॉलॉपच्या बर्सेटशायर नावाच्या काल्पनिक इंग्लिश गावाची पार्श्वभूमी वापरते.' मी तर त्याच्याही एक पाऊल पुढे होते - 'तुला काय वाटते? तुझीच सकाळ धावपळीत गेली आहे? माझी सकाळ ऐक.' मी इतरांचा मूड घालवत असे - 'तुला तो सिनेमा आवडला? मला तर तो खूप कंटाळवाणा वाटला.'

माझे असे वागणे सुधारण्याकरता मी लोकांच्या संभाषणात इंटरेस्ट दाखवणाऱ्या प्रतिक्रिया देऊ लागले :

तुझे बरोबर आहे.
चांगलीच स्मरणशक्ती आहे तुझी!
तुझा तो किस्सा सगळ्यांना सांग ना!
मी त्याचा आधी कधी विचारच केला नव्हता.
तू काय म्हणतेस ते कळते आहे मला.
तुला काय वाटते?

मी माझ्या बोलण्याच्या पद्धतीकडे लक्ष देऊ लागल्यावर माझ्या स्वभावातला एक पैलू तातडीने बदलण्याची गरज आहे, हे माझ्या लक्षात आले - मी वाद घालण्यात पटाईत होते. एखाद्याने एखादे वाक्य उच्चारायची खोटी की, मी लगेच ते वाक्य खोडून काढणारच! समजा, कोणी म्हटले, 'पुढच्या पन्नास वर्षांत अमेरिकेकरता चीन देशाबरोबरचे संबंध खूप महत्त्वाचे असणार आहेत.' हे ऐकताच माझे मन लगेच विरोधी उदाहरणे शोधायला लागायचे. का? वादासाठी वाद का घालायचा? खरे तर मला या विषयातले खूप कमी कळते. लॉ शिकल्यामुळे माझ्यातल्या या दुर्गुणाला आणखी खतपाणी मिळाले आहे. मला वाद-विवाद करायला शिकवले गेले आहे आणि त्यात वाकबगार असल्याचा मला अभिमान होता; परंतु लॉच्या विद्यार्थ्यांना वाद घालायला जितका आवडतो, तितका बऱ्याच लोकांना आवडत नाही.

रोजच्या आयुष्यात माझा हा वाद घालण्याचा स्वभाव आड येत नसे; परंतु माझ्या लक्षात आले की, ड्रिंक्स घेतल्यावर मी जास्त हटवादी होत असे आणि माझे मॅनर्स (?) गळून पडत असत. मी जास्त ड्रिंक्स घेत नसल्याने आणि दोन्ही प्रेग्नन्सीच्या दरम्यान मी ड्रिंक्स न घेतल्याने, माझ्या पचनशक्तीला ड्रिंक्स सहन होत नाहीत. कुठल्याही समारंभाला जाऊन घरी आल्यावर जेव्हा मी बेडवर पडून विचार करत असे, तेव्हा 'मी आगाऊपणे वागले का?' 'मी माझी बाजू इतक्या नकारात्मक पद्धतीने का मांडली?' असले प्रश्न माझ्या मनात वारंवार येत असत. जेमीदेखील बरेचदा माझ्या वागण्याबद्दल फारशी खात्री देऊ शकत नसे.

या महिन्यात मी माझ्या आक्रमकपणावर ताबा मिळवायचे ठरवले; त्याकरता ड्रिंक्स सोडून देण्याचा मी एखादे वेळेस विचार केला नसता; पण जेमीने त्याच्या हिपॅटायटिस-सी करता ड्रिंक्स सोडले आणि मी त्याच्या संयमाला साथ द्यायची म्हणून माझे ड्रिंक्स घेणे आणखी कमी केले.

कमी ड्रिंक्स घेण्याने मला एकदम सुटका झाल्यासारखे वाटले आणि म्हणून मग मी ड्रिंक्स घेणे पूर्णपणेच बंद करून टाकले. (माझ्या फेब्रुवारीतल्या रिसर्चनुसार मला माहीत होते की, जर जेमीने ड्रिंक्स सोडले, तर मीदेखील ड्रिंक्स सोडण्याची पाचपट शक्यता होती; त्यामुळे मला माझ्या निर्णयाचा तसाही अंदाज होताच.) ड्रिंक्स पूर्णपणे सोडल्याने मी खूप आनंदी झाले. मला वाइनची किंवा बीअरची चव फारशी आवडली नव्हती आणि हार्ड-लिकर तर मला सहनही होत नाही. अल्कोहोलमुळे चढणारी धुंदी मला कधीच आवडली नाही. मी ड्रिंक्समधून कॅलरीज् पोटात ढकलण्यापेक्षा खाण्यातून जास्त कॅलरीज् मिळवेन; परंतु मला ड्रिंक्सच्या वेळचे वातावरण चुकल्या चुकल्यासारखे वाटते. मला विन्स्टन चर्चिल यांच्या शॅम्पेन आणि सिगारच्या

ओढीची गंमत वाटत असे; परंतु माझ्या अनुभवाच्या बोलांपैकी एक असे सांगते की, 'इतरांना जे आवडेल ते तुम्हाला आवडेलच असे नाही.' इतरांना ड्रिंक्स घेणे कितीका आवडेना (आणि मलाही ते आवडावे असे मनातून वाटत असले तरी) माझ्याकरता ती मजेची गोष्ट नाही हे मला कबूल केलेच पाहिजे. उलट त्यामुळे माझ्या मनात कटू भावना उत्पन्न होत असत.

जेव्हा मी ड्रिंक्स घेणे जवळजवळ सोडले होते, तेव्हा ड्रिंक्स घेतल्यावर मी उद्धटासारखी का वागते याचे अजून एक कारण सापडले - ड्रिंक्समुळे मला झोपाळल्यासारखे होत असे. जेव्हा मी अति दमलेली नसे, तेव्हा नम्र राहणे आणि सहृदयतेने वागणे मला सोपे जात असे. सुरुवातीच्या महिन्यांमध्येच माझ्या लक्षात आले होते की, मी जेव्हा प्रयत्नपूर्वक स्वत:ला शारीरिकदृष्ट्या आरामात ठेवते तेव्हा मला आनंदी राहणे, मॅनर्स पाळणे सोपे जाते. उदा. उबदार कपडे वापरणे (लोक जरी माझ्या मोठ्या स्लीपर्स, दोन-दोन स्वेटर्स आणि गरम पाण्याच्या बाटलीची थट्टा करत असले तरी) अधूनमधून खात राहून पोट शांत ठेवणे (मला वाटते, मला इतरांपेक्षा जास्त वेळा खायची गरज पडते.) झोप यायला लागताच दिवे बंद करणे, डोकेदुखी सुरू होताच औषध घेणे. द ड्यूक ऑफ वेलिंग्टनने सुचवले आहे की, 'जेव्हाजेव्हा जमेल, तेव्हा बाथरूमला जाऊन या' आणि मी तो सल्लादेखील मानला. जेव्हा मी थंडीने कुडकुडत नसे, मला बाथरूमला धावत पळत जायला लागत नसे किंवा मी वाइनचा दुसरा ग्लास पीत नसे ...तेव्हा आनंदाने वागणे बरेच सोपे जात असे.

सकारात्मक प्रतिसाद द्या

मला खूप हसायचे होते, मला जास्त प्रेमळ बनायचे होते आणि मला जास्त उत्साही राहायचे होते. टीका करणे ही चांगली गोष्ट नाही हे मला माहीत होते; पण त्यात मजा असते की त्यातून इतके कमालीचे समाधान मिळते कोण जाणे? टीका करण्याने मला मी जास्त बुद्धिमान आणि सुसंस्कृत वाटत असे. तसेच अभ्यासातूनही असे दिसून आले आहे की, जे लोक टीका करतात त्यांना विचारवंत समजले जाते. उदा. एका अभ्यासातून असे दिसून आले आहे की, पुस्तकांचे परीक्षण करताना नकारात्मक सूर लावणाऱ्या समीक्षकांना, सकारात्मक परीक्षण लिहिणाऱ्या समीक्षकांपेक्षा लोक जास्त तज्ज्ञ आणि कार्यक्षम समजतात. (जरी सकारात्मक आणि नकारात्मक, दोन्ही परीक्षणे उत्तम दर्जाची असली तरी.) दुसऱ्या एका अभ्यासानुसार, ज्या लोकांवर टीका केली जाते, ते टीका करणाऱ्याला आपल्यापेक्षा हुशार समजतात. तसेच जेव्हा एखादी व्यक्ती एखाद्या ग्रुपची एकवाक्यता खोडून काढते, तेव्हा ज्याबद्दल एकवाक्यता आहे अशा गोष्टीची किंमत कमी होते. मी लोकांना या

गोष्टीचा गैरफायदा घेताना पाहिले आहे. जेव्हा एखादा ग्रुप आनंदाने एकमताने म्हणतो की, अमुकअमुक शिक्षक चांगले आहेत किंवा अमुकअमुक हॉटेल चांगले आहे तेव्हा कोणीतरी बरोबर उलटे बोलून सगळ्यांचा मूड खराब करते. टीकाकार असण्याचे फायदे तर आहेतच; शिवाय शिष्टासारखे वागणे सोपे असते. उत्साही स्वभाव सोपा आणि भेदभाव न करणारा दिसत असला, तरी प्रत्यक्षात एखाद्या गोष्टीचा तिरस्कार करण्यापेक्षा ती गोष्ट आपली म्हणणे जास्त अवघड आणि धोकादायक असते.

मी इतर लोकांबद्दल असलेल्या माझ्या प्रतिक्रिया तपासून पाहिल्या असता मला जाणवले की, जे लोक जास्त टीका करतात त्यांना मी नेहमी जास्त बुद्धिमान आणि जास्त सुज्ञ समजत असे. ज्या लोकांना काहीच आवडत नाही अशा लोकांच्या सान्निध्यात आनंद शोधणे अवघड असते. मला उत्साही लोकांबरोबर राहायला आवडते, त्यांचे खूप कमी पूर्वग्रह असतात आणि ते जास्त उमद्या मनाचे आणि मजेशीर असतात.

उदा. एका संध्याकाळी आमच्या एका जवळच्या मैत्रिणीला सरप्राइज पार्टी द्यायची म्हणून आम्ही मैत्रिणी बॅरी मॅनलोच्या कॉन्सर्टला गेलो, कारण बॅरी मॅनलो तिला खूप आवडतो. नंतर मला जाणवले की, आपण बॅरीचे चाहते आहोत असे नाटक करायला मला बरेच कष्ट घ्यावे लागले होते. शेवटी, बॅरी मॅनलो म्हणजे ... बॅरी मॅनलो आहे. त्याच्या संगीताचा माझ्या मैत्रिणीसारखा मनमुरादपणे आस्वाद घेण्यापेक्षा, त्याची उपरोधिक पद्धतीने चेष्टा करणे सोपे होते. उत्साह दाखवणे हे सामाजिक धाडसाचे एक रूप असते. शिवाय लोकांच्या मतावर इतरांच्या मताचा प्रभाव असतो; त्यामुळे जेव्हा माझी मैत्रीण म्हणाली, ''धमाल मैफल आहे ही, अप्रतिम संगीत आहे!'' तेव्हा तिच्या बोलण्याने माझाही उत्साह वाढला.

मला या प्रकारचा उत्साह माझ्यामध्ये हवा होता. मी काही अनावश्यक नकारात्मक वाक्ये न म्हणण्याचा निर्धार केला – 'मला खरंच जावंसं वाटत नाही' 'जेवण खूपच जड होतं' 'त्या पेपरमध्ये वाचण्यासारखं काहीच नाही.' त्याऐवजी मी खऱ्याखुऱ्या उत्साहाने वागण्याचे मार्ग शोधू लागले.

उदा. जेमीच्या सांगण्यावरून एका दुपारी आम्ही मुलींना माझ्या सासू-सासऱ्यांकडे सोडून सिनेमाला गेलो होतो. जेव्हा आम्ही त्या दोघींना परत न्यायला गेलो, तेव्हा माझ्या सासूने विचारले, ''कसा होता सिनेमा?''

माझ्या नेहमीच्या सवयीनुसार 'वाईट नव्हता' असे म्हणण्याऐवजी मी म्हणाले, ''दुपारी सिनेमाला जायला मिळणं हीच खूप चांगली गोष्ट आहे.'' हा कसा आनंद वाढवणारा प्रतिसाद झाला, तिचाही आणि माझाही!

सकारात्मक मत द्यायला अंगी नम्रता असावी लागते. मी कबूल करते की,

विनोदातली मजा घालवणे, टोमणे मारणे, उपरोधिक बोलणे, उपहासात्मक आणि अपमानास्पद मत देणे या सगळ्यांतून येणारी श्रेष्ठत्वाची भावना मला हवीहवीशी वाटत असे. इतरांच्या कृतीने आपण आनंदी होण्याकरता आपल्याकडे नम्रता आणि निरागसता असणे आवश्यक असते, ज्याची प्रसंगी हळवेपणा आणि भावनाविवशता अशी संभावना होऊ शकते. माझ्या ओळखीच्या– नेहमी इतरांच्या कृतीने आनंदी होणाऱ्या लोकांबद्दल– आयुष्यात प्रथमच माझ्या मनात आदर दाटून आला. संत ऑगस्टाइनला उद्देशून लिहिलेल्या प्रार्थनेमध्ये एक ओळ अशी आहे की, 'सुखी लोकांचे रक्षण कर' :

हे लॉर्ड ख्राइस्ट,
आजारी लोकांची काळजी घे.
दमल्या भागलेल्यांना विश्रांती दे
मृत्युपंथाला लागलेल्यांवर कृपा कर
दु:खितांचे सांत्वन कर
व्यथित लोकांवर दया कर
सुखी लोकांचे रक्षण कर
आणि हे सगळे आमच्यावरील प्रेमाकरता कर.

सुरुवातीला मला हे थोडे विचित्र वाटले की, दु:खितांचा आणि मृत्युपंथाला लागलेल्या लोकांचा ज्या प्रार्थनेमध्ये उल्लेख आहे, त्यात सुखी लोकांची कशी काय वर्णी लागली? सुखी लोकांची काळजी करण्याचे कारण काय?

जेव्हा मी लोकांना सकारात्मक प्रतिसाद देऊ लागले तेव्हा माझ्या आयुष्यातील सुखी लोकांचा केवढा आनंद मी हिरावून घेत होते याची आणि या सुखी लोकांना सातत्याने चांगले वागायला किती कष्ट पडत असतील, याची मला कल्पना येऊ लागली. अवघड वागणे सोपे असते; पण सोपे वागणे अवघड असते. आम्ही सुखी नसणारे लोक, सुखी लोकांचा उत्साह आणि एनर्जी शोषून घेतो. त्यांच्या चांगल्या स्वभावाने त्यांनी आम्हाला दिशा दाखवावी आणि आमची चिडचिड आणि काळजी कमी करावी म्हणून त्यांच्यावर विसंबून राहतो. तसेच, मानवी स्वभावात काळी बाजू असल्याने आम्ही कधीकधी उत्साही, आनंदी लोकांना त्यांच्या काल्पनिक विश्वातून बाहेर काढण्यास प्रवृत्त होतो आणि त्यांना दाखवून देतो की, त्यांचे नाटक कसे फालतू होते, पैसा कसा वाया गेला आणि मीटिंग कशी व्यर्थ होती. त्यांचा आनंद जपण्यापेक्षा आम्ही तो उधळून लावतो. हे असे का होते? याचे माझ्याकडे उत्तर नाही; पण असे करावेसे वाटते हे मात्र खरे आहे.

मी ही प्रार्थना माझ्या ब्लॉगवर लिहिली आणि स्वत:ला सुखी म्हणवून घेणाऱ्या अनेक वाचकांनी प्रतिक्रिया पाठवल्या :

> या तुझ्या पोस्टने खरोखर डोळ्यांत पाणी आणले. सुखी लोकांपैकी एक असल्याने सांगतो, मी मनापासून मान्य करतो की, सुखी राहणे हे कष्टाचे काम आहे. मात्र, दाद द्यायला फार कमी कष्ट पडतात.
>
> जे लोक रोज सकाळी उठल्यावर आनंदी असतात अशा लोकांपैकी मी एक आहे. असे नाही की, माझ्या आयुष्यात वाईट काही घडतच नाही; पण मी आनंदी राहायचे ठरवले आहे म्हणून मी आनंदी आहे. खरेच! मी चांगल्या मूडमध्ये असल्यावर लोकांना राग का येतो हे मला कळत नाही; पण त्यांना माझ्या आनंदी राहण्यातून मिळणारी एनर्जी तर हवी असते. हे कधीकधी दमछाक करणारे काम असते.
>
> मीसुद्धा सुखी असणाऱ्यांपैकीच आहे. मी तो पर्याय निवडला आहे. मी रोज हा पर्याय निवडते. मी नुकतेच माझ्या बॉयफ्रेंडबरोबरचे माझे नाते तोडून टाकले आहे आणि त्यातून झालेल्या मनस्तापातून सावरते आहे. माझा बॉयफ्रेंड माझा आनंद उधळून टाकत असे आणि अत्यंत निर्दयपणे माझा आनंद शोषून घेत असे. मला असे वाटू लागले होते की, मला कोणीतरी पाण्याखाली खेचत आहे. मला हे नाते तोडणे आवश्यक होते. नाहीतर मी जगूच शकले नसते. अर्थात कोणाला ही भावना समजेल की नाही मला माहीत नाही.

या प्रतिक्रियांवरून मला जाणवले की, सुखी लोकांचा आनंद हा अक्षय आणि अजिंक्य नसतो, म्हणून मी माझ्या ओळखीच्या सुखी लोकांना प्रोत्साहन द्यायला सुरुवात केली.

माझा 'सकारात्मक मत द्या' हा संकल्प अमलात आणण्यासाठी मी सौजन्य सप्ताहाच्या आणि कादंबरी लेखनाच्या काळात जसे कसून प्रयत्न केले होते, तसे करून पाहायचे ठरवले. एखादे वेळी आठवडाभर 'पॉलियाना' हा बोर्डगेम खेळल्याने मला सकारात्मक वागण्याची सवय झाली असती. इलिनॉर पोर्टरची १९१३ मध्ये गाजलेली कादंबरी 'पॉलियाना'मध्ये पॉलियाना एक 'ग्लॅड गेम' नावाचा खेळ खेळते. या खेळात तिच्या बाबतीत जे काही होई, त्याबद्दल आनंदी वाटून घेण्याचे तिला कारण सापडत असे. माझा स्वत:चा पॉलियाना सप्ताह म्हणजे आठवडाभर

कोणतीही नकारात्मक प्रतिक्रिया द्यायची नाही. 'मला जसे वाटायला हवे होते तसे मला वागायला हवे होते' हे मला माहीत होते. मला जर उत्साही, प्रेमळ आणि समजूतदार वाटायला हवे असेल तर मी सतत टोमणे मारणे बरोबर नाही.

पहिल्या दिवशी सकाळी मी मनात पॉलियानाचा विचार घोळवतच उठले आणि सकाळी सात वाजताच मी तो नियम मोडीत काढला. सकाळी सकाळी मी जेमीवर टीका केली होती. "तू माझ्या ई-मेल्सना कधीच उत्तरे देत नाहीस. कालसुद्धा तू उत्तर दिले नाहीस; त्यामुळे मी पुढचे कार्यक्रम ठरवू शकत नाही. आपल्याला गुरुवारी रात्री बेबी-सीटर हवी आहे की नको?"

दुसऱ्या दिवशी मी परत तेच केले. शाळेत जायच्या आधी आम्ही सगळे टेबलापाशी बसलो असताना इलिनॉरने तिच्या तोंडाकडे बोट दाखवले. त्याची आम्हाला गंमत वाटली; पण तितक्यात तिने उलटी होण्याच्या आधीचे आवाज काढायला सुरुवात केली.

"पटकन टॉवेल आण; तिला उलटी होणार आहे." मी ओरडले.

एलिझा किचनकडे धावली; पण ती परत यायच्या आत इलिनॉरने अर्धवट पचलेले दूध उलटून टाकायला सुरुवात केली होती. ती, मी आणि फर्निचर सगळे खराब झाले.

"जेमी, टॉवेल आण!" तो बसल्या जागी खिळून गेला होता. दोघेही किचनमधून नॅपकिन आणेपर्यंत इलिनॉरच्या उलट्या थांबल्या होत्या आणि आम्ही दोघी पार बरबटून गेलो होतो.

"घाईच्या वेळी असे इतके शांतपणे वागतात का?" मी ओरडले. "तुम्ही दोघांनी भरभर हालचाल केली असती तर हे इतके खराब झाले नसते." का मी अशी नकारात्मक बोलले? आधीच सगळ्यांचा धीर खचला होता, त्यात माझ्या बोलण्याने भरच पडली आणि हे बोलून फायदा काहीच झाला नाही.

पॉलियाना सप्ताहामुळे मी माझा मुद्दा– चांगल्या प्रकारे, मग तो कितीही टीकेचा असेना का– सकारात्मक पद्धतीने मांडायला शिकले. उदा. मी एलिझाबरोबर 'फाइंडर्स किपर्स' हा खेळ खेळत असताना पॉलियाना सप्ताहाचा नियम मोडला. या खेळात तुम्हाला शक्य तितक्या टाइल्स मिळवायच्या असतात.

"मला माझ्या बेसबॉल कॅपच्या टाइलच्या बदल्यात तू तुझी बटरफ्लायची टाइल देशील का?" खेळाची पहिली फेरी होताच एलिझाने विचारले.

"ठीक आहे. चालेल."

आम्ही अजून एक फेरी खेळलो.

"मी माझा ग्लोब तुझ्या फुलांबरोबर बदली करू का?"

"ठीक आहे, चालेल."

आम्ही पुढची फेरी खेळू लागलो.

"मला माझ्या फूटबॉलच्या टाइल्सच्या बदल्यात तुझी आइस्क्रीमची टाइल देशील?"

आता हे वाढतच चालले होते. "एलिझा, हे असं टाइल्स बदली करण्याने खेळ कंटाळवाणा होतो." मी तिला सांगितले. "जे आहे ते तसेच ठेव. खेळाच्या शेवटी आपण ते बदलून घेऊ या. तुला जे मिळालंय ते मिळालंय. आता अस्वस्थ होऊ नकोस."

"ठीक आहे," ती आनंदाने म्हणाली.

नंतर मला जाणवले की, मी या सूचना टीका न करताही मांडू शकले असते. जसे की, "जेव्हा तुम्ही भरभर खेळता ना, तेव्हा खेळाला जास्त मजा येते. आपण खेळाच्या शेवटी अदलाबदल करू या का?"

त्या रात्री मी एक चांगली गोष्ट केली. खूप दमले असल्याने मी रात्री नऊ वाजताच झोपी गेले. टीका करणे टाळण्याचा उत्तम मार्ग म्हणजे झोपी जाणे; पण मी जेव्हा जेमीला 'मी खूप दमल्यामुळे आता झोपायला जात आहे' असे सांगितले तेव्हा ते माझे फक्त एक विधान होते की तक्रार होती की वस्तुस्थिती होती? ती एक तक्रार म्हणून गणली जात होती. मी ते चांगल्या पद्धतीने सांगू शकले असते. जसे की, "लवकर झोपणे ही कल्पना मला खूप छान वाटते. म्हणून मी आज लवकर दिवे बंद करत आहे."

पॉलियाना सप्ताहाचे मोठे आव्हान म्हणजे माझी उद्दिष्टे मनात सतत जागी ठेवणे. दिवसाच्या धबडग्यात मी माझे संकल्प विसरून जात असे; त्यामुळे ऑक्टोबर महिन्यातले क्षणस्थ राहण्याचे काही उपाय आठवून, मी 'फक्त सकारात्मक प्रतिसाद' देण्याची आठवण राहण्याकरता सप्ताहाच्या तिसऱ्याच दिवशी हातात केशरी रंगाचे ब्रेसलेट घालायला सुरुवात केली. त्याचा चांगला उपयोग झाला. एकदा मी माझ्या मैत्रिणीला म्हटले की, 'हे ब्रेसलेट खूपच जड आहे आणि खूप आवाज करत आहे,' हा एकुलता एक अपवाद वगळता. सकारात्मक प्रतिसाद देण्यासाठी किती तो खटाटोप? परंतु त्यामुळे विजयाचे काही क्षण माझ्या पदरी पडले. मी इंटरनेट बंद पडले म्हणून तक्रार केली नाही; जेमीने सलग तीन रात्री, तीन डेझर्टस् बनवले, तेव्हा मी नापसंती दाखवली नाही; एलिझाने चुकून इलिनॉरचा स्ट्रॉलर किचनच्या भिंतीवर धडकवला आणि तिथल्या भिंतींचा रंग उडाला तेव्हा मी कोणताही दंगा न करता प्रकरण सोडून दिले आणि जेव्हा इलिनॉरने माझी लिपस्टिक टॉयलेटमध्ये टाकून दिली तेव्हा मी इतकेच म्हटले, "जाऊ दे, चुकून झालं असेल."

पॉलियाना सप्ताहामध्ये माझा एकही दिवस नकारात्मक प्रतिक्रिया न देता गेला आहे, असे झाले नाही; पण तरीसुद्धा तो एक यशस्वी प्रयत्न होता, असे मी म्हणते. ते शंभर टक्के पूर्णत्वास नेणे ही जरी अशक्य कोटीतली गोष्ट असली, तरी त्या दृष्टीने प्रयत्न करताना मला माझ्या स्वभावाची चांगलीच ओळख झाली पॉलियाना आठवडा

संपला, तरी त्या आठवड्याच्या आठवणी माझ्या मनात बराच काळ पिंगा घालत राहिल्या.

आसरा शोधा

मानवी स्वभावाचा एक गुणधर्म म्हणजे माणसाचे मन नकारात्मक गोष्टींकडे जास्त झुकते. आपण वाईट गोष्टींना चांगल्या गोष्टींच्या तुलनेत नेहमी तीव्र प्रतिक्रिया देतो. फेब्रुवारीमध्ये मला समजले होते की, वैवाहिक नात्यामध्ये, एका टीकेची अथवा विध्वंसक कृतीची भरपाई करायला पाच चांगल्या कृत्यांची गरज असते. पैशांच्या बाबतीत पैसे गमावल्याचे दु:ख हे तितकेच पैसे मिळवल्याच्या आनंदापेक्षा जास्त असते. 'फॉर्टी वेज टू लुक ॲट विन्स्टन चर्चिल' या पुस्तकाची गणना बेस्ट सेलरच्या यादीत झाल्याचा मला तितका आनंद झाला नाही, जितके दु:ख त्यावरील एका पुस्तक परीक्षणाने झाले.

या गुणधर्माचा परिणाम म्हणजे जेव्हा लोकांचे मन रिकामे असते, तेव्हा त्यांच्या मनात रागाचे किंवा चिंतेचे विचार डोकावतात. अपमान, अपेक्षा, तिरस्कार या भावना मनात साठू लागतात. अप्रिय गोष्टींचा सामना आणि वाईट प्रसंगांची उजळणी या सगळ्यांतून वाईट भावना निर्माण होतात. खरे तर बायकांना जास्त नैराश्य येण्याचे कारण म्हणजे त्यांना तोच तोच विषय पुन:पुन्हा उगाळायची सवय असते; परंतु पुरुष सहसा इतर गोष्टींमध्ये मन गुंतवतात. वेगवेगळी संशोधने असे सांगतात की, दुसऱ्या गोष्टीत मन रमवणे हा मूड बदलण्याचा उत्तम उपाय आहे. वाईट मूडकडे सतत लक्ष दिल्यास तो वाढतो, कमी होत नाही (मात्र, हे सर्वसामान्य समजुतीच्या बरोबर उलट आहे.)

मला चिंता करायची सवय आहे आणि त्यावर मात करण्यासाठी मी एक कल्पना शोधून काढली - एक 'आसरा' तयार करायचा. एकदा मी माझ्या जुन्या लॉ कॉलेजला गेले असताना मला एका लिफ्टच्या शेजारी असलेल्या मोकळ्या जागेवर 'आसरा' अशी पाटी दिसली. कदाचित आगीसारखी एखादी दुर्घटना घडल्यावर अपंग अथवा इतर व्यंग असणाऱ्या लोकांसाठी ती जागा असावी. तो शब्द माझ्या मनात घर करून राहिला होता आणि मी ठरवले की, जर माझ्या मनात वाईट विचारांची गर्दी झाली, तर मी मानसिक 'आसरा' शोधेन.

माझ्याकरता मानसिक आसरा म्हणजे चर्चिलची भाषणे (प्रामुख्याने नेव्हिल चेम्बरलेनला त्यांनी वाहिलेली श्रद्धांजली) किंवा जेमीने केलेल्या गमतीशीर गोष्टी आठवणे. खूप वर्षांपूर्वी जेव्हा आमचे नुकतेच लग्न झाले होते तेव्हा एके दिवशी जेमी हाफ पँटमध्ये आमच्या बेडरूममध्ये आला आणि म्हणाला, "मी नृत्यदेव आहे." आणि हात आडवे पसरून संपूर्ण खोलीभर नाच करत राहिला. मला जेव्हाजेव्हा हे आठवते, तेव्हा मला हसू येते. माझी एक मैत्रीण म्हणाली की, ती अशा वेळी तिच्या

मुलांबद्दल विचार करते. दुसरी एक मैत्रीण लेखिका नसूनही मनातल्या मनात लघुकथा रचते. जेव्हा ऑर्थर लेव्लीन डेव्हिस (ज्या मुलांकडे पाहून पीटर पॅन ही व्यक्तिरेखा लिहिली गेली त्या मुलांचे वडील) यांचे ऑपरेशन करून त्यांचा टाळूचा आणि गालाचा भाग काढून टाकला होता, तेव्हा त्यांनी जे. एम. बारी यांना लिहिले होते की :

मी ज्या ज्या गोष्टींचा विचार करतो त्यापैकी काही...

- मायकल शाळेत जातो.
- पोर्थग्वारा (इंग्लंडमधील समुद्रकिनाऱ्यावरचे एक गाव) आणि 'एस'चा निळा ड्रेस.
- बरफम गार्डन.
- कर्बी येथील दरीचे दृश्य.
- जॅकची अंघोळ.
- पीटर धान्य पाखडतोय.
- निकोलस बागेत आहे.
- जॉर्जचा तर सतत विचार करतो.

या गोष्टी लोकांकरता महत्त्वाच्या नसतीलही; पण त्या गोष्टी त्यांच्याकरता मानसिक आसरा होत्या.

नोव्हेंबरच्या शेवटी मला हॅपिनेस प्रोजेक्टमधील एक महत्त्वाचा धडा मिळाला आणि तो म्हणजे– मी जर माझे संकल्प निभावून नेऊ शकले आणि मला आनंद देणाऱ्या गोष्टी करू शकले, तर मला अधिकाधिक आनंद होत जाणार आहे आणि परिणामी, मी जास्तीतजास्त चांगली वागू शकणार आहे.

चांगले करा : चांगले वाटेल
चांगले वाटले : चांगले करा

संपूर्ण महिनाभर अधूनमधून उमटणाऱ्या माझ्या नकारात्मक प्रतिक्रियांचे मूळ होते एलिझाचे केस. जेमी आणि मला वाटायचे की, तिने बॉबकट केला तर ती छान दिसेल; पण तिला केस वाढवायचे होते. "तू केस वाढवू शकतेस; पण तू जर ते रोज विंचरलेस आणि कपाळावर येऊ दिले नाहीस तरच!" मी तिला धमकावले. न जाणो किती पालकांनी हे वाक्य म्हटले असेल – त्याचा काहीही उपयोग होत नसला तरी. तिने कबूल केले; पण केस चेहऱ्यावर यायचे ते यायचेच.

"एलिझा, केस विंचर, किती गुंता झाला आहे."

''एलिझा, मधला भांग फाटला आहे, कडेला भांग पाड.''

''एलिझा, आधी केस मागे बांध.''

''एलिझा, मला सांगूच नकोस की, हे तुझे विंचरलेले केस आहेत.''

अशी टीका करणे ही माझ्याकरता आणि तिच्याकरताही आनंदाची गोष्ट नव्हती. मला हे सगळे बदलून टाकायचे होते; त्यामुळे पुढच्या वेळी जेव्हा मला तिच्या केसांबद्दल काळजी वाटली तेव्हा मी म्हटले, ''कंगवा घेऊन ये.'' आणि मी तिचे केस विंचरायला सुरुवात केली. आधी जशी मी जोरजोरात आणि चिडून तिचे केस विंचरत असे (कारण सकाळच्या घाईत मी सहनशील राहू शकत नसे.) तसे न करता मी प्रेमळपणे आणि सावकाश केस विंचरू लागले. ''मला तुझे मऊ आणि चमकदार केस बघायला आवडतात,'' मी म्हणाले. ''तुझे केस खूप सुंदर दिसत आहेत.''

एलिझाला थोडे आश्चर्यच वाटले.

पुढच्या वेळीही मी तेच केले. ''मला तुझे केस विंचरू दे,'' मी तिला सांगितले. ''मला तुझे केस विंचरायला आवडतात.''

ती तिचे केस नीट ठेवू शकली नाही; पण आता मला त्याचा त्रासही होत नाही.

१२

डिसेंबर

क्रॅश कोर्स

आनंदाचा वसा

◆ क्रॅश कोर्स

गेले अकरा महिने मी एकापाठोपाठ एक संकल्प करत होते. या शेवटच्या महिन्यात मला या सगळ्या संकल्पांची एकत्र परीक्षा घ्यावीशी वाटली. आता मी माझे सगळे संकल्प एकाच वेळी करून बघणार होते. माझ्या संकल्पांच्या तक्त्यावर एकाच वेळी सगळे गोल्ड स्टार चमकताना मला बघायचे होते. असा परिपूर्णतेचा ध्यास घेणे हे अवघड ध्येय होते कारण दरवेळी हे संकल्प करून पाहताना मानसिक शिस्त पाळावी लागली होती आणि स्वत:वर ताबा ठेवावा लागला होता. शिवाय त्याकरता बराच वेळही लागला होता.

मग मी महिनाभर घर स्वच्छ ठेवले, आवरलेले ठेवले, वेळच्या वेळी दिवे बंद केले, सकाळची सुरुवात गाणे म्हणून केली, मनमुराद हसले, लोकांच्या भावनांची कदर केली, ब्लॉग लिहिला, गरज पडली तेव्हा मदत मागितली, सगळ्या गोष्टी करण्याचा आटापिटा केला, न बोलता गोष्टी सोडून दिल्या, समाजात

जाणे-येणे वाढवले, चाकोरीबाहेरचे मार्ग चोखाळले, रोज वन सेंटेन्स जर्नल लिहीत राहिले, लेखकांच्या ग्रुपला आणि बालसाहित्य वाचनाच्या ग्रुपला भेटत राहिले, हिप्नॉसिसची टेप ऐकत राहिले, अबरचबर अन्न खाल्ले नाही, आवश्यक त्या वस्तू खरेदी केल्या.

अर्थात, कधीकधी या गोष्टी करण्यात मी कमी पडले. आटोकाट प्रयत्न करूनही मी माझे सगळे संकल्प पाळू शकले नाही. संकल्प!!! इतक्या महिन्यांमध्ये मला बरेचदा आश्चर्य वाटले की, मी जेव्हाजेव्हा हे संकल्प मनापासून पाळायचा प्रयत्न केला तेव्हातेव्हा त्यांनी मला किती आनंदी बनवले आहे. मी सॅम्युअल जॉन्सनच्या १७६४ जर्नलच्या नोंदींचा नेहमी विचार करते. (सॅम्युअल जॉन्सन हा एक सातत्याने संकल्प ठरवणारा आणि संकल्प मोडणारा माणूस आहे. संकल्पांच्या प्रयोगांचे आद्य संतच जणू!) :

> 'मी माझ्या वयाची ५५ वर्षे संकल्प करण्यात घालवली आहेत. मला आठवते तेव्हापासून मी माझे आयुष्य चांगले करण्याकरता योजना आखत आलो आहे; पण मी काहीच केले नाही. म्हणून आता कृती करण्याची गरज मला सतावते आहे कारण कृती करायला आता माझ्याकडे फार थोडा वेळ राहिला आहे. हे देवा, मला योग्य संकल्प करण्याची बुद्धी दे आणि मला माझे संकल्प पाळण्याची ताकद दे.'

संपूर्ण डिसेंबर महिन्यामध्ये माझा एकतरी दिवस 'परिपूर्ण' होता का? नाही! पण मी प्रयत्न करत राहिले. माझ्या हॅपिनेस प्रोजेक्टचा परिणाम असाही झाला की, माझा एखादा दिवस वाईट गेला असला, तरी तो चांगल्या पद्धतीने 'वाईट गेलेला दिवस' असे. एखाद्या दिवशी माझा मूड गेला असेल तर मी तो मूड चांगला करणाऱ्या उपायांचा अवलंब करत असे - जिमला जाणे, कामात मन गुंतवणे, भुकेचा कडेलोट होईपर्यंत वाट न पाहणे, कामाच्या यादीतील रेंगाळणारे काम उरकून टाकणे, मित्र-मैत्रिणींशी गप्पा मारणे, घरच्यांबरोबर वेळ घालवणे. कधीकधी या कशाचाच फायदा होत नसे; परंतु वाईट मूड सुसह्य करण्यासाठी चांगले उपाय करण्यामुळे दिवस वाईट गेला असला, तरी काही चांगले क्षणदेखील पदरी पडत असत; त्यामुळे या चांगल्या पद्धतीने 'वाईट गेलेल्या' दिवसाकडे मागे वळून पाहिल्यावर मला समाधान मिळत असे.

मी केलेल्या एका सुधारणेमुळे मला एकदम खूप मोठे प्रोत्साहन मिळाले. लोकांना त्यांचा संकल्पांचा तक्ता करायला सोपे जावे म्हणून मी नमुन्यादाखल त्यांना माझा संकल्पांचा तक्ता हवा आहे का असा प्रश्न ब्लॉगवर पोस्ट केला. ते

पाहून मला लोकांकडून त्यांच्या हॅपिनेस प्रोजेक्टचे वर्णन करणाऱ्या मेल्स येऊ लागल्या. कित्येक लोकांनी तर त्यांच्या हॅपिनेस प्रोजेक्टचा मागोवा घेण्यासाठी स्वत:चा ब्लॉग लिहायला सुरुवात केली. जी पद्धत, जे संकल्प माझ्याकरता उपयोगी ठरले ते करून पाहण्याकरता निदान काही वाचकांना तरी मी उद्युक्त करू शकले हे पाहून मला खूप समाधान वाटले.

तुझ्या संकल्पांचा तक्ता आम्हाला उपलब्ध करून दिल्याबद्दल धन्यवाद! मी आणि माझा नवरा एक महिनाभर संकल्प पाळणार आहोत. गेले काही महिने आम्ही अनेक भावनिक चढ-उतारांतून गेल्यामुळे माझ्या मते हा उपक्रम आमच्याकरता मजेचा आणि आमच्यातले नाते दृढ करणारा ठरेल. आम्ही त्याकरता अजून एकत्रितपणे काही ठरवले नाही आहे. (आमच्या कामामुळे आम्ही एकमेकांबरोबर चांगल्या प्रकारे वेळ घालवू शकत नाही याचा हा आणखी एक पुरावा) फक्त 'लवकरच करू या' असे ओझरते एकमेकांना बोललो आहे. मला काही साधे सोपे संकल्प सुचत आहेत - जसे की, एकत्र संध्याकाळ घालवणे, एकमेकांबद्दलचे आकर्षण व्यक्त करणे, दोघांनी मिळून एखादी गोष्ट करणे, एकमेकांचे ऐकून घेणे, दुपारी ऑफिसमधून सुट्टी घेऊन हॉकी खेळायला जाणे, लाँग ड्राइव्हला जाणे (गाडीत आम्ही नेहमीच चांगल्या गप्पा मारतो.) आम्हाला नुकतेच जाणवले की, बराच काळ एकत्रितपणे घालवल्यामुळे आम्ही बऱ्याच गोष्टी गृहीत धरू लागलो होतो. हळूहळू काळाच्या ओघात आमचे खूप छोट्याछोट्या गोष्टींकडे दुर्लक्ष झाले आहे; आम्ही आत्ताच त्याकडे लक्ष दिले तर आम्ही कितीतरी सुखी होऊ.

ही एका ब्लॉगची सुरुवात आहे. मी नुकतीच ग्रेचेन रुबिनच्या 'द हॅपिनेस प्रोजेक्ट'मुळे प्रेरित झाले आहे. आपल्याला कोणत्या गोष्टींनी आनंद होतो त्याचा अभ्यास करून त्या गोष्टी प्रत्यक्ष आपल्या आयुष्यात करून पाहण्याची तिची कल्पना मला खूप आवडली. प्रत्येकाचा हॅपिनेस प्रोजेक्ट वेगवेगळा असेल; पण मला खात्री आहे की, त्यात कितीतरी गोष्टी एकसारख्या असतील. तिने इतरांना त्यांचे स्वत:चे 'हॅपिनेस प्रोजेक्ट' आखण्याचे आवाहन केले आहे आणि मी ते स्वीकारते आहे.

मी माझ्याबरोबर माझ्या एका मैत्रिणीला यात ओढले आहे. आपण तिला जेन म्हणू या आणि मी प्रयत्न करते आहे की, माझा नवरासुद्धा आमच्या या ग्रुपमध्ये सामील होईल आणि मग आम्ही एकमेकांच्या

मदतीने आमची प्रगती तपासत राहू.

'हॅपिनेस प्रोजेक्ट'मधील माझ्या आवडीचा अजून एक भाग असाही आहे की, यातील काही तत्त्वे मुलांना कशी लागू पडतील याचा अभ्यास करणे. मी तेदेखील करून पाहाणार आहे.

सर्वांत महत्त्वाचे म्हणजे मी जे काही शिकते, ते सर्वांना सांगितल्याने मला सगळ्यात जास्त आनंद होतो; त्यामुळे ते सगळे इथे या ब्लॉगवर लिहीत जाणार आहे. यात खूप मजा असेल.

ज्यांच्याबद्दल तुम्ही कृतज्ञ असता, त्यांच्यापाशी आभार व्यक्त करणे आणि 'क्षणस्थ राहणे' या तत्त्वांनुसार मला तुम्हाला सांगावेसे वाटते की, आजवर तुझ्या ब्लॉगचा माझ्या आयुष्यावर खूप चांगला परिणाम झाला आहे. तू जे संकल्प तुझ्या ब्लॉगवर पोस्ट केलेस, ते वाचून मला माझे संकल्प ठरवायला प्रेरणा मिळाली.

ज्या गोष्टी साध्य करायच्या आहेत, त्या नेमकेपणाने शोधून काढण्याची गरज ओळखून आणि लोकांमध्ये जितका मिसळेन तितका मला आनंद होणार आहे; हे लक्षात घेऊन मी तीन उद्दिष्टे लिहून काढली. ज्यावरून मी शेवटी माझे यश मोजणार आहे.

१. क्लास लावणे.
२. स्वयंसेवक बनणे.
३. एखाद्या ग्रुपचा सदस्य होणे.

शिकण्याने माझी मानसिक आणि नैतिक ताकद वाढेल म्हणून मी लगेचच दोन क्लास लावले. तसेच माझ्या तरुणपणी मी स्काउटमध्ये होतो, तिथे मी आता स्वयंसेवक बनलो. या दोन उद्दिष्टांनी माझा बराचसा मोकळा वेळ सत्कारणी लागला. नुकताच मी तिसऱ्या उद्दिष्टाकडे वळलो आहे आणि एका रोइंग क्लबचा सदस्य झालो आहे.

तुम्हाला नि:संशयपणे सांगतो की, या तिन्ही संकल्पांमुळे मला उत्तम अनुभव मिळाले. माझ्या इकॉनॉमिक्सच्या क्लासमध्ये मला चांगले मित्र मिळाले, बॉइज स्काउट्सच्या अनुभवामुळे मला दुसऱ्यांना प्रेरित कसे करायचे, मार्गदर्शन कसे करायचे हे समजले आणि रोइंग क्लबमुळे

माझे सामाजिक वर्तुळ रुंदावले (शिवाय जोडीला व्यायामही झाला.) मी प्रामाणिकपणे सांगतो की, मी सध्या काय करतो असे लोक जेव्हा मला विचारतात, तेव्हा मी त्यांना मी काय करतो, कोणत्या संकल्पामुळे करतो ते सांगतो. सगळ्यात महत्त्वाचे म्हणजे मला एकदम समाधान वाटू लागले आहे आणि मी आता पूर्वीपेक्षा खूप आनंदात आहे.

मी आता तिसरा क्लास लावला आहे आणि वाइन क्लबमध्ये नाव घालण्याचा विचार करतो आहे. तसेच मी आठवड्यातून पाच वेळा चालण्याचा व्यायाम करतो. मी व्यायामाला स्वत:ला प्रोत्साहित करण्यासाठी तू सांगितलेल्या कित्येक क्लृप्त्या वापरतो (तुझे वडील जे सांगायचे की, 'पायात शूज अडकवा आणि कोपऱ्यापर्यंत का होईना चालून या' हा सल्ला मी जास्तीतजास्त वेळा वापरला आहे.)

मी तुझे अनुभव आणि रिसर्च यावरून बरेच काही शिकलो आहे. तुझे काम वाखाणण्याजोगे आहे. त्याचा माझ्या आयुष्यावर लगेचच परिणाम झाला आहे आणि मला खात्री आहे की, हा परिणाम दीर्घकाळ टिकेल. कधीकधी लोक म्हणतात की, तुमच्या वागण्याने एखाद्याच्या जरी आयुष्यात फरक पडला, तरी ते काम श्रेष्ठ ठरते. असे असेल तर ते काम तू केले आहेस.

जेव्हा मला तुझा ब्लॉग सापडला तेव्हा मला एकदम प्रकर्षाने वाटले की, आमच्या ग्रुपच्या सदस्यांना हा प्रोजेक्ट आवडेल, कारण त्यातला प्रत्येकजण आज आनंदाच्या शोधात आहे आणि माझा अंदाज खरा ठरला. जेव्हा ही कल्पना सगळ्यांना सांगितली तेव्हा प्रत्येकालाच कधी एकदा हा प्रोजेक्ट सुरू करतोय असे झाले. आम्ही पुढच्या सोमवारी भेटून एकमेकांची तत्त्वे ऐकून घेणार आहोत. नंतर मग मी त्यांना संकल्पांच्या तत्त्वांविषयी सांगेन. तू तुझ्या ब्लॉगमध्ये म्हटल्याप्रमाणे प्रत्येक व्यक्तीचा प्रोजेक्ट वेगळा असणार आहे; परंतु मी जसजसा तुझा ब्लॉग वाचत गेले, तसे मला जाणवले की, आपण सगळेच आनंदाच्या शोधमोहिमेवर निघालो आहोत.

स्वत:च्या आनंदाच्या कल्पना शोधणे, स्वत:ची तत्त्वे लिहून काढणे आणि आपल्या ठरवलेल्या संकल्पांनुसार स्वत:ला तपासून पाहणे - हे सगळेच अद्भुत आहे. माझ्या सदस्यांना असा स्वत:चा शोध घ्यायला थोडे अवघड जात आहे; पण याआधी असा आनंदाचा माग काढत आनंद मिळवणे हे कोणालाच सुचले नव्हते. आम्हाला असे वाटले होते की,

चांगले आयुष्य जगण्याचा प्रयत्न केल्यावर आपोआप आनंद मिळेलच.

काळच काय ते सांगेल; पण आत्ता तरी आमचा ग्रुप निश्चितपणे त्यांच्या भविष्याबद्दल उत्साही आहे आणि स्वत:ची तत्त्वे लिहून काढण्यात मग्न आहे.

गेल्याच आठवड्यात माझी मुलगी आणि तिची मैत्रीण मला माझ्या आईच्या घरी भेटली. माझी मुलगी अठ्ठावीस वर्षांची आहे आणि माझी आई शहाऐंशी वर्षांची. मी या दोघींच्या मधल्या कोणत्यातरी वयाची आहे. माझी मुलगी आणि तिची मैत्रीण हॅपिनेस प्रोजेक्टबद्दल आणि त्यातून शिकलेल्या काही मुद्द्यांबद्दल बोलत होत्या. माझ्या मुलीच्या मैत्रिणीने त्यातली एक कल्पना सांगितली, तुमच्याकडे असलेल्या वस्तूंचा उपभोग घ्या - जसे की, चांगला क्रोकरी सेट वापरा, चांगले ड्रेस वापरा; भविष्यातल्या एखाद्या दिवसाकरता (जो कदाचित येणारही नाही.) पुजून ठेवू नका. माझी आई खूप काटकसरी आहे. तिने तिला वारसाहक्काने मिळालेल्या काही कपांबद्दल बोलायला सुरुवात केली आणि घरात शो-केस नसल्यामुळे आत्ता ते कसे कपाटात एका बॉक्समध्ये जपून ठेवले आहेत तेही सांगितले. मी म्हटले की, आपण आत्ता फर्निचरच्या दुकानात जाऊ आणि तुला आवडेल अशी शो-केस घेऊन येऊ. आश्चर्य म्हणजे माझ्या आईने चक्क त्याला संमती दर्शवली. आम्ही एक-दोन दुकानांत गेलो आणि तिथे आम्हाला हव्या असलेल्या शो-केसबद्दल माहिती मिळाली. दुसऱ्या दुकानातून बाहेर पडताना माझ्या आईचे लक्ष एका आराम खुर्चीकडे गेले ज्याला खुर्ची उबदार करण्याची आणि मसाज करण्याचीही सोय होती. मी ख्रिसमस गिफ्ट म्हणून त्या खुर्चीचे निम्मे पैसे दिले आणि नंतर शो-केसचीही ऑर्डर दिली.

आपल्या सगळ्यांना माहीत आहे की, वस्तू गोळा करण्यामध्ये आनंद नसतो; परंतु आज माझ्या शहाऐंशी वर्षांच्या आईला एक-दोन आनंदाच्या वस्तू मिळाल्या, या गोष्टीने मी खूप आनंदी झाले. तिच्याकडे नुकतीच ती आराम खुर्ची येऊन पोहोचली आहे आणि आई म्हणते, आता ती नेहमी याच खुर्चीत बसणार आहे. जेव्हा शो-केस येईल, तेव्हा आमच्या घरच्या पिढीजात वस्तूंची त्यात मांडामांड करायला खूप मजा येणार आहे. प्रेरणा दिल्याबद्दल थँक्स!!!

. . . .

माझ्या ब्लॉगमुळे मी कित्येक अनोळखी लोकांच्या आयुष्यात आनंद पसरवू

शकले याचा मला खूप आनंद झाला. अर्थात माझ्या ब्लॉगचा तोच उद्देश होता; पण तसे खरेच घडत आहे हे पाहून मी रोमांचित झाले.

"तुझं वर्ष जवळजवळ संपत आलं आहे," माझ्या मैत्रिणी मला आठवण करून देत होत्या. "तू पूर्वीपेक्षा जास्त आनंदी आहेस का?"

"निश्चितच!" मी उत्तरले.

"पण तू हे असं ठामपणे कसं काय सांगू शकतेस?" एक सायंटिस्ट मैत्रीण म्हणाली. "गेलं वर्षभर तू त्याचं काही शास्त्रशुद्ध पद्धतीने मोजमाप केलं आहेस का?"

"अं... नाही."

"तू तुझे मूड नोंदवून ठेवण्याकरता एखादा तक्ता तयार केला होतास का? किंवा जेमीला तुझा रोजचा स्कोअर विचारत राहिलीस का? किंवा यासारखं अजून काही केलंस का?"

"नाही."

"मग कदाचित तू पूर्वीपेक्षा आनंदी नसशीलही. तुला फक्त तसं वाटत असेल."

"बरं..." मी जरा माघार घेतली. "असेलही ही माझी कल्पनाशक्ती; पण... नाही. मला माहीत आहे की, मी पूर्वीपेक्षा आनंदी आहे."

"कसं काय?"

"मला आतून तसं वाटतं आहे!"

आणि हे पूर्णपणे खरे होते.

माझा पहिला सिद्धान्त असे सांगतो की, मला जर पूर्वीपेक्षा जास्त आनंदी व्हायचे असेल तर चांगले वाटणे, वाईट वाटणे आणि योग्य वाटणे या भावनांचा मी आत्मविकासाच्या वातावरणात विचार करायला हवा. मी यातली प्रत्येक गोष्ट लक्षात ठेवून कृती केली आहे आणि त्यामुळे माझ्यात खूपच फरक पडला आहे.

माझ्याकरता त्यातल्या त्यात महत्त्वाचा मुद्दा होता 'वाईट वाटणे'. फटकारणे, कटकट करणे, गॉसिपिंग करणे, घरात पसारा असणे, अबरचबर खाणे, ड्रिंक्स घेणे यांसारख्या गोष्टींतून निर्माण होणाऱ्या वाईट भावना नाहीशा झाल्याने माझ्या आनंदात सर्वांत जास्त भर पडली. विशेषत: माझ्या जिभेवर ताबा ठेवल्याने मी जास्त आनंदी झाले. आता मी बोलण्यापूर्वी क्षणभर थांबते, माझा सूर बदलते आणि मग बोलते. कधीकधी वाक्याच्या मध्यावरही सूर बदलते. जेमीने इन्शुरन्सचे फॉर्म वेळच्या वेळी भरले नाहीत किंवा लायब्ररीचे हरवलेले पुस्तक शोधले नाही तर त्याच्यावर गुरकावण्याऐवजी मी या गोष्टी हसण्यावारी नेते. तसेच 'चांगले वाटण्या'च्या अनेक आठवणी माझ्या गाठीशी आहेत - आमच्या घरात हसण्याचे अनेक क्षण आले.

माझ्या पुस्तकांच्या ग्रुपमध्ये बाल-साहित्यावर चर्चा झाल्या, आवडते संगीत ऐकले गेले. अनेक प्रकारांनी आनंद मिळवायला मी शिकले आहे.

जेव्हा मी लॉ सोडून लेखनाच्या दिशेने वळावे का याबद्दल मनात विचार करत होते तेव्हा 'योग्य वाटणे' हे माझ्या आनंदाकरता खूप महत्त्वाचे होते. तरीही गेल्या काही महिन्यांचे संकल्प 'योग्य वाटणे' या भावनेतून जन्माला आले नव्हते; पण डिसेंबरच्या सुरुवातीला मला पुढच्या वर्षाच्या उद्दिष्टासाठी 'योग्य वाटणे' ही भावना विचारात घ्यावीशी वाटली. मला अवयवदानाबद्दल काहीतरी करण्याची इच्छा होती. आम्ही सगळे आशा करत होतो की, जेमीला कधीही लिव्हर ट्रान्सप्लान्टची गरज पडणार नाही; परंतु त्याच्या हिपॅटायटिस-सी च्या आजाराने मला या प्रकरणात लक्ष घालावेसे वाटले. जर मी माझ्या एखाद्या छोट्याशा उपायाने देशातील अवयवदान करणाऱ्यांची संख्या वाढवण्यास मदत करू शकले तर मी एखाद्या दुर्दैवी जिवाचे भले केले असे समजेन. मी अशा व्यक्तींची नावे आणि मदतीचे संभाव्य स्रोत यांची माहिती गोळा करायला सुरुवात केली. हे काम काही माझ्या विशेष आवडीचे नाही; पण मला माहीत आहे की, या प्रोजेक्टमुळे मला 'योग्य वाटणे' ही भावना अनुभवायला मिळणार आहे.

माझ्या पहिल्या सिद्धान्ताबद्दल मला सगळ्यात जास्त आश्चर्यजनक काय वाटले असेल तर 'आत्मविकासाचे वातावरण' हा मुद्दा! जरी तो माझ्या हॅपिनेस प्रोजेक्टमधला महत्त्वाचा चौथा घटक होता, तरी मी त्याला कधी फारसे महत्त्व दिले नव्हते; परंतु या आत्मविकासाच्या वातावरणाचा आनंद वाढवण्यात सिंहाचा वाटा आहे हे माझ्या हॅपिनेस प्रोजेक्टमधून मला जाणवले होते. माझा स्वभाव जरी 'नावीन्य' आणि 'आव्हान' या गोष्टींपासून दूर राहण्याचा असला, तरी तेच आनंदाचे मुख्य घटक आहेत; अगदी माझ्यासारख्या साहसप्रिय नसलेल्या व्यक्तीकरतासुद्धा! प्रामुख्याने माझ्या ब्लॉगमधून मिळालेले आत्मविकासाचे वातावरण माझ्या आनंदाचे निधान कसे बनले हे मी अनुभवले आहे. या ब्लॉग बनवण्याच्या कौशल्यावरील माझ्या प्रभुत्वाने मला समाधान वाटले आणि त्यामुळे आणखी आव्हानात्मक कामे करायला हुरूप आला आहे.

अजून एक प्रश्न मला नेहमी विचारला जातो, 'जेमीचे काय? तो बदलला का? तो अधिक आनंदी झाला का?' एक गोष्ट मला खात्रीलायकरीत्या माहीत आहे - त्याला कसे वाटत आहे हे सांगण्याबद्दल जर मी त्याच्या मागे लागले असते तर त्याला निश्चितच आनंद झाला नसता. तरीही एका रात्री न राहवून मी त्याला विचारले, ''माझ्या हॅपिनेस प्रोजेक्टमुळे तू पूर्वीपेक्षा जास्त आनंदी झाला आहेस, असं तुला वाटतं का? तुझ्यात काहीतरी बदल झाला आहे का?''

''नाही.'' तो उत्तरला.

पण तो बदलला होता. मी मागे न लागतादेखील तो कामे करत होता जी त्याने पूर्वी कधीच केली नव्हती - सणासुदीची खरेदी किंवा कॉम्प्यूटरवर आर्थिक व्यवहारांची नोंद. तसेच ई-मेलला उत्तर पाठवणे, मुलींचे वापरलेले डायपर बाहेर कचरापेटीत नेऊन टाकणे यांसारखी छोटीछोटी कामे करण्यात गेल्या वर्षभरात त्याच्यात खूपच सुधारणा झाली होती. यंदा त्याला माझा वाढदिवस लक्षात राहिला, इतकेच नव्हे तर सकाळी उठल्याउठल्या त्याने मला 'हॅपी बर्थ डे' म्हटले, त्याने एक फॅमिली पार्टी घडवून आणली, मला प्रेझेंट आणले आणि फोटोही काढले. (तो कधीच फोटो काढत नाही.)

मला वाटले होते त्यापेक्षा त्याने माझे हॅपिनेसविषयक बोलणे जास्त आत्मसात केले होते. एक दिवस आम्ही घरात काहीतरी काम करत होतो तेव्हा मी त्याला एलिझाला सांगताना ऐकले, "आता पुढच्या वेळी खरेदीला गेल्यावर आई तिच्या आवडीची पाच डॉलरची अशी वस्तू विकत घेणार आहे ज्याने तिला खूप आनंद होणार आहे. छोट्याछोट्या गोष्टीसुद्धा माणसाला खूप आनंदी करतात. मग ती वस्तू किती किमतीची आहे याने काहीही फरक पडत नाही." कशाबद्दल बोलत होता तो? किचनमधील सिंकच्या आत स्क्रबर वगैरे ठेवायला जो एअरटाइट स्टँड मिळतो ना, त्याबद्दल! माझ्या भावाकडे हा स्टँड पाहिल्यापासून मला तो खरेदी करायची इच्छा होती. जेमी बरोबर होता, त्या खरेदीने मला खूप आनंद झाला; परंतु गेल्या वर्षी जेमीला हा आनंद ओळखताही आला नसता. त्याने मला आनंदी करण्याकरता केलेल्या सर्व गोष्टींमधली माझी सर्वांत आवडती गोष्ट कोणती असेल तर ती म्हणजे - जेव्हा त्याने कबूल करूनही मला फोन केला नव्हता तेव्हा मी रागावले असेन हे ओळखून त्याने मला ई-मेल पाठवली होती :

फ्रॉम : रुबिन जेम्स

टू : ग्रेचेन रुबिन

विषय : माझ्यावर रागावू नकोस; खाली पाहा.

मी माझा हॅपिनेस प्रोजेक्ट सुरू केला तेव्हा मला अशी भीती वाटली होती की, मी जर जेमीच्या मागे भुणभुण लावणे, तक्रारी करणे बंद केले तर जेमी सगळी कामे माझ्यावरच सोपवेल. तसे काही झाले नाही. एखादे वेळी माझ्या हॅपिनेस प्रोजेक्टचा आणि जेमीच्या बदलण्याचा काहीही संबंध नसेल. कोणत्याही कारणाने का होईना; पण आमच्या घरातले वातावरण अधिक आनंदी झाले होते. त्याला काही शास्त्रशुद्ध मोजमाप नाही. एखादे वेळी मलाच तसे वाटत असेल; पण काय फरक पडतो?

मला जर वाटत असेल की, मी पूर्वीपेक्षा जास्त आनंदी आहे तर मी पूर्वीपेक्षा आनंदी असेनही! हाच आहे माझा चौथा सिद्धान्त. एखादे वेळी हे मी शोधून काढलेले शेवटचे सत्य असेल; पण मला जेव्हा बसमध्ये माझ्या हॅपिनेस प्रोजेक्टची कल्पना सुचली तेव्हाच मला समजले होते की, जोवर मी आनंदात आहे असे मी मानत नाही तोवर मी आनंदात असू शकत नाही आणि स्वत:ला आनंदी राहायचे आहे असे सांगून, प्रयत्नपूर्वक उद्युक्त करण्याने मला आनंदी वाटणार आहे.

माझे आयुष्य अधिक आनंदी कसे करता येईल हे मला माझ्या पहिल्या सिद्धान्ताने दाखवून दिले असले, तरी आनंदी कसे राहावे हे समजून घेण्याकरता माझा दुसरा सिद्धान्त महत्त्वाचा ठरला.

स्वत:ला आनंदी करण्याचा उत्तम मार्ग म्हणजे दुसऱ्यांना आनंदी करणे.
दुसऱ्यांना आनंदी करण्याचा उत्तम मार्ग म्हणजे स्वत: आनंदी राहणे.

आनंदी राहण्याकरता प्रयत्न करणे हे स्वार्थीपणाचे लक्षण का समजू नये हे मला माझ्या दुसऱ्या सिद्धान्ताने स्पष्ट केले. याच सत्याने 'स्वत: आनंदी राहण्याकरता प्रयत्न करणे या कर्तव्याइतके इतर कोणतेही कर्तव्य इतक्या प्रमाणात कमी लेखले गेले नसेल.' असे रॉबर्ट लुईस स्टीव्हनसन का म्हणाला होता, तेही सांगितले. मी जेव्हा आनंदी नसते तेव्हा मला निरुत्साही वाटते, मला आळसावल्यासारखे वाटते, असुरक्षित वाटते, कोणाशीही बोलावेसे वाटत नाही आणि त्याहून वाईट म्हणजे मला जेव्हा राग येतो किंवा चिडल्यासारखे वाटते तेव्हा मी अधिक रागीट आणि असमाधानी होण्याची निमित्ते शोधते. याउलट जेव्हा मी आनंदी असते तेव्हा खेळकर, उदार, कल्पक, प्रेमळ, उत्साही आणि मदतीला धावणारी असते.

डिसेंबर महिना माझी बहिण एलिझाबेथ हिच्याकरता फारच कटकटीचा गेला. ती आणि तिची सहलेखिका मिळून टीव्ही शोकरता एक गोष्ट लिहीत होत्या. (ती

तिच्या आयुष्यातील एक उत्तम संधी होती.) एलिझा आणि तिचा बॉयफ्रेंड ॲडम या दोघांनी मिळून नुकतेच एक घर विकत घेतले होते. ती त्यांच्या लग्नाच्या तयारीत बिझी होती आणि तिला नुकताच मधुमेह झाला होता. मला माझ्या बहिणीला काहीतरी मदत करायची खूप इच्छा होती आणि मी तिच्याकरता करू शकेन अशी एक गोष्ट मला सुचली.

मी तिला फोन लावला, "ऐक, मला तुला एक सरप्राइझ द्यायचं आहे."

"काय?" तिला उत्सुकता लपवता येत नव्हती.

"तुला आत्ता जो काही ताण आला आहे, ते पाहून मला खूप वाईट वाटत आहे. म्हणून मी ठरवलं आहे की ..." मी माझे बोलणे अधिक परिणामकारक होण्याकरता क्षणभर थांबले. "....की, तुझं ख्रिसमस शॉपिंगचं काम मी करते."

"खरंच?" ती म्हणाली. "मला त्याने खूपच मदत होईल."

मला वाटले त्याप्रमाणे एलिझाबेथला खरेच खूप ताण आला असावा कारण तिने जराही संकोच न करता मला एका झटक्यात होकार देऊन टाकला.

"मला ते करायला निश्चित आनंद होईल." मी तिला सांगितले. मी खरेच आनंदी झाले होते. तिच्या आवाजातला सुटकेचा नि:श्वास आणि आनंद पाहून मलाही आनंद झाला. जर मला आनंदी वाटत नसते तर मी तिचे आणि माझे शॉपिंग करण्याचा उत्साह दाखवला असता का? नाही! तिला मदत करायचे तरी मला सुचले असते का? बहुतेक नाही.

माझा तिसरा सिद्धान्त जरा वेगळ्या प्रकारचा होता. 'दिवस मोठे असतात; पण वर्षे छोटी असतात' या वाक्याने मला कशाकशाची आठवण करून दिली? - वर्तमानात जगण्याची, ऋतूंमधील बदल निरखण्याची, माझा आत्ताचा काळ उपभोगण्याची ...हे डिसेंबरचे ख्रिसमसचे वातावरण, मुलींचे एकसारखे नाइटगाउन, निवांतपणे केलेल्या अंघोळी.

बहुतेक सगळ्याच रात्री, माझा झोपायला जाईपर्यंतचा वेळ दुसऱ्या दिवशीची तयारी करण्यात, धावपळीत जात असे किंवा कधीकधी मी पुस्तक घेऊन बेडवर कोसळत असे; परंतु जेमीला एक चांगली सवय आहे. आम्ही त्याला 'कृपाकटाक्ष' म्हणतो. अधूनमधून तो मला म्हणतो, "चल, एक कृपाकटाक्ष टाकू या." आणि आम्ही दोघे एलिझा आणि इलिनॉरला झोपलेले असताना बघत राहतो.

एक दिवस त्याने मला असेच कॉम्प्यूटरवरून उठवले. "नाही, नाही, मला अजून बरीच कामं आहेत!" मी सांगितले. "उद्याच्या आत मला काही गोष्टी पूर्ण करायच्या आहेत. तू हो पुढे..."

पण त्याने ऐकले नाही. शेवटी मी त्याच्याबरोबर इलिनॉरच्या खोलीबाहेर जाऊन उभी राहिले. तिच्या क्रिबमध्ये तिच्याच सांगण्यावरून आम्ही खूप सारी पुस्तके

ठेवली होती. त्या गराड्यात झोपलेल्या त्या पिटुकल्या आकृतीकडे आम्ही दोघे प्रेमाने बघत राहिलो. मी त्याला म्हणाले, "एक दिवस मागे वळून पाहिल्यावर आपल्याला आठवणारसुद्धा नाही की, आपल्याला इतकी छोटी बाळे होती. आपण म्हणू, 'आठवतंय, जेव्हा इलिनॉर तिच्या छोट्या जांभळ्या सिपरमधून दूध प्यायची? किंवा एलिझा सतत लाल स्लीपर्स घालून फिरायची?' "

त्याने हलकेच माझा हात दाबला. "आपण म्हणू, 'ते खरंच आनंदाचे दिवस होते.' "

दिवस मोठे असतात; पण वर्षे छोटी असतात.

वर्षभर वेगवेगळ्या वेळी जेव्हा जेव्हा लोकांनी मला विचारले की, 'मग, तुमच्या आनंदाचं गुपित काय?' तेव्हा मी 'व्यायाम' किंवा 'झोप' किंवा 'चांगले वागा : चांगले वाटेल' किंवा 'लोकांबरोबरचे संबंध दृढ करणे' अशी काही काही उत्तरे दिली; पण आता डिसेंबरच्या शेवटी मला जाणवले की, माझ्या हॅपिनेस प्रोजेक्टचा सगळ्यात महत्त्वाचा भाग म्हणजे माझे संकल्प किंवा मी शोधून काढलेले चार सिद्धान्त नाहीत किंवा मी शिकलेले शास्त्र किंवा वाचलेली उच्च विचारसरणीची पुस्तके नाहीत. माझ्याकरता सगळ्यात महत्त्वाची आणि एकुलती एक परिणामकारक गोष्ट कोणती असेल तर ती म्हणजे माझा संकल्पांचा तक्ता!

मी जेव्हा सुरुवात केली, तेव्हा हा तक्ता माझ्याकरता फक्त प्रयोग म्हणून करून बघायची एक मजेची गोष्ट होती. ग्रॅटिट्यूड जर्नलसारखीच; परंतु या तक्त्याचा मला खूपच उपयोग झाला. संकल्प ठरवणे ही हॅपिनेस प्रोजेक्टमधील अवघड गोष्ट नव्हती; (अर्थात मला वाटले होते त्यापेक्षा मात्र अवघड होती. कधीकधी तर नेमका कोणता संकल्प हाती घ्यायचा हे ठरवणेच अवघड व्हायचे.) पण ठरवलेले संकल्प पाळणे, सातत्याने अमलात आणणे ही अवघड गोष्ट होती. आयुष्यात बदल घडण्याची नुसती इच्छा असून तोपर्यंत उपयोग नव्हता, जोपर्यंत मी ते बदल घडून येण्याकरता एखादा उपाय करत नव्हते.

या संकल्पांच्या तक्त्यामुळे मला सतत आढावा घेण्याची आणि स्वत:ला जबाबदार धरण्याची सवय झाली, जेणेकरून मी माझ्या संकल्पांना बांधील राहिले. 'खेळकर व्हा', 'प्रेमाचे पुरावे द्या', 'लोकांना माफ करा' अशी वाक्ये माझ्या डोक्यात सतत घोळत असत आणि त्यानुसार मी माझे वागणे बदलत असे. लायब्ररीमध्ये एकदा एक स्त्री मोठ्याने गात होती आणि त्यामुळे मला तिचा राग आला होता. तेव्हा मला 'आध्यात्मिक गुरूचे अनुकरण करा' हे आठवले. संत थेरेसाने एक आठवण सांगितली होती की, एकदा तिच्या बरोबरची नन संध्याकाळच्या प्रार्थनेच्या वेळी डोक्यात तिडीक जाईल असे आवाज काढत होती

आणि थेरेसाला स्वत:च्या रागावर नियंत्रण ठेवताना घाम फुटला होता. मी जरी माझे संकल्प पाळण्यात पूर्णपणे यशस्वी झाले नसले, तरी मी बऱ्याच प्रमाणात माझे संकल्प पाळले होते आणि मी जितके संकल्प पाळले होते तितका मला जास्त आनंद मिळाला होता.

मी पाहिले आहे की, कित्येकजण 'संकल्प' म्हणण्याऐवजी 'उद्दिष्ट' म्हणतात. डिसेंबर महिन्यात एक दिवस मला जाणवले की, या दोन्हींमध्ये खूप मोठा फरक आहे. तुम्ही उद्दिष्ट 'गाठता' आणि तुम्ही संकल्प 'पाळता'. 'मॅरेथॉनमध्ये पळणे' हे उद्दिष्ट असू शकते कारण ते ठरावीक आहे, ते मोजता येऊ शकते आणि एकदा का तुम्ही ते उद्दिष्ट गाठलेत की काम संपते. सकाळी गाणे म्हणणे, व्यायाम करणे हे सगळे संकल्प आहेत. एक दिवस तुम्हाला अचानक असे वाटणार नाही की, तुमचे सगळे संकल्प पूर्ण झाले आहेत. तुम्हाला तुमचे संकल्प आयुष्यभर रोज करावे लागणार आहेत. ध्येयाच्या दिशेने वाटचाल करताना जे आत्मविकासाचे वातावरण तयार होते ते आनंदाकरता खूप गरजेचे असते. उद्दिष्ट तुमच्या अपेक्षेपेक्षा अवघड असेल तर निराशा येऊ शकते. तसेच एकदा का तुम्ही तुमचे उद्दिष्ट साध्य केलेत की पुढे काय? समजा, तुम्ही मॅरेथॉनमध्ये पळालात, आता पुढे काय? तुम्ही व्यायाम करणे थांबवणार आहात का? तुम्ही नवे उद्दिष्ट ठरवणार आहात का? संकल्पांची गोष्ट वेगळी आहे. मी हरले तरी प्रत्येक दिवशी मी नव्याने सुरुवात करू शकते. माझे संकल्प कधीच संपणार नाहीत; त्यामुळे ते आव्हानात्मक असले, तरी मी निराश होत नाही आणि हो, संकल्प आव्हानात्मक असतातच!

एकेक महिना मागे पडत होता आणि प्रत्येक महिन्याला मला माझ्या पहिल्या तत्त्वाचे महत्त्व पुन:पुन्हा जाणवत होते – 'स्वत:च्या वृत्तीप्रमाणे वागा' जसे अनेक विचारवंतानी वर्षानुवर्ष सांगितले आहे की, तुम्ही स्वत: कसे आहात ते शोधून काढणे ही सगळ्यात महत्त्वाची गोष्ट आहे. मला माझा आनंद माझ्या स्वभावाशी, माझ्या वृत्तीशी अनुसरूनच ठरवावा लागणार आहे. कुठल्या गोष्टींनी मी आनंदी 'व्हायला पाहिजे' यापेक्षा कुठल्या गोष्टींनी मी आनंदी 'होते' हे मला ओळखता आले पाहिजे. स्वत:ला ओळखणे किती अवघड असते याची झालेली जाणीव ही माझ्या हॅपिनेस प्रोजेक्टमधील सर्वांत आश्चर्याची गोष्ट होती. जो माझ्या दृष्टीने एक साधा स्वाभाविक प्रश्न होता, त्यावर सर्व तत्त्वज्ञ लोक इतका भर का देतात याबद्दल मला नेहमी थोडा राग येत असे; पण आता मला समजते आहे की, मी स्वत:च्या वृत्तीप्रमाणे वागणे म्हणजे काय याचे उत्तर शोधण्यातच माझे सगळे आयुष्य जाणार आहे.

एक मजेची गोष्ट आहे की, डिसेंबर महिन्यात आणि तेसुद्धा माझा हॅपिनेस प्रोजेक्ट अगदी संपत आला असताना माझ्या मनात विचार आला की, मुळात मला हा प्रोजेक्ट करावासाच का वाटला? खरे आहे की, एकदा बसमध्ये असताना 'मला अजून आनंदी व्हायचे आहे' असा विचार माझ्या मनात डोकावला होता आणि मग मी माझ्या रोजच्या सामान्य आयुष्याच्या चाकोरीबाहेर पडून उच्च तत्त्वांच्या दिशेने केलेला प्रवास रोमांचक होता, दिलासा देणारा होता; पण याला संपूर्ण वर्षभर चिकटून राहण्याकरता कोणती गोष्ट मला प्रोत्साहित करत होती?

जेमीने त्याचे विचार सांगितले. "हा हॅपिनेस प्रोजेक्ट म्हणजे तू तुझ्या आयुष्यावर अधिक नियंत्रण मिळवण्यासाठी केलेला प्रयत्न आहे." तो म्हणाला.

खरे होते का हे?

असेलही. आनंदामध्ये नियंत्रणाची भावना हा एक आवश्यक घटक असतो. या भावनेवरून, इतर कोणत्याही गोष्टीपेक्षा जास्त चांगल्या प्रकारे, आनंदी राहण्याचा अंदाज वर्तवता येतो. अगदी पैशांपेक्षाही जास्त! तुमच्या आयुष्यात काय घडावे किंवा तुम्ही तुमचा वेळ कसा घालवावा यावर स्वत:चे नियंत्रण असण्यावर खूप काही अवलंबून असते. माझ्या वृत्तीला साजेसे संकल्प शोधून काढल्याने आणि ते पाळल्याने मला माझ्या वेळेवर, माझ्या शरीरावर, माझ्या कृत्यांवर, माझ्या आजूबाजूच्या गोष्टींवर, अगदी माझ्या विचारांवरदेखील माझे नियंत्रण आहे असे वाटले. माझ्या आयुष्यावर मी मिळवलेले नियंत्रण हा निश्चितपणे माझ्या हॅपिनेस प्रोजेक्टचा महत्त्वाचा भाग होता. त्या नियंत्रणाच्या भावनेमुळे माझ्या आनंदात मोलाची भर पडली.

परंतु जोडीला माझ्या मनात काहीतरी गहन विचार चालू होता. सुरुवातीला जरी मला ते तितकेसे जाणवले नसले, तरी आता मला समजत होते की, मी स्वत:ला एखाद्या भयानक संकटाला तोंड देण्याकरता तयार करत होते किंवा आयुष्याच्या शेवटी जेव्हा माझ्या पाप-पुण्याचा हिशेब मांडला जाईल, त्या दिवसाकरता जणू मी सत्कृत्ये गोळा करत होते. माझा संकल्पांचा तक्ता ही खरे तर माझी सदसद्विवेकबुद्धी होती. भविष्यात जर एक दिवस मी माझ्या या हॅपिनेस प्रोजेक्टच्या वर्षाकडे मागे वळून पाहिले तर मी आधी किती अज्ञानी होते ते पाहून माझी मलाच गंमत वाटेल. भविष्यात एखाद्या भल्या पहाटे मी असाही विचार करेन की, "आनंदी राहणे किती सोपे होते." मी माझे आयुष्य सत्कारणी लावण्याकरता माझ्या परीने सर्व प्रयत्न केले याचा मला कोण आनंद झालेला असेल.

वर्ष संपले आहे आणि मी पूर्वीपेक्षा जास्त आनंदी आहे. माझ्या सर्व संशोधनानंतर

मला माहीत असलेलीच गोष्ट मला पुन्हा प्रकर्षाने जाणवली - मी माझे आयुष्य न बदलता माझ्या आयुष्यात बदल घडवून आणू शकते. जे शोधायचा मी सगळीकडे प्रयत्न करत होते, त्या रुबी स्लीपर सतत माझ्या पायातच होत्या आणि तो ब्ल्यू बर्ड माझ्या किचनच्या खिडकीबाहेरच गात होता हे आता मला कळून चुकले होते.

आणि नंतर...

जेमीने 'हिपॅटायटिस-सी'वरच्या VX -९५० औषधाच्या चाचण्यांमध्ये भाग घेतला; पण दुर्दैवाने ते औषध त्याला लागू पडले नाही. सुदैवाने त्याचे लिव्हर व्यवस्थित काम करत आहे.

माझ्या बहिणीचा मधुमेह कंट्रोलमध्ये आहे.

माझ्या ब्लॉगला वर्ष पूर्ण झाल्यावर मी ब्लॉगवरच्या पोस्टचे एक पुस्तक लुलू.कॉम वरून छापून घेतले.

माझ्या बाल-साहित्य वाचनाच्या ग्रुपमध्ये वीस सदस्य झाल्यावर आम्ही नवीन प्रवेश देणे बंद केले. नंतर मी उत्साही लोकांचा तसाच एक दुसरा ग्रुप सुरू केला.

मी एक-एक मिनिटाच्या दोन व्हिडिओ क्लिप तयार केल्या – 'वर्षे छोटी असतात' आणि 'माझे अनुभवाचे बोल', आणि त्या 'यू-ट्युब'वर टाकल्या.

जेमी आणि माझी सासू, यांच्या जोडीला मी माझ्या सासऱ्याला आणि अजून आठ मित्रांना जिमला जायला तयार केले.

'येणे-जाणे वाढवा', 'तीन नवे मित्र बनवा' आणि 'सुखद आठवणींचा खजिना तयार करा' या संकल्पांकरता मी एलिझाच्या वर्गात शिक्षकांची मदतनीस म्हणून जाऊ लागले.

'अवयव-दान' या क्षेत्रात मी अनेक लोकांच्या गाठी-भेटी घडवून आणल्या आणि बराच काळ या विषयावर अभ्यास केल्यानंतर 'न्यू यॉर्क ऑर्गन डोनर नेटवर्क'च्या संचालक मंडळाची सदस्य झाले.

जे. एम. बारीच्या (पीटर पॅनचा जनक) 'द बे कास्टअवेज् ऑफ ब्लॅक लेक आयलंड' या सचित्र पुस्तकावरून मी आणि माझ्या मैत्रिणीने एक प्रोजेक्ट सुरू केला. आम्ही त्याची एक संक्षिप्त कथा लिहून काढली, त्या काळचे कपडे गोळा केले आणि आमच्या मुलांना न्यू यॉर्कच्या सेन्ट्रल पार्कमध्ये नेऊन त्या कपड्यांमध्ये त्यांचे फोटो काढले. आता आम्ही ते फोटो प्रकाशित करण्याच्या मार्गावर आहोत.

अबरचबर खाणे सोडून दिल्यावर मी नंतर 'टेस्टी-डी-लाइट' नावाचे कृत्रिम

दही खाणे सोडून दिले.

सकाळ अधिक सुरळीत जाण्याकरता आता मी साडेसहाऐवजी सव्वासहाला उठते.

व्यंगचित्रकार चारी पे याच्या मदतीने मी 'ग्रेचेन रुबिन आणि शोध आवडीचा' नावाचे एक कॉमिक्स बनवले.

माझ्या हॅपिनेस प्रोजेक्टमध्ये मला उपयोगी पडलेल्या सगळ्या क्लृप्त्या इतर लोकांना त्यांच्या हॅपिनेस प्रोजेक्टकरता वापरता याव्यात म्हणून मी इंटरनेटवर एक वेबसाइट बनवली. तसेच लोकांना जर एखाद्या ग्रुपकरता हॅपिनेस प्रोजेक्ट करायचा असेल तर त्याकरता एक 'स्टार्टर किट'देखील वेबसाइटवर पोस्ट केला.

डेव्हिड ग्रीनबर्न या पुस्तक समीक्षकाला मी एका पार्टीत भेटले आणि आमच्यात खूप छान गप्पा झाल्या.

जून महिन्यात मी माझ्या मैत्रिणीची एका उमद्या तरुणाशी ओळख करून दिली होती, त्यांचे लग्न झाले.

माझ्या हॅपिनेस प्रोजेक्ट पुस्तकाचा प्रस्ताव प्रकाशकांना पसंत पडला.

...आणि मी आनंदाने जगू लागले.

तुमचा हॅपिनेस प्रोजेक्ट

प्रत्येकाचा हॅपिनेस प्रोजेक्ट वेगवेगळा असेल; पण एखाद्याला हॅपिनेस प्रोजेक्ट करून फायदाच होणार नाही असे होणार नाही. मी माझा हॅपिनेस प्रोजेक्ट जानेवारी महिन्यात सुरू केला आणि तो वर्षभर चालला – आता तो माझ्या उर्वरित आयुष्यातही चालू राहील अशी मी आशा करते. तुमचा हॅपिनेस प्रोजेक्ट कधीही सुरू होऊ शकतो आणि तुम्हाला पाहिजे तितका काळ तो चालू राहू शकतो. तुम्ही छोट्या गोष्टीपासून सुरुवात करू शकता (रोज रात्री झोपायच्या आधी तुमच्या किल्ल्या जागच्या जागी ठेवणे) किंवा तुम्ही थेट एखाद्या मोठ्या गोष्टीला हात घालू शकता (घरातल्या लोकांबरोबर संबंध सुधारणे) हे सर्वस्वी तुमच्या हातात आहे.

सर्वात प्रथम तुम्हाला कोणते संकल्प पाळायचे आहेत ते ठरवण्यासाठी, पहिला सिद्धान्त डोळ्यांसमोर ठेवून खालील प्रश्नांची उत्तरे द्या :

तुम्हाला काय केले की चांगले वाटते? तुम्हाला कोणत्या गोष्टी करताना मजा येते, समाधान मिळते किंवा उत्साही वाटते?

तुम्हाला काय केले की वाईट वाटते? कोणत्या गोष्टींमुळे तुम्हाला राग येतो, चिडचिड होते, कंटाळा येतो, उदास वाटते किंवा काळजी/ भीती वाटते?

तुमच्या आयुष्यात काहीतरी, कोठेतरी चुकते आहे अशी एखादी गोष्ट आहे का की, ज्यामुळे तुम्हाला तुमची नोकरी, शहर, कौटुंबिक परिस्थिती किंवा इतर काही गोष्टी बदलाव्यात असे वाटते. स्वत:कडून असलेल्या अपेक्षांप्रमाणे तुम्ही तुमचे आयुष्य जगत आहात का? तुमची जगण्याची शैली तुमच्या जीवनमूल्यांशी सुसंगत आहे का?

तुमच्या अवतीभवती आत्मविकासाचे वातावरण आहे का? तुम्हाला आयुष्यात अधिक प्रगतीची, आव्हानाची, शिकण्याची, विकासाची किंवा नैपुण्य मिळवण्याची एखादी संधी उपलब्ध आहे का?

या प्रश्नांची उत्तरे शोधल्यास तुम्हाला तुमच्या आयुष्यात काय बदल करायचे आहेत हे ठरवणे सोपे जाईल. कोणत्या बाबींकडे अधिक लक्ष देण्याची गरज आहे

हे तुम्हाला समजल्यावर संकल्प करा, जे स्पष्ट शब्दांत मांडता येतील आणि त्यांच्या पूर्ततेचे मोजमाप करता येईल. संकल्प मोजल्यामुळे प्रगतीचा आढावा घेता येतो आणि ते स्पष्ट असले की, पाळणे सोपे जाते. 'जास्त प्रेमळ पालक व्हा' या संकल्पापेक्षा जर 'सकाळी मुले उठायच्या आधी १५ मिनिटे लवकर उठून, आवरून तयार राहा' असा संकल्प केला तर तो पाळणे सोपे जाते.

तुमचे संकल्प लिहून झाले की, स्वतःची प्रगती मोजण्याची आणि स्वत:ला जबाबदार धरण्याची एखादी पद्धत शोधून काढा. मी माझा संकल्पांचा तक्ता बनवताना बेंजामिन फ्रँकलिनच्या सद्वर्तनाच्या तक्त्याची मदत घेतली होती. तुम्ही पाहिजे तर ब्लॉग सुरू करणे, वन सेन्टेन्स जर्नलमध्ये नोंद करणे किंवा तुमच्या संकल्पाशी निगडित एखादा ग्रुप सुरू करणे अशा वेगवेगळ्या उपायांचा अवलंब करू शकता.

अजून एक उत्तम उपाय म्हणजे स्वत:ची मार्गदर्शक तत्त्वे ठरवणे ज्यायोगे तुम्हाला तुमचे वागणे आखता येईल. उदा. माझे सगळ्यात महत्त्वाचे मार्गदर्शक तत्त्व आहे 'स्वत:च्या वृत्तीप्रमाणे वागा'.

तुमच्या हॅपिनेस प्रोजेक्टला मदत करण्याच्या दृष्टीने मी www.happinessprojecttoolbox.com ही एक वेबसाइट तयार केली आहे. तिथे मी माझ्या हॅपिनेस प्रोजेक्टमध्ये कामी आलेले अनेक उपाय एकत्रितपणे लिहून ठेवलेले आहेत. तिथे तुम्ही तुमचे (वैयक्तिक किंवा ग्रुपचे) संकल्प आणि त्यांची प्रगती तिथे नोंदवू शकता, तुमच्या आवडीच्या कोणत्याही विषयावरचे वन सेन्टेन्स जर्नल लिहू शकता, तुमची वैयक्तिक जीवनमूल्ये लिहू शकता, तुमच्या आनंदाचे किस्से सांगू शकता, तुमचे अनुभवाचे बोल सांगू शकता, कोणत्याही प्रकारची यादी लिहून ठेवू शकता आणि तुमच्या आवडत्या पुस्तकांचे, कोट्सचे, सिनेमांचे, गाण्याचे, चित्रांचे पोस्टर बनवू शकता. तुम्ही तुमच्या पोस्ट इतरांबरोबर शेअर करू शकता (आणि तसे करायचे नसल्यास फक्त तुमच्या वापराकरतासुद्धा ठेवू शकता.) आणि शिवाय तुम्ही इतर लोकांनी शेअर केलेल्या पोस्ट वाचू शकता. (जो एक अद्भुत अनुभव आहे.)

तुम्हाला जर एखादा हॅपिनेस प्रोजेक्टचा ग्रुप तयार करायचा असेल तर मला grubin@gretchenrubin.com या पत्त्यावर 'स्टार्टर किट'साठी संपर्क करा. तुमच्या भागात जर आधीच तसा ग्रुप असेल तर मी ते ही तुम्हाला सांगेन. तुम्हाला जर हॅपिनेसबद्दलच्या चर्चेत भाग घ्यायचा असेल तर माझ्या फेसबुकच्या अकाउंटला जॉइन व्हा किंवा मला ट्विटर वर जॉईन व्हा (Twitter, @gretchenrubin).

लक्षात घ्या...

* आनंदी होण्याकरता तुम्हाला आत्मविकासाच्या वातावरणात चांगले वाटणे, वाईट वाटणे आणि योग्य वाटणे या भावनांचा विचार करायला हवा.
* स्वत: आनंदी होण्याचा उत्तम उपाय म्हणजे दुसऱ्यांना आनंदी करणे आणि दुसऱ्यांना आनंदी करण्याचा उत्तम उपाय म्हणजे स्वत: आनंदी असणे.
* दिवस मोठे असतात; पण वर्षे छोटी असतात.
* जोवर तुम्ही स्वत:ला आनंदी समजत नाही तोवर तुम्ही आनंदी नसता.
* तब्येत चांगली असण्याने फरक पडतो.
* लोकांत मिसळण्यामध्ये आनंद असतो.
* तुम्ही स्वत:लाही विसरून जाल अशा गोष्टी स्वत:करता करा.
* 'अवघड वागणे सोपे असते; पण सोपे वागणे अवघड असते.' - जी.के. चेस्टरटन
* इतरांकरता जी गोष्ट आनंदाची असेल ती एखादे वेळी तुमच्याकरता आनंदाची असणार नाही आणि तुमच्याकरता जी गोष्ट आनंदाची असेल ती इतरांकरता आनंदाची असणार नाही.
* 'बेस्ट इज गुड अँड बेटर इज बेस्ट.'
* आहे त्याहून जास्त अथवा कमी गोष्टी मिळवण्यामध्ये आनंद नसतो तर आपल्याजवळ आहे त्यात समाधान मानण्यामध्ये आनंद असतो.
* तुम्हाला काय करायचे आहे ते तुम्ही निवडू शकता; पण तुम्हाला काय आवडायला हवे ते तुम्ही निवडू शकत नाही.
* 'स्वत: आनंदी राहण्याकरता प्रयत्न करणे या कर्तव्याइतके इतर कोणतेही कर्तव्य इतक्या प्रमाणात कमी लेखले गेले नसेल.' - रॉबर्ट लुईस स्टीव्हनसन
* तुम्ही जे मोजू शकता ते तुम्ही मॅनेज करू शकता.
* प्रेमळ भावनांचा जन्म प्रेमळ कृतींमुळे होतो.
* परस्परविरोधी सत्य आपापल्या जागी योग्यच असतात.

९ टिप्स

नियमित व्यायाम करण्याच्या संकल्पाला टिकून राहण्याकरता ९ टिप्स

१

सोमवारी व्यायाम करायला चुकू नका.

२

सलग दोन दिवस व्यायामाला बुट्टी मारू नका.

३

व्यायामाचा संबंध वजन कमी करण्याशी जोडू नका. मानसिक स्वास्थ्याकरता व्यायाम करा; दिखाऊपणाकरता नको.

४

छोट्याशा प्रयत्नांकरताही स्वत:ला श्रेय द्या.

५

जिममधील वातावरणाचा विचार करा. तुम्हाला मोठमोठ्याने लावलेले संगीत आवडते का? नसेल तर दुसरे पर्याय निवडा.

६

व्यायामात सातत्य राखा. जर तुम्हाला बास्केट बॉल खेळायला आवडत असेल तर आठवड्यातून चार-पाच वेळा बास्केट बॉल खेळा.

७

व्यायाम आणि त्यानंतरची अंघोळ या दोन्हीकरता तुम्हाला वेळ नसेल तर असा व्यायाम शोधून काढा की, जो केल्यानंतर अंघोळ करायची गरज नाही.

८

व्यायाम अधिक आनंददायी होण्याकरता थोडे जास्त पैसे खर्च करा. व्यायाम ही आयुष्यातील सगळ्यात महत्त्वाची गोष्ट आहे; त्यामुळे त्याकरता जास्त पैसा खर्च होत असेल तर होऊ दे.

९

लक्षात ठेवा : जिममध्ये नाव नोंदवणे म्हणजे जिमला जाणे नाही. तुम्ही कॉलेजमध्ये असताना तंदुरुस्त होतात याचा अर्थ असा नाही की, तुम्ही आत्तासुद्धा तंदुरुस्त आहात.

www.happiness-project.com या वेबसाइटला जरूर भेट द्या.

७ टिप्स

खेळकर पालक होण्यासाठी ७ टिप्स

१
हसा :
तुमच्या प्रत्येक मुलाला दिवसातून निदान एकदा तरी हसवा.

२
सकाळी सकाळी गाणे म्हणा :
गाणे म्हणणे आणि चिडचिड चालू ठेवणे या दोन्ही गोष्टी तुम्ही एकाच वेळी करू शकत नाही.

३
रात्री पुरेशी झोप घ्या.

४
आपण मुलांशी सतत नकारात्मक बोलतो - 'थांब', 'असे करू नकोस', 'नाही' त्याऐवजी सकारात्मक बोलायचा प्रयत्न करा. असे म्हणा, 'तू तुझे खाणे संपवलेस की, आपण लगेच जाऊ.'

५
आवश्यक असेल तेव्हाच नकार द्या. केशरी पँटवर तांबडा शर्ट घालायचा आहे? घालू द्या. भातुकलीच्या खेळण्यांमध्ये पाणी भरायचे आहे? भरू द्या.

६
मुलांशी बोलताना शाळेत वापरली जाणारी वाक्येच पुन्हा घरात वापरण्याने फायदा होतो - "खुर्चीत नीट ताठ बसा", "जे मिळाले आहे त्यात आनंद माना; जे मिळाले नाही त्याबद्दल चिडचिड करू नका."

७
लक्षात ठेवा :
परीकथेचे आणि चॉकलेट खाण्याचे दिवस लवकरच उडून जातात. दिवस मोठे असतात; पण वर्षे छोटी असतात.

www.happiness-project.com या वेबसाइटला जरूर भेट द्या.

९ टिप्स

तुमच्या जोडीदाराने घरातील कामे (तुम्ही मागे न लागता) करण्याकरता ९ टिप्स

१
आठवण करायची पण न बोलता : चिठ्ठी लिहून, रिकामे खोके दृष्टीस पडेल असे ठेवून, तुम्ही काम सुचवू शकता.

२
एका शब्दात आठवण करा : 'मी शंभर वेळा सांगितले की, दूध आणायचे आहे' असे ओरडून सांगण्यापेक्षा नुसते 'दूध' इतकेच म्हणा.

३
तुम्ही आखलेल्या वेळापत्रकानुसारच काम पूर्ण होण्याचा आग्रह धरू नका : 'आजच्या आज हे काम पूर्ण झाले पाहिजे' असे म्हणण्यापेक्षा 'पुढच्या आठवड्याच्या पार्टीच्या आत हे काम पूर्ण होईल असे बघ' असे म्हणून पाहा.

४
कामांच्या विभागणीत स्पष्टता असू द्या : घरातल्या वस्तू दुरुस्त करून घेण्याचे काम माझे असते आणि कचरा टाकण्याचे काम त्याचे असते.

५
कधीतरी तुमच्या जोडीदाराचे काम तुम्ही स्वत: करा आणि त्याला आश्चर्याचा धक्का द्या.

६
काही कामे स्वत:कडे घ्या : आमच्या घरात कधीच वेळेवर कॅश उपलब्ध नसते, यावरून मी माझ्या नवऱ्यावर चिडत असे. ते काम त्याचेच आहे असे मी का गृहीत धरत होते? आता ते काम मी माझ्याकडे घेतले आहे.

७
काम थोडे हलके झाले तरी समाधान माना : भले त्याने डिश वॉशर लावला नसेल पण निदान सगळी भांडी गोळा करून सिंकमध्ये तर ठेवली ना?

८
बारीकसारीक चुका काढू नका : त्याने जर संपूर्ण ट्रीप आखली असेल तर फ्लाइटच्या वेळेवरून वाद घालू नका.

९
पैशाने आनंद विकत घेता येतो : पैसे खर्च करून घरातली कामे करवून घ्या. भांडण टाळणे ही आनंद मिळवण्याकरता सगळ्यात महत्त्वाची गोष्ट आहे. पैशाने काम होणार असेल तर खर्च करायला मागेपुढे पाहू नका.

www.happiness-project.com या वेबसाइटला जरूर भेट द्या.

७ टिप्स — नाव न आठवल्यास करायचे उपाय ७ टिप्स

१
एखाद्याचे नाव अगदी तोंडावर असेल; पण आयत्या वेळी आठवत नसेल तर 'तुला बघताच मला सारखे 'अरुण' नाव डोक्यात येत आहे; पण मला माहीत आहे की, ते तुझे नाव नाही.' असे म्हणून पाहा.

२
'अर्थातच, मी तुला ओळखते. मला तुझी सगळी माहिती हवी आहे. तुझे व्हिजिटिंग कार्ड देतोस का?'

३
'मला तुझे नाव माहीत आहे; पण या क्षणाला मेंदू काम करत नाही.'

४
'माझा विश्वासच बसत नाही की, आपण सहा महिन्यांपूर्वी भेटलो असूनही तुला माझे नाव बरोबर आठवते आहे.'

५
'मला तुझे नाव आठवते; पण तुझे आडनाव काय आहे?' अशा वेळीबरेचदा समोरची व्यक्ती नाव आणि आडनाव दोन्ही सांगून टाकते.

६
ज्याचे नाव आठवत नाही अशा व्यक्तीची ओळख तुमच्या ओळखीच्या व्यक्तीबरोबर करून देणे. तसे करताना ओळखीच्या व्यक्तीचे नाव सांगा. समोरची व्यक्ती आपले नाव स्वतःहून सांगेलच.

७
लोकांना तुमचे नाव आठवत नसेल तर राग न मानता नव्याने तुमची ओळख करून द्या.

www.happiness-project.com या वेबसाइटला जरूर भेट द्या.

७ टिप्स — उत्साही वाटण्याकरता ७ टिप्स

१
सूर्यप्रकाशात फिरून या : सूर्यप्रकाश न मिळाल्याने बरेचदा थकवा येतो. सकाळी कोवळ्या उन्हात फिरून आल्यावर एकदम उत्साह संचारतो.

२
चालण्याचा व्यायाम करा : अगदी १० मिनिटे भरभर चालण्याचा व्यायाम केला तरी उत्साह येतो आणि मानसिक ताण निवळतो.

३
उत्साहाने काम करा : उत्साहपूर्ण हालचाली करून स्वत:मध्ये उत्साही भावना निर्माण करा.

४
तुमचे आवडते फास्ट गाणे ऐका : त्यामुळे अंगात ताबडतोब उत्साह संचारतो.

५
तुमच्या कामांच्या यादीतले एखादे काम उरकून टाका : कामे रेंगाळली की, मरगळल्यासारखे वाटते, म्हणून एखादे काम प्रयत्नपूर्वक करून टाका.

६
पसारा आवरा : याने कसा काय फरक पडतो, काय माहीत? पण पडतो खरा!

७
कॉफी प्या : कॉफीचा लौकिक काही फारसा चांगला नाही; पण कॉफीमुळे तरतरी येते, उत्साह वाढतो आणि लक्ष केंद्रित व्हायला मदत होते. (शिवाय कॉफीमध्ये उत्तम अँटीऑक्सिडंट आणि डाएटरी फायबर आहे.)

www.happiness-project.com या वेबसाइटला जरूर भेट द्या.

७ टिप्स

पैशाने आनंद विकत घेण्याच्या ७ टिप्स

१
सामाजिक बंध पक्के होतात :आपुलकीचे, जिव्हाळ्याचे संबंध असणे हा आनंदी आयुष्याचा महत्त्वाचा घटक आहे हे आता संशोधनातून सिद्ध झाले आहे. तुमच्या भावंडांना अधूनमधून त्यांच्या घरी जाऊन भेटा; घरी एखादी पार्टी आयोजित करा.

२
वैवाहिक तणाव संपुष्टात आणा : पैशाने प्रश्न सोडवण्याचा प्रयत्न करा. घरातल्या कामांकरता एखादी व्यावसायिक सर्व्हिस मिळते का ते पाहा.

३
व्यायामाकरता अधिक पैसे खर्च करा : तुमचा मूड चांगला करण्याकरता व्यायाम करणे हा एक उत्तम उपाय आहे. आयपॉड खरेदी करण्याने तुम्ही तुमची सोफ्यावरची सुस्तावलेली बैठक सोडणार असाल तर ती एक चांगली गुंतवणूक ठरेल.

४
मौजमजा करा : आनंद मिळवण्याकरता एखादी वस्तू खरेदी करण्यापेक्षा चांगला अनुभव मिळवणे केव्हाही श्रेयस्कर!

५
सुरक्षितता आणि शांतता : तुमची कर्जे फेडून टाका आणि बचत वाढवा.

६
सकस खाण्याकरता जास्त पैसे खर्च करा : 'फास्ट फूड'पेक्षा हे पदार्थ नेहमीच महाग असतात; परंतु दूरगामी परिमाण लक्षात घेता असे सकस पदार्थ विकत घेणे कधीही चांगले.

७
दुसऱ्यावर पैसे खर्च करा : एखाद्या गरजू व्यक्तीवर पैसे खर्च करा, जेणे करून त्या व्यक्तीच्या आयुष्यात फरक पडेल; मग भले ती तुमच्या ओळखीची असो वा नसो.

www.happiness-project.com या वेबसाइटला जरूर भेट द्या.

९ टिप्स

संकल्प पाळले जाण्यासाठी ९ टिप्स

१
लिहून काढा : स्पष्ट आणि नेमक्या शब्दांत संकल्प लिहून काढा. नुसते 'तुम्हाला अजून ओळखी करून घ्यायच्या आहेत' असे म्हणू नका. त्याऐवजी 'एखादा ग्रुप तयार करणे', 'वाढदिवस लक्षात ठेवणे', 'हॅलो म्हणण्याची सवय करणे', 'कार्यक्रम आखणे' अशा प्रकारचे कृतीजन्य संकल्प करा.

२
तुमच्या संकल्पांचा सतत आढावा घ्या : तुमच्या मनात संकल्प सारखे घोळत राहिले तर ते पाळले जाण्याची जास्त शक्यता असते.

३
स्वत:ला जबाबदार धरा : इतर लोकांना तुमचे संकल्प सांगा. समान आवडी असणाऱ्या लोकांचा ग्रुप तयार करा किंवा असा एखादा ग्रुप असेल तर त्यात सामील व्हा. संकल्प पाळल्याची तक्त्यावर नोंद करा.

४
मोठ्या गोष्टींचा विचार करा : एखादे वेळी तुम्हाला तुमच्या आयुष्यात मोठा बदल हवा असेल... उदा. एखादे धाडसी कृत्य, एखादी ट्रीप, नवीन नोकरी, नवे चॅलेंज...

५
लहान गोष्टींचा विचार करा : फक्त मोठा बदल केल्यानेच आयुष्यात परिवर्तन होणार आहे, असे गृहीत धरू नका. केवळ फ्रीज साफ करण्यानेसुद्धा उत्साही वाटू लागेल.

६
तुमच्या मोठ्या संकल्पाचे छोट्या छोट्या कामांमध्ये रूपांतर करा.

७
तुमचे संकल्प रोजच्या रोज पाळा : आश्चर्याची बाब म्हणजे रोजच्या रोज कामे करणे (उदा. व्यायाम, ब्लॉग पोस्ट लिहिणे, मेलला उत्तर पाठवणे) हे अधूनमधून कामे करण्यापेक्षा जास्त सोपे असते.

८
बरेचदा 'चांगले' करणे पुरेसे असते. दरवेळी 'परिपूर्ण' करण्याचा अट्टाहास धरू नका : एकदम मॅरेथॉनची तयारी करण्यापेक्षा सुरुवातीला रोज २० मिनिटे चालण्याचा व्यायाम करा. संपूर्ण खोली आवरायला काढण्यापेक्षा एक/एक कपाट आवरायला घ्या.

९
एखादा संकल्प यादीतून काढून टाका : एखादा संकल्प वारंवार पाळला जात नसेल तर तो काढून टाकणेच योग्य! २० पौंड वजन घटवणे किंवा टीव्ही पाहणे सोडून देणे हे जमत नसेल तर त्या गोष्टींनी तुमच्या बाकीच्या संकल्पांवर परिणाम होऊ देऊ नका.

www.happiness-project.com या वेबसाइटला जरूर भेट द्या.

७ टिप्स

इतरांची आवडती व्यक्ती बनण्याकरता ७ टिप्स

१

स्मितहास्य करा : संभाषणादरम्यान तुम्ही किती वेळा स्मितहास्य करता यावर तुम्ही मैत्री करण्यास किती योग्य आहात हे ठरत असते.

२

दुसऱ्यांच्या वागण्याने प्रभावित होण्याला, त्यातून आनंद मिळवायला आणि संभाषणात रस घ्यायला तयार राहा : बऱ्याच लोकांना स्वतःचे कौतुक करवून घेण्यापेक्षा दुसऱ्यांचे कौतुक करायला आवडते.

३

तुमची वागणूक प्रेमाची, मित्रत्वाची, मिसळून वागण्याची असू द्या : लोकांच्या नजरेला नजर देऊन बोला. त्यांच्या बोलण्याला प्रतिसाद द्या.

४

'ट्रेट ट्रान्सफर' (स्वभावविशेष चिकटवणे) हा गुणधर्म लक्षात असू द्या : तुम्ही इतरांबद्दल जे मत व्यक्त करता (तो शिष्ठ आहे, ती सुंदर आहे.) त्यावरून लोक तुमच्याविषयी मत बनवतात.

५

स्वत:वर विनोद करा : मनमोकळ्या आणि विनोदी वृत्तीने वागल्यास तुम्ही लोकांना जास्त आवडता; ते तुमच्याशी स्वत:हून बोलायला येतात.

६

उत्साही आणि विनोदी राहा : भावनिक संसर्गामुळे लोक एकमेकांच्या भावना सहजपणे आत्मसात करतात.

७

आवडणाऱ्या व्यक्तीबद्दलची भावना बोलून दाखवा : एखाद्या व्यक्तीला जर आपण आवडत असू तर आपल्यालाही ती व्यक्ती आवडण्याची बरीच शक्यता असते.

www.happiness-project.com या वेबसाइटला जरूर भेट द्या.